# साहित्याची निर्मितिप्रक्रिया

## आनंद यादव

मेहता पब्लिशिंग हाऊस

**SAHITYACHI NIRMITIPRAKRIYA** by ANAND YADAV

**साहित्याची निर्मितिप्रक्रिया : आनंद यादव / संदर्भ**

© स्वाती आनंद यादव
'भूमी', ५ कलानगर, धनकवडी, पुणे-सातारा रोड, पुणे - ४११०४३.

प्रकाशक : सुनील अनिल मेहता, मेहता पब्लिशिंग हाऊस,
१९४१ सदाशिव पेठ, माडीवाले कॉलनी, पुणे - ४११०३०.

अक्षरजुळणी : इफेक्ट्स, २१/६ब, आयडिअल कॉलनी, कोथरूड, पुणे.

मुखपृष्ठ : चंद्रमोहन कुलकर्णी

प्रकाशनकाल: जानेवारी, १९८९ / जुलै, १९९१ / जानेवारी, २००२ /
पुनर्मुद्रण : जुलै, २०१७

P Book ISBN 9788177662603
E Book ISBN 9789386454638

E Books available on : play.google.com/store/books
m.dailyhunt.in/Ebooks/marathi
www.amazon.in

जयजय स्वसंवेद्या ।
आत्मरूपा ।।

# अनुक्रमणिका

# प्रास्ताविक

साहित्यिकाच्या मनाच्या गाभ्यातून साहित्यकृतीचे अमुकच बीज, अमुकच वेळी, अमुकच रीतीने का स्फुरते, यांसारखे सर्जनशील शक्तीचे रहस्यमय स्वरूप शोधणारे प्रश्न प्रस्तुत ग्रंथात उपस्थित केले नाहीत. मला ते अभिप्रेत नाहीत. निर्मितीचा जो भाग सचेतन (जाणीवयुक्त) मनाच्या कक्षेत येतो तेवढ्याविषयी इथे विचार केला आहे. साहित्यानिर्मितीच्या प्रक्रियेत तेवढ्यापुरते साहित्यिकाला जाणीवपूर्वक पुष्कळसे करता येण्यासारखे आहे. या पातळीवरील निर्मितिप्रक्रिया साहित्यिकाकडून सुजाणपणे, अभ्यासूवृत्तीने, जबाबदारीने पार पडावी, अशा अपेक्षेने प्रस्तुत ग्रंथातील लेखन केले आहे.

साहित्यनिर्मितीचा अचेतनाच्या वा अर्धचेतनाच्या पातळीवरील भाग कुणाच्याच हातात नसतो. तो काहीसा गूढ, धूसर, रहस्यमय स्वरूपाचा असतो. त्याविषयी मानसशास्त्रज्ञच काही सांगू शकतात. त्यांनी या बाबतीत पुष्कळ संशोधन करून त्यावर प्रकाश टाकण्याचे प्रयत्न केले आहेत; पण मराठी साहित्यक्षेत्रातील काही विचारवंत निर्मितिप्रक्रियेविषयी विचार करताना या गूढ भागावरच जोर देतात. असे विचारवंत एकतर झालेल्या शास्त्रीय संशोधनाचा आधार न घेता बोलत राहतात किंवा ते रोमँटिस्ट असतात. ते फक्त कवितेविषयी बोलतात.

कवितेत उत्स्फूर्ततेचा भाग अधिक असू शकतो. तुलनेने गद्य साहित्यकृतीत उत्स्फूर्ततेचा भाग कमी असतो. दीर्घकथा, कादंबरी, नाटक यांसारख्या साहित्यकृतींचे लेखन स्फूर्तीच्या भरात एका बैठकीत होऊ शकत नाही. ते अनेक दिवस चाललेले असते. त्यात जाणीवपूर्वक काही करण्याचा भाग अधिक असतो. त्यामुळे उत्स्फूर्ततेवर अधिक विसंबून राहणाऱ्या व भावकवितेसारखे लहान 'युनिट' असलेल्या साहित्यकृतीसंबंधी काढलेले कोणत्याही प्रकारचे निष्कर्ष गद्य साहित्यकृतींना पूर्णपणे लागू पडू शकत नाहीत. म्हणून प्रस्तुत ग्रंथात निर्मितिप्रक्रियेच्या विचारासाठी गद्य साहित्यकृतीच

निवडलेल्या आहेत.

बौद्धिकशक्ती आणि प्रतिभाशक्ती या मानसशास्त्रज्ञांनी भिन्न मानल्या आहेत; पण बौद्धिकशक्ती जशी जाणीवपूर्वक कार्य करू शकते, तसा प्रतिभाशक्तीचाही काही भाग जाणीवपूर्वक कार्य करीत असतो, असे मानसशास्त्रज्ञांनी दाखवून दिले आहे. गद्य साहित्यकृतींच्या निर्मितिप्रक्रियेच्या वेळी पुष्कळवेळा या जाणीवपूर्वकतेचा प्रत्यय येतो. उदाहरणार्थ, एखादी साहित्यकृती काही कारणांनी अपुरी राहिलेली असते. मध्ये अनेक दिवस गेल्यानंतर तिच्या परिपूर्तीसाठी स्फूर्तीची वाट न पाहता; जाणीवपूर्वक निर्मितिप्रक्रिया चालू करावी लागते. तिच्या वाचनात मन गुंतले की नवे काही सुचू लागते. ओबडधोबड, अनघड राहिलेल्या कलावस्तूंवरही ही शक्ती जाणीवपूर्वक संस्कार करू शकते. एखाद्या साहित्यकृतीचा पहिला तर्जुमा त्याच कलावंताला काही काळानंतर 'जमला नाही' असे वाटते. अशा वेळी तो कलावंत तो पहिला तर्जुमा नष्ट करून, नंतर पुन्हा निर्मितिप्रक्रियेला भिडतो. पुष्कळवेळा त्या तर्जुम्याची मुळातूनच पुनर्मांडणी करून, त्यात अधिक भर टाकून, अधिक तपशील भरून किंवा प्रसंगी काही घटक वगळून, जाणीवपूर्वक नवे घटक घालून ती निर्मिती पूर्ण करतो. जगाच्या साहित्यात याचे अनेक दाखले आहेत. जाणीवपूर्वक केलेले हे प्रयत्न निर्मितिप्रक्रियेचाच भाग असतात.

सर्जनक्रिया ही पूर्णतः गूढ, रहस्यमय, अज्ञेय अशी मानता येत नाही. ती सचेतन (जाणीवयुक्त) मनाच्या पातळीवर चालतच नसेल, तर मग एखादा उत्तम कविता निर्माण करणारा कवी त्याच विषयावर उत्तम चित्रही निर्माण करणारा असला पाहिजे. कारण दोन्हीकडे तत्त्वतः सर्जन एकच असते. एखाद्या क्षेत्रात उत्तम सर्जन करणारी प्रतिभा दुसऱ्या क्षेत्रातही उत्तम सर्जन करणारीच असली पाहिजे; पण प्रत्यक्षात तसा अनुभव येत नाही. याचे कारण कलेच्या प्रत्येक क्षेत्रात कलाकृतीच्या गाभ्यात उत्स्फूर्ततेचा, मौलिकतेचा काही भाग असतो, हे निश्चितपणे सांगता येत असले, तरी ऊर्वरित बराच भाग त्या त्या क्षेत्रातील जाणीवपूर्वक केलेल्या सरावाचा, शिक्षणाचा, परिश्रमाचा, जाणिवेच्या पातळीवर आत्मसात केलेल्या माध्यमासारख्या बाबींचा असतो, हे ध्यानात येते. सारांश, उत्स्फूर्तता आणि जाणीवयुक्तता या दोहोंचा समन्वय साधून कलेच्या क्षेत्रात सर्वत्र प्रतिभाशक्ती कार्य करताना दिसते. वस्तुस्थिती अशी असल्यामुळेच, प्रस्तुत ग्रंथात निर्मितिप्रक्रियेतील जाणीवयुक्ततेच्या भागासंबंधी लिहिण्यास धजलो आहे. या बाबतीत मी वेळोवेळी ठेवलेल्या डायऱ्यांचा बव्हंशी उपयोग झाला आहे. अर्थात हा प्रयत्न एका कलावंत साहित्यिकाचा आहे. आत्मानुभूती हेच त्याचे बळ आहे. निर्मितिप्रक्रियेच्या स्वरूप - शोधाचे तेच सर्वस्व आहे, हे उघड आहे.

साहित्यव्यवहारात परिष्करणाची एक प्रक्रिया चालू असते; पण परिष्करण

समजून घेण्याने निर्मितिप्रक्रिया समजेलच असे नाही. परिष्करणप्रक्रिया आणि निर्मितिप्रक्रिया भिन्न आहेत. निर्मितिप्रक्रिया ही कलानुभवाच्या गाभ्याशी, त्याच्या प्रमुख घटकांशी घनिष्टपणे निगडित असते. ती अंतर्धर्मी असते. परिष्करणप्रक्रिया ही कलानुभवाच्या त्वचेशी, बहिरंगाशी निगडित असते. इंग्रजीत ज्याला आपण 'पॉलिशिंग किंवा फिनिशिंग' म्हणतो, त्याचा संबंध परिष्करणप्रक्रियेशी असतो. कलाकृतीच्या बाह्य घाटाला किंवा तिच्या बांध्याला नीटसपणा, स्पष्टार्थता, रेखीवपणा, ठाशीवपणा, सूचकता, तरलता, टोकदारपणा, संयमितपणा, सुडौलता, सुसंगतता इत्यादी प्राप्त करून देणे हे परिष्करणप्रक्रियेचे कार्य असते. परिष्करणप्रक्रियेला निर्मितीत अति गौण स्थान असते. निर्माण झालेल्या साहित्यकृतीवर ती करावयाची असते. निर्मितिप्रक्रिया ही निर्माण होऊ घातलेल्या साहित्यकृतीच्या अंतर्गत भागाशी निगडित असते. म्हणजे ती निर्माणपूर्व प्रक्रिया आहे.

निर्मितिप्रक्रिया करणारे व्यक्तिमत्त्व हे 'साहित्यिकाचे व्यक्तिमत्त्व' असते हे गृहीत धरून लिहावे लागते. म्हणून साहित्यिकाने आपले अनुभवविश्व समृद्ध करण्यासाठी कोणते अनुभव घ्यावेत, काय पाहावे, काय वाचावे, काय शिकावे मनावर घ्यावे इत्यादी विषयीची चर्चा इथे प्रस्तुत नाही. हे अंग असलेले साहित्यिकाचे व्यक्तिमत्त्व समृद्ध आहे, त्याची जीवनजाणीव समृद्ध आहे, असे गृहीत धरावे लागते. तशी ती आहे असे मी इथे गृहीत धरलेले आहे.

साहित्यकृतीची समीक्षा करताना आपण पुष्कळवेळा साहित्यकृतीतील जीवनाशयासंबंधी विवेचन करतो. पुष्कळवेळा अनुषंगाने साहित्यिकाच्या व्यक्तिमत्त्वाच्या या अंगाविषयी किंवा त्याच्या जीवनजाणिवांविषयी आपण चर्चा करतो. म्हणजे पर्यायाने आपण साहित्यात अवतरणाऱ्या जीवनधर्मांविषयी बोलतो; पण तुलनेने साहित्यात अवतरणाऱ्या साहित्यधर्मांविषयी व त्या अंगाने प्रकट होणाऱ्या साहित्यिकाच्या कलावंत व्यक्तिमत्त्वाविषयी चर्चा कमी करतो. निर्मितिप्रक्रिया ही प्रामुख्याने साहित्यिकाच्या या अंगाच्या व्यक्तिमत्त्वावर प्रकाश टाकणारी असते. प्रस्तुत ग्रंथात मी या अंगानेच निर्मितीप्रक्रियेचा विचार मांडलेला आहे. या ग्रंथातील विवेचन साहित्यिकाला साहित्यधर्मांच्या अंगाने अधिक डोळस करण्याच्या, अधिक जागरूक करण्याच्या हेतूने केलेले आहे. जीवनवादी साहित्यिक आणि समीक्षक साहित्यातील जीवनधर्मांना साध्याचे स्थान देतात व साहित्यधर्मांना साधनीभूत मानतात; तर कलावादी, रूपवादी साहित्यिक आणि समीक्षक साहित्यधर्मांना साध्याचे स्थाने देतात व जीवनधर्मांना साधनीभूत मानतात. साहित्याची प्रकृती अशी साध्य-साधनात्मक नसते. जीवनधर्म आणि साहित्यधर्म चांगल्या साहित्यकृतीत एकात्म स्वरूपातच आढळत असतात. म्हणून उत्तम साहित्यकृती निर्माण होण्यासाठी, साहित्यिकाच्या जीवनजाणिवा आणि कलात्मजाणिवा दोन्ही समृद्ध असाव्या लागतात. विशेषतः तरुण साहित्यिकांना हे

सांगण्याची गरज आहे. जीवनाच्या प्रचंड ओघात साहित्यिक सापडलेला असतोच; त्या ओघात त्याच्या जीवन-जाणिवा घडत असतात, त्यांना कंगोरे प्राप्त होत असतातच; पण कलात्मजाणिवा घडण्यासाठी, त्याने साहित्याची निर्मितिप्रक्रिया समजून घेण्याची विशेष गरज असते. त्या गरजेपोटी या ग्रंथाचा प्रपंच केला आहे.

# मराठी साहित्य-व्यवहार आणि निर्मितिप्रक्रिया

मराठी साहित्यनिर्मितीचा आणि साहित्यसमीक्षेचा संख्याशास्त्रीयदृष्ट्या विचार करता असे दिसून येते की, ऐंशी ते पंच्याऐंशी टक्के साहित्यनिर्मितीत व समीक्षानिर्मितीत वाङ्मयक्षेत्रातील अडाणीपणा स्पष्ट जाणवत असतो. 'एखादे कथानक रंगवून सांगणे म्हणजे कथा-कादंबरी'; येथपासून तो 'आपल्याला सहज वाचता वाचता वैयक्तिक कारणावरून आवडले नाही; ती आवड-नावड व्यक्त करणे म्हणजे साहित्यसमीक्षा,' इथपर्यंत हा अडाणीपणा दोन्ही क्षेत्रांत पसरलेला आहे.

याला अनेक कारणे आहेत; त्यांपैकी मराठी साहित्यातील निर्मितीप्रक्रियेविषयीच्या लेखनाचा पूर्णपणे अभाव हे एक महत्त्वाचे कारण आहे, असे मला वाटते. साहित्यनिर्मितीविषयक विविध प्रश्नांची चर्चा करणे, समस्यांची सोडवणूक करण्याचा प्रयत्न करणे, निर्मितीची विविध अंगे समजून घेऊन, प्रत्यक्ष निर्मितीच्या वेळच्या अनेक लेखनावस्थांचा परस्पर परिणाम तपासणे, निर्मितीच्या बाजूने पात्रे, कथानके, प्रसंग यांची आवश्यकता-अनावश्यकता तपासणे, जीवनानुभवातून सौंदर्यानुभव आकाराला येतानाच्या प्रवासाचे विविध आलेख तयार करण्याचा प्रयत्न करणे, अशी कितीतरी विचारांगे निर्मितिप्रक्रियेशी निगडित असतात. त्या विषयीचे लेखन होणे हे साहित्यनिर्मिती आणि साहित्यसमीक्षा या दोहोंनाही उपकारक ठरणारे आहे.

निर्मितिप्रक्रियेचा विचार जाणकार लेखकांनी, जाणीवपूर्वक लेखन करणाऱ्या साहित्यिकांनी करणे इष्ट आहे. केवळ समीक्षा करणाऱ्यांकडून तो ढोबळपणे हाताळला जाण्याची शक्यता आहे. हा धोका साहित्यिकांनी केलेल्या निर्मितीविषयीच्या लेखनाच्या बाबतीतही नाकारता येणार नाही; पण तुलनेने ही शक्यता कमी मानावी लागते.

कथा, कादंबऱ्या, नाटके इ. साहित्यप्रकारांचे लेखन कसे करावे, याविषयीचा विचार मराठीमध्ये प्रथम ना. सी. फडके यांनी रुजविण्याचा प्रयत्न केला. त्यांना वाट

पुसत मग तशाच प्रकारचे लेखन अनेकांनी केले; पण हे सगळेच लेखन अतिशय प्राथमिक पातळीवर, साहित्यप्रकारांविषयीच्या उथळ कल्पना मनाशी धरून, तंत्रावर अधिक भर देऊन, निर्मितिप्रक्रिया ही जणू एक 'यांत्रिक उत्पादनपद्धती' आहे असे कल्पून केलेले आहे. निर्मिति-प्रक्रियेतील मूलस्त्रोताला, चैतन्यपूर्ण विविधतेला, प्रत्येक कलाकृतिगणिक निर्मितिप्रक्रियेत निर्माण होणाऱ्या जटिलतेच्या स्वरूपाला या लेखनाने स्पर्शही केला नाही. किंबहुना, निर्मितिप्रक्रियेचा विचार या लेखनापासून फार दूर उभा आहे.

साहित्यनिर्मिती नीटस स्वरूपात होण्यासाठी कोणती प्राथमिक पण महत्त्वाची पथ्ये पाळावी लागतात याचा विचार बा. सी. मर्ढेकरांनी केलेला आहे. 'सौंदर्य आणि साहित्य' या ग्रंथात समाविष्ट झालेला आहे. लेखनविषयक आत्मनिष्ठा सांगताना प्रामुख्याने, आणि अनंत काणेकर व माधव ज्युलियन यांच्या दोन कवितांविषयी विशिष्ट संदर्भात विचार मांडताना तो अनुषंगाने स्फुट स्वरूपात आलेला आहे.

यानंतर पुढेमागे फुटकळ प्रयत्न दिसतात. वास्तविक पु. शि. रेगे, दिलीप चित्रे, गंगाधर गाडगीळ, विंदा करंदीकर यांसारख्या जाणकारीने कलात्मनिर्मिती करणाऱ्या व चांगली समीक्षादृष्टी असलेल्या सर्जनशील लेखकांनी निर्मितिप्रक्रियेच्या विचारांचा पिच्छा पुरविण्याची आवश्यकता आहे; पण ही मंडळी तसे करताना दिसून येत नाहीत.

सर्जनशील लेखकाने निर्मितिप्रक्रियेविषयी लिहिणे म्हणजे स्वतःच्या निर्मितिविषयक अनुभवांचा तटस्थपणे शोध घेणे, त्यांच्याविषयी तटस्थपणे काही निष्कर्ष काढता येण्यासारखे असतील तर ते काढणे, प्रक्रियेचे मानसशास्त्रीयदृष्ट्या आलेख काढण्याचा प्रयत्न करणे होय. निर्मितिप्रक्रियेविषयी काही विचार मांडताना अपरिहार्यपणे स्वतःचीच उदाहरणे घ्यावी लागतात. त्यातून आत्मगौरव येण्याची शक्यता असते; किंवा आत्मगौरव केल्यासारखे वाटू लागते; त्यामुळे सुसंस्कृतपणाला धरून किंवा औचित्याला धरून ते (लेखन करणे) होणार नाही, असे या लेखकांना बव्हंशी वाटत असावे.

पण असे वाटून घेण्याचे काही कारण नाही. एक तर ती खोटी विनयशीलता काडीमात्र कामाची नाही. दुसरे असे की, कळत-नकळत बोलण्यातून, व्याख्यानांतून लेखकांची प्रसिद्ध 'आत्मनिष्ठा' व्यक्त होत असतेच. ही आत्मनिष्ठा काही उपयुक्त लेखनासाठी योग्य त्या ठायी राबविण्यात चुकीचे काय आहे? आणि त्याहून खरी असलेली गोष्ट अशी की, निर्मितिप्रक्रियेचा विचारच मुळी लेखकाला आलेल्या निर्मितीविषयक अनुभवांवरच अधिष्ठित असतो. अशावेळी तो पूर्ण मोकळेपणाने मांडणे, हेच औचित्याला आणि वाङ्मयीन नीतीला धरून होणारे आहे. निदान विज्ञान युगातील मराठी लेखकाने हे आता ओळखले पाहिजे. आधुनिकतेला सामोरे जायचे असेल, तर असले निकामी शिष्टाचार सोडून दिले पाहिजेत. वस्तुनिष्ठेने

आणि बुद्धिनिष्ठेने विचार मांडले पाहिजेत. याचे कारण मराठीमध्ये प्रसंगपरत्वे, कळत-नकळत जो काही निर्मितिप्रक्रियेविषयी स्फुट विचार झाला आहे, तो पुरेशा तटस्थपणे आणि तर्कसंगतपणे झाला आहे असे वाटत नाही.

एक तर तो दृष्टिहीन आहे. आणखीही काही कारणांनी तो नीटसा झालेला नाही. साहित्यिकांनी स्वतःला 'वेगळे' काढण्यासाठी दिव्य अनुभवांचा, स्वप्नांचा, साक्षात्कारांचा, गूढगुंजनाचा किंवा असाच काहीसा अगम्यतेचा सूर लावणे; प्रतिमेच्या भाषेत बोलू लागल्याने त्यातील परस्पर कार्यकारण संबंध नीटसा न उलगडणे, साहित्यिकाचा अहंकार, स्वतःला छुपेपणाने पराकोटीचा प्रतिभावंत कलावंत मानल्याने स्वतःभोवती तेजोवलय निर्माण करण्याची सुप्तप्रवृत्ती, पुरेशा अलिप्तपणाने, काटेकोरपणे, सूक्ष्मतेने निर्मितिकप्रक्रियेकडे पाहण्याची बौद्धिक व तांत्रिक असमर्थता, चुकीची गृहीत कृत्ये (उदा. प्रतिभावंत असणे हा दैवी चमत्कार! त्याच्या कलानिर्मितीचे विश्लेषण करता येणे अशक्य), निर्मितिक्षम मन असले तरी ते पृथक्करणशील नसणे, स्वतःच्या निर्मितिप्रक्रियेचे भान नसणे किंवा न ठेवणे, तिच्याविषयी सांगण्याचा संकोच वाटणे, हे सांगणे स्वतःच्या निर्मितिप्रक्रियेविषयीचे असते व स्वतःबद्दलचे नसते याचे भान नसणे; स्वतःत क्षमता असूनही इतरांना दुग्धात ठेवण्यासाठी कळत-नकळत स्वतःभोवती गूढ वातावरण ठेवणे, स्वतःच्या साहित्याबद्दल बोलण्याचे उद्धटपणे नाकारणे, आपल्या निर्मिलेल्या साहित्य मागचा गौप्यस्फोट होऊन ते अनाकर्षक वाटेल, असे भय बाळगणे इत्यादी अनेक कारणे सांगता येतील. यांच्या पलीकडे जाऊन, आधुनिक म्हणविणाऱ्या साहित्यिकाने वैज्ञानिक दृष्टिकोण स्वीकारला पाहिजे. आपल्या साहित्यनिर्मितीकडे आता विज्ञाननिष्ठेने पाहिले पाहिजे, तरच निर्मितिप्रक्रियेच्या विचारांत वस्तुनिष्ठा येण्याची शक्यता आहे. निर्मितिप्रक्रिया व्यक्तिनिष्ठ असूनही प्रक्रियेच्या विचारांत मात्र वस्तुनिष्ठा आणता येणे शक्य आहे; कारण प्रक्रिया आणि प्रक्रियेविषयी केलेला विचार या दोन गोष्टी भिन्न आहेत, हे उघड आहे.

साहित्यिक काटेकोरपणे निर्मितिप्रक्रियेचा विचार मांडू लागला, त्याचा शोध घेऊ लागला; तर त्याची स्वतःची कलानिर्मिती तर अधिक सुजाण आणि समृद्ध होण्याची शक्यता आहेच; पण तो विचार इतर साहित्यिकांनाही निर्मितीच्या दृष्टीने उपकारक ठरणार आहे.

महाराष्ट्रातील सर्व विद्यापीठांत 'मराठी साहित्य' पदवी परीक्षेसाठी घेता येते. बी. ए.ला व एम. ए. ला 'मराठी' विषय घेणारे अनेक विद्यार्थी असतात. यांतील पुष्कळसे विद्यार्थी कथा, कविता, नाटक, कादंबरी लिहिणारे, लिहू इच्छिणारे, तशी महत्त्वाकांक्षा बाळगणारे असतात. बी. ए. ला, एम. ए. ला मराठी विषय घेतला, तर आपल्या साहित्यनिर्मितीला तो उपयुक्त ठरेल, असे त्यांना वाटत असते. 'मराठी साहित्य' घेणाऱ्या एकूण विद्यार्थ्यांमध्ये अशा विद्यार्थ्यांचे प्रमाण साठ-सत्तर टक्क्यांच्या

आसपास असते. त्याच्यापेक्षा जास्तच; पण कमी नाही. अशा विद्यार्थ्यांना 'साहित्य' हा बी. ए., एम. ए.च्या पातळीवर विषय घेऊनही त्यांच्या पदरात शेवटी शून्यच पडते. त्यांना निर्मितिप्रक्रियेच्या अंगाने काही शिकविलेच जात नाही. जणू सर्वच विद्यार्थ्यांना साहित्याचे समीक्षक आणि प्राध्यापक करून सोडावयाचे आहे, अशी प्रतिज्ञा या विद्यापीठांनी आणि साहित्यविषयक अभ्यासक्रमांनी केलेली दिसते.

निर्मितिप्रक्रियेचा विचार मराठीमध्ये झाला, तर या उपासमार होणाऱ्या शेकडो विद्यार्थ्यांचा प्रश्न सुटेल नि साहित्यनिर्मितीचे उगवणारे हे अंकुर वाढीला लागतील. एक तर त्यांना हा 'विचार' अभ्यासकक्षेच्या बाहेर राहून छंद म्हणून, एक ध्यास म्हणून वाचता येईल, आणि दुसरे म्हणजे आपल्या मरगळल्या वृत्तींची व रुळलेल्या चाकोऱ्यांची जोपासना करणाऱ्या विद्यापीठांना, या 'विचारांचा' रेटा साहित्यक्षेत्रात निर्माण झाल्यावर, तो विषय अभ्यासक्रमात समाविष्ट करावा लागेल व फार ना थोड्या प्रमाणात सर्जनशील वृत्तीच्या विद्यार्थ्यांना तो उपकारक ठरेल. त्यांच्यामध्ये निर्मितीविषयी आत्मविश्वास निर्माण करण्यास कारणीभूत होईल असे वाटते.

रसिक वाचकांची जिज्ञासा विविध प्रकारची असू शकते. त्या जिज्ञासेची तृप्ती तर या विचाराने होईलच; पण अनेक वेळा श्रेष्ठ लेखनामागची कळसूत्रे उलगडल्यावर प्रत्यक्ष त्या साहित्यकृतीच्या आस्वादालाही मदत होणार असते; ती मदतही त्यांना होऊ शकेल.

टीकाकारांनी कितीही अमान्य केले, तरी समीक्षाव्यवहाराला निर्मितिप्रक्रियेविषयीचा विचार अनेक दृष्टींनी मार्गदर्शक व उपकारक ठरणार आहे. वेळोवेळी निराळाच प्रकाश समीक्षाव्यवहारावर पडणार आहे. एखाद्या कलाकृतीची निर्मितिप्रक्रिया समजली किंवा एकूणच निर्मितिप्रक्रियेचा व्यवहार कसा चालतो हे कळले, तर विशिष्ट किंवा एकूणच कलाकृतींसंबंधी काटेकोर विचार करण्याची वृत्ती वाढेल, त्यामुळे समीक्षेला भलतीच दिशा लागणार नाही.

याबाबतीत काही उदाहरणे घेता येण्यासारखी आहेत. काही साहित्यिक आपल्या प्रकृतीनुसार विशिष्ट टप्प्यावरून अनुभव घेत असतात आणि त्या टप्प्यावर राहूनच ते अनुभव व्यक्त करीत असतात. तर काही साहित्यिक अनुभवाशी एकरूप होऊन त्याच पातळीवरून अनुभव व्यक्त करतात. कविप्रवृत्तीच्या साहित्यिकांचे (लेखन करता करता त्या प्रवासात) एक जीवनविषयक तत्त्वज्ञान बनून जाते आणि त्यांना येणारा प्रत्येक अनुभव त्यांच्या तत्त्वज्ञानाच्या भिंगातूनच आकार घेत साहित्यकृतीत येऊ लागतो. म्हणजे अनुभवांना शरण जाऊन, आपले व्यक्तिमत्त्व काहीसे बाजूला ठेवून ते अनुभव वस्तुनिष्ठपणे व्यक्त करणे हे एक टोक; तर अनुभव हे स्वतःच्या तत्त्वज्ञ किंवा कविव्यक्तिमत्त्वाला शरण घालून त्या अनुभवांच्या निमित्ताने स्वतःचे तत्त्वज्ञान किवा कविव्यक्तिमत्त्व व्यक्त करणे, हे दुसरे टोक मानता येईल. दुसऱ्या

भाषेत असे म्हणता येईल की, वरच्या संदर्भात वस्तुनिष्ठपणे अनुभव व्यक्त करण्याचे एक टोक व त्याच रेषेचे व्यक्तिनिष्ठपणे अनुभव व्यक्त करण्याचे दुसरे टोक मानता येते. या अंतरदर्शक रेषेच्या वेगवेगळ्या टप्प्यांवर प्रत्येक लेखक उभा असतो. काही लेखक एकाच ठायी उभे न राहता वेळोवेळी टप्पे बदलूनही लेखन करणारे असतात. तर कमी-अधिक प्रमाणात आपल्या स्थिरबिंदूच्या आसपास रेंगाळत लेखन करणारेही काही लेखक असतात. व्यंकटेश माडगूळकर हे वस्तुनिष्ठपणे एकाच बिंदूवर स्थिर राहून अनुभव व्यक्त करणाऱ्या लेखकांपैकी एक मानता येतील; तर जी.ए. कुलकर्णी दुसऱ्या टोकाच्या आत्मनिष्ठ लेखकांपैकी एक मानता येतील.

एखादा साहित्यिक आपल्या प्रकृतिधर्मानुसार साहित्य निर्माण करीत असतो आणि तशा प्रकारचे साहित्यच त्याला कळत- नकळत नमुनेदार साहित्य (Model Literature) वाटत असते. मग तो दुसऱ्यांचे तशाच प्रकारचे साहित्यही आवडीने वाचत असतो आणि तो साहित्यिक जर टीकाकारही असू शकेल, तर तशाच प्रकारच्या साहित्यावर तो अनुकूल टीका करीत असतो. उदा. गंगाधर गाडगीळ यांचे व्यंकटेश माडगूळकर व जी. ए. कुलकर्णी यांच्यावरील कथेच्या संदर्भातील लेख या दृष्टीने तपासण्यासारखे आहेत. त्यादृष्टीने पाहिले तर व्यंकटेश माडगूळकरांच्या मर्यादाही त्या लेखात कशा गुणायमान झालेल्या आहेत आणि जी. ए. कुलकर्णी यांचे बलस्थानच कसे दोषायमान झालेले आहे; हे दिसून येईल. हे दोन्ही लेख एकत्र वाचले तर एक विपरीत परिणाम मनावर होतो. व्यंकटेश माडगूळकर यांची कथा ही जी. ए. कुलकर्णी यांच्या कथेपेक्षा श्रेष्ठ वाटते.

इथे प्रस्तुत विचार हा आहे की, या तीनही लेखकांनी आपल्या निर्मितिप्रक्रियेविषयी नीटपणे काही लेखन केले असते, तर गंगाधर गाडगीळ यांच्या टीकालेखनावर वेगळ्या अंगांनी प्रकाश टाकता आला असता किंवा जी. ए. कुलकर्णी (त्यांनीही आपल्या निर्मितिप्रक्रियेचा विचार मांडला असता तर) काय करू पाहात आहेत यावरही प्रकाश पडू शकला असता व गंगाधर गाडगीळांची स्वतःच्या 'लेखक-प्रकृती'च्या दिशेने चाललेली जी. ए. कुलकर्णी यांच्या कथेवरील टीका, गाडगीळांनी स्वतःला नमुनेदार कथालेखक मानल्यामुळे कशी निर्माण झालेली आहे, हेही कळू शकले असते.

व्यंकटेश माडगूळकरांनी अशा प्रकारचे निर्मितिप्रक्रियेवरील लेखन केले, तर त्यांच्या कथांतील कलात्मक अलिप्तता ही मुळात व्यावहारिक अनुभवातील अलिप्तताच कशी आहे हे कळू शकेल किंवा विजया राजाध्यक्ष यांच्या बऱ्याच कथांतील निवेदन तृतीयपुरुषी व त्यांतील नायिका ह्या 'ती' असूनही खऱ्या अर्थाने ते लेखन 'प्रथमपुरुषी' व नायिका ह्या 'मी' च का वाटतात यावरही प्रकाश पडू शकेल. म्हणजे या कथांतील 'तृतीयपुरुषी निवेदने' व नायिकेला 'ती'च्या पातळीवर नेण्यासाठी जी

कलात्मक अलिप्तता लागते, ती खऱ्या अर्थाने त्या कथांना कशी प्राप्त झाली नाही; किंवा ती केवळ 'दर्शनी कलात्मक अलिप्तता' कशी असते हे कळू शकेल.

ग्रामीण कथेच्या बाबतीत आवश्यक वाटेल तिथे संपूर्ण ग्रामीण भाषा हेच कलामाध्यम मी जेव्हा स्वीकारले, तेव्हा अनेक टीकाकारांनी त्यावर टीका केली. 'ती (भाषा) हव्यासापोटी स्वीकारलेली आहे. ती कृत्रिम वाटते, नागर आणि ग्रामीण भाषेचे 'ब्लेंडिंग' करून ग्रामीण कथेचे भाषामाध्यम 'तयार' करता येईल,' अशा प्रकारची टीका आणि सूचना अनेक टीकाकारांनी केल्या. या सूचनांची व तशी मते निश्चित होण्याची कारणे वा सबळ पुरावे या टीकाकारांनी दिले असते, तर त्यांच्या मतांचा वा सूचनांचा जरूर विचार करता आला असता; पण तसे काही नव्हते. केवळ नागर भाषा जाणाऱ्या मध्यमवर्गीय वाचकांची त्यात एक छुपी सोय पाहिली जात होती. अर्थात हे जाणीवपूर्वक मुळीच होत नव्हते; नकळतच होत होते; पण हे सर्व गैरसमज नाहीसे करण्यासाठी, मला निर्मितिप्रक्रियेच्या अंगाने जाणारे भाषाविषयक लेख लिहावे लागले व 'कलामाध्यमा'चे वैशिष्ट्य पटवून द्यावे लागले.

ही उदाहरणे घेण्याचा हेतू एवढाच, की निर्मितिप्रक्रियेचा विचार मराठी साहित्यात नीटपणे आणि पुरेशा गंभीरपणे व वस्तुनिष्ठपणे सुरू झाला, तर समीक्षाव्यवहारावर वेगळ्या अंगांनी प्रकाश पडण्याची पुष्कळ शक्यता आहे. समीक्षेला वेगळी दिशा लागणेही अशक्य नाही. तेव्हा निर्मितिप्रक्रियेचा आणि समीक्षाव्यवहाराचा काही संबंध नाही, असे म्हणणे बरोबर होणार नाही.

निर्मितिप्रक्रिया ही व्यक्तिनिष्ठ असते खरी; पण साहित्यक्षेत्रातील समीक्षा, आस्वाद इ. व्यवहार हे कमी - अधिक प्रमाणात व्यक्तिनिष्ठच असतात. तरीसुद्धा समीक्षा, आस्वाद या व्यवहारात काही सर्वसाधारण सूत्रे हाताशी लागतात. तशीच ती निर्मितिप्रक्रियेच्या व्यवहारातही लागू शकतील. तेव्हा निर्मितिप्रक्रिया ही व्यक्तिनिष्ठ असते म्हणून तिच्याविषयी विचार करण्याचे काही कारण नाही, हे म्हणणे बरोबर होणार नाही.

# व्यावहारिक अनुभव आणि कलानुभव

## १

'व्यावहारिक अनुभव' आणि 'कलानुभव' यांचे फक्त साहित्याच्या संदर्भातच स्वरूप पाहावयाचे ठरविले आहे. त्यामुळे 'कलानुभव' हा शब्दप्रयोग इथे साहित्यकलेच्या संदर्भापुरताच घ्यावयाचा आहे. सर्व कलांच्या संदर्भाने मी तो इथे वापरणार नाही. तसेच 'कलानुभव' म्हणजे कलाशील अनुभव किंवा कलात्म अनुभव, अशी त्याची माझ्यापुरती मी सामासिक फोड केलेली आहे. कलावाद्यांच्या दृष्टीने घेतलेला अनुभव, रूपवादी अनुभव, 'कलावादी' अनुभव, अशा अर्थाने मी तो वापरलेला नाही. साहित्यात 'कलात्म अनुभव' असतो असे मी मानतो. तसेच 'कलावादी दृष्टी' ही त्याहून वेगळी आहे, असेही मी मानतो.

दुसरे असे की, 'व्यावहारिक अनुभव' हे व्यवहारात सुटे येत असतात. त्यामुळे 'व्यावहारिक अनुभव' याचा अर्थ 'व्यवहारात येणारे अनुभव' असा अनेकवचनीही मी प्रसंगी घेणार आहे; मात्र 'कलानुभव' असे म्हणताना एखाद्या कलाकृतीत अवतरू इच्छिणारा किंवा अवतरलेला अनुभव, असा एकवचनी शब्दप्रयोग मला करावयाचा आहे.

'व्यावहारिक अनुभव' आणि 'कलानुभव' हे दोन शब्दप्रयोग आणखी एका विशिष्ट अर्थाने इथे वापरणार आहे. व्यावहारिक अनुभव म्हणजे प्रत्यक्ष समाजात जेव्हा एखादा मनुष्य सर्वसामान्य व्यवहार करीत असतो, तेव्हा त्याला तो व्यवहार प्रत्यक्ष करताना, पाहताना, ऐकताना किंवा व्यावहारिक घडामोडींची माहिती वाचताना जे अनुभव येतात; ते व्यावहारिक अनुभव या सदरात मोडतात, असे मी मानतो. सारांश, व्यावहारिक प्रेरणेने घेतले ते व्यावहारिक अनुभव. 'कलानुभव' या शब्दप्रयोगाचे आणखी एका दृष्टीने दोन अर्थ संभवतात. पहिला : एखाद्या कलावंतास साहित्यकृति-

निर्माणसन्मुख किंवा कलानिर्मित्युत्सुक असा जो अनुभव आलेला असतो तो कलानुभव होय. दुसरा अर्थ : एखादी साहित्यकृती कलारसिकाने अनुभवल्यावर त्याला जो त्या साहित्यकृतीचा अनुभव आलेला असतो तो कलानुभव होय. पहिला अर्थ हा कलानिर्मितीच्या अंगाने घेतलेला आहे आणि दुसरा अर्थ हा कलास्वादाच्या अंगाने घेतलेला आहे.

मला दुसऱ्या अर्थाशी कर्तव्य नाही. कारण आस्वादप्रक्रियेविषयी मला काही बोलावयाचे नसून, निर्मितिप्रक्रियेविषयीच फक्त बोलावयाचे आहे. त्या संदर्भात व्यावहारिक अनुभव व कलानुभव यांचे स्वरूप पाहावयाचे आहे. तसेच त्यांची तुलनाही करण्याचा मी प्रयत्न करणार आहे.

वास्तविक, समग्र मानवी जीवनव्यवहारातच व्यावहारिक अनुभव आणि कलानुभव समाविष्ट करावे लागतात. हा जीवनव्यवहार व्यापक अर्थाने एकूण समाजव्यवहाराच्या बाहेर असूच शकत नाही. तसेच एकूण मानवी जीवनव्यवहाराच्या बाहेर 'अनुभव' या शब्दाला काहीच अर्थ राहत नाही. तरीसुद्धा मानवी जीवनव्यवहाराचेच नीटपणे आकलन व्हावे, म्हणून आपण काही व्यवस्था निर्माण करीत असतो. आपली निरनिराळी शास्त्रे आपण त्याच हेतूने निर्माण केलेली असतात. समाजशास्त्र, अर्थशास्त्र, राज्यशास्त्र ही परस्परांशी काही प्रमाणात निगडित असूनसुद्धा, आपण त्यांच्या निरनिराळ्या कक्षा निर्माण करून निरनिराळ्या 'व्यवस्था' मानलेल्या आहेत. त्याच हेतूने आपण साहित्यशास्त्राचीही कक्षा ठरवीत असतो. साहित्याच्या क्षेत्रातील घडामोडींचा स्वतंत्रपणे विचार करतो. कलानुभव ही साहित्यक्षेत्रातील बाब आहे. म्हणून तिची व्यावहारिक अनुभवापासून फारकत केलेली आहे आणि यामुळेच 'व्यावहारिक अनुभव' व 'कलानुभव' यांतील साम्यस्थळे, विरोधस्थळे, व्याघाती स्थळे पाहता येणे शक्य असते. त्यांची तुलना करता येणे शक्य असते.

'अनुभव' हा शब्दही मी इथे विशिष्ट अर्थाने वापरणार आहे. 'अनुभव' म्हणजे प्रत्यक्षात घडलेली 'केवळ घटना' नव्हे, किंवा एखाद्या व्यक्तीने घरात बसून केलेला 'केवळ कल्पनांचा खेळ' नव्हे. प्रत्यक्षातील घटना आणि व्यक्तीचे एकूण व्यक्तिमत्त्व यांचा गुणाकार म्हणजे त्या व्यक्तीचा तद्विषयक अनुभव असतो. एखाद्या घटनेला सामोरे गेल्यानंतर एखाद्या सर्वसाधारण व्यक्तीची मानसिक प्रतिक्रिया होते. ती घटना आणि त्या व्यक्तीची ती मानसिक प्रतिक्रिया यांच्या रसायनातून, त्या व्यक्तीचा त्या घटनेविषयीचा अनुभव तयार होतो. 'अनु+भव' म्हणजे घटनेनंतर निर्माण झालेली मनःस्थिती. 'अनु' म्हणजे मागून किंवा नंतर आणि 'भव' म्हणजे 'भू-भवति' या 'होणे किंवा घडणे' असा अर्थ असलेल्या धातूचे नामरूप. एखादी घटना पाहिल्यानंतर मनाची जी एकूण स्थिती होते, तिला 'अनुभव' असे मी इथे मानले आहे. व्यवहारात एखादी व्यक्ती 'एखादी घटना' सांगते; त्या घटनेलाच आपण त्या व्यक्तीचा

अनुभव, असे संबोधतो. तसा अर्थ मला इथे अभिप्रेत नाही.

## २

प्रत्येक मानवी समाजाला त्याचा भूतकाळ, त्याचा इतिहास, परंपरा, रूढी, धर्म, संस्कृती, रीतिरिवाज, नीतिकल्पना, कायदे, संकेत, भाषा, जीवनशैली इत्यादी असतात. या सर्व गोष्टी त्या समाजाला वैशिष्ट्यपूर्णता आणत असतात. एवढेच नव्हे, तर तो समाज ज्या भौगोलिक प्रदेशात वा देशात राहत असतो, तेथील विशिष्ट हवा, पाणी, पिके, ऋतुमान, निसर्ग इत्यादीसुद्धा त्या समाजाला विशिष्टता आणत असतात. या विशिष्टतेला तिची अशी एक स्थिती असते; तिचा असा एक विकास, एक विनाशही असतो. या विशिष्टतेतच त्या समाजातील कुटुंब घडत असते आणि त्या कुटुंबातच आणि समाजातच एखादी व्यक्ती घडत असते किंवा तिचा पिंड घडत असतो. त्या समाजाची, समाजव्यवस्थेची, कुटुंबाची, कुटुंबव्यवस्थेची जी विशिष्टता आहे, तिलाच कधी कधी समीक्षेत लक्ष्यार्थाने 'माती' असा शब्द वापरून, तो विशिष्ट पिंड त्या विशिष्ट 'माती'त घडलेला आहे, असे म्हटले जाते. या विशिष्टतेच्या प्रेरणांनीच समाजात काही नव्या गोष्टी जन्माला येत असतात. त्या गोष्टी त्या विशिष्टतेत वाढत असतात. त्यामुळे त्यांनाही विशिष्टता प्राप्त होत असते. त्या विशिष्टतेतच काही गोष्टी विशिष्ट पद्धतीने विनाश पावत असतात. त्यामुळे त्या विनाशालाही तेथील विशिष्टता प्राप्त होत असते. म्हणून त्या समाजातील प्रत्येक गोष्टीचा जन्म, स्थिती, विकास, विनाश, नवता यांना त्या समाजाची एक विशिष्टता प्राप्त होत असते. त्यामुळे या समाजातील कोणत्याही व्यावहारिक अथवा कलात्म अनुभवालाही एक प्रकारची समाज-विशिष्टता अस्तरासारखी सतत लाभलेली असते.

या विशिष्टतायुक्त समाजात ज्या अनेक घडामोडी घडत असतात, त्या घडामोडींनी हा समाज प्रवाहित झालेला असतो. त्या घडामोडींना एक कार्यकारणात्मक अखंडता प्रात झालेली असते. तिच्यातूनच समाजप्रवाह निर्माण झालेला असतो. समाजाचा रोजचा व्यवहार ह्या समाजप्रवाहाने किंवा विशिष्ट समाजसूत्रांनी नियंत्रित झालेला असतो. अर्थातच, या व्यवहाराला त्या समाजाची विशिष्टता प्राप्त झालेली असते, हे उघड आहे.

या समाजप्रवाहात व समाजव्यवहारात त्या समाजातील माणूस जगत असतो. त्यात त्याला एक विशिष्ट स्थिती, विकास, विनाश प्राप्त होत असतो. म्हणून तो माणूस त्या समाजविशिष्टतेचा एक पिंड असतो. उदाहरणार्थ- 'मराठी माणूस' हा 'अमेरिकन माणसापेक्षा' (माणूस म्हणून समान असला तरी) 'सामाजिक' म्हणून

पिंडाने वेगळा असतो.

वरील विवरणावरून असे लक्षात येईल की, समाजातील 'एखादी घटना' ही त्या समाजप्रवाहाचा एक कालिक घटक असते. जो समाजप्रवाह वाहत असतो त्या प्रवाहातील अनेक घटकांनी ती प्रेरित झालेली असते. तसेच तिच्या नंतरच्या घटनांना ती कारणरूप ठरून प्रेरणा देऊ शकते. म्हणजे समाजव्यवहारातील घटनांना समाजप्रवाहाची प्रेरणा असते व त्या घटकांची एक मालिका समाजप्रवाहात चालू असते. या मालिकेचा एक घटक म्हणून समाजातील एखाद्या घटनेकडे पाहावे लागते. ही घटना समजून घेताना, तिच्यामागील हा सगळा व्यूह अभ्यासपूर्वक समजून घ्यावा लागतो.

एखादी व्यक्ती कोणत्याही कारणाने या घटनेत सापडते. त्या घटनेच्या संबंधात तिच्या प्रतिक्रिया सुरू होतात आणि त्या व्यक्तीचा 'व्यावहारिक अनुभव' आकाराला येऊ लागतो. रूढी, परंपरा, नियम, कायदे इत्यादी, त्या समाजातील प्रत्येक माणसाला नीटपणे, सुरक्षितपणे, योग्य त्या प्रमाणात जगता यावे म्हणून मूलतः निर्माण झालेले असतात. त्यामुळे त्यांचे बंधन प्रत्येक व्यक्तीवर समाजात जगत असताना येत असते. त्यांच्या मर्यादांच्या आतच प्रत्येकाने जगावे अशी अपेक्षा असते. त्यामुळे त्यांचे नियंत्रण प्रत्यक्षाप्रत्यक्ष, सुप्त-जागृत, स्थूल-सूक्ष्म स्वरूपात प्रत्येक 'सामाजिक व्यक्तीवर' समाजव्यवहार करत असताना येत असते. ह्या नियंत्रणांनी त्यावेळची घटनाही नियंत्रित झालेली असते व ती व्यक्तीही नियंत्रित झालेली असते. शिवाय त्या घटनेवर व व्यक्तीवर त्यावेळचा विशिष्ट स्थलकाल, स्थिती, निसर्ग (हवा, पाणी, ऊन, पाऊस, रात्र, दिवस) इत्यादीचेही एक अंगभूत नियंत्रण असते. म्हणजे या विशिष्ट मर्यादांत व नियंत्रणात 'व्यावहारिक अनुभव' घडत असतो.

ही मर्यादा व नियंत्रणे समाजप्रवाहाचे घटक असतात. व्यक्तीच्या ताब्यात ती नसतात. तिथे व्यक्ती घटनेच्या संदर्भात असहाय असते; पण हे म्हणणे पूर्णतः खरे नाही. कारण समाजातील व्यक्तीचे अस्तित्व हे चिखलाच्या गोळ्यासारखे जड, समाजप्रवाहाचा ठसा जसाच्या तसा उमटवून घेणारे नसते. याबाबतीत ते एकपदरी नसते. ते स्वयंचैतन्ययुक्त, द्वंद्वात्मक असते. स्वयंचैतन्ययुक्त अशा अर्थाने की, त्या व्यक्तीच्या जगण्याच्या मूलभूत प्रेरणा (इन्स्टिंक्ट्स) व मूलभूत असा काही स्वभाव असतो. या दोन बाबींमुळे ती व्यक्ती तिच्या जगण्याला 'अर्थपूर्णता' देऊ शकते. समाजात प्रत्येक व्यक्तीला तिच्या दृष्टीने 'अर्थपूर्ण' जगावे असे वाटत असते. समाजप्रवाहातील घटनेला ती या अर्थपूर्णतेच्या प्रेरणेने (स्व-भावानिशी व मूलभूत प्रेरणांनिशा) सामोरी जाते. त्या घटनेला स्वतःस हवे तसे वळण देऊ पाहते किंवा त्या घटनेला शरण जाते किंवा त्या घटनेपासून परावृत्त होते. तिच्या या विशिष्ट

प्रतिक्रियेतूनच तिचा असा वैशिष्ट्यपूर्ण व्यावहारिक अनुभव आकाराला आलेला असतो. त्यामुळे व्यावहारिक अनुभवाला समाजप्रवाहातील विशिष्ट घटनेच्या अंगाने व व्यक्तीच्या अंगाने, अशी दुहेरी वैशिष्ट्यपूर्णता प्राप्त झालेली असते.

समाजव्यवहार हा सर्वांनाच निदानीचे पण सुरक्षित जगणे जगता यावे, या प्रेरणेने चाललेला असल्यामुळे, प्रत्येक व्यक्तीला मनासारखे (मूलभूत प्रेरणांनी व स्व-भावाने संपूर्णपणे प्रेरित असे) जगता येणे अशक्य असते. तसे जगल्यास समाजव्यवस्थेत एक अनागोंदी निर्माण होण्याची शक्यता असते. त्यामुळे समाजव्यवस्थेत, व्यवहारात राहूनच प्रत्येकजण जेवढ्या प्रमाणात जगता येईल तेवढ्या प्रमाणात मनासारखे जगण्याचा सामान्यतः प्रयत्न करतो. वस्तुस्थिती अशी असल्याने, समाजव्यवहार हा बव्हंशी प्राणिपातळीवरील आपल्या गरजा भागविण्यासाठीच प्रामुख्याने चाललेला असतो. नोकऱ्या, उद्योग, व्यापार, कष्टाची कामे, शेती, शिक्षण, अन्ननिर्मिती, घरे, वस्त्रे इत्यादींमध्येच समाजात आपला बराच वेळ जात असतो. त्यासाठीच दिवसभराच्या आपल्या बहुतेक हालचाली चाललेल्या असतात. यातूनच समाजव्यवहाराला प्रामुख्याने आकार मिळत असतो. त्यामुळे अशा घडामोडींत आकाराला येणारा 'व्यावहारिक अनुभव' हा सामान्यतः प्राणिशास्त्रीय पातळीवरचा असतो. दुसऱ्या भाषेत असे म्हणता येईल की, समाजात प्रत्यक्ष जगण्याच्या पातळीवर व्यावहारिक अनुभव आकाराला आलेला असतो.

प्रत्यक्ष जगण्याच्या पातळीवर व्यावहारिक अनुभव घेण्याची क्रिया ही अखंड चाललेलीच असते. आपले 'प्रत्यक्ष जगणे' अधिकाधिक मनासारखे व्हावे, म्हणून माणूस आपणास आलेल्या अनुभवांचा सतत विचार करून, मनाशी त्यांचे विवरण करून त्याच अनुभवांपासून तो व्यवहाराला उपयोगी पडतील असे निष्कर्ष काढत असतो, व्यवहारपयोगी ज्ञान मिळवीत असतो. ते ज्ञान मनाशी धरून नंतरचा 'व्यवहार' करत असतो. त्या 'नंतरच्या व्यवहारातून' त्याला नवनवे 'व्यावहारिक अनुभव' मिळत असतात. त्याची ही क्रिया कळत किंवा नकळतही चाललेली असते. आपले व्यवहारोपयोगी ज्ञान किंवा निष्कर्ष पडताळून पाहण्यासाठीही तो पुन्हा स्वतः व्यावहारिक अनुभव घेण्याची शक्यता असते, दुसऱ्याचे अनुभव ऐकण्याची शक्यता असते, किंवा समाजातील घडामोडी दुरून अनुभवण्याची शक्यता असते. यातूनही तो आपले व्यावहारिक वर्तन निश्चित करीत असतो आणि त्यातूनही त्याला व्यावहारिक अनुभव येत असतात.

जसा सामाजिक माणूस आपल्याला आलेल्या व्यावहारिक अनुभवांचा विचार करून पुन्हा नवे व्यावहारिक अनुभव घेण्याची शक्यता असते, तसेच येणाऱ्या व्यावहारिक अनुभवांची प्राणिशास्त्रीय पातळीवर वर्तनयुक्त प्रतिक्रिया होण्याचीही शक्यता असते. त्याच्या मनातील राग, लोभ, काम, क्रोध, मोह, अहंकार इत्यादी

विकार जागे होऊनही तो व्यावहारिक अनुभव घेत असण्याची शक्यता असते. त्याला येणाऱ्या व्यावहारिक अनुभवांची प्रक्रिया त्याच्या मनात होऊन, केवळ त्या विकारांच्या अंगाने नंतरचे व्यावहारिक अनुभव तो घेण्याची शक्यताही असते. म्हणजे व्यावहारिक अनुभवात गुंतलेली त्याची बुद्धी आणि सहजप्रेरणा या इथे प्राणिशास्त्रीय (शारीरिक पातळीवर जगण्याच्या) हेतूने सामान्यतः कार्यरत झालेल्या असतात.

समाजव्यवहारात ज्या विशिष्ट चाकोरीतील जीवन आपल्या वाट्याला आलेले असते, त्यामुळे व्यावहारिक घटनांकडे पाहण्याची आपली एक व्यावहारिक दृष्टी तयार होत जाते. एखादी घटना ही केवळ घटना असते; पण तिच्याशी आपला जो संबंध येतो त्या संबंधात आपली अशी एक विशिष्ट दृष्टीच समाविष्ट असते. आपल्या अशा चाकोरीच्या संदर्भात त्या घटनेत जे आपले हित वा अहित गुंतलेले असते, त्या अंगानेच किंवा त्या अंगापुरताच आपण आपला संबंध त्या घटनेशी आणतो आणि व्यावहारिक अनुभव घेतो. म्हणजे दुसऱ्या भाषेत असे म्हणता येईल, की व्यावहारिक अनुभव घेताना आपण एकांगी, लिप्त, स्वहितानुकूल वृत्तीने तो घेतो. आपणाला येणारे प्रतिकूल व्यावहारिक अनुभवसुद्धा त्यामुळे एकांगी, लिप्त, स्वहितानुकूल वृत्तीनेच घेतलेले असतात. किंबहुना, त्यामुळेच ते प्रतिकूल वाटत असतात. एखाद्या बसखाली एखादा माणूस अपघाताने सापडला, अशी घटना घडली असे मानू, या घटनेचा अनुभव घेताना ड्रायव्हर, कंडक्टर, प्रवासी, बसखाली सापडलेला माणूस, त्याच्या बरोबरचा माणूस यांचे अनुभव वेगवेगळे, आपआपल्या अंगाने घेतलेले असतात. यात प्रत्येकाची मनःस्थिती वेगवेगळी असते. प्रत्येकाचे अनुभव घेण्याचे जीवनांग वेगळे असते, हित वेगळे असते. प्रत्येकजण त्यात गुंतलेला असल्याने लिप्त असतो; पण लिप्ततेची भूमिका वेगवेगळी असते. ड्रायव्हर हा सापडलेल्या प्रवाशाच्या बाजूने किंवा अंगाने त्या अनुभवाचा व्यावहारिक पातळीवर त्यावेळी विचार करू शकणार नाही. त्यासाठी जी मानसिक अलिप्तता लागते ती त्याला व्यावहारिक पातळीवर आणता येणे अशक्य असते. प्राणिशास्त्रीयदृष्ट्या त्याला ती धोक्याची, हानिकारक असते. सर्प मारताना आपण सर्पाच्या बाजूने अनुभव घेऊ शकत नाही. आपल्या बाजूनेच आपण व्यावहारिक अनुभव घेऊ शकतो.

असे व्यावहारिक अनुभव घेत असताना, वेगवेगळ्या वेळी आपली मनःस्थिती वेगवेगळी असू शकते. कधी रागाची, तर कधी लोभाची, कधी प्रसन्न, तर कधी त्रस्त, कधी दुःखी तर कधी करुण, अशी विविध प्रकारची असू शकते. त्या मनःस्थितीत आपण सापडलेलो असतो आणि समाजातील घटना आपल्या व्यक्तिमत्त्वावर कोसळत असतात. त्यांना या मनःस्थितीसह आपण सामोरे जात असतो. या घटना कधी अनपेक्षित, अपाततः घडलेल्या असतात. त्यांना सामोरे जावे लागते. त्यामुळे व्यावहारिक अनुभव हा पुष्कळ वेळा अजाणत्या किंवा अर्धजाणत्या स्थितीतही घ्यावा

लागतो. त्या स्थितीत त्याला तोंड द्यावे लागते.

त्यामुळे आपला व्यावहारिक अनुभव हा प्रत्यक्ष घटनेशी व त्यावेळच्या मनःस्थितीशी दृढपणे निगडित असतो. तसा तो निगडित असल्याने त्याचे स्वरूप या दृष्टीनेही विशिष्ट असते. त्या घटनेपासून किंवा मनःस्थितीपासून त्या अनुभवाला वेगळे काढता येणे अशक्य असते. काढले तर तो अनुभव 'तो' राहत नाही; तो वेगळे रूप घेऊ लागतो.

व्यावहारिक अनुभव प्राणिशास्त्रीय पातळीवर आपण घेत असल्यामुळे, त्याचे 'मनःस्थित रूप' एक तर कार्यकारणसंबंधाने युक्त असते. प्राणिजन्य सहज-भावनांनीही युक्त असते. एखादा व्यावहारिक अनुभव सांगताना आपण 'असं (अ) झालं; म्हणून तसं (ब) घडलं. त्यामुळं त्याचं मला असं असं (क) वाटलं. त्याचा परिणाम असा (ड) झाला.' अशा पद्धतीनं सांगतो. यात अ, ब, क, ड यांचा कार्यकारण सबंध किंवा तर्कशास्त्रीय संबंध आहे हे उघड आहे. हाच संबंध पुढे चालवायचा झाला तर आपण म्हणतो की, त्याचा परिणाम असा (ड) झाल्यामुळे आपण त्याच्यापासून असा (ई) धडा घेतला पाहिजे. या टप्प्यापाशी व्यावहारिक अनुभवाचे पहिले परिमाण तेवढ्यापुरते पूर्ण होते. हा टप्पा निष्कर्षाचा किंवा अनुमानाचा आहे. म्हणजे व्यावहारिक अनुभवाचा स्वभाव कळत किंवा नकळत निष्कर्ष किंवा अनुमान काढण्याकडे असतो. हे अनुमान माणसाची जीवनविषयक जाणीव वाढवीत असते व जगण्याला योग्य असा प्राणी त्याला बनवीत असते. त्यामुळे व्यावहारिक अनुभवाचे स्वरूप असे निष्कर्षशील ठेवणे किंवा असणे मानवप्राण्याच्या दृष्टीने स्वाभाविक असते. दुसऱ्या भाषेत असे म्हणता येईल की, व्यावहारिक अनुभवाचे मनातील स्वरूप पुष्कळ वेळा तर्कनिष्ठ (विचारनिष्ठ किंवा निष्कर्षशील) असणे संभवते.

व्यावहारिक अनुभवाचे स्वरूप जसे तर्कनिष्ठ असणे संभवते, तसेच ते प्राणिजन्य भावनांनी युक्त असणे त्याहून स्वाभाविक वाटते. एखाद्या अनुभवाची आठवण झाली की शहारून जाणे, सुखावून जाणे, संतप्त होणे, चिडून उठणे, अस्वस्थ होणे, खजील होणे, जिंकल्यासारखे वाटणे स्वाभाविक असते. असे वाटण्याचे कारण त्या अनुभवांत गुंतलेल्या आपल्या प्राणिजन्य भावना असतात, हे उघड आहे.

आपले प्राणिशास्त्रीय अस्तित्व अखंड असल्यामुळे, आपणांस व्यावहारिक अनुभव सतत येतच असतात. आपली इच्छा असो अथवा नसो; ते आपल्यावर चारी अंगांनी बाहेरून म्हणजे समाजातून, तसे आतून म्हणजे मनातूनही कोसळत असतात. त्यांना आपल्या व्यक्तिमत्त्वानिशी सातत्याने तोंड द्यावे लागत असते. त्यामुळे त्यांचा संचय आपल्या मनात सतत होतच असतो. कधी तो जाणिवेच्या पातळीवर तर कधी नेणिवेच्या पातळीवर असतो. कलानुभवाच्या सापेक्षतेने विचार करता, व्यावहारिक

अनुभवाचे स्वरूप हे असे आहे.

## ३

व्यावहारिक अनुभवाकडून कलानुभवाकडे प्रवास करताना व्यक्तीची भूमिका बदलते. याबाबतीत व्यक्तीचा प्रवास 'सामाजिक माणूस' (किंवा व्यवहारातील माणूस) या भूमिकेकडून त्या समाजातील 'कलावंत माणूस' या भूमिकेकडे होत असतो. या दोन भूमिका वेगवेगळ्या आहेत. त्यामुळे 'व्यावहारिक अनुभव' व 'कलानुभव' यात फरक पडतो. कलावंताला व्यावहारिक अनुभवाच्या हकिकती सांगावयाच्या नसतात; तर 'कलानुभव' व्यक्त करणाऱ्या कलाकृती घडवावयाच्या असतात. हकिकतीतून व्यक्त होणारे व्यावहारिक अनुभव आणि कलाकृतीतून व्यक्त होणारे कलानुभव ह्या दोन गोष्टी परस्पर भिन्न आहेत; तरीही त्यांचा काही परस्पर संबंध असतो, हे दाखविता येते. या भिन्नतेचे व संबंधांचे स्वरूप कसे आहे ?-

कलावंताच्या मनात एखाद्या संभाव्य कलाकृतीची बीजधारणा कोण्या एका उत्कट, तरल क्षणी होते आणि तो कलाकृतीच्या निर्मितिप्रक्रियेत सापडतो. बीजधारणेपासून तो कलाकृतीपर्यंत निर्मितिप्रक्रियेचा एक दीर्घ प्रवास असतो. या प्रवासात अनेक टप्पे असतात. या अनेक टप्प्यांतील एका टप्प्यावर व्यावहारिक अनुभवाच्या (तसेच कल्पनेने तयार केलेल्या अनुभवांच्या) मूलद्रव्यातून कलानुभव आकाराला येऊ लागतो.

कलाबीजाची धारणा होणे म्हणजे एखाद्या क्षणी एखाद्या कथेची, कादंबरीची, नाटकाची किंवा कवितेची, किंवा तत्सम साहित्यकृतीची कल्पना सुचणे, मनात चमकून जाणे होय. काहीतरी लिहिण्यासारखे मनात चमकून गेलेय, असे वाटणे; तो या केवल प्रातिभ अवस्थेचा एक तरल, उत्कट क्षण असतो. त्या क्षणी कलावंताच्या मनात कलाकृतीची बीजधारणा झाली, असे म्हणावयास हरकत नाही. ही बीजधारणा होण्याची तात्कालिक निमित्त-कारणे अनेक असतात. कारणे कोणतीही असली, तरी बीजधारणेची ती अवस्था प्रत्यक्षातील एखाद्या बीजाइतकीच 'केवल' असते, हे लक्षात ठेवणे महत्त्वाचे आहे. एखाद्या वनस्पतीच्या बीजाला खोड, फांद्या, पाने, फुले असा काही सावयव स्पष्ट आकार नसतो. तसेच ह्या कलाबीजाचेही आहे. पुष्कळवेळा एखादी घटना, एखाद प्रसंग अनुभवताना, पाहताना, ऐकताना, वाचताना कलावंताच्या मनात कलाकृतीचे बीज पडते. त्यावरून त्याला कलाकृतीची कल्पना सुचते. अधिक अचूक बोलायचे, तर त्याला कलाकृतीची भावना होते, ही गोष्ट खरी; पण इथे 'बीज' आणि 'अनुभव' योगायोगाने सहचरी असतात; मात्र ते 'एक'

नसतात किंवा अपरिहार्यपणे सदैवच सहचरी नसतात, हे लक्षात ठेवावे. कारण तीच घटना, प्रसंग अनुभवताना, ऐकताना, वाचताना दुसऱ्या एखाद्या कलावंताच्या मनात 'बीज' पडेलच; असे सांगता येत नाही. इथे एवढेच स्पष्ट करावयाचे आहे की, एखाद्या घटना-प्रसंगाच्या अनुभवाने किंवा ऐकण्याने एखाद्या कलावंताच्या मनात जे 'बीज' पडते, ते आणि तो घटना-प्रसंग वा अनुभव या दोन गोष्टी भिन्न आहेत; 'एक' नाहीत.

हे बीज कलावंताच्या व्यक्तिमत्त्वाच्या गर्भाशयात हळूहळू आकाराला येऊ धजते. दुसऱ्या भाषेत असे म्हणता येईल की, कलावंत त्याला आपल्या व्यक्तिमत्त्वानुसार कलानुभवण्यास प्रवृत्त होतो. ('अनुभवणे' या धातूचे 'अनुभवण्यास' हे जसे कृदन्त आहे, तसे 'कलानुभवणे' हा धातू मानून 'कलानुभवण्यास' हे त्याचे कृदन्त केले आहे.) त्या विशिष्ट कलावंताला जाणवलेली त्या विशिष्ट बीजाची एक संभाव्य आकाराची मागणी असते. ही मागणी कलावंत आपल्या व्यक्तिमत्त्वाच्या कुवतीनुसार पुरविण्याचे कार्य करतो. खरे तर त्या बीजरूपी चैतन्याला हाडामांसाचे शरीर देण्याची ही रासायनिक प्रक्रिया असते. 'बीज' वेगळे व त्याला धारण करणारे शरीर वेगळे, असा हा प्रकार आरंभी असला; तरी आकारधारणेच्या क्रियेत ती एक रासायनिक प्रक्रिया असते, हे लक्षात घ्यावे. एखाद्या प्राण्याच्या गर्भाशयात आरंभी बाहेरून बीज प्रविष्ट होत असले, तरी त्या बीजाची आकारधारणा त्या त्या प्राण्याच्या शरीराच्या सर्जनप्रक्रियेशी रासायनिक पातळीवर गुंतलेली असते. तशीच कलाकृतीचीही ही आकारधारणेची प्रक्रिया मानावी.

'बीजाची संभाव्य आकाराची, कलावंताला जाणवलेली मागणी' म्हणजे काय? कलावंताला असे जाणवते की, (उदाहरणार्थ) 'या बीजाची एक कथा होऊ शकेल, किंवा कथासदृश असे काही आकाराला येऊ शकेल. या कथेत अमुक एक प्रकारचा उदा. नाट्यपूर्ण, काव्यपूर्ण, वास्तवपूर्ण, सामाजिक इ. इ.) अनुभव कलात्मक रूप धारण करू शकेल.'[१] त्याची ही जाणीव हीच त्या कलाबीजाच्या संभाव्य आकाराची मागणी. या जाणिवेनिशी कलावंत त्या बीजाला आपल्या व्यक्तिमत्त्वानुसार केंद्रस्थानी ठेवतो आणि त्याचे (कलावंताचे) कलानुभवणे सुरू होते. या कलानुभवण्यातून मनाच्या कोशात 'कलानुभव' धूसरपणे आकाराला आल्याची जाणीव प्रथम होते. त्यातून कलानुभवाचा शोध सुरू होतो.

'कलानुभवाचा शोध' असा शब्दप्रयोग इथे एका विशिष्ट अर्थानेच केलेला असतो. 'कलानुभव' कोणत्या अंगाने मांडला तर तो सर्वोत्तम दर्शन देऊ शकेल, त्यासाठी त्याच्या कोणकोणत्या घटकांना प्राधान्य अथवा गौणता द्यावयाची, कोणते घटक कोणत्या विशिष्ट क्रमाने मांडावयाचे, कोणत्या अधिक अचूक भाषेत मांडावयाचे,

याच्या सूक्ष्मातिसूक्ष्म तपशिलांची न्याहाळणी आणि तपासणी तो करीत असतो. 'ट्रायल-एरर-मेथड'ने तो याचा शोध घेत असतो. त्यांची तो पुनःपुन्हा मांडणी करून पाहत असतो. म्हणून त्याला 'कलानुभवाचा शोध' म्हणावयाचे.

त्याचा हा शोध एका क्षणी पूर्ण झाला असे त्याला वाटते आणि त्याक्षणी ती कलाकृती सिद्ध होते. कलाकृतीची ही पूर्णता म्हणजे कलानुभव एक विशिष्ट शैली घेऊन शब्दमाध्यमातून आकाराला आल्याची पूर्णता होय.

४

याच क्षणी व्यावहारिक अनुभवातून 'कलानुभव' आकाराला येण्याची प्रक्रियाही संपुष्टात आलेली असते.

या प्रक्रियेत, कलावंताच्या व्यक्तिमत्त्वविशिष्ट मुशीत त्याला आलेले व्यावहारिक अनुभव 'कलानुभवाला' आकार आणण्याच्या हेतूने वितळवले जातात, असे म्हणावे लागते. गर्भाशयातील मुलाचे पोषण होण्यासाठी माता अन्न खाते. त्या अन्नाचे पुढे मातेच्या पचनसंस्थेत अन्नरसात रूपान्तर होते. त्यातील अन्नरस नाळेद्वारा गर्भाशयातील मुलालाही मिळत असतो. मातेने खाल्लेले अन्न म्हणजे जसे तो अन्नरस नव्हे; तर त्याचे पचनसंस्थेत झालेले ते रूपान्तर असते. तशीच ही प्रक्रिया आहे. या प्रक्रियेत 'व्यावहारिक अनुभव' आपला असा आकार, हेतू, निष्कर्ष – एकूण त्याचे स्वरूपच या प्रक्रियेत सोडून देतो. कलावंत त्याचा मग मूलद्रव्यासारखा (रॉ मटेरिअलसारखा) कलानुभवाच्या आकारासाठी वापर करतो.

दोन-तीन इतर उदाहरणांनी हे अधिक स्पष्ट करता येईल.

(१) सोन्याची एक मूर्ती घडवावयाची आहे, अशी कल्पना करू. या मूर्तीसाठी स्त्रीच्या गळ्यातील टीक, बोर-मण्यांची माळ, पुतळ्या आणि हातातील अंगठी, पाटल्या हे सोन्याचे अलंकार वितळवले आणि ती सोन्याची मूर्ती घडविली. इथे काही गोष्टी निदर्शनास येतात त्या अशा की, वरील पाच अलंकारांची एकत्र मांडणी करून केलेला ढीग म्हणजे काही ती सोन्याची मूर्ती नव्हे. सोन्याची मूर्ती ही त्यांतील कोणत्याही एका अलंकारापेक्षा किंवा एकत्र करून मांडणी केलेल्या सर्व अलंकारांचे ढिगापेक्षा अगदी भिन्न आहे. तरीही तिच्यात त्या अलंकारांचे सोने असल्यामुळे, तिचा आणि वितळलेल्या सर्व अलंकारांचा एक संबंध आहे; मात्र त्या अलंकारांचा कोणताही आकार, हेतू तिने धारण केलेला नाही. तिचा आकार, हेतू वेगळाच आहे. अलंकार आकाराला येताना त्यांचा हेतू वेगळा होता. अलंकार आणि मूर्ती यांचे जे नाते इथे आहे, तेच नाते व्यावहारिक अनुभव आणि कलानुभव यांचे असते. काही

कलाकृतींत 'व्यावहारिक अनुभव' अशा रीतीने संपूर्णपणे वितळून 'कलानुभव' आकाराला आलेला असतो. उत्कृष्ट भावकवितेत अशा प्रकारची प्रक्रिया अनुभवास येण्याची जास्त शक्यता असते.

(२) काही कलाकृतीत व्यावहारिक अनुभवाच्या आकारावरच कलात्मक हेतूने संस्कार करून, त्यातून वेगळा कलानुभव आकाराला आलेला असतो.

दि. के. बेडेकर यांनी 'विचित्रे' नावाच्या काही कलाकृती निर्माण केल्या होत्या. त्यांची काही छायाचित्रे त्यांच्या 'साहित्यविचार' या ग्रंथात आहेत. त्या कलाकृतीत झाडांची पाने, मुळे, आंब्याच्या कोयी, काचा, दगड, वाया गेलेल्या वस्तू यांचे स्वाभाविक आकार ते आपल्या कलानुभवासाठी योग्य ते संस्कार करून वापरत असत. कलानुभवाच्या हेतूने ते त्या वस्तू एकमेकीला जोडत, एकमेकीपुढे ठेवत, त्यांची नवी मांडणी करत आणि त्यातून त्यांची कलाकृती आकार घेई. या कलाकृती म्हणजे भुंकणारा कुत्रा, धावणारा माणूस, उभा राहिलेला प्राणी, उंच मानेचा पक्षी अशा काहीतरी असत.

त्यांनी दोन लहान-मोठ्या आंब्याच्या कोयींपासून म्हातारा आणि म्हातारी यांचे एक जोडपे तयार केले होते. त्यांच्या या कलाकृतीत त्या दोन कोयी आहेत, हे स्पष्टपणे ओळखू येते. तरी त्यांना म्हाताऱ्याच्या डोक्याचा, दाढीचा, केसांचा, चेहऱ्याचा आकार बेडेकरांनी इतर काही वस्तू वापरून, काही संस्कार करून दिलेला होता. म्हणजे त्या वस्तूंचे 'वस्तूपण' तिथे तेवढ्यापुरते स्वतंत्र पाहताना जाणवत होतेच; पण त्या वस्तूपणाला त्या कलाकृतीत स्थान नव्हते. तर त्या वस्तूने सबंध कलानुभवाच्या आकारात एका विशिष्ट स्थानी उभे राहून, कलानुभवाचा एक घटक म्हणून कार्य केले होते. – इथे कलानुभवाच्या संदर्भात कोयीला 'कोय' म्हणून जे स्थान आहे ते 'अप्रस्तुत' आहे किंवा कलावंताला ती 'कोय' म्हणून 'अप्रस्तुत' वाटते किंवा महत्त्वाची वाटत नाही. तर या कोयीत त्याने आपल्या प्रतिमेच्या द्वारा म्हाताऱ्याच्या चेहऱ्याचा धूसर आकार प्रथमदर्शनी अस्फुट स्वरूपात पाहिलेला होता. निमिषार्धात तो त्याच्या मनात चमकून गेलेला होता. ते त्याचे कलाबीज तिथे 'प्रस्तुत, होते, महत्त्वाचे होते. म्हणून म्हाताऱ्याची कलाकृती निर्माण करण्यासाठी त्याने (कलावंताने) त्या कोयीचा वापर केलेला होता.

ती 'हापूस आंब्याची कोय' आहे, म्हणून तिचे महत्त्व किंवा उपयोग अधिक आहे, असा व्यावहारिक संदर्भाने कलावंत त्याचा विचार करीत नाही. व्यावहारिक अनुभवातील कोयीने कलानुभवात जे विशिष्ट वेगळे रूप धारण केलेले असते, ते कलावंताला इथे प्रस्तुत वाटत असते. या अनुरोधाने कोयीचे त्याला महत्त्व वाटत असते. दुसऱ्या भाषेत मी असे म्हणेन, की ते कलानुभवाचे मूलद्रव्य म्हणूनच त्याला महत्त्वाचे वाटत असते.

इथे 'दोन कोयी वापरल्या आहेत' हे व्यावहारिक अनुभवाविषयीचे आपले ज्ञान कलावंत संपूर्णपणे मनातून पुसून टाकतो, असा 'अप्रस्तुत' शब्दाचा संदर्भार्थ नव्हे. एका बाजूला त्या कोयी आहेत, याचे व्यावहारिक भान त्याला असतेच; पण दुसऱ्या (कलावंताच्या निर्मितीच्या) बाजूने, तिचा वापर म्हाताऱ्याच्या चेहऱ्यासाठी आपणांस कलानुभवात होणार आहे, याचेही कलात्मक भान त्याला असते.

या कलात्मक भानाच्या अंगाने, तो कोयीच्या व्यावहारिक स्वरूपावर काही संस्कार करत असतो. कोयीच्या केसराचा नीटपणे वापर करता येण्यासाठी, हवा तसा त्या केसराला आकार देता येण्यासाठी, तो डिटर्जंट पावडर पाण्यात घालून त्या पाण्यात ती कोय साफ साफ धुतो नि तिच्यातील अवशिष्ट आणि सुकलेल्या गराला काढून टाकतो. केसर मोकळेढाकळे, स्वच्छ करून घेतो. कोयीच्या वरील बाजूचे केसर डोईच्या केसांसारखे चारी बाजूंनी पिंजारून घेतो, खालील केसर दाढीमिश्यांच्या आकाराचे करून घेतो.— इत्यादी प्रकारचे कलानुभवाच्या अंगाने संस्कार तो त्या (व्यावहारिक अनुभवाच्या दृष्टीने) कोय असलेल्या वस्तूवर करतो आणि अपेक्षित कलानुभव साधतो. इथे व्यावहारिक अनुभव संपूर्णपणे वितळवून कलानुभव साधण्याची प्रक्रिया झालेली नसून, व्यावहारिक अनुभवावरच काही संस्कार कलाकृतीच्या हेतूने करून कलानुभव साधलेला आहे, हे उघड आहे. एखादी वास्तववादी कथा अशा प्रकारे साधली असण्याची शक्यता असते.

(३) काही कलाकृतीत व्यावहारिक अनुभव संपूर्णपणे न स्वीकारता, त्याचे खंड किंवा अंश घेऊन किंवा हवे ते घटक घेऊन कलानुभव साधलेला असतो. चित्रपटक्षेत्रातील एक उदाहरण आठवते. कोल्हापुरात एके ठिकाणी एका आउट डोअर शूटिंगच्या वेळी मी (कॉलेजला विद्यार्थी असताना) तिथे होतो. सहज जिज्ञासा म्हणून ते पाहत होतो. नट आणि नटी दोघे एका बंगल्यातून बाहेर पडतात. कॉरिडॉरमध्ये उभ्या असलेल्या गाडीत चढतात. गाडी सुरू करतात– एवढ्याच फिल्मचा प्रथम एक शॉट घेतला गेला. मग नट आणि नटी गाडीतून उतरली. ते दोघे त्या बंगल्यात पुन्हा गेले. त्यांना हॉलमधील आणखी काही शॉट्स द्यावयाचे होते.

ते गाडीतून उतरल्याबरोबर त्या गाडीचा मूळ ड्रायव्हर गाडीत जाऊन बसला. कॅमेरा लाँग 'शॉटसाठी पुन्हा ॲडजस्ट करून घेतला गेला आणि ड्रायव्हरला सांगितले की, घोरपडे, तू आता गाडी घेऊन तसाच जा आणि सुलोचनाबाई वाट पाहत असतील त्यांना घेऊन ये.'' गाडी सुरू झाली नि वळण घेऊन बाहेर पडली. रस्त्यावरून काहीशी पुढे गेली आणि वळणावर वळून दिसेनाशी झाली. ती दिसेनाशी होईपर्यंत लाँग शॉटची फिल्म कॅमेरामन घेतच होता.

मी हे सगळे तीव्र जिज्ञासेने पाहत होतो. थोडासा गोंधळून गेलो. वाटले होते की, नट-नटी गाडीत बसतात आणि गाडी चालू करतात, एवढ्या घेतलेल्या

शॉटवरून ते निघून जातात एवढे सूचित होते. म्हणून तेवढीच फिल्म घेतली असेल. नंतर ड्रायव्हर प्रत्यक्ष शूटिंगच्या कामासाठी सुलोचनाबाईंना आणावयाला गाडी घेऊन गेला असेल. तेव्हा, ड्रायव्हर चालवीत असलेल्या त्या गाडीचे शूटिंग (चित्रण) घेण्याचे काही कारण नव्हते. तो प्रत्यक्ष व्यवहाराचा एक भाग होता.

पुढे काही दिवसांनी तो चित्रपट थिएटरला लागल्यावर जिज्ञासेने पाहायला गेलो व मी पाहिलेल्या शूटिंगचे नेमके स्थान कुठे आहे, हे डोळ्यांत तेल घालून पाहू लागलो. तो प्रसंग पाहिला नि एक गंमत झालेली दिसून आली– नायकाच्या वडिलांच्या बंगल्यातून नायक अपमानित होऊन बाहेर पडतो. त्याच्याबरोबर त्याची भावी पत्नीही असते. तिच्यासह तो गाडीतून निघून जातो. त्यांचे हे निघून जाणे त्याचे वडील त्यांच्यामागोमाग येऊन कॉरिडॉरमध्ये थांबून पाहतात, हे गाडी वळणावरून नाहीशी झाल्यानंतरच्या फिल्ममध्ये दिसते.– या प्रसंगात ते शॉट्स घातलेले होते.

प्रस्तुत विषयाच्या संदर्भात याचा विचार करताना काय दिसून येते? प्रत्यक्ष शूटिंगच्या वेळी– म्हणजे व्यवहारात – दोन घटना घडल्या. पहिली : नट-नटी बंगल्यातून येऊन गाडीत बसण्याची व गाडी सुरू करण्याची. नंतर परत गाडीतून बाहेर पडून दुसऱ्या शॉटसाठी बंगल्यात पुन्हा जाण्याची. दुसरी घटना : कॉरिडॉरमधील गाडी घेऊन ड्रायव्हरने दुसऱ्या कुणालातरी आणण्यासाठी निघून जाण्याची.

या दोन घटना प्रत्यक्षात अशाच का घडल्या? तर नट-नटीला दुसरे शॉट्स द्यावयाचे होते, म्हणून त्यांनी गाडी कॉरिडॉरमध्येच सोडून दिली आणि ते आपल्या कामासाठी आत निघून गेले. तसेच सुलोचनाबाईंना आणण्यासाठी गाडी लवकर मोकळी करण्याची गरज होती, म्हणून ड्रायव्हर गाडी झटक्याने घेऊन निघून गेला. व्यावहारिक प्रेरणेने या दोन घटना प्रत्यक्षात घडल्या असे आपण मानू.

प्रत्यक्ष चित्रपटात या दोन्ही घटना जशाच्या तशा चित्रण करून जोडल्या आहेत का आणि त्यांच्यातून कलानुभव साकार केला आहे का ?– तर तसे काही दिसत नाही. उलट असे दिसून येते की, या दोन्ही घटनांतील चित्रपटाला (म्हणजे कलाकृतीला) हवे तेवढे खंडच काढून (चित्रण करून) घेतलेले आहेत आणि ते एकमेकाला जोडले आहेत. ही जोडाजोड करताना ती मूळ चित्रपटाच्या निर्मितीच्या हेतुकल्पनेला पोषक कशी होईल याचे भान ठेवलेले आहे. त्यामुळे ही व्यावहारिक अनुभवाची जोडाजोड न वाटता, ती एक कलानुभवात एकजीव होऊन गेलेली बाब वाटली. चित्रपटाची हेतुकल्पना लक्षात घेऊन ती जोडाजोड झाल्याने वरील दोन घटनांतील प्रत्यक्षातील प्रेरणांचा तिथे लोप पावला आहे. आणि चित्रपटाच्या हेतुकल्पनेच्या प्रेरणेने ते दोन घटनांश जोडल्याने, चित्रपटात त्यांचा अन्वय एकदमच वेगळा लागतो आहे. त्यामुळे ते घटनांश आता व्यवहारातील घटनांचे भाग म्हणून चित्रपटात जाणवतच नाहीत; तर चित्रपटाने निर्माण केलेल्या आणि एका वेगळ्याच

प्रेरणेने प्रेरित झालेल्या 'कलानुभवाचे' ते भाग म्हणून जाणवू लागतात.

सारांश, निर्मित्युत्सुक कलानुभवात असे संपूर्ण व्यावहारिक अनुभव किंवा त्याचे अंश (घटक किंवा भाग) येऊन एकजीव झालेले असतात. या प्रक्रियेच्या पाठीमागे कलानुभवाची प्रेरणा कार्य करीत असते. व्यावहारिक अनुभवाच्या प्रेरणेहून ती भिन्न असते.

या प्रक्रियेत सगळेच व्यावहारिक अनुभव किंवा त्यांचे अंश असतात असे नव्हे; तर कलानुभवातील काही घटक वा अंश त्या कलावंताने आवश्यकतेनुसार कल्पनेच्या पातळीवरही घडवलेले असतात. त्या सर्वांचे एकजीवीकरण कलानुभवात झालेले असते.

यातून असा एक प्रश्न निर्माण होतो की, कलानुभवात व्यावहारिक अनुभव किंवा त्यांचा अंश, घटक वा भाग किती असावा आणि काल्पनिक पातळीवर घडवलेल्या अनुभवाचा अंश, घटक वा भाग किती असावा, यांचे काही परस्पर सापेक्ष प्रमाण ठरलेले आहे काय? याचे स्पष्ट उत्तर असे की, यांचे प्रमाण काहीही असू शकते. त्यांचे काही गणित किंवा फॉर्म्युला ठरलेला नसतो. एखाद्या कलावंताच्या निर्मित्युत्सुक कलानुभवात शंभर टक्के व्यावहारिक अनुभवही असू शकेल किंवा शंभर टक्के काल्पनिक पातळीवरीलही अनुभव असू शकेल. कलावंताच्या दृष्टीने तो मुद्दा महत्त्वाचा नसून, त्याने निर्माण केलेला 'कलानुभव' कितपत प्रत्ययकारी वाटतो, हा मुद्दा महत्त्वाचा आणि प्रस्तुत असतो. कलावंताला कलानुभवाच्या निर्मितिप्रक्रियेत याचेच (या प्रस्तुताचे) भान असते. आपल्या या कलानुभवात व्यावहारिक अनुभवाचे द्रव्य (मटेरिअल) किती येते आणि काल्पनिकातील किती येते, याचे भान त्याला नसते. कलानुभवाला चैतन्यपूर्ण कलानुभवपण प्राप्त होते आहे की नाही, याचे भान तो ठेवतो. त्यासाठी व्यावहारिक अनुभव व काल्पनिक अनुभव यांना मूलद्रव्याच्या स्वरूपात तो वापरतो. म्हणून त्याच्या लेखी हे दोन्हीही एका पातळीवरच वावरत असतात.

साहित्यप्रकारांनुसार तरी यांचे काही प्रमाण ठरविता येण्यासारखे आहे काय? तर तसेही काही नाही; मात्र स्थूलमानाने एवढे सांगता येईल, की स्फुट कलाकृतीत एखाद्याच व्यावहारिक अनुभवातून कलानुभव आकाराला आला असण्याची अधिक शक्यता असते. कविता, कथा यांच्याबाबतीत हे शक्य आहे; मात्र कादंबरी, नाटक यांच्यासारख्या दीर्घ साहित्यकृती जरी एखाद्या व्यावहारिक अनुभवाच्या निमित्ताने सुचल्या, तरी त्यांच्या परिपूर्तीसाठी तेवढा एखादाच व्यावहारिक अनुभव पुरा पडण्याची शक्यता कमी असते; पण या सगळ्या 'शक्यता'च असतात. त्यासंबंधी निश्चित काही सांगता येत नाही.

संपूर्ण काल्पनिक अनुभवातूनही एखादी लहान (किंवा कधी कधी मोठीही)

कलाकृती आकाराला येऊ शकते. कलावंताच्या प्रतिभेच्या कुवतीवर हे सारे काही अवलंबून असते.

तरीही सामान्यपणे असे म्हणता येईल, की कलाबीज एखाद्या व्यावहारिक अनुभवाच्या निमित्ताने पुष्कळ वेळा कलावंताच्या मनात पडलेले असते. परिणामी, तो विशिष्ट व्यावहारिक अनुभव त्या कलाबीजाच्या आधारे आकाराला आलेल्या कलाकृतीत बव्हंशी समाविष्ट होण्याची शक्यता जास्त असते. वास्तवशील कलाकृतींच्या बाबतीत ही शक्यता अजमावता येण्यासारखी आहे.

## ५

कलानुभव साकारत जाणाऱ्या निर्मितिप्रक्रियेचे स्वरूप वेगळे आणि कलाकृतीत पूर्ण स्वरूपात साकारलेल्या कलानुभवाचे स्वरूप वेगळे. या दोहोंचा एकमेकांशी संबंध असला तरी त्यांची स्वरूपे भिन्न आहेत. एखादा निष्कर्ष वेगळा आणि निष्कर्ष काढण्याची पद्धती वेगळी. तरीही त्या दोहोंचा आई-मुलासारखा संबंध असतो. तसेच वरील बाबतीत म्हणता येईल.

आता एका बाजूला एखादा घडलेला व्यावहारिक अनुभव ठेवला आणि दुसऱ्या बाजूला एखादा कलाकृतीत आकाराला आलेला 'कलानुभव' ठेवला, तर दोहोंचे स्वरूप एकमेकांच्या तुलनेत कसे दिसू शकेल?

व्यावहारिक अनुभव प्रत्यक्ष जीवनव्यवहार करण्याच्या किंवा जगण्याच्या धडपडीतून आकाराला आलेला असतो. म्हणजे तो अनुभव घेण्यापाठीमागची प्रेरणा प्रत्यक्ष जीवन जगण्याची, जीवन समजून घेण्याची असते. या अर्थाने तो उपयुक्ततेच्या दृष्टीने घेतलेला असतो. उलट कलानुभव हा कलाबीज मनात पडल्यावर, त्याचे कलाकृतीपर्यंत विकसन व्हावे या हेतूने (कलानुभव) घेण्याची प्रेरणा होते. (अर्थात कलाबीजाच्या विकास-प्रवासातूनच कलानुभव आकाराला येतो.)

व्यावहारिक अनुभव घेताना, त्यातील घटनेवर समाजातील अनेक शक्ती (फोर्सेस) आपले असे नियंत्रण ठेवून असतात. तुलनेने, तो अनुभव घेणाऱ्याचे नियंत्रण फार कमी असते. त्यामुळे व्यावहारिक अनुभव – व्यक्तीची इच्छा असो वा नसो– तिच्यावर कोसळतो. व्यक्ती व्यवहारात उतरली की, अनुभव तिच्यावर कोसळू लागतात, आदळू लागतात, अशी अवस्था असते. आणि त्या व्यक्तीला व्यवहारात यशस्वी व्हावयाचे असल्याने, तिच्या जगण्यामरण्याचा प्रश्न त्यात गुंतला असल्याने, व्यावहारिक अनुभव घेताना अलिप्त राहून भागत नाही; ती लिप्ततेने त्या अनुभवाला सामोरी जाते. ती अशा रीतीने लिप्त झाल्यामुळे, त्या घटनेला ती आपल्या बाजूनेच

फक्त सामोरी जाऊ शकते. फक्त आपल्या जगण्याच्या दृष्टीनेच अनुभव घेऊ शकते. त्यामुळे त्या घटनेतील, त्या व्यक्तीला नको असलेले घटक दुर्लक्षित होतात व त्यामुळे त्या व्यक्तीला येणारा 'व्यावहारिक अनुभव' हा एकदेशीय, एकांगी असतो. व्यावहारिक अनुभवाचे स्वरूप अपरिहार्य असते.

पण कलानुभवत घेताना त्यावर (कलानुभवावर) कलावंताचे संपूर्ण नियंत्रण असू शकते. त्यामुळे कलावंताला योग्य वाटेल अशा रीतीने, अशा गतीने, अशा स्थितीने तो कलानुभव घेऊ शकतो. इथे व्यक्तीच्या जगण्यामरण्याचा प्रश्न प्रस्तुत नसून, कलावंताच्या कलात्मक जगण्यामरण्याचा प्रश्न असतो. त्यामुळे कलानुभवाचा हेतूच इथे व्यावहारिक अनुभवाच्या हेतूच्या तुलनेने भिन्न असतो. कलानुभव आकाराला येत असताना कलावंत त्यात लिप्त असतो, तो अनुभव घेण्यात मग्न झालेला, रंगून गेलेला असतो; ही गोष्ट खरीच; पण कलानुभवाचा आकार पूर्णतेला येण्यास त्याची (कलावंताची) ही अवस्था पुरेशी पडत नाही. रंगून जाऊन अनुभव घेतल्यावर त्या अनुभवाला जी एक विशिष्ट अवस्था प्राप्त झालेली असते, त्या अवस्थेकडे कलावंताला अलिप्ततेने, तटस्थतेने पाहावे लागते. तसे पाहिल्यावर कित्येक वेळेला (प्रत्येक वेळेला नव्हे) त्याच्या असे लक्षात येते की, या विशिष्ट अवस्थेत या कलानुभवातील हे हे किंवा अमुकतमुक घटक पुरेसे फुलून आलेले नाहीत. त्याच्या हे लक्षात आल्यावर, तो त्या घटकाच्या अंगाने, त्या विशिष्ट अवस्थेत असलेल्या कलानुभवाला पुन्हा भिडतो. पुन्हा रंगून, लिप्त होऊन जातो आणि त्या घटकांना सबंध कलानुभवात योग्य स्थान मिळेल अशा हेतूने फुलवून आणतो. तसे झाल्यावर पुन्हा अलिप्ततेने, तटस्थतेने नंतरच्या त्या कलानुभवाच्या विशिष्ट अवस्थेकडे कलावंताच्या नजरेनेच पाहू लागतो. त्याची ही लिप्तालिप्ततेची क्रिया त्याच्या दृष्टीने 'कलानुभवाला' योग्य तो अंतिम आकार मिळेपर्यंत चाललेलीच असते. ही क्रिया कलावंताला दमवणारी, जीवघेणी असते. मराठीतील कविता, लघुकथा, ललित लेख यांसारख्या साहित्य प्रकारांतील कलानुभवाचे स्वरूप काहीसे एकपदरी असते किंवा फारसे व्यामिश्र नसते. अशा कलानुभवाच्या वेळी ही क्रिया फार काळ चाललेली नसते व लिप्तालिप्ततेच्या फेऱ्या फारशा माराव्या लागत नाहीत; पण कलानुभव अनेकपदरी असेल, गुंतागुंतीचा किंवा व्यामिश्र असेल, तर मात्र ही क्रिया कलावंताला खूप दमवते. त्याला निःशक्त करून टाकते. अशा वेळी अनेक कलावंत ढेपाळतात आणि अर्धवट आकारित कलानुभवच कलाकृतीत व्यक्त करून मोकळे होतात. कादंबरी, नाटक यासारख्या साहित्यप्रकारांच्या बाबतीत असा अनुभव विशेष येतो.

लिप्तालिप्ततेच्या या क्रियेत कलानुभवाला मिळालेला अंतिम आकार त्याने शेवटी अलिप्ततेने पाहिलेला असतो. तो तसा आला आहे, असा अलिप्ततेनेच

निर्णय घेतलेला असतो. म्हणून असे म्हणावे लागते की, कलानुभव हा कलावंताने अंतिमत: तटस्थतेने, अलिप्ततेने घेतलेला असतो. पुष्कळ कलावंत या क्रियेत अपयशी होतात. या दुपाखी क्रियेचे त्यांना भान नसते किंवा पुरेशी लिप्तता किंवा पुरेशी अलिप्तता त्यांना धारण करायला जमत नसते. पुरेशी लिप्तता नसेल तर कलानुभव पुरेसे फुलून आलेले नसतात, पुरेसे चैतन्यपूर्ण झालेले नसतात. कोरडे, स्थूल, ढोबळ, बटबटीत वाटत असतात. पुरेशी अलिप्तता नसेल तर कलानुभवात विवशता आलेली असते, एकांगी झालेले असतात, शब्दबंबाळ वाटत असतात, विस्कळितता, पाल्हाळ, तारतम्यहीनता आलेली असते.

नमुनेदार कलानुभवात सगळे घटक योग्य रीतीने फुलून आलेले असल्याने, त्यात वरील दोन्ही प्रकारचे दोष जाणवत नाहीत. त्या कलानुभवात विविधताण, चैतन्ययुक्तता, संयतता, संतुलितता, सूक्ष्मता, तरलता, बांधेसूदपणा किंवा सुघड घाट इत्यादी गुणवैशिष्ट्ये आलेली असतात.

व्यावहारिक अनुभव घेताना, व्यवहारातील कोणतीही घटना ही अनुभव घेणाऱ्या व्यक्तीच्या संपूर्णपणे नियंत्रणाखाली नसल्यामुळे आणि व्यक्तीला तर त्या घटनेला प्रसंग पडेल तसे तोंड द्यावे लागत असल्यामुळे, त्या प्रक्रियेतून निर्माण होणाऱ्या व्यावहारिक अनुभवाला निश्चित अशी दिशा नसते, निश्चित असे केंद्र नसते. किंबहुना, त्याला अनेक दिशा लाभून त्यात एक विस्कळितपणा, एक प्रकारचा बहुकेंद्रिपणा त्याला लाभलेला असतो. त्या अनुभवाचे अनेक धागेदोरे समाजव्यवस्थेत, समाजप्रवाहात गुंतलेले असतात. त्या व्यवस्थेचा तो एक तुकडा म्हणून आपल्या ताब्यात (अनुभवरूपाने) आलेला असतो किंवा त्या प्रवाहाचाच एक भाग म्हणून तो त्या व्यक्तीत घुसलेला असतो.

कलानुभवाचे तसे नसते. तो कलावंताच्या नियंत्रणाखाली असल्याने त्याला कलाबीजाचे एक केंद्र प्राप्त झालेले असते. या बीजाचा विकास म्हणूनच कलानुभव आकारत असल्याने त्याचा सतत कलाबीजाशी संबंध राहतो. त्यातूनच त्याला त्या केंद्रानुवर्ती अशी एक संघटना प्राप्त झालेली असते. तीमुळे कलानुभवाच्या विकासदिशा ठरून गेलेल्या असतात. त्यातील घटनेचाही (बीज पडणे ही घटना) कलावंत-व्यक्तिमत्त्वाशी संबंध असल्याने, तीही कलावंताच्या नियंत्रणाखाली येऊ शकते. व्यावहारिक अनुभवाचे जसे प्रत्यक्ष असतात तसे तिचे संबंध समाजव्यवस्थेशी, समाजप्रवाहाशी नसतात. त्यामुळे कलानुभव त्या कलाकृतीपुरता स्वायत्त, स्वयंसिद्ध असतो. त्याचा (कलानुभवाचा) तेवढ्यापुरताच कलावंताने विचार केलेला असतो.

व्यावहारिक अनुभव हा व्यक्तीच्या जगण्याशी निगडित असल्याने, व्यक्ती त्याचा तर्कनिष्ठेने किंवा मानसशास्त्रीयदृष्ट्याच अन्वयार्थ लावत असते. म्हणून त्या अनुभवाचे मनातील रूप तर्कनिष्ठ किंवा मानसशास्त्रनिष्ठ असते. उलट कलानुभवात

त्याच्या अनेक घटकांतील संवाद, विरोध, तोलयुक्त अशा अनेक ताणतणावांचे दर्शन अलिप्तपणे घडवावयाचे असते. त्यामुळे एका केंद्राभोवती असलेल्या या बहुशाख कलानुभवाचे दर्शन सौंदर्यपूर्ण झालेले असते. अनेक ताणतणाव कलावंताने अलिप्तवृत्तीने आणि त्यामुळेच समभाववृत्तीने रेखाटले असल्यामुळे, त्यात व्यावहारिक अनुभवात जी तार्किकता, निष्कर्षात्मकता, एकपक्षीयता असते; ती अप्रस्तुत स्थानी गेलेली असते आणि एका केंद्राभोवती त्या कलानुभवाला (अनेक ताणतणावांचे) बहुशाखत्व प्राप्त झालेले असते, त्यातून एक रेखीव डिझाईन निर्माण होऊन ते सुंदरतेचा प्रत्यय देत असते. कलावंताला ही सुंदरताच मोठी आवाहक वाटत असते. ते ताणतणाव रंगवण्यातच तो धन्यता मानत असतो.

व्यावहारिक अनुभव हा प्रत्यक्षात घडलेल्या घटनेशी व तो अनुभव घेतानाच्या मन:स्थितीशी दृढपणे निगडित असतो. तो मनातही तशाच स्वरूपात पडून असतो. (त्यामुळेच लहानपणात अनुभवलेली एखादी घटना मोठेपणी त्याच ठिकाणी, त्याच पद्धतीने अनुभवली; तरी लहानपणीचा तसाच अनुभव पुन्हा येत नाही.) त्यामुळे तो (व्यावहारिक अनुभव) कायमचा घटना-प्रसंग, स्थलकाल, व्यक्ती, मन, स्थिती यांच्या विशिष्टतेशी नाते जोडून असतो. म्हणजे तो विशिष्ट स्वरूपातच अस्तित्वात (येतो व) असतो.

कलानुभवाचे तसे नसते. कलावंत तो अनुभव घेतानाच 'इथे एका विशिष्टाचे नाते विश्वात्मकतेशी जोडावयाचे आहे' याचे भान ठेवतो. त्यामुळे त्या कलानुभवातील घटना-प्रसंग, स्थलकाल, व्यक्ती, मन, स्थिती यांच्यातील विशिष्टाची प्रवृत्ती विश्वात्मकतेला पुढे करून, अग्रभागी ठेवून वावरण्याची असते. किंवा असे म्हणता येईल की, त्यातील विशिष्टता विश्वात्मकतेकडे बोट दाखवून मागे सरू इच्छिते. त्यामुळे कलानुभव हा त्यातील घटना-प्रसंग, स्थल-काल, व्यक्ती, मन, स्थिती यांच्याशी एका अर्थी निमित्तमात्रच (वाच्यार्थापुरताच) बांधला गेलेला असतो. खऱ्या अर्थाने (प्रसंगी प्रतीकरूपाने, प्रसंगी ध्वन्यर्थाने, प्रसंगी अंत:प्रवाहीपणाने, प्रसंगी भारल्या गेलेल्या प्रतिमारूपाने) तो विश्वात्मकतेशी नाते जोडून असतो.

कलानुभवात अवतरणारी ही वृत्ती व्यावहारिक अनुभवाच्या एकदेशीयतेच्या व विशिष्टतेच्या तुलनेत कलानुभवाला समृद्धता, श्रीमंती प्राप्त करून देत असते; मात्र अशी तुलना करताना 'व्यावहारिक अनुभव' आणि 'कलानुभव' याचे 'मान' (शारीर वजन) माझ्यासमोर सारखे आहे. म्हणजे दोन्ही अनुभवांतील पात्रे, घटना, प्रसंग इत्यादी प्रथमदर्शनी पाहता साधारणपणे स-मान असावीत अशी अपेक्षा मनात धरून मी बोलतो आहे.

कलानुभवात अवतरणारा संयम, अल्पाक्षरत्व, बव्हर्थत्व, प्रतिमा, प्रतीके, ध्वन्यर्थ, अंत:प्रवाही अर्थत्व, विश्वात्मकता, अनेक ताण-तणावयुक्तता हे व्यावहारिक

अनुभवात नसल्यामुळे, कलानुभव व्यावहारिक अनुभवापेक्षा स्वरूपाने आणखीनच भिन्न, वेगळा वाटू लागतो.

६

परिशिष्ट-रूपाने एक धोक्याची सूचना इथे द्यावीशी वाटते. –शिक्षणाच्या निमित्ताने मी कोल्हापुरात चारएक वर्षे काढली. ही चारही वर्षे मी एकावन्न ठाण्याच्या 'प्रिन्स शिवाजी बोर्डिंग'मध्ये राहत होतो. हे बोर्डिंग श्री. भालजी पेंढारकर यांच्या फिल्म स्टुडिओच्या नेमके मागच्या बाजूला आहे. स्टुडिओसमोरूनच आमचा जाण्या-येण्याचा मार्ग होता. त्यावेळी हा स्टुडिओ गावाबाहेर, निवांत, मोकळ्या जागेत वाटत होता. या स्टुडिओत अनेक लहान-मोठे नट सायकलवरून येताना-जाताना, स्टुडिओत इकडे-तिकडे वावरताना, मेकप असतानाचा काही खाताना, पिताना दिसत असत. मास्टर विठ्ठलसारखे प्रख्यात नट करवीर वाचन मंदिरात वर्तमानपत्रे वाचताना भेटत. भवानी मंडपात देवीला नमस्कार करायला येताना दिसत. कोल्हापुरात पुष्कळवेळा रस्त्यावरही पायी जाताना हे नट भेटत; नट्याही दिसत.

स्टुडिओमध्ये मॉबसीन घ्यावयाचा असेल, तर आम्हा बोर्डिंगच्या थोराड मुलांना बोलावले जाई. चहा, वडा देऊन मॉबसीन घेतले जात. सभेचे श्रोते, वरातीची वा इतर गर्दी यासारख्या गोष्टींसाठी आम्ही जात असू. त्यावेळी प्रत्यक्ष शॉट कसे घेतात, काय चाललेले असते याची कल्पना येत असे. सगळे आतून पाहायला मिळे.

चार वर्षांत मी अनेक कारणांनी सगळे कोल्हापूर पायांखाली घातले होते. त्यामुळे रंकाळा तलाव, शालिनी पॅलेस, पन्हाळा, देवचंद शहा यांचा 'किरण बंगला', तेथील सुंदर बाग, जुना राजवाडा, नागाळा पार्क इत्यादी ठिकाणे चांगली परिचयाची झाली होती.

त्यामुळे नट, नट्या, स्टुडिओ, चित्रण घेणे, कोल्हापुरातील स्थळे इत्यादी इतकी परिचयाची झाली होती की, त्या स्टुडिओत तयार झालेल्या चित्रपटातील कोणता भाग कोठून घेतला आहे, याचा बराचसा पत्ता तो चित्रपट पाहताना लागत असे. स्टुडिओच्या आवारात असलेले साधे मारुतीचे देऊळ; कुठल्यातरी इतिहासकाळातील रामदासाचे किंवा त्याच्या शिष्याचे होऊन जाई, सायकलवरून येणारा 'सूर्यकांत' शिवाजी होऊन भेटत असे आणि स्वराज्याच्या वगैरे गप्पा मारत असे. दुसऱ्याच्या ताब्यातील वर्तमानपत्राचे वाचन संपण्याची वाट पाहत मुकाटपणे उभा राहिलेला मास्टर विठ्ठल सिनेमात भलताच आक्रमक होऊन लढाया वगैरे करत असे. पन्हाळगडचा परिसर हा दुसऱ्याच कुठल्यातरी ऐतिहासिक किल्ल्याचा परिसर होऊन अवतरत असे. देवचंद शहांची बाग तिसऱ्याच कुणाच्यातरी मालकीची झालेली असे

आणि तिथे प्रेमिकांचा नसता चावटपणा चाललेला असे. देवचंद शहांचा स्वभाव लक्षात घेता तो प्रकार त्यांनी आपल्या बागेत कधीही चालू दिला नसता, असे वाटे.

कोल्हापुरात तयार झालेले चित्रपट आम्ही पाहिले की, बोर्डिंगच्या खोलीवर वा अन्यत्र; आम्ही विद्यार्थी त्यातील कोणता भाग कोठून घेतला आहे, कसा जोडला आहे, यावरच चर्चा करत असू. त्यामुळे कोल्हापुरातील स्थळकाळाचे माझे वास्तवज्ञान पक्के होत असे. एवढेच नव्हे तर नटनट्या राहतात कुठे, येतात कसे, प्रत्यक्षात भेटतात कुठे, त्यांना मुले किती, नटांच्या खऱ्या बायका कोणत्या, अशातशा कोणत्या याचेही वास्तवज्ञान आम्ही मिळवलेले असे आणि त्यावरच वारेमाप रसाळ चर्चा चाललेली असे. त्यामुळे चित्रपटातील स्थळे खरी वाटत नसत, नटनट्यांचा सिनेमा-संवादातील ध्येयवाद, आदर्श, भावनाप्रधानता खोटी खोटी वाटू लागे. 'काय थापा मारतोस लेका? परवा तर असं असं केलं आहेस. अमक्यातमक्याबरोबर भाजी आणायला पायी आला होतास आणि आत्ता सिनेमात गाडीतून हिंडतोस काय? अरे, ही गाडी बाळ गजबरांची आहे; याची नव्हे—' असे काहीतरी सिनेमा पाहताना नटनट्यांविषयी मनात येई, तेच मित्रांशी बोलून जाई.

त्यावेळच्या या मनःस्थितीचा आज विचार करताना एक-दोन गोष्टी लक्षात येतात. चित्रपट पाहताना 'कलानुभव' न घेता, मी माझ्या मनातील 'व्यावहारिक अनुभव' च पाहत होतो. त्या व्यावहारिक अनुभवांचे जणू स्मरण होण्यासाठी, मनात ते जागे होण्यासाठी निमित्त म्हणून चित्रपट पाहत होतो. म्हणजे मी चित्रपट पाहताना व्यावहारिक अनुभव प्रस्तुत मानला आणि कलानुभव अप्रस्तुत मानला. मला इथे चित्रपटाचा 'कलानुभव' येतच नव्हता, किंवा तो चित्रपट प्रत्ययकारी नव्हता, असा त्याचा अर्थ नव्हे, तर मला तो येत असूनही मी तो कळत वा नकळत अप्रस्तुत मानत होतो.

व्यावहारिक अनुभव आणि कलानुभव यांच्या प्रस्तुताप्रस्तुताचा हा विचार काही रसिकांच्या मनात मुळातच असतो, (म्हणजे कलास्वाद घेताना व्यावहारिक अनुभव ते अप्रस्तुत मानतात, हा विचार.) काही रसिकांच्या मनात अभ्यासातून येतो, काहींच्या मनात जाणिवेच्या पातळीवर जन्मभर येतच नाही. उदाहरणार्थ, माझे जवळचे काही नातेवाईक, मित्र, शेजारी, परिचित मंडळी माझ्या कथा-कादंबऱ्या वाचताना 'कलानुभव' अप्रस्तुतच मानतात. आणि माझ्या वास्तव जीवनानुभवाकडेच वळून मी '(प्रत्यक्षातील) कशाचे (साहित्यकृतीत) काय केले आहे' यातच रुची घेतात. माझ्या साहित्यकृतींच्या बाबतीत त्यांचा आस्वाद याच दिशेने चाललेला असतो, याचा मला नेहमी अनुभव येतो. काही जण तर त्यातील 'व्यावहारिक अनुभवासाठी'च कलाकृतीकडे (रसिक म्हणून) वळतात. प्रत्यक्षातील आपल्या व्यावहारिक अनुभवाशी त्याची तुलना करून पाहतात. तुलना संवादी वाटत असेल

तर त्यांना कलाकृती चांगली वाटते. काहीजण याबाबतीत गोंधळलेले असतात. ऐतिहासिक, पौराणिक, वास्तववादी कथा-कादंबऱ्यांचा आस्वाद घेताना किंवा तत्संबंधी समीक्षणे करताना त्यांची ही अवस्था माझ्या निदर्शनास येते.

जसे हे रसिकांच्या बाबतीत खरे, तसे काही कलावंतांच्या बाबतीतही खरे आहे. त्यांना 'व्यावहारिक अनुभव' व 'कलानुभव' यांतील फरकच नीटपणे कळत नाही. विशेषतः, उमेदवार साहित्यिकांच्या बाबतीत हा अनुभव अधिक येतो. त्यांच्या एखाद्या साहित्यकृतीत त्यांना 'कलानुभव' नीटपणे मांडता आलेला नसतो किंवा तो त्यांना नीटपणे घेता आलेला नसतो. त्यामुळे तो प्रत्ययकारी वाटत नसतो–अशा वेळी त्यांना आपण जर म्हणालो, की तुमची साहित्यकृती प्रत्ययकारी वाटत नाही. तर त्यांचे उत्तर असे येते, की न वाटायला काय झाले? प्रत्यक्षात जे घडलंय तेच आणि तसंच मी लिहिलंय. इथे त्यांनी दुहेरी घोटाळा केलेला असतो. 'कलाकृतीचा प्रत्यय येणे' म्हणजे काय, याविषयी त्यांना नीटपणे कल्पना नसते. दुसरे असे की, 'व्यावहारिक अनुभव' जसाच्या तसा मांडला की त्याचा 'कलानुभव' होतो, असे त्यांना वाटत असते.

याच्या पुढची पायरी म्हणजे व्यावहारिक अनुभव चटकदार मांडणीने, वक्तृत्वपूर्ण, लालित्ययुक्त भाषाशैलीत मांडला की, त्याची 'कलानुभव' व्यक्त करणारी कलाकृती होते, असे काही कलावंतांना वाटते. 'व्यावहारिक अनुभव'च काहीसा नटवून, सजवून रसिकांपर्यंत पोचवावयाचा असतो, कलावंताचे तेच कार्य असते, तिथेच त्याच्या प्रतिभेचे सामर्थ्य पणाला लागते, अशी त्यांची प्रामाणिक समजूत असते. ऐतिहासिक, पौराणिक, चरित्रपर, संतचरित्रपर, वास्तववादी, नागरी जीवनावरील लोकप्रिय कथा-कादंबऱ्या लिहिणाऱ्या मराठीतील बऱ्याच साहित्यिकांची अशी समजूत आहे. आजवरच्या अनेक दलित साहित्यकृतींनी त्यात भर टाकलेली आहे. काही ग्रामीण साहित्यकृतीही त्याला अपवाद नाहीत. व्यावहारिक अनुभवातून कलानुभवाची प्रेरणा घेण्याची मूळ प्रकृती असलेल्या साहित्याला हा धोका नेहमीचाच असतो, याची जाणीव सतत जागती ठेवूनच कलावंतानें वाङ्मयीन 'कलाकृती' घडविण्याची आणि कलानुभव घेण्याची आवश्यकता आहे.

# कलानुभव आणि साहित्यिक

अजाणता किंवा जाणीवपूर्वक, कथाबीजाच्या आधारे साहित्यिक-व्यक्तिमत्त्व कलानुभव घेत असते. आपल्या व्यक्तिमत्त्वाला अनुसरून जसा अनुभव घ्यावासा वाटतो तसा साहित्यिक तो कलानुभव घेत असतो. तिथे त्याला संपूर्ण स्वातंत्र्य असते. त्याच्या विशिष्ट व्यक्तिमत्त्वामुळे विशिष्ट मानसिक स्थिती निर्माण होते, त्या स्थितीला अनुसरून तो कलानुभव घेत असतो. तो त्या विशिष्ट व्यक्तिमत्त्वाने घेतलेला अनुभव असतो.

लेखनपूर्व काळात मानसिक पातळीवर अधुरा, धूसर, अस्पष्ट असलेला तो कलानुभव त्याला शब्दरूपात अधिक रेखीवपणे, अधिक अचूकपणे, अधिक स्पष्टपणे व्यक्त करावयाचा असतो. शब्दरूपात व्यक्त करतानाच शब्दांच्या आधाराने तो त्या कलानुभवाचा अधिक वेध घेऊ इच्छित असतो. त्यातील अधिक बारकावे पकडू इच्छित असतो. तो शब्दरूपात अधिक प्रत्ययकारी कसा होईल, याची दक्षता त्याला घ्यावयाची असते;

पण कलानुभव अभिव्यक्त होत असतानाच त्याच्यावर शब्दमाध्यमाच्या अंगभूत मर्यादा, साहित्यपरंपरा व प्रचलित साहित्य-समजुती यांचे नियंत्रण येऊ लागते. या नियंत्रणामुळे त्या कलानुभवाचे अभिव्यक्त रूप प्राप्त माध्यमाशी, साहित्यपरंपरांशी, प्रचलित साहित्य-समजुतींशी सामान्यतः संवादी राहते. त्या परंपरांचे ते होऊन जाते. त्या समजुतींना ते संवादी राहिल्याने, त्या साहित्यक्षेत्रातील रसिकांना ते रूप आपलेसे, स्वीकारणीय, सत्कारणीय वाटते, त्यांना ते त्या साहित्यक्षेत्राचे वाटते;

पण कधी कधी शब्दमाध्यमाच्या अंगभूत मर्यादा, साहित्यपरंपरा, प्रचलित साहित्य-समजुती ह्या कलानुभव अभिव्यक्त होताना जाचक नियंत्रणे आणीत आहेत, असे साहित्यिकाला मनापासून वाटते. त्याला असे वाटते की, या नियंत्रणामुळे कलानुभव गुदमरतो आहे, विकृत रूप धारण करतो आहे. अशावेळी तीव्र प्रतिभावंत

साहित्यिक त्यांच्याविरुद्ध बंड करतो. त्या मर्यादांच्या, परंपरांच्या, समजुतींच्या पलीकडे अनेक परींनी, मार्गांनी जाण्याचा प्रयत्न करतो. अनेक नव्या गोष्टींचा वापर करतो.

या प्रयत्नातूनच जुन्या शब्दमाध्यमाला, परंपरांना, समजुतींना तडे जातात आणि दुसऱ्या बाजूने त्यांना नवे सामर्थ्य प्राप्त होत जाते, त्यांवर नवे पैलू पडत जातात. परंपरा विकसित होतात. समजुती अधिक अचूकतेच्या, मार्मिकतेच्या दिशेने वाटचाल करतात. या प्रक्रियेत जुने जे निरुपयोगी असेल ते कालबाह्य ठरते. साहित्यनिर्मितीच्या प्रक्रियेत अशा घटना अधूनमधून घडत असतात. अव्वल दर्जाचे प्रतिभावंत त्या घडवीत असतात.

यांतूनच प्रयोगशीलता प्रत्ययाला येते. प्रयोगशीलता हा साहित्यनिर्मितीच्या क्षेत्रात परिणाम असतो आणि यथार्थ कलानुभव अभिव्यक्त करण्याची धडपड ही त्या परिणामांचे कारण असते. आपण कारणाला (यथार्थ कलानुभवाच्या अभिव्यक्तीला) महत्त्व दिले पाहिजे. परिणामाला (प्रयोगशीलतेला) प्रस्तुत मानता कामा नये. कारण पुष्कळ वेळा हव्याशा स्वरूपाची, उपऱ्या प्रकृतीची किंवा नकली प्रयोगशीलता साहित्यात अवतरत असते. ती बंडाची नाट्यपूर्ण पण कृतक पोझ घेऊन उभी असते.

अव्वल दर्जाचे प्रतिभावंत यथार्थ अभिव्यक्तीसाठी बंड करीत असतात आणि त्या बंडातून नंतरच्या साहित्यनिर्मितीला अनेक वाटा मोकळ्या होत असतात. गंगाधर गाडगीळ यांची कथा, मर्ढेकरांची कविता, विजय तेंडुलकरांची नाटके, नेमाडे यांच्या कादंबऱ्या मला त्या प्रकारच्या वाटतात;

पण प्रत्येक कलानुभव यथार्थपणे व्यक्त करण्यासाठी, वाङ्‌मयीन क्षेत्रात काही बंडच करावे लागत नाही, ही वस्तुस्थितीही नाकारता येत नाही. बंड न करताही त्या चांगल्या साहित्यकृती असू शकतात. त्यांतही काही साहित्यकृती अशा असतात की, ज्या सूक्ष्मतः चाकोरीबाहेर, परंपरांच्या बाहेर गेलेल्या असतात. त्याची ही प्रकृती 'बंड' म्हणण्याइतकी प्रभावी नसते. तरी तिचे वेगळेपण, तिची मनःपूर्वक झालेली अभिव्यक्ती, कलात्मक अनुभवातील प्रामाणिकता नजरेत भरणारी असते. मोजक्या बंडखोर साहित्यिकांपेक्षा यांची संख्या जास्त असते. श्री. दा. पानवलकर, विद्याधर पुंडलीक, शरद चिरमुले यांच्या कथा, वि. शं. पारगावकर, जयवंत दळवी, चिं. त्र्यं. खानोलकर यांच्या कादंबऱ्या, इंदिरा संतांची कविता, वसंत कानेटकरांची काही नाटके या प्रकारात घालता येण्यासारखी आहेत.

वाङ्‌मयाच्या इतिहासात अशा साहित्यिकांना एका अर्थी बंडखोरांपेक्षा अधिक महत्त्वाचे नव्हे पण 'अर्थपूर्ण' स्थान असते. बंडखोर साहित्यिकांनी प्रस्थापित साहित्यव्यवस्थेला नाकारून तिजविरुद्ध बंड केलेले असते. परंपरा तोडण्याचा त्यांनी प्रयत्न केलेला असतो. त्यांनी अनुभवातील किंवा अभिव्यक्तीतील आजवरच्या

अज्ञात, अस्पृष्ठ अंशाला अग्रस्थानी आणलेले असते, त्याच्याकडे लक्ष वेधून घेतलेले असते, नवी साधने, नवे व्यूह उपलब्ध करून दिलेले असतात; पण आत्ताच उद्धृत केलेल्या साहित्यिकांनी बंडखोर साहित्यिकांच्या बंडातील मर्म लक्षात घेऊन त्या मर्माचा तारतम्याने स्वीकार केलेला असतो. त्याचबरोबर त्यांनी प्रस्थापित साहित्यव्यवस्थेतील बलस्थानांनाही ओळखून, त्यांचा नव्या बंडातील मर्माशी समन्वय साधलेला असतो. त्यामुळे बंडखोरीतून निर्माण झालेल्या प्रयोगशीलतेला पोटात घेऊन, कलानुभव साकार करण्याची व त्यातून परंपरेचा विकास सलगपणे साधण्याची ते कामगिरी बजावत असतात. त्यांच्या या वृत्तीमुळे, बंडखोरीला परंपरेच्या विकासाचा एक टप्पा म्हणून मान्यता मिळते. म्हणून निर्मितींच्या दृष्टीने वाङ्मयाच्या इतिहासात त्यांना अर्थपूर्ण स्थान प्राप्त झालेले असते.

हे साहित्यिक कलानुभवाकडे जागरूकतेने पाहत असतात. कलानुभवाच्या विविध प्रकारच्या शक्यता ते हेरतात. त्या अंगांनी अनुभवाला सामोरे जातात आणि त्याला अभिव्यक्त करतात. घेतले मूलद्रव्य, केले ठाकठीक की लिहिली कथा, अशी घिसाडीवृत्ती त्यांची नसते. त्यामुळे त्यांच्या कलाकृती जाणकार कलावंतांच्या कलाकृती म्हणून सुजाण रसिकांचे लक्ष वेधून घेतात.

निर्मितीच्या अंगाने विचार करता, कलानुभवाचे दोन प्रमुख प्रकार पडतात. अर्थात त्यांचे उपप्रकार अनेक करता येण्यासारखे असतात. हे प्रमुख दोन प्रकार म्हणजे वस्तुसापेक्ष कलानुभव व व्यक्तिसापेक्ष कलानुभव. वस्तुसापेक्ष म्हणजे अनुभवलेल्या वस्तूच्या, वास्तवाच्या, वस्तुस्थितीच्या अंगाला प्राधान्य देऊन, तेच अंग प्रस्तुत मानून व्यक्त होणारा कलानुभव.

कोणताही लेखक जेव्हा कलानुभव घेतो, तेव्हा त्या लेखकाच्या व्यक्तिमत्त्वाचा परिणाम अनुभव घेण्यावर होतच असता, हे गृहीत धरूनही काही लेखक वरीलप्रमाणे अनुभव व्यक्त करण्याचा प्रयत्न करीत असतात. तशा प्रकारचा वस्तुसापेक्ष अनुभव व्यक्त करणाऱ्या त्यांच्या कलाकृती वास्तवदर्शी साहित्यकृती म्हणून मान्यता पावतात. ह. ना. आपटे यांच्या सामाजिक कादंबऱ्या, डॉ. केतकर यांच्या कादंबऱ्या, दि. बा. मोकाशी, अरविंद गोखले, व्यंकटेश माडगूळकर यांच्या कथा या अशा प्रकारचे अनुभव व्यक्त करणाऱ्या आहेत.

विस्तृत पट असलेल्या कादंबरीसारख्या साहित्यप्रकारात अशा वास्तव प्रकृतीचे अनुभव अधिक प्रमाणात व्यक्त होताना दिसतात. गॉर्कीची 'मदर', टॉलस्टॉयची 'वॉर अँड पीस', पर्लबकची 'गुडअर्थ', गुजराथी लेखक झवेरचंद मेघाणी यांची 'सोरठ तारा वहेता पाणी' (सोरठ तुझे वाहते पाणी), हिंदी लेखक फणीश्वरनाथ रेणू यांची 'मैला आँचल' यांसारख्या कादंबऱ्यांत अशा प्रकारचे अनुभव विशेष दिसतात. समाजवास्तव, कौटुंबिक वास्तव, अनेक व्यक्ती असलेल्या समूहाचे वास्तव (उदा.

एखादा कारखाना, एखादी शिक्षण संस्था, एखादी चाळ, एखादी सांस्कृतिक घटना, एखादी सामाजिक समस्या) रेखाटताना अशा प्रकारचे अनुभव त्या त्या साहित्यकृतीतून व्यक्त होताना दिसतात.

असे अनुभव व्यक्त करताना, जाणवलेल्या वास्तवाला धक्का लागणार नाही याची दक्षता अभिव्यक्तीच्या वेळी साहित्यिकाला घ्यावी लागते. हे अनुभव व्यक्त करताना त्यांतील कथानक, पात्रे, प्रसंग, पात्रांची भाषा, निवेदनाची भाषा, एकूण मांडणी या वास्तवशील कशा राहतील याची काळजी विशेष घ्यावी लागते. अशा अनुभवातील कथानकात योगायोगाला स्थान नसते. त्यात कार्यकारणभाव महत्त्वाचा ठरतो. व्यक्तिगत भावनाशीलतेला, काव्यात्म वृत्तीला प्राधान्य देण्यापेक्षा, वास्तवगत सामूहिकतेतून निर्माण होणारी स्थिती महत्त्वाची ठरते. पात्रांच्या भावभावना व्यक्त होत असल्या तरी त्यांच्यावरील वास्तवाचा प्रभाव महत्त्वाचा ठरत असतो. त्यांतूनच प्रसंग, घटना यांची निर्मिती होत असते. पात्रांच्या भाषेला त्या त्या पात्राचे वैशिष्ट्य लाभलेले असते. रा. ग. गडकरी यांच्या नाटकांतील किंवा वि. स. खांडेकर यांच्या कादंबऱ्यांतील पात्रे जशी एकाच वळणाची (खरे तर लेखकाचीच) भाषा बोलत असतात, तशी भाषा वास्तवशील साहित्यकृतीला मारक असते. तिथे लेखकाची निवेदनाची भाषाही जेवढी निरंगी राहील तेवढी हवी असते. कारण ती वास्तव अधिक प्रभावीपणे व्यक्त करू शकते. याबाबतीत दि. बा. मोकाशी, अरविंद गोखले, व्यंकटेश माडगूळकर, शरद चिरमुले यांच्या कथांतील भाषेचे आदर्श ठेवावेत अशी ती आहे.

वस्तूसापेक्षतने व्यक्त होणाऱ्या अनुभवात प्रतीकात्मता, अलंकरणशीलता, प्रतिमायुक्तता, शैलीतील नाट्यमयता इत्यादी गोष्टी नाही म्हटल्या तरी हानिकारकच ठरतात. तो अनुभव वास्तवदर्शी पद्धतीने व्यक्त व्हावयाचा असेल, तर त्यात सरळ निवेदन असावे. प्रतीक, प्रतिमा, अलंकार यांचा वापर करण्यापेक्षा, ते ज्या वस्तुस्थितीचे उपमान असेल ती वस्तुस्थिती सरळ निवेदनातून यावी. अलंकार, प्रतिमा नेहमीच्या व्यवहारातील वापरता येऊ शकतात; पण त्यांचा वाङ्मयीन पातळीवर वापर करताना, त्यांचा प्रभाव पडेल आणि त्या भरात वास्तव गौणस्थानी जाईल, अशी काव्यांग शैली  टाळलेली बरी. वास्तवाला सरळ भिडणारी, वास्तवात वापरली जाणारी निवेदनपद्धती असलेली बरी. खरे पाहता, 'कलानुभवच आपली शैली घेऊन येत असतो' हे विधान नीट अभ्यासले, त्याचे उपसिद्धान्त काढले व ते कृतीत आणले, तर बाकीचे काही सांगण्याची गरज नाही. वर सांगितलेले फक्त धोके म्हणूनच लक्षात घ्यावेत. पथ्ये म्हणूनच ती पाळावीत. कारण 'वास्तवशील कलानुभवाचे शैलीसह सर्व अनुभव घटक हेही वास्तवशीलच असले पाहिजेत, असतात.' एवढेच इथे सुचवावयाचे आहे.

१९५० नंतरच्या वीसएक वर्षांच्या काळात मराठी साहित्यात असे लेखन तुलनेने फार कमी दिसते. 'वास्तवाचे चित्रण करण्यात कसली आली आहे कलात्मकता!' असे या काळात बहुसंख्य साहित्यिकांना वाटू लागलें. सामाजिक आशय किंवा सामाजिक जीवन साहित्यात येऊ लागले की, ते साहित्य कलाहीन होते, त्याची कलात्मकता डागळते असे विचार या काळात प्रसृत होऊ लागले. कलात्मकता म्हणजे कलावंत व्यक्तीच्या वाङ्मयीन व्यक्तिमत्त्वाचा आविष्कार, अशी समजूत या कलावादाच्या काळात रूढ झाली. परिणामी, व्यक्तिसापेक्ष अनुभवांना प्रतिष्ठा मिळाली आणि त्याची परिणती व्यक्तिकेंद्रित अनुभव व्यक्त करण्याकडे झाली.

या समजुतीच्या भरात, साहित्यातील वास्तव अनुभव हेसुद्धा कलावंताच्या संवेदनशील, चिंतनशील मनाने वस्तुस्थितीचा जाणिवेच्या पातळीवर घेतलेला वेधच असतो, ते कलात्मक अलिप्ततेने मांडण्यासाठी अभिजात संयमाची गुणवत्ता, व्यापक मानवी भावभावनांचे व जीवनाचे भान, स्वतःला साक्षी ठेवून वास्तव जाणून घेण्याचे सामर्थ्य कलावंताजवळ असावे लागते, याचा विसर पडला. अशा वृत्तिनिशी लिहिलेली साहित्यकृती हीही व्यापक अर्थाने कलाकृतीच असते. एवढेच नव्हे तर ती केवळ 'चांगली' साहित्यकृती न राहता, श्रेष्ठ साहित्यकृतीचे गुण तिच्यामध्ये संभवू शकतात, याची जाणीव या काळातील मराठी लेखकांमध्ये दिसत नाही.

निर्मितीच्या अंगाने कलानुभवाचा जो दुसरा प्रकार पडतो, तो व्यक्तिसापेक्ष कलानुभवाचा होय. एखाद्या वस्तूचा, वस्तुस्थितीचा, वा वास्तवाचा, एखादा कलावंत 'कसा अनुभव घेतो,' हे या अनुभवप्रकारात महत्त्वाचे असते. दुसऱ्या भाषेत असे म्हणता येईल, की कोणत्या वस्तूचा अनुभव घेतला यापेक्षा कलावंताने अनुभव कसा कलात्मकतेने घेतला, हे इथे प्रमुखपदी असते. वस्तू, वास्तव, वस्तुस्थिती तिथे गौणपदी गेलेली असते.

पुष्कळ वेळा एखाद्या कलानुभवात वस्तू, वास्तव वा वस्तुस्थिती प्रमुखपदी आहेत, असे वाटत असते; पण तो केवळ भास असतो. तिथे व्यक्तिसापेक्षताच सूक्ष्मरीत्या किंवा अप्रत्यक्षरीत्या कार्यप्रवण झालेली असते. पु. ल. देशपांडे यांची 'व्यक्ती आणि वल्ली' मधील व्यक्तिचित्रे, भालचंद्र नेमाडे यांच्या कादंबऱ्या, जी. ए. कुलकर्णी यांच्या कथा ह्या याची उदाहरणे म्हणून देता येतील. पु. ल. देशपांडे यांनी प्रस्तुत संग्रहातील व्यक्तिचित्रे अंतिमतः आपल्या व्यक्मित्त्वातील विनोदवृत्ती व्यक्त करण्यासाठीच रेखाटली आहेत, असे वाटते. 'एखाद्या व्यक्तीची व्यक्ती म्हणून त्यांना जाणवलेली सर्व वस्तुनिष्ठ वैशिष्ट्ये पु. ल. तिथे रेखाटत नाहीत. ते तिच्यातील विनोदाला अनुकूल तेवढीच वैशिष्ट्ये रेखाटतात आणि त्यांतील विसंगती दाखवून, त्यावर आपले असे भाष्य करून, योग्य ठिकाणी हवे ते शब्द पेरून त्यावर कोट्या करत विनोद साधतात. व्यक्तीचे रेखाटन असल्याने तो कलानुभव वस्तुसापेक्षतेने

(इथे रेखाटलेली व्यक्ती हीच वस्तू) व्यक्त झाला आहे, असे वाटते खरे; पण त्या रेखाटनात (व्यक्ती ह्या) वस्तूचे एकांगी दर्शन असल्याने ते रेखाटन वस्तुसापेक्षतेने झाले आहे, असे म्हणता येणार नाही. उलट लेखक आपल्या व्यक्तिमत्त्वाला अनुकूल तेवढेच अंग खुलवून लिहित असल्यामुळे, तो कलानुभव व्यक्तिसापेक्षच आहे, असे मानावे लागते. वस्तुतः त्यामुळेच त्या 'व्यक्तीं' च्या 'वल्ली' झाल्या आहेत.

नेमाडे यांची वृत्तीही याच जातकुळीची आहे. ते वास्तवाचे दर्शन घडवू इच्छित नसतात, तर वास्तवावर भाष्य करू इच्छित असतात. त्या भाष्याचे लालित्याच्या पातळीवर दर्शन घडवू इच्छित असतात. या भाष्याच्या अनुषंगाने वास्तवाची पुनर्मांडणी करीत असतात. त्यांच्या या पुनर्मांडणीत पुष्कळ वेळा यथार्थ वास्तव उद्ध्वस्त झाल्याचा, ते गौण स्थानी गेल्याचा आणि मूलतः साहित्यिकाचे एकांगी भाष्य प्रस्तुत स्थानी असल्याचा प्रत्यय येतो.

जी. ए. कुलकर्णी तर वास्तव मांडत नसून, त्यांनी स्वत: एकूण मानवी जीवनासंबंधी जे चिंतन केले आहे ते चिंतनच कथानक, पात्रे, प्रसंग, निवेदन यांच्या आधारे मांडत असतात, असा प्रत्यय येतो. त्यांची पात्रे ही त्यांच्या चिंतनाची - मुकाट 'वाहके,' बाहुलीवजा माणसे वाटू लागतात. त्यांची प्रतिमा, प्रतीके, रूपके यांची योजना व्यक्तिसापेक्षतेने व्यक्त होणाऱ्या अनुभवाचाच प्रत्यय देते;

पण हे त्यांच्या साहित्यकृतीचे मूल्यमापन नव्हे. इथे फक्त एवढेच सांगावयाचे आहे की, पुष्कळ वेळा वस्तुसापेक्षतेने व्यक्त झाले आहेत, असे वाटणारे कलानुभव हे व्यक्तिसापेक्षतेने व्यक्त झालेले असतात. तसे ते व्यक्त झाले म्हणजे कमी दर्जाचे असतात, असे नव्हे. कलानुभव व्यक्त करण्याचा तो एक मार्ग, ती एक वृत्ती असते.

व्यक्तिसापेक्षतेने व्यक्त होणाऱ्या कलानुभवाच्या अनेक परी असतात. व्यक्तिगणिक त्या जशा बदलतात तशा प्रत्येक कलानुभवागणिकही त्या बदलू शकतात. चि. त्र्यं. खानोलकर आपले गद्य कलानुभवही (नाटके, कादंबऱ्या, कथा) काव्यात्मवृत्तीनेच अनुभवतात. द. मा. मिरासदार कथेच्या कलानुभवाकडे विनोद-वृत्तीनेच पाहू शकतात. विजय तेंडुलकर हे 'गाणे' कथासंग्रहात केवळ नाट्य हेरूनच कथा लहिताना दिसतात.

वास्तविक 'अनुभव' म्हटला, की त्यात काव्य, विनोद, नाट्य, उपरोध, उपहास, भावना, चिंतन, कल्पना, प्रतिमा, प्रसन्नता, उदासीनता, उत्कटता, तटस्थता, स्वप्निलता इत्यादी–व्यक्तिमत्त्वाचे (अ) गुणविशेष आणि वास्तवता, ग्रामीणता, नागरता, ऐतिहासिकता, सामाजिकता इत्यादी-वस्तूचे (ब) गुणविशेष एकत्रितपणे येऊ शकतात. तसेच प्रत्येक वेळचा कलानुभव हाही विविध व्यक्तिगत गुणांनी व भाववृत्तींनी नटलेला असण्याची शक्यता असते. तरीही तो वरीलांच्या (खानोलकर,

मिरासदार, तेंडुलकर यांच्या) कथांतूत एक एक गुण वा वृत्ती धारण करून व्यक्त होताना दिसतो. कारण ते अनुभव 'कसे घेतात' यालाच महत्त्व आलेले असते.

अनुभव हा व्यक्ती आणि वस्तू (किंवा वास्तव, वस्तुस्थिती) यांचा गुणाकार असल्याने, अनुभवात काही गुणविशेष व्यक्तीच्या व्यक्तिमत्त्वाचे (अ) असतात व काही वस्तूच्या व्यक्तिमत्त्वाचे (ब) असतात. व्यक्तिसापेक्षतेने अनुभव व्यक्त करणारा लेखक मात्र त्यातील पहिल्या (अ) गुणविशेषावर अधिक भर देत असतो. तशी त्याची प्रकृती असते.

अशा प्रकारे अनुभव व्यक्त करणारे काही लेखक तर केवळ काव्य, किंवा विनोद, किंवा नाट्य एवढा एक-एकच आपल्या व्यक्तिमत्त्वाचा गुण किंवा वृत्ती; कलानुभव घेताना राबवतात. त्यामुळे त्यांच्या साहित्यकृतीकडे सामान्य वाचकाचे लक्ष विशेष खेचले जात असले, तरी कलानुभव म्हणून तो एकसुरी होतो आणि लवकरच कलावंत आपली मूलत: विविध गुणांनी नटलेली सर्जनशक्ती गमावून बसण्याची शक्यता निर्माण करतो.

उलट श्री. दा. पानवलकर, विद्याधर पुंडलीक, शरद चिरमुले, रणजित देसाई यांच्यासारखे कथालेखक आपल्या व्यक्तिसापेक्षतेने व्यक्त करावयाच्या कलानुभवांतील अनेक गुणविशेषांना समदृष्टीने सामोरे जातात.

एवढेच नव्हे, तर आपल्या अनुभवात जो जो गुण ज्या ज्या ठिकाणी त्यांना दिसतो तिथे खुलवून मोकळे होतात. त्याच्या त्या त्या जागा ते जागरूकपणे लेखनपूर्व काळात हेरून ठेवत असावेत, किंवा लेखनकाळात त्यांना त्यांची त्या त्या ठिकाणी जाणीव होत असावी. त्यामुळे त्यांच्या कथेत काव्यात्म प्रतिमा येतात; पण त्यांची कथा सदैव काव्याळ होत नाही. विनोद येतो; पण तो अथपासून इतिपर्यंत उदर-विदारक पद्धतीने न येता, इतरही गुणांनी युक्त असलेल्या सबंध अनुभवाचा एक गुण म्हणून येतो; एकमेव गुण म्हणून येत नाही. चिंतन येते; पण या चिंतनाने त्यांच्या कथेचा 'निबंध' होत नाही. नाट्य खुलवताना त्यांची कथा 'संवाद'-रूप होते खरी; पण एखाद्या खुळ्या लेखकासारखे सगळ्याच कथा अथपासून इतिपर्यंत 'संवादिनी' (नुसतेच संवाद) होत नाहीत. त्यांची कथा एकाच वेळी विविध ('अ' व 'ब') गुणांनी नटलेली असते. त्यामुळे ती अधिक कलात्मक वाटते. अनेक गुणांनी संपन्न झालेली वाटते.

अशा लेखकांच्या बाबतीत आणखी एक गोष्ट सांगणे आवश्यक आहे. त्यांच्या कथांतून पुष्कळ वेळा वास्तव गौणस्थानी गेलेले असते; ते अशा अर्थाने की, केवळ वास्तवदर्शन घडवावयाचे आहे, हा कथाहेतू ते मानत नाहीत. वास्तवाचेच पण कलात्मक दर्शन त्यांना घडवावयाचे असते. म्हणजे असे की, ते वास्तव अनुभवताना कलावंत-मन कसे स्पंदन पावत असते, याचे दर्शन त्यांना घडवावयाचे असते. या

कलात्मक दर्शनासाठी ते अ-वास्तव विषय, पात्रे, प्रसंग स्वीकारत नाहीत, हे लक्षात ठेवले पाहिजे. त्यामुळे ते कोणते वास्तव स्वीकारतात हे त्यांना महत्त्वाचे वाटत नसते, तर त्या वास्तवाच्या आधारे जे कलेचे दर्शन घडवीत असतात, ते त्यांना प्रस्तुत आणि म्हणून महत्त्वाचे वाटत असते. त्यामुळे ते पुष्कळ वेळा व्यक्तिकेंद्रित किंवा क्षुद्र, सामान्य वास्तवही स्वीकारू शकतात.

केवळ कलात्मक गुणांचेच दर्शन प्रस्तुत मानणारे लेखक, हे अंतिमतः कलावादी असतात. त्यांनी कलानुभवातील वास्तव आणि कलात्मक गुणांचे दर्शन यांचा आधार-आधेय संबंध नाकारलेला असतो. ना. सी. फडके संप्रदायातील लेखक अशा प्रकारचे असतात. केवळ कलावादी लेखकही याच प्रकारात मोडू शकतात.

व्यक्तिसापेक्षतेने कलानुभव व्यक्त करणाऱ्यांना हा धोका संभवतो. तो मागच्या दाराने प्रविष्ट होण्याची शक्यता असते. एकदा का अनुभवातील वास्तव व्यक्तिसापेक्ष कलागुणांचा आविष्कार करण्यापुरतेच स्वीकारावयाचे असते, असे मत निश्चित केले की, या धोक्याकडे हळूहळू वाटचाल सुरू होते. कारण या मताचे दुसरे टोक– वास्तव आधारापुरते तरी कशाला मानावयाचे, ते गृहीत धरले तरी चालण्यासारखे आहे किंवा त्याच्याशिवाय जर कलात्मकता व्यक्त करता येत असेल, तर तशी ती मग का व्यक्त करू नये, अशा विचारसरणीत गुंतलेले असते.

गद्य साहित्याच्या क्षेत्रात कोणताही कलानुभव व्यक्त करताना वास्तव संपूर्णपणे डावलता येत नाही. कोणत्या ना कोणत्या स्वरूपात वास्तव असणे आवश्यक असते. कारण ते अनुभवाचा पाया असते. हवेतून अनुभव घेता येत नाही. अर्थात वास्तवाला महत्त्व किती द्यावयाचे, ते गौणस्थानी ठेवावयाचे की प्रधानस्थानी ठेवावयाचे, सामाजिक वास्तव अधिक महत्त्वाचे मानावयाचे की मानसिक वास्तव अधिक महत्त्वाचे मानावयाचे, हे ज्याने त्याने आपल्या प्रकृतीनुसार ठरवावयाचे असते. साहित्यातील कलानुभव कसदार असण्यासाठी प्रत्यक्ष जीवनातील अनुभवाची मातब्बरी सौंदर्यवादी बा. सी. मढेकरांनाही वाटत होती. कलानुभव चैतन्यशील असला, तरच त्यातून रसरसते सौंदर्य निर्माण होते. तो तसा नसेल, तर त्यातून कलाकुसर निर्माण होते, असे त्यांना वाटत होते, आणि ते योग्यच आहे. सारांश; वास्तवाला डावलून केवळ कलात्मक गुणांचे दर्शनच महत्त्वाचे मानणे, हे साहित्यिक कलावंताला धोक्याचे आहे.

आणखी एक-दोन धोक्यांचा इथे थोडक्यात उल्लेख करणे जरूर आहे. कलानुभवातून सातत्याने एकमेव गुणविशेष (उदा. काव्य, नाट्य, विनोद) प्रकट करत राहणे, हेही अंतिमतः धोक्याचे ठरते. उदाहरणाने हे अधिक स्पष्ट करता येईल. सतत विनोदी लेखन करणाऱ्या लेखकाचे असे होते. सातत्याने एकाच प्रकारचे लेखन केले की, त्याचे एक तंत्र सरावाने त्याच्या हातात येते. विनोद कसा

निर्माण करावयाचा हे त्याला त्या सरावामुळे जमून जाते. त्यापेक्षा साहित्याचे विविध प्रकार, अनुभवाचे विविध प्रकार हाताळणे हे अधिक निरोगी राहायला, अधिक स्वाभाविक राहायला मदत करणारे असते.

प्रयोगशील साहित्यकृतीच्या बाबतीतही अशाच प्रकारचा धोका संभवतो. अनुभवातील नवा आशय व त्यानुसार नवी अभिव्यक्ती करणे, यातून प्रयोगशीलतेचा जन्म होतो.

एकदमच नवा, कोरा करकरीत असा आशय जाणवलेला नसतो. तर आजवर जे कलानुभव व्यक्त झालेले असतात त्यांत अनुभवाचा काही भाग किंवा अंश अस्पृष्ठ राहिलेला असतो. त्याकडे कुणाचे लक्ष नसते किंवा तो आजवर अज्ञात राहिलेला असतो. त्या भागाला कलानुभवात अर्थपूर्ण (सिग्निफिकंट) स्थान देऊन, प्रयोगशील साहित्यिक तो व्यक्त करतो. त्यासाठी तो नवी अभिव्यक्ती स्वीकारतो. ही अभिव्यक्तीही संपूर्णपणे नवी, कोरी वगैरे नसते. अंशात्मक नवीन असते. अर्थातच त्याचे हे प्रयोग अस्पृष्ठ, अज्ञात भागाकडे लक्ष वेधण्यासाठी असल्याने, त्यांना त्या काळाचा एक संदर्भ असतो. त्या काळात व्यक्त होणाऱ्या कलानुभवात त्यामुळे नवी भर पडत असते व अभिव्यक्तीतही नवी भर पडत असते; पण पडणारी ही नवी भर तेवढेच कलानुभवातील व अभिव्यक्तीतील 'सत्य' आणि बाकीचा भाग हा असत्य किंवा उपरा असतो, असा त्याचा अर्थ नव्हे;

पण तसा अर्थ काही काळ प्रचलित होतो. तशी त्या काळात साहित्य समजूत तयार होते आणि दुय्यम दर्जाचे, विस्तारशील साहित्यिक फक्त त्या दिशेनेच वाटचाल करून, स्वतःला अद्ययावत किंवा चालू घडीचे साहित्यिक समजू लागतात. ते असे समजू लागल्याने व तसेच लेखन करू लागल्याने, आजवरचे कलानुभवातील व अभिव्यक्तीतील बाकीचे जे महत्त्वाचे, चांगले, अर्थपूर्ण घटक असतात त्यांच्याकडेही दुर्लक्ष होते आणि पुन्हा प्रयोगशीलतेच्या भरात साहित्यकृतींच्या इतर अंगांकडे दुर्लक्ष होते. उदाहरणाने हे अधिक स्पष्ट करता येईल. १९५०च्या आसपास नवकथा आणि नवकविता निर्माण होऊन प्रतिष्ठा पावली. नवकथेने स्वभाव-रेखाटन, घटनेचे प्राधान्य, संवादातून निर्माण होणारे नाट्य इत्यादी गोष्टी नाकारून, ती प्रामुख्याने माणसाच्या अंतर्मनात रमली. मनाचे अनेक स्तर तिने उलगडून दाखविले. प्रतिमेचा, संज्ञाप्रवाहाचा, नव्या मानसशास्त्राचा तिने वापर केला. साहित्यिकाच्या व्यक्तिमत्त्वाला व वैशिष्ट्याला महत्त्व दिले. याचा परिणाम पुढे असा झाला की, कथालेखन करायचे म्हणजे मानवी मनाचे पापुद्रे उकलणारे, साहित्यिकाच्या व्यक्तिमत्त्व-वैशिष्ट्यांनी नटलेलेच लेखन करायचे, अशी समजूत झाली. एवढेच नव्हे, तर कथेत घटना येणे, स्वभाव-रेखाटन करणे, दोन व्यक्तींमधील (मानसशास्त्रीय संबंधांव्यतिरिक्त) सामाजिक वगैरे बाह्यसंबंध गौण मानणे, अशी साहित्य- समजूत तयार झाली. त्याचा परिणाम नंतरची कथा व्यक्तिकेंद्रित, फक्त मानसशास्त्रीयदृष्ट्या मनाचा शोध

घेणारी, इतर संबंधांकडे दुर्लक्ष करणारी, प्रतिमा, प्रतीक, रूपक यांचा अवाजवी वापर करणारी अशी झाली. कवितेच्या बाबतीतही असेच म्हणता येईल. मराठी साहित्यक्षेत्राला हा प्रयोगशीलतेतून निर्माण झालेला धोका होता.

कोणत्याही एखाद्या घटनेला तिचे असे एक एकदेशीय सामर्थ्य असते; पण ते एकदेशीय असल्यामुळेच त्याला मर्यादा पडतात. म्हणून या सामर्थ्याचा इतर दिशांच्या विकासावर, मार्गावर परिणाम होणार नाही, अशा बेतानेच वापर करावा लागतो.

नुसते काव्य, नुसते नाट्य, नुसता विनोद किंवा त्या त्या वेळच्या प्रयोगशीलतेमुळे कलानुभवाच्या अग्रस्थानी आलेला गुण (किंवा भाग) यांच्या कलानुभवातील एकमेव प्रभावी अस्तित्वामुळे, त्यांच्यावर साहित्यिकाचे लक्ष केंद्रित झालेले असते. त्यामुळे त्या गुणातील सखोलता, व्यापकता, अनेक बारकावे, त्याच्या अनेक शक्यता यांचे दर्शन कलानुभवात घडवता येते. हे त्यांचे एकदेशीय सामर्थ्य मानावे लागते; पण त्यामुळे त्या कलानुभवातील इतर गुणांकडे दुर्लक्ष होते, ते गौणस्थानी जातात; ही त्या एकदेशीय सामर्थ्यामुळे निर्माण झालेली मर्यादा असते. जाणकार कलावंत यांचा मेळ घालण्याचा प्रयत्न आपल्या साहित्यनिर्मितीत करीत असतो.

व्यक्तिसापेक्षतेने व्यक्त होणाऱ्या कलानुभवात तुलनेने वास्तवदर्शनाचा प्रत्यय कमी आणि साहित्यिक व्यक्तिमत्त्वाचा म्हणजे तथाकथित कलात्मकतेचा, कलागुणांचा प्रत्यय विशेष येतो. साहित्यिकाच्या कलागुणांना तिथे विशेष अवसर मिळालेला असतो. अशा साहित्यकृती ह्या वास्तव जीवनदर्शन घडविणाऱ्या साहित्यकृतींपेक्षा अधिक देखण्या, अधिक आकर्षक, रूपगुणसंपन्न सकृतदर्शनी वाटत असतात. त्यांचे सौंदर्य रूपसुंदर विभ्रमवती तरुणीसारखे असते. वास्तव जीवनदर्शन घडविणाऱ्या साहित्यकृतीचे दर्शन गुणसंपन्न विदुषीसारखे असते. ते आंतरिक असते. आशयाशी निगडित असते. रसिकमनाची प्रौढता व गुणसंपन्नता वाढल्याशिवाय अशा साहित्यकृतींचे सौंदर्य आकळू शकत नाही. कलावंताचीही जीवनविषयक जाणीव व्यापक, सखोल झाल्याशिवाय त्याला अशा प्रकारचे वास्तव जीवनदर्शन घडविणारे कलानुभव घेता येत नाहीत.

# साहित्यनिर्मिती आणि साहित्यप्रकार

## १

साहित्यिक हा उत्स्फूर्तपणे साहित्य-निर्मितीकडे वळत असतो व साहित्यनिर्मिती करीत असतो. आरंभीच्या काळात साहित्यनिर्मितीचा उत्साह भरपूर असतो. साहित्य म्हणजे काय, साहित्यप्रकारांचे स्वरूप काय, यांचा अभ्यास करून त्यानंतरच साहित्यनिर्मिती करावी, असे साहित्यिकाकडून सहसा घडत नाही. समीक्षाव्यवहाराला असते त्याप्रकारची बौद्धिक शिस्त निर्मितीव्यवहाराला नसते, हा मूलभूत फरक प्रस्तुत संदर्भात ध्यानी ठेवणे जरूर आहे. त्या त्या वेळी होणाऱ्या उत्स्फूर्त जाणिवांनी हा व्यवहार प्रामुख्याने चाललेला असतो.

असे म्हटले जाते की, प्रत्येक साहित्यिक आरंभी कवी असतो. सामान्यपणे हे बरोबर आहे. आरंभीच्या काळात साहित्यिकाचे संवेदनशील मन तीव्र, भावोत्कट, तारुण्यसुलभ अनुभव कवितेच्या तशाच सुंदर, प्रतिमायुक्त भाषेत व्यक्त करण्याकडे प्रवृत्त होते. कविता ही तरुण कलावंताच्या हृदयाची मातृभाषा असते, ते याच अर्थाने.

'कविता' हा साहित्यप्रकार या वयात प्रकृतीला जवळचा वाटत असला, तरी तोच एकमेव साहित्यप्रकार त्याच्या निर्मितीला अपरिहार्यपणे जवळचा वाटतो, असेच काही नाही. त्या त्या काळात वाङ्मय क्षेत्रात लोकप्रिय असलेला साहित्यप्रकारही त्याला जवळचा वाटू शकतो; कारण त्या साहित्य प्रकाराचे वाचन तो त्या काळात (लोकप्रियतेमुळे) अधिक प्रमाणात करत असतो. त्यामुळे त्या साहित्य प्रकाराचा संस्कार त्याच्या नर्मिती व्यवहारावरही होण्याची शक्यता असते. अमुकतमुक साहित्य प्रकार सध्या लोकप्रिय आहे, आपणही त्या प्रकारचं साहित्य लिहावं, असं साहित्यिकाला वाटू शकतं. तो उत्साहाच्या भरात तो साहित्य प्रकार हाताळू शकतो. त्यात

यशस्वीही होऊ शकतो. दुय्यम दर्जाच्या साहित्यिकांच्या बाबतीत हे विशेष प्रमाणात घडत असावे. उदाहरणार्थ, सध्या 'गझल' मधून तरुण कवी आपल्या भावना विशेष प्रमाणात व्यक्त करताना दिसतात.

'गाणे' नावाचा विजय तेंडुलकर यांचा कथासंग्रह त्यांच्या आरंभीच्या काळात (१९६६ मध्ये) प्रसिद्ध झालेला आहे. हे लेखक प्रामुख्याने नाट्यलेखन करणारे; पण त्यांनी आरंभीच्या, नवकथेच्या लोकप्रियतेच्या काळात कथाही लिहिल्या. त्या संग्रहातील बहुतेक कथा संवादप्रधान आहेत. त्या वाचताना त्या कथांच्या बाकीच्या गुणांपेक्षा त्यांचा नाट्यगुण विशेष जाणवतो. त्या कथा एकांकिकांचा किंवा नाट्याचा कथारूप आविष्कार वाटतात. त्यांतील संवाद एकांकिकेतील दोन पात्रांच्या संवादात शोभावेत, असे वाटतात.

यावरून असेही दिसते की, एखाद्या लेखकाची प्रतिभाशक्ती काही विशेष गुणांनी विशेष सजलेली असावी. उदा. तेंडुलकरांची साहित्यनिर्मिती करणारी प्रतिभाशक्ती नाट्यात्मतेच्या विशेष गुणांनी सजलेली असावी. तिला अनुभवातील नाट्यच महत्त्वाचे वाटत असावे. अनुभव त्याच विशेष अंगांनी घेण्याची तिची वृत्ती असावी. किंवा अनुभव विशेष अंगांनी घेतल्यानेच आपल्या साहित्यकृतीला यश मिळते, असे तिला अनेक वर्षांच्या अनुभवाने आकळलेले असावे. वसंत कानेटकर असे म्हणतात, की मला वाङ्मयीन अनुभव निर्मितीच्या अंगाने घेताना नाटकच दिसू लागते. त्यांच्या म्हणण्याचा हेतू असा की, 'नाटक' या साहित्यप्रकाराच्या द्वाराच मी निर्मितिशील अनुभव घेतो. अनुभव घेण्याच्या आरंभावस्थेपासूनच मी 'नाटक' या माध्यमातूनच अनुभव घेऊ लागतो. मला पात्रांचे स्वभाव, त्यांचे प्रसंग, त्यांचे संवाद, संवादांची वाक्ये जाणवू लागतात. घडू लागल्यासारखी वाटतात.

वास्तविक, एकेकाळी वसंत कानेटकर यांनी कथा, कादंबऱ्या लिहिलेल्या आहेत; पण त्यापेक्षा त्यांना नाटक या साहित्य प्रकारात विशेष यश मिळाले. त्यांच्या हे लक्षात आल्यावर, ते साहित्यनिर्मितीचा अनुभव 'नाटक' या साहित्य प्रकाराच्या द्वाराच घेऊ लागले असावेत, असे म्हणायला जागा आहे.

काही लेखक नुसत्या कथाच लिहितात किंवा नुसत्या कविताच लिहितात. अशा लेखकांची वृत्ती त्या त्या साहित्य प्रकाराच्या द्वाराच कोणताही कलानुभव घेण्याची असावी. अरविंद गोखले, जी. ए. कुलकर्णी यांची नावे कथेच्या संदर्भात सहज आठवतात. विंदा करंदीकर यांनी, दोन लघुनिबंधसंग्रहांचे अपवाद सोडले, तर 'कविता' या साहित्य प्रकाराच्या द्वाराच कलानुभव घेतला, असे म्हणावे लागते. वास्तविक, 'कावेरी डोंगरे' किंवा 'धोंड्या न्हावी' यांसारख्या त्यांच्या कविता 'कथा', 'व्यक्तिचित्र' किंवा 'ललित गद्य' या अंगाने गद्यरूप घेऊ शकल्या असत्या, अशा प्रकृतीच्या आहेत. या कवितांत पात्रे, प्रसंग, व्यक्तिरेखाटने इत्यादी कथेसारख्या

प्रकाराला जवळ वाटणारे व तो प्रकार स्वीकारला असता तर अधिक फुलून येण्याची शक्यता असणारे- अनुभव - घटक आहेत. त्यांनी या कविता लिहिल्या त्या काळात, कोणताही अनुभव 'कविता', या साहित्य प्रकाराच्या द्वाराच घेण्याची त्यांना सवय लागल्याने, असे झाले असावे. पुढे ते नव्या वळणाच्या व नवकवितेला जवळ असणाऱ्या 'नवलघुनिबंध' या गद्य साहित्य प्रकाराकडे यामुळेच वळले असावेत, असे अनुमान काढता येणे शक्य आहे.

लेखक जेव्हा 'मला कथा (किंवा कविता वगैरे) सुचली', असे विधान व्यवहारात करतो, तेव्हा त्याचा एवढाच अर्थ असतो की, तो 'कथा' या साहित्य प्रकाराच्या माध्यमातूनच कलानुभव घेत असतो; एरवी त्याने असे विधान केले नसते. अधिक स्पष्ट करून सांगावयाचे झाले, तर असे म्हणता येईल, की त्याला जाणवलेल्या कलानुभवाची (उदा.) 'कथा'च होईल, असे त्याला खात्रीपूर्वक वाटत असते.

पुष्कळ वेळा मासिकाचे वा नियतकालिकाचे संपादक लेखकाकडे कथा, कविता, ललित लेख किंवा कादंबरी यांची मागणी करतात. उदा. 'चांगल्यापैकी एक कथा आमच्या मासिकासाठी लिहावी, अशी विनंती या पत्राद्वारे मी आपणास करीत आहे,' या आशयाचे पत्र लेखकास येते.

याचा अर्थ असा होतो की, संपादक, प्रकाशक लेखकाला 'कथा' या साहित्य प्रकाराच्या द्वाराच कलानुभवाचा आविष्कार करण्यास सुचवीत आहे. लेखक मग त्या अंगानेच कलानुभवाचे निर्मितीच्या पातळीवर संवेदन घेऊ लागतो. उदा. माझे एक-दोन कलानुभव असे आहेत, की स्वभावत: ते ललित गद्याच्या अंगाने आकार घ्यायला उत्सुक होते; पण मी त्यांचे संवेदन कथेच्या अंगाने घेतले आणि लेखन केले. ('उखडलेली झाडे' या संग्रहातील 'आंघोळीचा दिवस' व 'सह्याद्री' दिवाळी १९८२ मधील 'वळण' या दोन कथा.) ललित गद्याच्या खुणा या दोन्ही लेखनांत सहज दिसू शकतील, अशा स्वरूपात आहेत.

त्या त्या वेळी साहित्याच्या क्षेत्रात विशिष्ट वातावरण असते. त्या वातावरणाचा परिणाम मनावर होऊ शकतो. उदा. मराठीतील दिवाळी अंकांना वाङ्मयबाह्य अशा अनेक कारणांसाठी अंकांतून कथा छापणे अधिक सोयीचे असते. अशा वेळी कथांची मागणी वाढते. दिवाळी अंकांसाठी इतर कोणता साहित्य प्रकार हाताळण्यापेक्षा, कथा हा साहित्य प्रकार हाताळणे त्यामुळे लेखकालाही सोयीचे जाते. नोकरी, व्यवसाय पाहून मोकळ्या वेळात साहित्याचे लेखन करणाऱ्या मराठी लेखकाला, हा साहित्य प्रकार दीर्घकाळ वेळ खाणाऱ्या कादंबरीपेक्षा अधिक मानवतो, असेही दिसते. त्यामुळे गद्याच्या क्षेत्रात प्रामुख्याने कथालेखनच करणारे किंवा नुसतेच कथालेखन करणारे लेखक मराठीत संख्येने जास्त आहेत. पुण्यासारख्या ठिकाणी अनेक लेखक आपल्या कथांविषयी, त्यांच्या सुचण्याविषयी, किती लिहिल्या याविषयी,

कथेच्या कथानकाविषयी, अमुकतमुक कथा लिहिताना किती त्रास झाला किंवा मानसिक संघर्ष करावा लागला, याविषयी एकमेकांशी चर्चा करीत असतात. कुणी आपली नुकतीच लिहिलेली ताजी कथा आपल्या कथालेखक मित्राला वाचून दाखवीत असतो. तर ऐकणाऱ्या मित्राच्या मनात त्याचवेळी नव्या कथेचे बीज पडते. वि. शं. पारगावकर आपली कथा वाचून दाखवीत असताना, शंकर पाटील यांना नवी कथा सुचू शकते किंवा वि. ग. कानिटकर आपल्या कथेचे कथानक सांगत असताना विद्याधर पुंडलीक यांना त्याच कथाबीजावर नवी कथा लिहाविशी वाटते. सारांश, साहित्यविश्वात असे कथामय वातावरण असते. त्या वातावरणाचा परिणामही साहित्यिकाच्या कलानुभव घेण्याच्या प्राकारिक जाणिवेवर होऊ शकतो. यातूनच साहित्यविश्वात कधी कवितेची, कधी लघुनिबंधाची, कधी कथेची, कधी ऐतिहासिक, पौराणिक वा चरित्रात्मक कादंबऱ्यांची विशेष जाणीव निर्माण होते आणि त्या त्या प्रकारचे साहित्य विपुल प्रमाणात निर्माण होऊ शकते. यातूनच तो तो साहित्य प्रकार, त्याचे संकेत, त्याच्या शक्ती पुरेशा वापरून त्यावेळी तरी संपुष्टात आल्यासारख्या होत असाव्यात, त्यांची आवर्ते तयार झाल्यासारखी वाटत असावे व मग साहित्यिकांना दुसऱ्या साहित्य प्रकाराकडे वळण्याची गरज वाटत असावी किंवा शक्ती संपुष्टात आलेल्या त्या साहित्य प्रकाराच्या क्षेत्रात प्रयोग करून बाहेर पडण्याची आवश्यकता वाटत असावी.

व्यावहारिक अनुभव आणि कलात्मक अनुभव यांचा साहित्य प्रकाराच्या संदर्भात दोन प्रकारचा संबंध कल्पिता येतो. पहिला : लेखकाला ज्या साहित्य प्रकाराच्या द्वारा साहित्यनिर्मिती करावयाची आहे, त्या साहित्य प्रकाराला अनुकूल असेच अनुभव-घटक व्यावहारिक अनुभवातून उचलावयाचे व त्यांनाच कलानुभवावयाचे, त्यांच्या आधारेच कलानुभव साकार करावयाचा आणि दुसरा असा, की मूलद्रव्यात्मक पातळीवर स्वीकारलेल्या व्यावहारिक अनुभवाच्या सर्व शक्यता न्याहाळून, त्यातून निर्वेधपणे, समृद्धपणे कलानुभव साकार करावयाचा.

यांतील पहिल्या प्रकारची प्रक्रिया साहित्य प्रकार- शरण आहे; तर दुसऱ्या प्रकारची प्रक्रिया कलानुभवशरण आहे. पहिल्या प्रक्रियेतून प्रस्थापित, लोकप्रिय किंवा आवडीच्या विशिष्ट साहित्य प्रकारानुसार (त्याच साहित्य प्रकारात) लेखक विशेष लेखन करतो.

अशा रीतीने निर्माण झालेली साहित्यकृती समीक्षकांच्या प्राकारिक अभ्यासाला काहीशी सोपी जाते; कारण ती प्राकारिक परंपरेच्या शिस्तीला, प्रवाहाला मानणारी असते. त्या परंपरेत निर्माण झालेल्या पूर्वसूरींच्या श्रेष्ठ साहित्यकृतींना किंवा आवडत्या साहित्यकृतींना प्रमाण मानून आपली घडण करणारी असते. अनेक लेखक 'मी अमक्या साहित्यिकाला विशेष मानतो, अमक्याचा परिणाम माझ्या साहित्यावर आहे,

अमुकतमुक मला गुरुस्थानी आहेत, अमक्यातमक्याच्या खांद्यावर मी उभा आहे', अशा प्रकारचे जे उद्गार काढतात, ते इतर बाबींबरोबरच त्यांच्या प्राकारिक परंपरांनाही कळत-नकळत मानत असतात, असे दिसून येते. अशा प्रकारच्या साहित्यकृती प्राकारिकदृष्ट्या सामान्यत: विस्तारशील असतात.

सामान्य वाचकालाही या प्रकारच्या पारंपरिकतेमुळे समजून घ्यायला, रसग्रहण करायला, आस्वादायला त्या सुलभ जातात. त्यामुळे परंपराप्रिय सामान्य रसिक त्या साहित्यकृती मोठ्या प्रमाणात वाचू शकतात. त्या त्या साहित्य प्रकाराची शैली, तंत्रे, युक्त्याप्रयुक्त्या, भाषा, खटके, अनुभव-घटकांची परिचित मांडणी, त्यांचा विकासक्रम, विषयांची निवड त्या साहित्यकृतींनी आत्मसात केलेल्या असतात.

प्राकारिक कक्षेत राहूनच साहित्य निर्मितीचे प्रयोग करणारेही काही लेखक असू शकतात. उदा. केशवसुत यांनी मराठी कवितेच्या क्षेत्रात नवनवे रचनाबंध बाहेरून आणण्याचा प्रयत्न केला. कवी अनिलांनी मुक्तछंद निर्माण केला. कथेच्या क्षेत्रात गंगाधर गाडगीळांनी प्रयोग करून नवकथा लिहिली. या पाठीमागील निर्मितीची प्रेरणा काय असू शकेल?

त्या विशिष्ट साहित्य प्रकारातच व्यक्त होऊ पाहणाऱ्या, पण व्यक्त होताना काही ना काही स्थूल वा सूक्ष्म अडचणी निर्माण करणाऱ्या त्या प्रस्थापित प्राकारिक साच्याला (पॅटर्न) अधिक सोयीचा करून घेण्याच्या किंवा अधिक अनुकूल करून घेण्याच्या प्रेरणेतून हे प्रयोग होताना दिसतात. उदा. कवी अनिलांना असे वाटले की, जाती, वृत्ते, चरणसंख्या, यमक इत्यादींची बंधने ही अनुभवबाह्य स्वरूपाची आहेत. त्यामुळे काव्यानुभव त्यांत जखडला जातो. त्याला मुक्तपणे व्यक्त होऊ द्यावयाचा असेल, तर ही बंधने झुगारली पाहिजेत व कविता निर्माण केली पाहिजे. गंगाधर गाडगीळांना असे वाटले की, 'कथानुभव हा नुसताच घटनाप्रधान असू शकत नाही. तथाकथित (पारंपरिक अर्थाने) घटना नसतानाही अनुभव असू शकतो. बाह्य घटनांवर आधारित अनुभवांपेक्षा मानसिक पातळीवरील अनुभवातून माणूस अधिक प्रमाणात व अधिक सत्य स्वरूपात व्यक्त होऊ शकतो. फडकेप्रणित कथेचा आरंभ, मध्य, शेवट इत्यादी कल्पना उथळ असून, त्या सच्च्या कथेच्या कलानुभवाला विघातक आहेत; त्यामुळे ते तंत्र झुगारून दिले पाहिजे,' अशा आशयाचा विचार त्यांनी केला. नव्या वळणाने नवकथा लिहिली; तिजविषयीचा विचार तात्त्विक पातळीवर मांडला.

इथे दुहेरी जाणीव दिसते. आपला कलानुभव प्रस्थापित साच्यातून व्यक्त होताना कुचंबतो आहे, याचीही जाणीव आहे आणि या कुचंबणेचे निवारण करण्यासाठी प्रस्थापित साहित्य प्रकारात अमुकतमुक नव्या गोष्टी आल्या पाहिजेत, याचीही जाणीव आहे.

ही दुहेरी जाणीव होऊनच प्रयोग निर्माण होतात. ही प्रयोगशीलता काहीशा आग्रही वृत्तीमुळे, मते एका बाजूला विशेष झुकल्यामुळे निर्माण झालेली असते; पण त्या प्रयोगशीलतेमुळे आवर्त फुटण्यास, साहित्य प्रकार अधिक समावेशक होण्यास साहाय्य होते, ही बाब अधिक महत्त्वाची आहे.

अशा या जाणिवेच्या अतिरिक्त प्रकर्षातून वाङ्मयीन ईर्षा निर्माण होते. अशा ईर्षेच्या पोटीही छोट्या-मोठ्या वाङ्मय प्रकारांचा जन्म होत असावा. तसेच त्या प्रकारांचा पिच्छाही पुरविला जात असावा, असेही मराठी साहित्यात पुष्कळ वेळा जाणवते.

केशवसुतांनी आपसूक आधुनिक कविता लिहिली असावी, देवलांनी समाजवास्तवाच्या जाणिवेने आपसूक 'शारदा' नाटक लिहिले असावे, दिवाकर कृष्णांनी आपसूक नवी लघुकथा लिहिली असावी. त्यांनी वाङ्मयीन ईर्षेपोटी लिहिले असते, तर हाताळत असलेल्या वाङ्मयीन वेगळेपणाचा पिच्छा त्यांनी त्याच प्रकारच्या अनेक साहित्यकृती निर्माण करून पुरविला असता. प्रसंगी वैचारिक लेखन करूनही आपला वेगळेपणा स्पष्ट केला असता. त्या प्रकाराला भक्कमपणे प्रस्थापित करण्याचा प्रयत्न केला असता.

तुलनेने गंगाधर गाडगीळ यांनी वाङ्मयीन ईर्षा बाळगून नवी कथा लिहिली. तिची संकल्पना स्पष्ट केली. त्याच प्रकारचे विपुल लेखन करून ती प्रस्थापित केली. विंदा करंदीकर यांनीही अशाच प्रकारची वाङ्मयीन ईर्षा बाळगून, पूर्वसुरींपेक्षा वेगळा लघुनिबंध लिहिला. नवकवितेच्या क्षेत्रात मुक्त सुनीत, तालचित्रे, विरूपिका अशी प्राकारिक शीर्षके देऊन नवे छोटे-मोठे प्रयोग केले. ते प्रस्थापित करण्यासाठी त्या प्रकारांत लक्ष्यवेधी लेखन केले. विजय तेंडुलकर यांच्या आरंभीच्या काळातील एकांकिका व नाटके वाचतानाही याची जाणीव होते. केशवसुतांच्या तुलनेत करंदीकर, दिवाकर कृष्णांच्या तुलनेत गंगाधर गाडगीळ, देवलांच्या तुलनेत विजय तेंडुलकर यांच्या प्रयोगशीलतेचा विचार करता ही वाङ्मयीन ईर्षा विशेष जाणवते, असे दिसून येईल. अर्थात वाङ्मयीन ईर्षा वैचारिकदृष्ट्या मूलगामी जाणिवेतून निर्माण झाली असेल, तर ते नवे साहित्य प्रकार किंवा त्यांच्यातील नवता रूढ होऊ शकते. उदा. गंगाधर गाडगीळ, तेंडुलकर यांच्या लेखनामुळे नवकथा, नवनाटक प्रस्थापित झाले;

पण ही ईर्षा मूलगामी जाणिवेतून जन्माला आलेली नसेल, केवळ काहीशा वेगळेपणातून जन्माला आलेली असेल, तर ते साहित्य प्रकार फार काळ तग धरू शकत नाहीत. तेवढ्यापुरतेच राहतात, असेही दिसते. उदा. मुक्त सुनीते, तालचित्रे, विरूपिका.

वाङ्मयीन ईर्षेतून निर्माण झालेले प्रयोग किंवा प्रकार अनुभवाच्या एका विशिष्ट अंगाला कलल्यासारखे झालेले असतात. अनुभवाची जी काही समग्र गुणवत्ता

असते, तिला ते सामग्र्याने सामोरे न जाता फक्त विशिष्ट अंगानेच सामोरे जातात. उदा. गंगाधर गाडगीळांची नवकथा मानवी घटनांकडे दुर्लक्ष करून, मानवी मनाचे फ्रॉइडच्या मानसशास्त्रीय दृष्टीने ललित विवरण करण्यात विशेष रमली. गाडगीळांच्याच अगदी अलीकडील कथांच्या तुलनेने, त्यांच्या पूर्वीच्या कथांकडे पाहिल्यास याची स्पष्ट जाणीव होते किंवा शंकर पाटील यांच्या 'वेणा', 'भुजंग', 'सारवण', 'कुस्ती', 'खड्डा' यांसारख्या गंभीर प्रकृतीच्या कथा समग्र अनुभवाला सामोऱ्या न जाता, त्यांना त्यातील फक्त 'ताण'च महत्त्वाचे वाटले. अनुभवाचे घटनात्मक एकक (युनिट) तिथे अपुरे राहिल्यासारखे वाटते. याला कारण केवळ 'ताणां'वरच लेखक आपले लक्ष केंद्रित करताना दिसतो. अशा प्रयत्नातून निर्माण झालेला साहित्य प्रकार हळूहळू मध्यवर्ती धारेत विलीन होऊन जाताना दिसतो. उदा. गाडगीळांच्या नवकथेची आवश्यक ती वैशिष्ट्ये आवश्यक त्या प्रमाणात स्वीकारून, मराठी कथेची मध्यवर्ती धारा वाहताना, पुढे जाताना दिसते. आजची मराठी कथा त्यामुळे गाडगीळांच्या नवकथेपेक्षा वेगळ्या स्वरूपाची वाटते.

'साहित्यात प्रयोगशीलतेला, वेगळेपणाला महत्त्व येते ', याची जाणीव होऊन उत्साहापोटी, पुष्कळ वेळा व्याजवैचारिकतेपोटी किंवा कधी कधी वाङ्मयविषयक अज्ञानापोटी प्रयोग होतानाही जाणवतात. उदा. मराठी नाटकाच्या क्षेत्रात असे प्रयोग झालेले दिसतात. 'सुनीत' निर्माण झाल्यावर 'सुनीता' निर्माण होणे, 'अष्टपदी'च्या चालीवर 'दशपदी' निर्माण होणे, 'लघुकथा' आल्यावर 'लघुत्तम' कथा निर्माण होणे, 'ॲब्सर्ड ड्रामा' निर्माण करण्याचा प्रयत्न करणे, र. कृ. जोशी यांचे कवितेचे प्रयोग इत्यादींचा उल्लेख करता येण्यासारखा आहे. असे प्रयोग महत्त्वाचे असे काही साधतात, असे वाटत नाही. ते जन्माला येतात आणि नावापुरते शिल्लक राहतात. रविकिरण मंडळाच्या काळात 'उद्देशिका', 'विलापिका,' 'नाट्यगीत', 'जानपद गीत' इत्यादी कवितेचे उपप्रकार अशाच उत्साही प्रयोगशीलतेतून जन्माला आले होते, असे दिसून येते.

## २

सगळेच साहित्यिक प्रयोगशील वृत्तीचे असतातच असे नाही. काहींना भान असते ते अनुभवदर्शनाचे. त्या दृष्टीनेच ते प्राकारिक व्यवस्थेकडे पाहत असतात. त्या त्या वेळच्या आपल्या कलानुभवाला जो साहित्य प्रकार जवळचा, अनुकूल वाटेल त्याला ते आपला अनुभव सामोरा घालतात. असे साहित्यिक कवितेपासून नाटकापर्यंत सगळे प्रमुख प्रकार वेळोवेळी हाताळू शकतात. सर्वच साहित्य प्रकारांविषयी त्यांना ममत्व असते. चि. त्र्यं. खानोलकर यांचे उदाहरण यादृष्टीने पाहता येण्यासारखे

आहे. अशा गंभीर प्रकृतीच्या साहित्यिकांना सर्वच प्रमुख साहित्य प्रकारांविषयी ममत्व का असावे?

कलानुभवाचे 'अनुभव' म्हणून काहीएक स्वरूप असते. या अनुभवात, अनुभव घेणाऱ्याच व्यक्तीचे काही व्यक्तिगुण व अनुभव ज्या वस्तूचा घ्यावयाचा असतो त्या वस्तूचे व्यक्तीला जाणवलेले काही वस्तुगुण मिसळलेले असतात. म्हणजे अनुभव हा नेहमी वस्तुगुण आणि व्यक्तिगुण या दोहोंचा गुणाकार असतो. गुणाकार या अर्थाने की, व्यक्तिगुणांवर व वस्तुगुणांवर परस्परांचा संस्कार होऊन, त्यांचे मूलस्वरूप काही प्रमाणात पालटून गेलेले असते. ते गुणस्वेतर गुणांनी छायित झालेले असतात. असे होण्याचे त्यांचे प्रमाण कमी किंवा अधिक असू शकते. नुसत्याच व्यक्तिगुणांचा किंवा नुसत्याच वस्तुगुणांचा अनुभव हा असू शकत नाही. पुष्कळ वेळा अनुभवात वस्तुगुणांचा किंवा व्यक्तिगुणांचा समावेश अगदी अल्प प्रमाणात, अगदी निमित्तमात्र झाल्यासारखा वाटतो; पण तो असतोच असतो. म्हणून तर तो 'अनु-भव' या पातळीवर पोचलेला असतो. व्यक्तिगुण विशेष प्रमाणात असतील, तर त्या अनुभवाला साहित्यात 'आत्मनिष्ठ' अनुभव म्हटले जाते आणि वस्तुगुण विशेष प्रमाणात जाणवत असतील, तर त्या अनुभवाला 'वस्तुनिष्ठ'अनुभव म्हटले जाते. या दोन बिंदूंना जोडणारी जी कक्षा असेल, ती कलानुभवाची कक्षा (रेंज) असे म्हणता येईल. कोणताही कलानुभव या कक्षेत कुठे तरी एखाद्या बिंदूवर स्थिर असल्यासारखा वाटतो.

अनुभवाची ही कक्षा असल्यामुळे, अनुभव व्यक्तिपरत्वे व वस्तुपरत्वे भिन्न भिन्न असू शकतो, हे उघड आहे. व्यक्ति-वस्तूसंबंधांच्या विशिष्टतेनुसार अनुभवात काव्यात्मता, चिंतनशीलता, भावनात्मता, दीर्घता, लघुता, एकपदरीपणा, व्यामिश्रता, स्थूलता, तरलता, नवता, स्पष्टता, गूढता, वास्तवता, घटनात्मता, व्यापकता, सखोलता इत्यादी गुण असू शकतात. यातूनच त्या त्या अनुभवाचे विशिष्ट स्वरूप व गुणवत्ता सिद्ध होत असते.

जेव्हा हा कलानुभव आविष्कृत होण्यासाठी भाषेशी सबंध पावतो, तेव्हा त्याला भाषेची अंगभूत वैशिष्टये, सामर्थ्ये जशी प्राप्त होतात, तशाच त्या भाषेच्या आंगिक मर्यादा किंवा बंधनेही त्याच्यावर येऊ लागतात. एखाद्या चित्राला फ्रेम करताना एखाद्या रंगीत काचेची जशी डूब मिळते आणि ती डूब त्या चित्राचाच एक आंगिक भाग म्हणूनच आपणाला अनुभवावी लागते, तसेच भाषारूप प्रात झालेल्या अनुभवाला अनुभवावे लागते. त्या भाषारूप अनुभवाचा आकार जसा त्या अनुभवाचा असतो, तसाच तो भाषेच्या स्वरूपामुळेही त्याला प्रात झालेला असतो. सांगावयाचा मुद्दा एवढाच की, अनुभवाला भाषेने स्पर्श केल्याबरोबर त्याला आणखी काही गुणवत्ता किंवा वैशिष्ट्ये प्राप्त होतात. म्हणजे एखाद्या तरल अनुभवाला तशाच मार्मिक

लयबद्ध भाषेचा स्पर्श झाला, तर त्याची 'कविता' होऊ शकते व त्यालाच जर तशाच मार्मिक लयबद्ध रंगांचा स्पर्श झाला, तर त्याचे उत्तम चित्र होऊ शकते; मात्र त्या रंगांच्या माध्यमातून व्यक्त झालेल्या अनुभवाला आपण 'कविता' म्हणू शकत नाही. भाषामाध्यमाचे आंगिक वैशिष्ट्य अनुभवाला चिकटते ते अशा अर्थाने. साहित्य प्रकारांच्या संदर्भात याला फार महत्त्व आहे.

साहित्यनिर्मिती आणि साहित्यप्रकार यांच्या परस्परसंबंधांचा विचार करता, त्याच्या बुडाशी अनुभवातील आत्मनिष्ठा, वस्तुनिष्ठा आणि भाषामाध्यम ही तीन सूत्रे मूलतः साहित्य प्रकारांवर नियंत्रण ठेवू शकतात, असे दिसते.

साहित्याच्या अभ्यासकांनी निर्माण झालेल्या साहित्याच्या प्राकारिक मूळ जाती (genres) व त्यांच्या उपजाती वगैरे कोणत्या निर्माण केलेल्या आहेत, याचा इथे विचार करावयाचा नसून, आधुनिक मराठी साहित्यात 'कविता, ललित गद्य, कथा, कादंबरी, नाटक' हे जे प्रमुख पाच साहित्य प्रकार मानले गेले आहेत त्यांचाच साहित्यनिर्मितीशी कसकसा संबंध येतो, एवढेच पाहावयाचे आहे. ते पाहिल्यावर आनुवंशिक बाबीही आपोआप स्पष्ट होऊ शकतील, असे वाटते.

भाषामाध्यमाचे कलानुभवावरील नियत्रंण ओळखून रेने वेलेक ('प्रिन्सिपल्स ऑफ क्रिटिसिझम'चे लेखक) यांनी साहित्याच्या प्रकाराच्या अंगाने तीन मूळ जाती (जेर्न्स्) कल्पिल्या. पद्य (कविता), गद्य आणि नाट्य (नाटक). भाषेची नादलय, अतिमार्मिक शब्दांची निवड, प्रतिमांच्या अंगांने सांगण्याची सघनतम भाषावृत्ती अनुभवाला स्पर्शिली किंवा लाभली, तर पद्य किंवा कविता आकाराला येते. भाषेचे हे रूप रोजच्या व्यावहारातील भाषेपेक्षा काहीसे स्वायत्त, वेगळेपणाने उठून दिसणारे, पद्यापुरतेच वापरले जाणारे असते; पण रोजच्या जीवनव्यवहारातील भाषेचे रूप अधिक ठाकठीक करून, त्याची शक्तिस्थाने हेरून कलानुभवासाठी वापरले, तर 'गद्य' रूप आकाराला येते. भाषेची केवळ व्यक्तिव्यक्तींमधील संवादरूपता वापरावयाची असेल, तर नाट्य किंवा नाटक आकाराला येऊ शकते, असे त्यांना म्हणावयाचे आहे.

त्यांचे हे म्हणणे निर्मितीच्या अंगाने स्वीकारता येण्यासारखे आहे; कारण निर्मितीत कलानुभवाला भाषेचा स्पर्श होणे अपरिहार्य आहे. त्यामुळे हे तीन प्रकार स्वीकारावेच लागतात; पण ते फारच स्थूल आहेत. मराठी साहित्यापुरते बोलायचे झाले, तर 'गद्य 'रूपात समाविष्ट होणारे 'ललित गद्य, कथा, कादंबरी' हे प्रकार मोठ्या प्रमाणात साहित्यात रूढ आहेत आणि ते प्रमुख साहित्य प्रकार म्हणूनही मान्यता पावलेले आहेत. तेव्हा ते तीन आणि 'कविता' व 'नाटक' असे इतर दोन मानून पाच प्रमुख साहित्य प्रकार मानता येतील.

निर्मितीच्या अंगाने विचार करताना या प्रमुख रूढ साहित्य प्रकारांचा एक क्रम

लागतो, तो असा: कविता, ललितगद्य, कथा, कादंबरी, नाटक.

कवितेतील आत्मनिष्ठ अनुभव आणि पात्रे निर्माण करून केवळ त्यांच्याद्वारा नाटकात मांडले जाणारे वस्तुनिष्ठेच्या पातळीवरील अनुभव, या दोन अनुभवबिंदूंना जोडणारी रेषा काढली, तर ती साहित्यनिर्मितीची प्राकारिक कक्षा मानता येते. अर्थात या साहित्यनिर्मितीच्या कक्षेला संपूर्णपणे भाषा हे माध्यम व्यापून असतेच.

अनुभवातील 'आत्मनिष्ठा' कवितेकडून नाटकाकडे प्रवास करताना क्रमाने कमी कमी होत जाते व तिचे स्वरूप पालटत जाते, असे दिसून येईल. तसेच अनुभवातील 'वस्तुनिष्ठा' नाटकाकडून कवितेकडे प्रवास करताना क्रमाने कमी कमी होत जाते व तिचे स्वरूप पालटत जाते, असे दिसून येईल.

उत्कट आत्मनिष्ठ अनुभवात घटना निमित्तमात्र असते. तो तरल असेल तर वाच्यार्थयुक्त शब्दांनी सांगण्यापेक्षा प्रतिमायुक्त शब्दांनी सांगणे सोयीचे असते. आत्मनिष्ठ अनुभवात अंतर्मुखता विशेष असते. या अंतर्मुखतेमुळे तो आपणास खास आपला असा इतरांपासून वेगळा, जनव्यवहारापासून वेगळा असा अनुभव लेखकास वाटत असतो. त्याला तो आपल्या खास अशा भाषेत व्यक्त करावासा वाटतो. एरवी अनुभवलेल्या प्रतिमा, प्रतीके त्याला मदत करू लागतात आणि तो अनुभव 'कविता'रूप धारण करू लागतो. सारांशाने असे म्हणता येईल की, काव्यात्म अनुभवातील आत्मनिष्ठा उत्कट व घटना निमित्तमात्र असेल, तर अनुभव 'कविता' रूप धारण करण्याकडे झुकू लागतो;

पण अनुभवातील काव्यात्मता ललित गद्यातही व्यक्त करता येते. दोहोतही आत्मनिष्ठ अनुभवच व्यक्त होतो. या गुणविशेषामुळे कविता आणि ललित गद्य (आठवण), ललित लेख, लघुनिबंध इ.) यांच्या सीमारेषा एकमेकींशी स्पर्श करताना, नाते सांगताना दिसतात. मंगेश पाडगावकर किंवा विंदा करंदीकर यांच्या कविता आणि त्यांचेच लघुनिबंध यांचा या दृष्टीने अभ्यास करता येण्यासारखा आहे;

पण कवितेची रूपसिद्धी व ललित गद्याची रूपसिद्धी यांत मूलत: फरक आहे तो 'कविता' ही कवितेच्या भाषेतील 'कविता' असते, 'ललित गद्य' हा रोजच्या जीवनव्यवहाराच्या भाषेशी नाते सांगणाऱ्या गद्य भाषेतील प्रकार असतो. त्यामुळे दोहोंच्या भाषेत भेद असतो. अधिक स्पष्ट करायचे झाले तर असे म्हणता येईल की, कवितेत ज्या पातळीवर यमक, अनुप्रास, उपमा-रूपकादी अलंकारांचा, प्रतिमा-प्रतीकांचा विपुलतेने वापर होऊ शकतो, तरलता पकडण्यासाठी जे भाषिक बंध वापरावे लागतात तेवढे आणि तसे ललित गद्याच्या भाषेत वापरता येणे अशक्य असते. गद्याची भाषा कमी-अधिक प्रमाणात नेहमीच्या जीवनव्यवहारातील भाषेला संबंधित ठेवावी लागते. तशी ती ठेवली तरच 'ललित गद्य' हे 'गद्य' म्हणून रसिकाला स्वीकारता येणे शक्य असते. साहित्यिकही या संकेताला सरावलेला

असतो. कवितेची भाषा व्यावहारिक भाषेपेक्षा आपले स्वतंत्र स्वरूपच अधिक प्रकट करीत असते. तिच्यातील लयात्मता, तिची मात्रिक रचना, तिचा शब्दक्रम, तिची कडवी, धृपदे, यमक, प्रतिमा इत्यादी भाषिक घटक; व्यावहारिक भाषेपेक्षा कवितेची भाषा भिन्न असते, हेच सिद्ध करीत असतात. कवितेच्या या भाषिक प्रकृतीमुळे तिच्यातून व्यक्त होणारी काव्यात्मता व (कवितेचे) रूप; आणि जीवनव्यवहाराच्या भाषेशी नाते ठेवल्यामुळे ललित गद्याची प्रकृती व या भाषिक प्रकृतीमुळे ललित गद्यातून व्यक्त होणारी काव्यात्मता व या दोहोंमुळे ललित गद्याला प्राप्त होणारे रूप यांत (कवितेच्या व ललित गद्याच्या रूपांत) भिन्नता निर्माण होते.

कविता आणि ललित गद्य यांच्या अनुभवातील आत्मनिष्ठेच्या बाजूने असे दाखवून देता येते की, कवितेतील अनुभवात वस्तुनिष्ठा निमित्तमात्र असते. त्यामुळे कवितेत आत्मनिष्ठा निर्वेधपणे व सतेजपणे व्यक्त होते; पण ललित गद्याच्या अनुभवातील वस्तुनिष्ठा कवितेतल्यासारखी निमित्तमात्र ठेवून चालत नाही. ती गौणस्थानी मानून बव्हंशी व्यक्त करावी लागते. या गौणस्थानी ठेवून व्यक्त केलेल्या वस्तुनिष्ठेच्या आधारानेच प्रमुखस्थानी असलेली आत्मनिष्ठा व्यक्त करावी लागते. यामुळेही ललित गद्यातील आत्मनिष्ठेचे व वस्तुनिष्ठेचे स्वरूप कवितेच्या तुलनेने बदलून गेलेले असते. कारण हे दोन गुण परस्परांवर संस्कार करतात आणि त्यामुळे त्या दोहोंचेही स्वरूप काहीसे बदलून जाते, हे आपण पूर्वीच पाहिले आहे.

ललित गद्यात जशी काव्यात्मता असू शकते तशी कथेतही काव्यात्मता असू शकते. ललित गद्य जसे चिंतनशील असू शकते तशी कथाही चिंतनशील असू शकते. सामान्यतः ललित गद्य आणि कथा यांची लांबी सम प्रमाणात असू शकते. या दोन्ही प्रकारांत घटना-प्रसंग असू शकतात. यामुळे या दोन प्रकारांच्या सीमारेषा अधिकच धूसर झालेल्या जाणवतात. मग या दोन प्रकारांत भेद कुठे आणि कसा निर्माण होतो?

यांत भेद निर्माण होतो तो पुढील काही गोष्टींमुळे : ललित गद्यात अनुभवातील आत्मनिष्ठा प्रमुखस्थानी असते व त्यातील घटना गौणस्थानी गेलेली असते; तर कथेतील अनुभवातील प्रत्यक्ष स्वरूपाची आत्मनिष्ठा अप्रत्यक्ष स्वरूप धारण करते. ललित गद्यातील 'मी' हा लेखक 'मी'च असतो. त्या 'मी'च्या द्वाराच अनुभवातील 'आत्मनिष्ठा' प्रकट होते; पण कथेतील आत्मनिष्ठा लेखकाने कथेत निर्माण केलेल्या कल्पनीय पात्रांच्या द्वारा प्रकट होते. तसेच ती त्याने (लेखकाने) निर्माण केलेल्या प्रसंगांच्या द्वारा, निवेदनाच्या द्वारा प्रकट होते. म्हणजे कथेतील आत्मनिष्ठा आभासात्म पातळीवर का होईना अप्रत्यक्षता (म्हणजे पात्रनिष्ठ, प्रसंगनिष्ठ, निवेदनात्म असे रूप) धारण करते. म्हणून तिचे कथेतील स्वरूप पालटून जाते. कथेत 'मी' या नावाचे पात्र असले तरी व कथा 'मी'नेच निवेदित केलेली असली, तरी ललित

गद्यातील 'मी' हा ' लेखक-मी' असतो; पण कथेतील 'मी' तसा मानता येत नाही, तो कल्पनीय मानावा लागतो. म्हणून आत्मनिष्ठेचे स्वरूप पालटते.

दुसरे असे की, ललित गद्यात गौणस्थानी असलेली घटनानिष्ठा कथेत प्रमुखस्थानी येते. म्हणजे कथा ही घटनानिष्ठ मांडणीचा प्रकार आहे, तसा ललित गद्य हा नाही. कथा घटनानिष्ठ असल्यामुळे ती आरंभाकडून शेवटाकडे प्रवास करताना, विकास पावताना दिसते. तिच्यातील पात्रे विशिष्ट प्रसंगात सापडली आहेत, त्या प्रसंगांत सापडली असल्याने ती तशी विशिष्ट भावस्थितीनिशी वागतात, जगतात, असे वाटते. ललित गद्याचे तसे नसते. ललित गद्यातील 'मी' हा घटना-प्रसंग अगोदरच अनुभवून त्यातून मुक्त झाला आहे आणि तद्नंतर ते घटना-प्रसंग 'मी' ने कसे अनुभवले याचा आस्वादक पातळीवर तो आविष्कार करतो आहे, अशी स्थिती असते. त्यामुळे ललित गद्यात घटनानिष्ठा महत्त्वाची नसून, त्या घटना 'मी' ने कशा अनुभवल्या, हे महत्त्वाचे केंद्र असते. तसेच ते (' मी' हे) पात्र मुक्ततेच्या मानसिक पातळीवर असते. कथेतल्याप्रमाणे ते घटना- प्रसंगांत सापडलेल्या अवस्थेत नसते. त्यामुळे ललित गद्यातील कलानुभव हा 'मी' (त्या पात्राभोवती)भोवती नुसता विस्तारत चालला आहे. 'मी' हे त्याचे स्थिर केंद्र आहे, असे जाणवते. त्याच्या (अनुभवाच्या) काही छटा बदलत असल्या, तरी तो विस्तारतच चालला आहे (विकासत चालला नाही), याची जाणीव होते. दुसरे असे की, ललित गद्यातील अनुभव निर्वेध, मुक्त अशा आस्वादक वृत्तीने निवेदन केलेला असल्यामुळे, त्याला रसरसलेले लालित्य व काव्यात्मता प्राप्त होते. कथेत पात्रांची स्वभाववैशिष्ट्ये, अनेक प्रसंग, त्यांतील नाट्य, मानवी स्वभाव आणिया सर्वांचा परस्पर व्यामिश्र संबंध जसा स्थापन करता येतो, तसा ललित गद्यात स्थापन करणे संकेताला सोडून होते. त्यामुळेही (म्हणजे पात्रे, स्वभाववैशिष्ट्ये, प्रसंग, नाट्य यांना ललित गद्यात स्थान नसल्यामुळे) ललित गद्यातील काव्यात्मता, चिंतनशीलता अधिक मुक्त, प्रत्यक्ष, सतेज, निर्वेध रूप धारण करू शकते. तशी ती कथेत धारण करू शकत नाही.

पुष्कळवेळा ललित गद्यात घटनानिष्ठ मांडणी असते. तशी ती खरोखरच असेल आणि तिला त्या भाषाबंधात प्रधान स्थान असेल, तर ते लेखन कथेकडे झुकते यात शंका नाही; पण पुष्कळ वेळा ललित गद्यात घटनानिष्ठ मांडणी असते ती 'मी'च्या अनुभवाला प्रमुख स्थानी ठेवून. त्यामुळे ती तिथे गौणस्थानी गेलेली असते. 'मी'च्या अनुभवाचा केवळ आधार म्हणून ती आलेली असते.

वरील कारणांमुळे ललित गद्य आणि 'कथा' हे प्रकार एकमेकापासून अलग करता येणे शक्य होते. ललित गद्याच्या तुलनेने कथा ही घटनानिष्ठेकडे आणि त्यामुळे वस्तुनिष्ठ अनुभवाकडे अधिक झुकत जाते, हे चटकन लक्षात येऊ शकेल, असे वाटते.

कथा आणि कादंबरी यांचे संबंध दृढ आहेत. या दोन्ही प्रकारांत प्रमाणाचा फरक पडतो. आणि प्रमाणातील फरकामुळेच गुणवत्तेतही फरक पडतो. त्यातूनच कथेपेक्षा भिन्न वाटणारी अशी काही वैशिष्ट्ये कादंबरीत निर्माण होतात. कादंबरीच्या तुलनेने कथेची बंदिश छोटी असते. छोटी असल्याने तिच्यात कालपट मोठा घेता येत नाही, पात्रांची गर्दी करता येत नाही, प्रसंग फार घेता येत नाहीत, अनुभवातील व्यामिश्रता मोठ्या प्रमाणात दाखविता येत नाही, पात्रांचा सविस्तर विकास दाखविता येत नाही, एका विशिष्ट भावस्थितीत सापडलेल्या पात्रांच्या मनोवृत्तीवरच भर द्यावा लागतो, त्या अंगानेच अनुभव-घटकांची मांडामांड करावी लागते, अनुभवाचे एकक (युनिट) लहान असल्याने अनुभवाची तीव्रता कादंबरीतील तीव्रतेपेक्षा अधिक साधता येते.

कादंबरीची बंदिश ही कथेच्या तुलनेने मोठी असते. त्यामुळे मोठा कालपट, मोठा जीवनपट घेता येतो. पात्रे कथेतल्यापेक्षा अधिक असतात किंवा घेता येतात. त्यांना न्याय देता येतो. त्यांचा विकास दाखविणे शक्य होते. त्यामुळे अनुभवातील व्यामिश्रता कथेच्या तुलनेने मोठ्या प्रमाणात दाखविता येते. पसारा बराच मोठा असल्याने तीव्रतेपेक्षा व्यापकता व तदानुषंगिक गुणवत्ता कादंबरीत वाढू शकते. कादंबरीच्या या स्वभावामुळे ती कथेपेक्षा वस्तुनिष्ठेकडे अधिक झुकू लागते. समाजजीवनाचे व्यापक चित्र काढण्यास तिचा पट उपयुक्त ठरतो.

यामुळे कथा-कादंबरीचे सबंध दृढ वाटतात. एखादे लेखन कुणी 'दीर्घकथा' मानतो, तर तेच लेखन 'लघुकादंबरी' असेही मानले जाते. 'बनगरवाडी' ही कादंबरी नसून कथाच आहे, असेही मत व्यक्त केले जाते.

नाटक हा अनेक व्यक्तींच्या जीवननाट्याला सामोरे जाऊन घेतलेला अनुभव असतो. भाषेचे संवादत्वच तिथे फक्त वापरलेले असते. तिथे फक्त पात्रे बोलू शकतात. कादंबरीत निवेदनाच्या रूपाने कादंबरीकार अवतरू शकतो, नाटकात हीही सोय नसते. त्यामुळे वस्तुनिष्ठ अनुभवाचे निखळ रूप तिथे जाणवू लागते. शिवाय नाटक दृश्यात्मक पातळीवर, देखाव्यांच्या रूपाने अवतरत असते. या दोहोमुळे नाटक इतर कोणत्याही साहित्य प्रकारापेक्षा वेगळेपणाने उठून दिसते.

वास्तविक त्यात कादंबरीतल्याप्रमाणेच मोठा कालपट, अनेक पात्रे, प्रसंग, अनुभवाची व्यामिश्रता इत्यादी गुणवत्ता असते; पण त्याचे आविष्कार-माध्यम संवादयुक्त दृश्यात्मकता असे असल्याने, नाटक हे कादंबरीपेक्षा भिन्न ठरते.

या पाच प्रमुख साहित्य प्रकारांच्या सीमारेषा एकमेकींना साम्यस्थळामुळे भिडतात; तरी त्या प्रकारांचा वेगळेपणा (व्यवच्छेदकत्व) कुठे आहे, हे आपण एवढ्यासाठी पाहिले की, साहित्यिकाला तो तो साहित्य प्रकार कोणत्या अनुभवाला व्यक्त करायला अनुकूल आहे, याची कल्पना यावी. साहित्य प्रकारांची ही साम्य-भेद स्थळे अभ्यासपूर्वक हेरूनच साहित्यिक त्या त्या प्रकाराच्या दिशेने आपला अनुभव

वळवतो, असे नव्हे. इतरांचे लेखन वाचताना, त्याचा आस्वाद घेताना, आपल्या कलानुभवाचे स्वरूप न्याहाळताना, त्याचे लेखन करताना, एवढेच नव्हे तर कलानुभव घेण्याची प्रक्रिया चालू असतानाही, तो कोणत्या साहित्य प्रकाराच्या दिशेने जाऊ शकेल याची जाणीव लेखकाला सरावाने, काहीशा अभ्यासानेही होऊ शकते. कधी त्याला कलानुभवातील काव्यात्मता, तरलता महत्त्वाची वाटते आणि तो कवितेकडे वळतो, कधी काव्यात्मतेबरोबरच 'मी'चा आस्वाद गद्याच्या पातळीवर व्यक्त करावासा वाटतो आणि तो ललित गद्याकडे वळतो, कधी अनुभवातील नाट्यच महत्त्वाचे वाटून तो नाटकाकडे वळतो, तर छोट्या अनुभवातील प्रसंगनिष्ठ, आत्मनिष्ठ उत्कटता महत्त्वाची वाटून तो कथेकडे वळतो, तर कधी व्यापक वस्तुनिष्ठ अनुभवाचे आडवे-उभे ताणेबाणे महत्त्वाचे वाटून तो कादंबरीकडे वळतो. आपल्या निर्मित्युत्सुक अनुभवाची जशी प्रकृती तसा तो कोणत्या साहित्य प्रकारात अनुभव व्यक्त करावयाचा हे जाणीवपूर्वक किंवा सरावाने सहज ठरवू शकतो;

पण या पाच प्रमुख साहित्य प्रकारांचा जो क्रम लावलेला आहे, तो निर्मितीच्या संदर्भात आणखी एका दृष्टीने महत्त्वाचा आहे. साहित्यिकाचा ऐन विशीतील उमेदवारीचा काळ आणि चाळीशीच्या आसपासचा काहीशा प्रौढावस्थेचा काळ यांच्या दरम्यान कलानुभवाचाही एक विकासक्रम दाखविता येणे शक्य आहे, असे स्वानुभवांती वाटते. ऐन विशीच्या उंबरठ्यावरील वय हे जीवनातील नवतेने भारून जाणारे, अनुभव उत्कटतेने, तीव्रतेने, ताज्या संवेदनांनिशी घेणारे, स्वतःतच रमणारे, स्वतःच्या अनुभवाशी क्रीडा करत नाचणारे, धुंदणारे वय असते. अशा वयात 'कविता' हा साहित्य प्रकार त्याला जवळचा वाटतो. तो साहित्य प्रकार तो आपले अनुभव व्यक्त करण्यासाठी हाताळत राहतो. काही वर्षे त्याचे हे कार्य चाललेले असते. सरावाने कविता हा प्रकार अंगवळणी पडलेला असतो. तो अतिपरिचित झालेला असतो. त्यातील नावीन्यही पूर्वीइतके जाणवेनासे वाटू लागते. दुसऱ्या बाजूने असे जाणवू लागते की, कवितेत आपले सगळेच अनुभव नीटपणे व्यक्त होऊ शकत नाहीत. त्याच्या या काही वर्षे गेल्यानंतरच्या काळातील अनुभव घेण्याच्या प्रकृतीतही वाढ, विकास, बदल झालेला असतो. अनुभवातील घटना-प्रसंग, पात्रे, नाट्य, संवाद, गुंतागुंत हीही महत्त्वाची वाटू लागते आणि दिसूही लागते. अशा वेळी साहित्यिक कवितेकडून कथेकडे वळण्याची शक्यता असते. (माझे स्वतःचे असे झाले आहे.) किंवा हे सर्व महत्त्वाचे न वाटता 'मी' अनुभव कसा घेतला, याचीच तीव्र जाणीव होत असेल, तर तो ललित गद्याकडे वळण्याची शक्यता असते. (श्रीनिवास कुलकर्णी कवितेकडून असे ललित गद्याकडे वळले आहेत.) कवितेपेक्षा थोडी मोठी असलेली, पण गद्याच्या पातळीवर व्यक्त होणारी 'कथा', 'ललित गद्य', यांची बंदिश त्याला जवळची वाटू लागते आणि तो तिच्यातून अनुभव व्यक्त करू

लागतो.

यातही काही वर्षे गेल्यानंतर, सरावाने ते प्रकार अंगवळणी पडल्यानंतर, अतिपरिचित झाल्यानंतर, त्यांचे नावीन्य जाणवेनासे वाटल्यानंतर खांदेपालट करावा, असे वाटू लागते. दुसऱ्या बाजूने, गद्यात्म पातळीवरचे अनुभव व्यक्त करण्याचा सराव झाल्याने अधिक व्यापक, अधिक दीर्घ, अधिक व्यामिश्र अनुभवाकडे वळावेसे वाटणे, वळण्याचे धाडस करणे स्वाभाविक असते. त्यामुळे तो कादंबरीकडे वळत असावा. कथेकडून कादंबरीकडे वळणे तसे सोपे जाते. पूर्वीपेक्षा अधिक मोठे वजन उचलण्याचा तो प्रयत्न असतो.

जो अनुभव कथेकडून कादंबरीकडे वळताना येतो, तोच अनुभव कादंबरीकडून नाटकाकडे वळताना येऊ शकतो. संख्येने नाटकातल्या इतक्या पात्रांची, प्रसंगांची, जीवनपटाची हाताळणी कादंबरीत झालेली असते. त्याचा सराव नाट्यानुभव उभा करण्यास किंवा पेलण्यास उपयोगी पडतो; पण कादंबरीत निवेदनाच्या पातळीवर जो अनुभव अवतरत असतो, तो अनुभव केवळ पात्रांच्या उभारणीने, त्यांच्यातील केवळ संवादानी व दृश्यांनी (सेटिंगने) साकार करावयाचा असतो. तसेच नाटक हे कादंबरीच्या तुलनेने अधिक बंदिस्त, भाषेचे एकच ('संवाद') रूप वापरायला परवानगी असणारे असते. त्यामुळे त्याचे आव्हान अधिक जोखमीचे वाटत असावे; म्हणूनच की काय पुष्कळ साहित्यिक हा साहित्य प्रकार हाताळताना आरंभी आपल्याच कादंबरीचे (किंवा कथेचे) 'नाटका'त रूपान्तर करण्याचा प्रयत्न करतात. त्यात दुहेरी सोय असते. नाटकाचे मूलद्रव्य कादंबरीच्या रूपात एकदम सज्ज असते. त्यावरून निवांतपणे नाटक उभे करणे किंवा बांधणे शक्य होते. दुसरे असे की, अशा रीतीने बांधलेले नाटक यशस्वी झाले तर ठीकच आहे, नाही तर मग आपली कादंबरी आहेच; तिच्या नशिबी अपयश येण्याचे काहीच कारण नाही, अशी त्यात एक सुरक्षिततेची भावना असते.

चि. त्र्यं. खानोलकर यांच्यासारखा कविप्रकृतीचा लेखक कविता, कथा, कादंबरी, नाटक या क्रमाने प्रवासत गेलेला दिसतो. पुष्कळसे गद्यलेखक कथा, कादंबरी, नाटक अशा क्रमाने पुढे गेलेले दिसतात. अनुभवातील आत्मनिष्ठेकडून वस्तुनिष्ठेकडे होणारा हा प्रवास असतो. वाढत्या वयाबरोबर अनुभव वस्तुनिष्ठेने घेण्याची, त्या अंगाने न्याहाळण्याची प्रवृत्ती सामान्यपणे वाढत असते. त्यामुळेही कविता, ललित गद्य, कथा, कादंबरी, नाटक हा विकासक्रम योग्य वाटतो.

सगळेच लेखक याच विकासक्रमाने प्रवास करीत असतात, असे म्हणता येत नाही. कुणी जन्मभर एकच साहित्य प्रकार हाताळत असतो, तर कुणी आरंभापासूनच नाटक हा प्रकार हाताळत असतो, तर कुणी आयुष्याच्या शेवटापर्यंत 'कविता' हाच साहित्य प्रकार हाताळताना दिसतो. कारण यात मूळ व्यक्तिमत्त्वाची मानसशास्त्रीय

घडण, जीवनाकडे, साहित्याकडे, यशापयशाकडे पाहण्याचा, सुरक्षित राहण्याचा, त्याच त्याच प्रकारचे यश अधिकाधिक मिळविण्याचा विचारही एकाच साहित्य प्रकाराच्या हाताळणीत असू शकतो.

पुष्कळदा आपल्या कलानुभवाची मूस लक्षात न घेता आपल्या लेखन-प्रकृतीविरुद्ध आपला कलानुभव एखाद्या साहित्य प्रकाराकडे वळवताना काही लेखक दिसतात. अर्थातच त्या प्रयत्नात ते अपयशी होतात. वि. स. खांडेकरांची नाटके किंवा कविता, विजय तेंडुलकर यांच्या कथा याची उदाहरणे म्हणून देता येण्यासारखी आहेत. आपल्या कलानुभवाचे ज्ञान नीट नसणे किंवा त्या विशिष्ट साहित्य प्रकाराची जाणीव अचूक नसणे यातून अशा घटना घडत असाव्यात, असे वाटते. कदाचित वाङ्मयीन ईर्षाही इथे नडत असावी. अमुक एक प्रकार आपण हाताळू शकत नाही, याचा कमीपणा वाटत असावा किंवा आपणास अमुक एका साहित्य प्रकारात जसे यश मिळाले, तसेच यश तमुक एका प्रकारात आपणास मिळू शकेल, असे वाटत असते. त्यातूनही ही हाताळणी होत असावी.

पुष्कळ वेळा काही लेखक अनुभवान्तर करतात. एखाद्या लेखकाची साहित्यकृती प्रसिद्ध होते. ती प्रसिद्ध झाल्यावर काही काळानंतर त्याच्या असे लक्षात येते की, प्रस्तुत साहित्यकृती निर्माण करीत असताना जो कलानुभव घेतलेला होता, त्याचे एक महत्त्वाचे परिमाण (अंग किंवा घटक) अस्पृष्ठच राहिले आहे. आपण ते विसरून गेलो, लिहिण्याच्या ओघात हरवून बसलो, किंवा अमुक एका साहित्य प्रकाराचे आकर्षण असल्यामुळे, त्या प्रकाराला आपण अनुभव सामोरा घालताना ते परिमाण (अंग किंवा घटक) बाजूला सारावे लागले, असे काहीतरी झालेले असते.

अशावेळी, त्याला ती प्रसिद्ध झालेली साहित्यकृती जाणवलेले नवे परिमाण (अंग किंवा घटक) घालून नव्याने लिहाविशी वाटते. तो ती तशी लिहितो. याला आपण अनुभवान्तर असे म्हणतो. हे अनुभवान्तर त्याच साहित्य प्रकारात असते किंवा अन्य साहित्य प्रकारातही असू शकते.

पुष्कळवेळा हे अनुभवान्तर बेमालूमपणेही झालेले असते. पात्रांची नावे बदलून, स्थलकालांची नावे बदलून, समान्तर घटना-प्रसंग निर्माण करूनही अनुभवान्तरित साहित्यकृती निर्माण केलेली असू शकते.

अशा वेळी, प्रथम प्रसिद्ध झालेली साहित्यकृती लेखकाच्या दृष्टीने खरे तर मूलद्रव्याच्या (रॉ मटेरिअलच्या) पातळीवरच असते. त्या साहित्यकृतीचा तो मूलद्रव्य म्हणूनच नंतरच्या साहित्यकृतीत वापर करीत असतो. अर्थात हे मूलद्रव्य बरेचसे सज्ज असते.

काही लेखक वाङ्मयबाह्य कारणांनी आपल्याच साहित्यकृतीचे प्रकारान्तरही करताना दिसतात. अनुभवान्तर आणि प्रकारान्तर यांच्या सीमारेषा काहीशा धूसर

आहेत. पुष्कळ वेळा 'प्रकारान्तर' हे 'केवळ प्रकारान्तर' असते व काही वेळा ते 'प्रकारान्तर' अनुभवान्तरही असू शकते.

उदा. 'कादंबरी' आणि 'नाटक' हे दोन साहित्य प्रकार घेऊ. इथे 'कादंबरी'चे 'नाटकात' प्रकारान्तर करावयाचे आहे असे मानू. कादंबरीत व्यक्त झालेल्या कलानुभवाचे वाङ्मयीन वजन 'नाटकात' व्यक्त व्हावयाच्या वाङ्मयीन वजनाइतकेच सर्वसाधारणपणे असू शकते. म्हणजे असे की, एखाद्या कादंबरीतील पात्रसंख्या एखाद्या नाटकात बरोबर बसू शकेल एवढी असते. कादंबरीचा कालपट, चिंतनात्मक आशय हाही नाटकात बसू शकेल एवढ्या वाङ्मयीन वजनाचा असतो. कादंबरीतील एकूण प्रसंग हे एखाद्या नाटकातील एकूण प्रसंगांच्या संख्येपेक्षा क्वचित जास्त असले, तरी कादंबरीतील निवडक, ठळक प्रसंगांची संख्या नाटकातल्या प्रसंगांएवढी करता येणे शक्य असते. त्यामुळे बारकावे हरवणार असले तरी ठोस प्रत्ययाला धक्का पोचत नसतो.

अशी संभाव्य स्थिती असेल, तर कादंबरीतील तोच कालपट घेऊन, चिंतनात्मक आशयाचे तेच सूत्र घेऊन, विशेष महत्त्वाची पात्रे घेऊन, कमी महत्त्वाची गौण पात्रे गाळून, घटना-प्रसंगांच्या बाबतीतही तेच धोरण ठेवून कलानुभवाची नाट्यानुकूल पुनर्मांडणी केली जाते व नाटक लिहिले जाते.

अशा रीतीने कादंबरीपासून तयार केलेल्या नाटकात (प्रकारान्तरात) कलानुभवाचा गाभा व कलानुभवाची एकूण पातळी तीच असते. त्यामुळे आशय तोच असतो. त्याला काही कादंबरीतील कलानुभवापेक्षा वेगळ्या (उंच वा सखोलतेच्या, व्यामिश्रतेच्या, अधिक अर्थपूर्णतेच्या) पातळीवरचे स्वरूप प्राप्त झालेले नसते. म्हणून गाभ्याचा अनुभव तोच असतो, असे म्हटले. यालाच 'केवळ प्रकारान्तर' म्हणता येते.

आता ते 'केवळ प्रकारान्तर' असले; तरी प्रकारान्तर होताना ज्या साहित्य प्रकारात (उदा. इथे नाटकात) त्याचे प्रकारान्तर झालेले असते, त्या साहित्य प्रकाराचीच काही अंगभूत वैशिष्ट्ये, काही अंगभूत मर्यादा असतात. त्यांत त्या कलानुभवाला आकार घ्यावा लागतो. त्यामुळे कलानुभवाचे 'आंगिक रूप' काही प्रमाणात बदलते. त्यामुळे अनुभवान्तर झाल्यासारखे वाटते. उदा. कादंबरीत निवेदनाने, व्यक्तीच्या स्वभाववर्णनाने, संवादांना पूरक वर्णने जोडून, अनेक बारीकसारीक गोष्टींचे किंवा घटनांचे निवेदन करून, त्या निवेदनात प्रतिमा, प्रतीके वापरून लेखकाने कलानुभव आकारास आणलेला असतो. तोच अनुभव नाटकात केवळ व्यक्तींच्या वर्तनातून व संवादातून, तसेच देखावे (सेटिंग) उभे करून नाट्याच्या रूपाने व्यक्त करावयाचा असतो. त्यामुळे कादंबरीत आकारलेल्या कलानुभवातील काही (उदा. वर सांगितलेल्या) बाबी नाटकात तो कलानुभव आणताना हरवतात किंवा आणता येत नाहीत. तर काही बाबींवर (उदा. नाट्यात्मतेवर) विशेष भर द्यावा

लागतो व त्यामुळे काही किरकोळ गोष्टी नव्याने प्रविष्ट होतात. त्यामुळे कलानुभवाचे मूळ (कादंबरीतील) आंगिक रूप काही प्रमाणात बदलते. ते बदलले तरी गाभ्याचा अनुभव तोच राहिलेला असतो. कलानुभव कादंबरीतल्या पेक्षा वेगळ्या पातळीवर (म्हणजे वेगळ्या उंचीवर, वेगळ्या व्यामिश्रतेवर, वेगळ्या वाङ्‌मयीन वजनावर) जाऊन पोचलेला नसतो. त्याचे वाङ्‌मयीन वजन तेच असते. म्हणून अनुभवाचे केवळ 'काही प्रमाणात आंगिकरूप' बदलते 'गाभ्याचे रूप' तेच राहते, असे म्हटले. म्हणून त्याला 'केवळ प्रकारान्तर' म्हणावयाचे.

एक गोष्ट लक्षात घेतली पाहिजे की, इथे 'कादंबरी'चा 'नाटक' या साहित्य प्रकारात केवळ तोच अनुभव न्यावयाचा असतो. त्याचे नाटकात रूपान्तर करावयाचे असते. तसे रूपान्तर करण्यासाठीच लेखकाला कादंबरीच्या (तिच्यात व्यक्त झालेल्या) कलानुभवात काही काटछाट किंवा बदल करावयाचे असतात. त्या (नाटक या) साहित्य प्रकाराचे मागणे म्हणूनच हे बदल करावे लागतात. म्हणून ते केवळ प्रकारान्तर असते.

केवळ प्रकारान्तरापाठीमागचा हेतू वाङ्‌मयबाह्य असतो, हे उघडच आहे. उदा. कादंबरीपेक्षा नाटकाला प्रसिद्धी जास्त मिळते, पैसाही मिळतो, 'नाटककार' म्हणूनही आपल्या व्यक्तिमत्त्वाला पैलू पडतो, असा किंवा यांसारखा वाङ्‌मयबाह्य हेतू मनात ठेवून प्रकारान्तरे होत असतात;

पण अशा वाङ्‌मयबाह्य हेतूने प्रकारान्तर केले आहे, असे मान्य करणे कित्येक वेळा अहंनिष्ठ साहित्यिकाला कमीपणाचे वाटते. त्यामुळे आपल्यासारख्या प्रतिभावंताची योग्यता कमी होते, अशी त्याची धारणा झालेली असते. तो व्यापारी वृत्तीचा झाला, असाही त्याच्यावर संभाव्य आरोप येऊ शकेल, असे त्याला वाटते.

अशावेळी तो वकिली भूमिका घेतो. आपल्या कलानुभवाचे केवळ आंगिक रूप जे किरकोळ स्वरूपात बदलले आहे, त्यावरच विशेष भर देऊन, ते केवळ प्रकारान्तर नसून, अनुभवान्तरही कसे आहे, हे दाखविण्याचा खटाटोप करतो. त्याच्या या प्रयत्नाला पुष्कळ वेळा काही समीक्षकही श्रद्धापूर्वक बळी जाताना दिसतात. (उदा. श्री. व्यंकटेश माडगूळकर यांच्या 'सत्तान्तर' या प्रकारान्तराची इथे तीव्रतेने आठवण होते.)

प्रकारान्तर आणि अनुभवान्तर यांना एक दृष्टान्त द्यावासा वाटतो. एखादे झाड स्वाभाविकपणे वाढत असते; पण माळी त्याच्या फांद्यांची, ढाप्यांची आपणास हवी तशी, आपल्या सोयीनुसार छाटणी करून आपणास हवा तसा 'आकार' त्या झाडाला देतो. त्यामुळे मूळच्या स्वाभाविक रूपापेक्षा त्या झाडाचे आंगिक रूप किंवा आकार बदलले गेले, तरी त्याचे गाभ्याचे रूप तेच असते. म्हणजे त्या झाडावर

फळे, फुले, पाने तीच येत असतात. केवळ प्रकारान्तराचे स्वरूप यासारखे असते;

पण एखाद्या माळ्याला त्या झाडावरच्या फळा-फुलांतच काही तरी उणीव भासते आणि तो त्या झाडावर उच्च प्रतीची फळे, फुले देणाऱ्या त्याच प्रजातीतील झाडाचे कलम करतो. या कलमामुळे आता त्या झाडावरील फळाफुलांना एक नवे परिमाण लाभलेले असते; कारण या कलमाच्या संयोगामुळे मूळ झाडाच्या प्रकृतीतच काहीसा वेगळ्या पातळीवरचा फरक पडलेला असतो. वरवर पाहता पुष्कळसे झाड तेच दिसते आहे, असे वाटते; पण त्याच्या गाभ्याच्या रूपातच फरक पडलेला असतो. अनुभवान्तराचे स्वरूप यासारखे असते. अनुभवान्तर एकाच साहित्य प्रकारातही होऊ शकते, ही गोष्ट इथे लक्षात ठेवण्यासारखी आहे.

अशा रीतीने पुष्कळ कारणांनी व पुष्कळ प्रकारांनी साहित्य प्रकारांना शरण जाऊन साहित्यनिर्मिती होत असते; पण याही पलीकडचा आणखी एक श्रेष्ठ दर्जाचा निर्मितिव्यवहार आहे. साहित्य प्रकारांना डोईजड होऊ न देता, त्यांची योग्यता कायमच दुय्यम पातळीवरची मानून किंवा प्राकारिक बंधनांपलीकडे जाऊन मुक्तपणे निर्मित्युसुक कलानुभव घेणारे आणि तशाच मुक्तपणाने त्याची निर्मिती करणारेही साहित्यिक असतात. त्यांचा कलानुभव अत्यंत स्वाभाविक, सहज वाटतो. त्यामुळे त्याची ताकदही वेगळी वाटते. अशा प्रकारच्या मुक्त कलानुभवातूनच साहित्य प्रकारांचे जखडबंद साचे ढिले होतात, साहित्य प्रकारांचे संकर होतात, त्यांच्या सीमारेषा धूसर होतात. मग 'सावित्री'सारखी पु. शि. रेगे यांची किंवा 'कोसला'सारखी भालचंद्र नेमाडे यांची कादंबरी जन्माला येते. गद्याच्या व कवितेच्या सीमेवरचे विंदा करंदीकर यांचे लघुनिबंध जन्माला येतात. वैचारिक लेख व ललित गद्य यांच्या सीमेवरचे दुर्गा भागवत यांचे 'पैस'मधील लेख किंवा अनिल अवचट यांचे 'माणसं' मधील लेख जन्माला येतात. कथा-कादंबरीच्या संकरातून दीर्घकथा किंवा लघुकादंबरी जन्माला येते. ललित गद्य आत्मचरित्रासारखे वाटू लागते आणि आत्मचरित्रे कादंबऱ्यांसारखी वाटू लागतात. 'ज्ञानेश्वरी' सारखा ग्रंथही असाच सर्व साहित्य प्रकारांच्या पलीकडचा वाटू लागतो.

व्यक्त होऊ पाहणाऱ्या कलानुभवाची अधिक मातब्बरी मानणे व साहित्य प्रकाराची योग्यता दुय्यम पातळीवरची मानणे, यातून हे असे घडत असते. यांतून विविध साहित्य प्रकारांचा विकास तर घडतोच; पण त्यांच्यात आलेला ताठरपणा जाऊन ते अधिक लवचीक, अधिक समावेशक होतात. साहित्य प्रकार हा उत्कट निर्मितीत बहुधा दुय्यम स्थानी असतो व कलानुभव हा प्रधान स्थानी असतो, याची प्रचिती प्रकर्षाने येते. म्हणून साहित्यिकाने साहित्य प्रकारांना शरण जाऊन कलानुभव घेण्यापेक्षा मनःपूर्वकतेने कलानुभवांनाच शरण जाऊन तोच व्यक्त करणे, हेच

श्रेयस्कर असते. त्या प्रक्रियेत साहित्य प्रकारांची फरफट झाली तरी ती खुशाल होऊ द्यावी. निर्मितीचा मुक्त स्वभाव लक्षात घेता, साहित्यिकाला हे मत पटावे, असे वाटते.

आतापर्यंत केलेल्या सर्व विवेचनावरून असा निष्कर्ष काढता येईल की, साहित्यनिर्मितीचा आणि साहित्य प्रकारांचा अनेक प्रकारे संबंध येऊ शकतो. (१) साहित्यिक प्रथम आसपासच्या वाङ्मयीन वातावरणाला शरण जातो. त्या वातावरणात जे साहित्य प्रकार रूढ असतील, जे अधिक लोकप्रिय असतील, त्या साहित्य प्रकारांविषयी तत्कालीन जी समजूत रूढ असेल त्यांना तो शरण जातो. त्याला त्यांचीच सवय लागते. कळत-नकळत तो साहित्य प्रकारांना अशा रीतीने शरण जातो. (२) परंपरागत साहित्य प्रकारांना जाणीवपूर्वक आणि अभ्यासपूर्वक शरण जाण्याचीही एक अवस्था त्याच्या साहित्यिक जीवनात येऊ शकते. अशावेळी सर्वच साहित्य प्रकारांविषयी त्याला ममत्व वाटू शकते; कारण अनुभवातील विविधताही या काळात अभ्यासू वृत्तीमुळे, जाणीवपूर्वकता आल्यामुळे त्याच्या ध्यानात आलेली असते. (३) अनुभवाचे आंतरिक स्वरूप लक्षात आल्यामुळे, प्रसंगी त्याला त्या त्या साहित्य प्रकारात प्रयोगशील बनावे वाटते. (४) त्यानंतरचीही अशी एक श्रेष्ठ आत्मविश्वासाची अवस्था त्याला प्राप्त होते की, त्या अवस्थेत तो प्रयोगशीलता, साहित्य प्रकार यांच्या पलीकडे जाऊन कलानुभवाचा मुक्तपणे आविष्कार करतो. तिथे फक्त तो कलानुभवाला शरण गेलेला असतो. साहित्य प्रकारांना नव्हे.

# नव्या साहित्य प्रकाराच्या शोधात

## १. तत्त्वविचार

लेखकाला एखाद्या साहित्यकृतीची कल्पना सुचते आणि तो निर्मितीच्या दिशेने विचार करू लागतो. हा विचार करीत असताना, कुठेतरी त्याला जे अनेक प्रश्न पडत असतात, त्यांपैकी या साहित्यकृतीचा आरंभ कसा करावा, शेवट कसा करावा, घटना-प्रसंगांची एकूण मांडणी कोणत्या विकासक्रमाने करावी इत्यादी अनेक प्रश्न अधूनमधून त्याला छळत असतात. प्रत्यक्ष तो निर्मितिप्रक्रियेत सापडल्यावर त्याला बारीकसारीक अनेक प्रश्न पडत असतात ते वेगळेच.

तो आपल्या परीने, आपल्या व्यक्तिमत्त्वाच्या कुवतीनुसार ते प्रश्न सोडवीत असतो. अनेक वेळा पहिले लेखन करून तो ते न्याहाळतो. लेखन झाल्यावर, त्याला आवश्यक वाटल्यास, तो पुन्हा आरंभ, शेवट, घटना-प्रसंग इत्यादींचा विकासक्रम नव्याने मांडण्याचा, बदलण्याचा, मागचे पुढे, पुढचे मागे करण्याचा प्रयत्न करतो. लिहिता-लिहिताही त्याला बदल सुचत असतात. त्याला अपेक्षित असलेल्या प्रत्ययासाठी त्याची ही सारी धडपड चाललेली असते.

आत्मनिष्ठ साहित्यिक वाचकाची उत्सुकता वाढविण्यासाठी 'आरंभ' करीत नसला, 'पुढे काय?'च्या जिज्ञासेने तो विकासक्रम ठेवीत नसला किंवा परिणामकारकता निर्माण्यासाठी 'शेवट' करीत नसला, तरीही 'आरंभ, विकासक्रम, शेवट' याविषयी त्याचे असे काही प्रश्न असतात. साहित्यकृतीत व्यक्त होणाऱ्या अनुभवाला काढून 'आरंभ' करावयाचा, साहित्यकृतीच्या आविष्करणाला कोणत्या बाजूने प्रवेश दिला तर तिचा आपणास जाणवलेला सूर नीट लागेल, हे भान ठेवून तो तिच्या घडणीला तोंड फोडतो. कोणत्या दिशेने तिचा प्रवास चालू ठेवला, अनुभवाला घटना-प्रसंगांत कोणता विकासक्रम ठेवला तर ती कृती आपणास अभिप्रेत असलेल्या आशयाच्या

दृष्टीने चढत, विकसत जाईल; या प्रश्नांचा त्याला विचार करावा लागतो. आरंभीच वरची पट्टी लावता कामा नये; तसे केले तर नंतरचा प्रवास कोलमडेल, याची त्याला कळत-नकळत जाणीव असते. साहित्यकृतीत 'शेवटा'ला शेवट म्हणून एक स्थान असते. तिच्या परिपूर्णतेचा तो एक क्षण असतो. या परिपूर्णतेच्या रूपाने एकूण अनुभवाच्या संदर्भात विशेष काही साधावे, आपणास यापुढे काही सांगावयाचे नाही या दृष्टीने हे शेवटाचे लेखन करावे, जे म्हणावयाचे आहे ते तिथे पूर्ण झाल्याचे जाणवावे, अशी साहित्यिकाची अपेक्षा असते. त्यामुळे शेवटाविषयी त्याला विशेष जागरूक असावे लागते.

साहित्यकृतीचा एकूण प्रत्यय 'गेस्टॉल्ट (झटितिप्रत्यय)' पद्धतीने येत असला, तरी त्या प्रत्ययात आविष्करणाच्या एकूण प्रवासालाही अर्थपूर्ण स्थान असते. या प्रवासातील तिचा आरंभ, त्यानंतर होत जाणारा विकास, त्यानंतर येणारा शेवट आणि त्यामुळे या प्रवासात निर्माण झालेली लय ही महत्त्वाची असतात. ज्या क्रमाने साहित्यकृती उलगडत जाते, तो क्रम कलास्वादाला गडद गडद करत, रसिकमनाला हळुवारपणे लयमग्न करत पुढे नेत असतो. त्या प्रवासाला त्यामुळे एकूण प्रत्ययाच्या स्वरूपात अर्थपूर्ण स्थान असते.

साहित्यकृती ही आस्वादाच्या वेळी नृत्य, संगीत यांसारख्या कलांप्रमाणे कालपटावर उलगडत जाते. म्हणजे यांसारख्या कलाकृतींचा आनंद घेताना काळाचे परिमाण त्यात अपरिहार्यपणे येते. साहित्यकृती ही 'आरंभा' पासून 'शेवटा' पर्यंत वाचत न्यावी लागते आणि मग तिचा एकूण प्रत्यय येतो, आणि लेखकाने जेथून 'आरंभ' केला असेल तेथूनच वाचकाने तिच्या वाचनाला (अनुभवण्याला) आरंभ करावा लागतो व जेथे 'शेवट' केला असेल तिथेच वाचकालाही आपल्या वाचनाचा शेवट करावा लागतो. रसिक वाचक असेच वाचन करीत असेल, असे साहित्यिकाने गृहीत धरलेले असते. तसे त्याने ते करावे अशी त्याची अपेक्षा असते. साहित्यनिर्मितीतील हे गृहीतकृत्य आहे, असे मी मानतो;

कारण साहित्यिकाने दिलेला तिचा क्रम साहित्यिकाच्या दृष्टीने महत्त्वाचा असतो. चित्रकलेतील काही (काहीच फक्त) चित्रांचे – उदाहरणार्थ, एकाच दृष्टिक्षेपात येणारा निसर्गाचा देखावा, एखाद्या व्यक्तीचे रेखाटन, एखादे प्रसंगचित्र यांचे किंवा शिल्पकलेतील काही शिल्पांचे – उदाहरणार्थ, एका दृष्टिक्षेपात येणारी एखादी मूर्ती, नृत्याच्या पवित्र्यातील नर्तिका इत्यादीचे – तसे नसते. कलावंताने ती कोणत्याही क्रमाने निर्माण केलेली असली, तरी त्यांचा अनुभव किंवा आस्वाद त्याच क्रमाने घेतला पाहिजे असे नाही. उलट, ती सर्वसाधारणपणे कालपटावर अनुभवावी लागत नसल्याने त्यांचा अनुभव साक्षात्कारासारखा एकदम एका वेळी घेता येणे शक्य असते. साहित्यकृती आणि वर उद्धृत केल्या त्यासारख्या काही चित्रकृती व

शिल्पकृती यांतील हा फरक प्रस्तुत विचारांच्या संदर्भात महत्त्वाचा आहे.

या फरकामुळे काही साहित्यकृतींच्या निर्मितीवर, त्यांच्या एकूण स्वरूपावर काही बंधने पडतात, असे मला वाटते. ही बंधने साहित्यकृतीच्या निर्मात्याला कित्येक वेळा जाचक होतात. – समोर दिसणारी (वर उद्धृत केलेली) एखादी चित्रकृती रसिक कोणत्याही क्रमाने किंवा सर्व चित्रकृतीभर दृष्टी ठेवून ती एकदम अनुभवू शकतो. चित्रकाराने प्रथम झाड रेखाटले की नदी रेखाटली, डोके रेखाटले का बाहू रेखाटले याच्याशी त्याला काही कर्तव्य नसते. आपणास हव्या त्या पद्धतीने रसिक ती चित्रकृती अनुभवू शकतो. तिच्या आस्वादात त्याची स्वतःच्या आस्वादनाच्या प्रवासाची रीत तो घालू शकतो; पण साहित्यकृतीत तसे नसते. तिथे साहित्यिकाने जिथे 'आरंभ' केला असेल, ज्या क्रमाने तो पुढे जातो, जिथे त्याने शेवट केलेला असेल, त्याच क्रमाने ती त्याला अनुभवत जावे लागते. त्याला हव्या त्या क्रमपद्धतीने ती अनुभवता येत नाही. साहित्यकृती ग्रंथातच असल्याने, तिच्यातील अनुभवात्मक घटना-प्रसंगांचा क्रम आपणांस हवा तसा बदलून ती आपण वाचू शकू; पण तो साहित्यिकाच्या साहित्यनिर्मितीच्या दृष्टीने त्या कृतीवरील वाङ्मयीन बलात्कार होऊ शकेल; कारण इथे एका साहित्यकृतीच्या आस्वादाच्या गृहीतकृत्याचा आपण भंग करीत असतो. केवळ वाचकाच्या हातात ग्रंथ असल्याने तो तसा बलात्कार करूही शकेल; पण चित्रपट, नाट्यप्रयोग यांच्याबाबतीत आस्वादकाला त्या त्या कलाकृतींचा पुनःपुन्हा आस्वाद घेताना, त्या पूर्वनियोजित क्रमानेच ती कलाकृती उलगडत जाणार आणि आस्वादकाला त्या क्रमाबरोबरच प्रवासात राहावे लागणार हे निश्चित आणि अपरिहार्य आहे. साहित्यकृतीच्या बाबतीत हीच पद्धती अपेक्षित आणि गृहीत असते.

निर्मितिप्रक्रियेच्या संदर्भात इथे असा विचार मांडावयाचा आहे की, निसर्गाचे किंवा व्यक्तीचे चित्र रेखाटणारा चित्रकार वरील संदर्भापुरता निर्मितिप्रक्रियेत मुक्त राहू शकतो आणि त्या संदर्भापुरती साहित्यिकावर मात्र बंधने पडतात; कारण कोणत्या क्रमाने साहित्यकृती उलगडली म्हणजे आपणांस हवा तो प्रत्यय मिळू शकेल, याचे भान साहित्यिकाला ठेवावे लागते. हे भान काही ठिकाणी सोयीचे व काही ठिकाणी गैरसोयीचे होत असते.

जिथे साहित्यकृतीला एखादे ठोस घटनायुक्त, एकपदरी वा एकदेशीय कथानक असते, तिथे ही बंधने त्रासदायक वाटत नाहीत. त्या कथानकातील घटना-प्रसंगांनाच मुळी एका निश्चित दिशेने पुढे जाण्याची गती प्राप्त झालेली असते. त्यामुळे एक आरंभ व एक शेवट कल्पून त्याची वाटचाल सुलभ करता येते. कारण कथानकाच्या वाटचालीला अनुलक्षून कथानकातील घटना-प्रसंगांची कार्यकारणमालिका नक्की झालेली असते. असे असल्याने त्यातील घटना-प्रसंग पूर्वोत्तर घटना-प्रसंगांच्या संबंधांसह पक्के स्थानभूत झालेले असतात. त्यांना इकडे-तिकडे हालचाल करता

येत नाही. त्यामुळे त्या साहित्यकृतीचा आकारही त्या संदर्भापुरता एकदेशीय (वन-डायमेन्शनल), पक्का (फिक्स्ड) झालेला असतो;

पण जेव्हा घटना-प्रसंगांचा असा एखादा समूह व्यक्त करावयाचा असतो, की ज्यामध्ये एकाच आरंभाला, एकाच शेवटाला, घटना-प्रसंगांच्या एकाच विकासक्रमाला, एकाच कालक्रमाला महत्त्व नाही. किंबहुना, त्यातील प्रत्येक अनुभवात्म घटना-प्रसंग तितकाच महत्त्वाचा आहे. त्या प्रत्येकापासून 'आरंभ' करावा किंवा प्रत्येकाने 'शेवट' करावा इतक्या तोलामोलाचे ते आहेत. अशा अनुभवात्म घटना-प्रसंगासंबंधी अधिक स्पष्टीकरण करणे आवश्यक आहे.

साहित्यिकाच्या मनामध्ये अनुभवात्म घटना-प्रसंगांचा असा काही समूह असतो की, एकाच मध्यवर्ती सूत्राशी किंवा तत्त्वाशी त्यांचे नाते असते. ते त्या अर्थाने एका कुळीचे असतात. (एकसारखेच असतात असा त्याचा अर्थ नव्हे.) ते संवादी, विरोधी किंवा तोल साधणारेही असू शकतात. अशा प्रकारच्या घटना-प्रसंगांना कालक्रमाच्या दृष्टीने महत्त्व नसते. कोणताही घटना-प्रसंग कोणत्याही क्रमाने (अगोदर किंवा नंतर) प्रत्यक्षात आला असला तरी चालले असते. या संदर्भात एकानंतर आलेला दुसरा घटना-प्रसंग हा केवळ एक योगायोग असतो. पहिल्याच्या अगोदर दुसरा आला असता तरी चालले असते. त्यामुळे त्या घटना-प्रसंगांना काही बाध येत नाही.

असे एका कुळीचे घटना-प्रसंग अनेक आले की, साहित्यिकाला त्यांच्याविषयीच्या चिंतनाने संवादी, विरोधी किंवा तोलात्मक संबंध जाणवू लागल्यामुळे, त्यांच्यामध्ये कुठे तरी एक केंद्र आहे याची जाणीव होते. हे केंद्र एखाद्या चिंतनाचे, वस्तूचे, व्यक्तीचे, स्थळाचे किंवा कशाचेही असू शकेल. या केंद्राशी त्या घटना-प्रसंगाचे नाते दिसू लागते. प्रत्येक घटना-प्रसंग केंद्राशी संलग्न किंवा इतर घटना-प्रसंगांशी संवाद, विरोध किंवा तोल साधणारा असतो. एका केंद्राभोवती गुच्छरूपात जमा झालेले हे घटना-प्रसंग असतात. आरंभ व शेवट असलेल्या कार्यकारणभावाच्या एका सरळ रेषेत ते नसतात. त्यामुळे ते व्हर्टिकल किंवा हॉरिझॉंटल अशा दोन्हीही पद्धतींत बसत नाहीत. एका केंद्राभोवती जमा होऊन गुच्छरूपात उभे असतात.

या केंद्राच्या कक्षेत उभ्या राहिलेल्या या घटना-प्रसंगांचे स्थानही सापेक्ष असते. त्या कक्षेत ते कुठेही असू शकेल. संदर्भ बदलून दुसऱ्या दिशेने आपण जाऊ लागलो, तर तो घटना-प्रसंग आरंभ, मध्य, शेवट यांपैकी कोणत्याही ठिकाणी भेटू शकेल. ते तसे ठेवणेच साहित्यिकाला श्रेयस्कर वाटते.

उदाहरणाने ही गोष्ट अधिक स्पष्ट होईल. समजा, अ, ब, क हा एका विषयकेंद्राच्या संदर्भात आलेल्या घटना-प्रसंगांचा गुच्छ माझ्याजवळ आहे. त्यातील प्रत्येक घटना-प्रसंगाचा मी स्वतंत्रपणे अन्वयार्थ लावलेला आहे. त्यातील घटकांची प्रथम संगती लावून त्या त्या घटना-प्रसंगाचा मी स्वतंत्र अनुभव घेतला आहे; पण

पुन्हा त्या गुच्छातील अनेक घटना-प्रसंगांमधील परस्पर कार्यकारणभावात्म संगती शोधण्याचा व त्यांचा पुन्हा एकच अनुभव घेण्याचा मी प्रयत्न करतो. (कारण तो गुच्छ एकाच विषयकेंद्राभोवती उभा असतो.) जेव्हा मी संगती लावण्याचा प्रयत्न करीत असतो, तेव्हा ही संगती उदाहरणार्थ, अ, ब, क; क, अ, ब; ब, अ, क अशा प्रकारे मी लावत जातो. तर प्रत्येक वेळी त्या संगतीमधून निर्माण होणारा अनुभव मला काही प्रमाणात वेगळा येत जातो आणि तरीही तो कुठेतरी केंद्रस्थानी असलेल्या विषय-वस्तूचाच आहे असे दिसून येते. असे होते याला कारण प्रथमची संगती, ही स्थिर असून नंतरची संगती ही बदलत असते. त्यामुळे विषयवस्तू स्थिर राहूनही तिचे बदललेले दुसरे अंग समोर येते. त्याचा मला अनुभव येऊ लागतो. प्रत्येक बदलत्या अंगाला मी 'अनुभवांग' अशी संज्ञा देत आहे.

अशा परिस्थितीत त्या केंद्रस्थानी असलेल्या विषयवस्तूचा मला जो अनेक अनुभवांगांनी अनुभव येतो, तो कसा रेखाटावयाचा? प्रत्यक्ष लेखनाच्या वेळी, मला एका वेळी वरीलपैकी एकच कोणती तरी संगती स्वीकारावी लागते. त्यामुळे मला त्याच घटना-प्रसंगांच्या अनेक संगतीमुळे निर्माण झालेल्या अनेक अनुभवांगांनी युक्त असा (पण एकाच केंद्रस्थानातून निर्माण झालेला) संपूर्णानुभव व्यक्त करता येत नाही. एका संगतीमुळे निर्माण होणारे फक्त एक अनुभवांगच व्यक्त होऊ शकते. म्हणून घटना-प्रसंगांचा गुच्छच मी जर समोर ठेवून त्याच्या मी स्वीकारलेल्या अनेक संगती निर्दिष्ट केल्या, तर मला अभिप्रेत असलेला व अनेक अंगे असलेला अनुभव व्यक्त करता येणे शक्य आहे.

तात्त्विकदृष्ट्या या संगती अनेक असू शकतील व त्या त्या संगतीमध्ये ती ती वेगवेगळी अनुभवांगे व्यक्त होऊ शकतील; पण प्रत्यक्ष वाचनात त्यांतील काही अतिशय गौण, कित्येक वेळा नगण्य फरक असलेल्या किंवा निरर्थकही संगती जाणवतात. म्हणून या साहित्य प्रकारात विषय-वस्तूच्या संदर्भात लक्षणीय तेवढ्याच संगती लेखकाने निर्दिष्ट केलेल्या असतात. एखादा वाचक निर्दिष्ट न केलेल्या संगतीचा अनुभव घ्यायलाही मोकळा राहू शकेल. तो त्याचा प्रश्न आहे.

अशा अनेक संगती निर्दिष्ट केल्याने, त्या साहित्यकृतीचा 'आरंभ, घटना-प्रसंगांचा क्रम, शेवट' प्रत्येक संगतीच्या वाचनाच्या वेळी वेगळा असू शकेल. साहित्यकृती ही जर सेंद्रिय संघटना असेल, तर तिचा सौंदर्यानुभव घेण्यासाठी आस्वादनाच्या संदर्भात तिला एकच 'आरंभ-मध्य-शेवट' असला पाहिजे, असे मानण्याचे कारण नाही. सेंद्रिय संघटनेला एकच 'आरंभ-मध्य-शेवट' असतो, असेही नाही. ते योग्यही नव्हे. तिचा अनुभव कोणत्याही अंगाने घेता आला पाहिजे; कारण प्रत्येक अंगाने अनुभव घेत आपण गेलो, तर त्या त्या वेळी तिचे वेगवेगळे सौंदर्यांग प्रत्ययाला येण्याची शक्यता असते. प्रस्तुत साहित्यप्रकारापुरती तरी त्याची

शक्यता आहे. म्हणून प्रस्तुत साहित्यकृतीत 'आरंभ-मध्य-शेवट' आस्वादनसापेक्ष ठेवणेच योग्य होईल;

पण अशा प्रकारच्या अनुभवात्म घटना-प्रसंगांच्या गुच्छाचे किंवा समूहाचे लेखन करताना मुख्य अडचण अशी निर्माण होते की, साहित्यिकाची इच्छा असो वा नसो, त्यातील कोणता तरी घटना-प्रसंग 'आरंभी' आणावा लागतो, कोणता तरी 'शेवटी' घालावा लागतो. आणि एकदा का 'आरंभ' आणि 'शेवट' नक्की स्वरूपात सिद्ध झाले की, मधल्या क्रमाला स्थान नसतानाही तो कोणता तरी एक नक्की करावा लागतो. या उपाधी साहित्यिकाला स्वीकाराव्याच लागतात. त्याशिवाय लेखन शक्य होत नाही.

ज्यातून साहित्यकृतीतील घटना-प्रसंग प्रत्यक्ष प्रेरणा घेतात त्या जीवनातही आरंभ-शेवट या गोष्टी सापेक्ष असतात. त्या निरपेक्ष स्वरूपाच्या किंवा वस्तुनिष्ठ नसतात. कोणत्याही घटनेचा आरंभ कुठे झाला आणि शेवट कुठे झाला हे अगदी वरवर ढोबळ मानाने सांगता येते. या ढोबळ आरंभ-शेवटांना तसा काही मौलिक अर्थ नसतो. प्रत्येक क्षणी नवा आरंभ, नवा शेवट घडत असतो. त, फ, द, न, क, ट ही घटना-प्रसंगांची मालिका कोठूनही कुठपर्यंतही स्वीकारून तिचा अनुभव घेता येणे शक्य असते. म्हणजे तिचा आरंभ-शेवट कुठेही आपण आपल्या सोयीनुसार प्रत्यक्ष जीवनात मानत असतो. शिवाय एखाद्या वस्तूचा वा घटनेचा आरंभ-मध्य-शेवट आपण नक्की केला की, तिच्या इतर अंगांना आपोआपच कमी महत्त्व येते. ती अंगे गौण स्थानी जातात. आरंभ-मध्य-शेवट ज्या रेषेत गेला आहे ती दिशा, तो भाग, तेच तेवढे अंग महत्त्व पावते व इतर शक्यता आपातत: नाकारल्या जाण्याची शक्यता असते.

जीवनातून प्रेरणा घेणाऱ्या साहित्यकृतीला मात्र साहित्यिक नक्की एकच आरंभ-मध्य-शेवट देत असतो. त्यामुळे नकळत आपण असे मान्य करीत असतो की, साहित्यकृतीमधील मानवी जीवनात घडलेल्या घटनांना, भावस्थितींना असा आरंभ, असा मध्य, असा शेवट असा विकासक्रम आहे. हे सर्व साहित्यात आभासात्म पातळीवर असले, तरी ते आपण मानत असतो.

कोणत्याही सेंद्रिय संघटनेचा आरंभ-मध्य-शेवट हा एक नसतो. ते आपण मानू तेवढे, अनेक असू शकतात. कोणत्याही अंगाने प्रवेश करून (म्हणजे आरंभ करून) आपणाला तिचा प्रत्यय घेता येणे शक्य असते. आपल्या सोयीसाठी आरंभ-मध्य-शेवट मानून तिचे आकलन, आस्वादन आपण करत असतो, हे मान्य व्हायला मुळीच हरकत नसावी. जर आकलन, आस्वादन यांची दिशा बदलली किंवा त्याला वेगळी दिशा आपोआप लागली, तर त्या संदर्भात त्याच संघटनेचे आरंभ-मध्य-शेवट वेगळे असू शकतात, हे सहज कळू शकेल. आजपर्यंत निर्माण झालेल्या

बहुतेक साहित्यकृतींना सेंद्रिय संघटना आपण मानत असूनही, साहित्यिकाला मात्र त्यांना एकच आरंभ-मध्य-शेवट, विकासक्रम कल्पावा लागलेला आहे. इच्छा असो वा नसो, त्याला तो कल्पावा लागतो. वास्तविक, काही साहित्यकृतींचे सेंद्रिय संघटन अनेक दिशांनी, अनेक अंगांनी, अनेक आरंभ-मध्य-शेवटांनिशी भोगू देण्यायोग्य असू शकते, असे मला वाटते.

जी गोष्ट आरंभ-मध्य-शेवट यांच्या बाबतीत, तीच गोष्ट साहित्यकृतीच्या आकाराच्या (फॉर्मच्या) बाबतीत. लेखन प्रक्रियेमुळे, लेखनाला एकाच नक्की क्रमाने प्रवास करीत जाईल असा आकार घडविणे प्राप्त होऊन बसते. लेखकाची इच्छा असूनही एखाद्या विशिष्ट कलाकृतीचा अनेक अंगांनी अनुभव घेता येईल असा आकार घडविता येणे शक्य नसते. कारण घटना-प्रसंगांतील कुठलीतरी एकच संगती त्याला स्वीकारावी लागते.

कोणत्याही सेंद्रिय वस्तूच्या आकाराचा अनुभव ठाम एकदेशीय नसतो. साधे झाड जरी आपण पाहू लागलो तरी (१) झाडाजवळून पाहिल्यावर, (२) दुसऱ्या, विरुद्ध बाजूने पाहिल्यावर, (३) त्याच्या भोवतीने हिंडत पाहिल्यावर, (४) त्या झाडापेक्षा उंच इमारतीतून त्याला पाहिल्यावर, किंवा (५) त्या झाडावर चढून आतून पाहताना त्याच झाडाचा आकार वेगवेगळा प्रत्यय देतो. इथे आपण निदान पाच दिशांनी (डायमेन्शन्सनी) अनुभव घेण्याचा प्रयत्न करू शकलो किंवा असे आपणास म्हणता येईल की, झाडाच्या मूळ आकाराच्या वेगवेगळ्या सौंदर्यांगांचे दर्शन आपणास घडले. इथे प्रत्येक वेळी प्रत्ययाला येणाऱ्या आकाराच्या अनुभवाचा आरंभ-मध्य-शेवट हा वेगवेगळा होता. आपणास हव्या असलेल्या आकलन-आस्वादनासाठी आपण तो कल्पिला होता; मात्र काही कलोत्सुक अनुभवांच्या अभिव्यक्तीच्या वेळी, इच्छा असूनही लेखकाला असा लवचीक आकार (की जो अनेक अंगांनी अनुभवता येऊ शकेल) घडविता येत नाही. त्या बाबतीत त्याची साहित्यकृती एकदेशीयच राहते. ती तशीच घडवावी लागते, एवढेच या संदर्भात इथे सांगावयाचे आहे.

साहित्यकृतीवर पडणाऱ्या या अनेक मर्यादा मोडून काढल्या पाहिजेत, याची जाणीव काही लेखनाच्या वेळी मला वारंवार झाली. या मूलभूत मर्यादांना उल्लंघून पुढे जाण्याचा प्रयत्न प्रस्तुत आकृतिबंधात मी करीत आहे.

या मूलभूत मर्यादा का पडतात, या प्रश्नाचा विचार करताना असे दिसून येते की, साहित्यकृतीचे माध्यम म्हणून स्वीकारलेल्या भाषेच्या लेखनपद्धतीमुळे या निर्माण झालेल्या आहेत. माध्यमाच्या या मर्यादांचा परिणाम साध्यावर, म्हणजे कलाकृतीवर होतो असे दिसून येते. लेखन करीत असताना घटना-प्रसंगांची कोणतीतरी एक संगती स्वीकारावी लागते व तीनुसार एकापुढे एक घटना-प्रसंग ठेवत लेखन

करावे लागते. या संगतीमध्ये एक आरंभ, एक घटनाक्रम, एकच शेवट स्वीकारलेला असतो किंवा स्वीकारावा लागतो. त्यामुळे त्या संगतीने निर्माण झालेला ठाम आकारही सिद्ध होतो. भाषालेखनाची पद्धतीच अशा रीतीने एकमेव संगती स्वीकारायला सक्ती करते. त्यामुळे ही लेखनपद्धती एकमेव आरंभ, एकमेव शेवट, एकमेव घटनाक्रम यांनाही स्वीकारायला भाग पाडते. स्वीकृत लेखनपद्धतीचा तो अपरिहार्य परिणाम असतो.

अशी भाषालेखन-पद्धती स्वीकारल्याने, साहित्यिकाला तिच्या मर्यादांत राहूनच निर्मितीच्या संदर्भात विचार करावा लागतो. म्हणजे कोणतातरी एक आरंभ, घटनाक्रम, शेवट आणि त्यामुळे निर्माण झालेला एक कुठलातरी विकासक्रम, एक कोणतातरी ठाम आकार यांचा अपरिहार्यपणे साहित्यिकाला विचार करावा लागणे, ही 'भाषा' या माध्यमाच्या स्वीकृत लेखनपद्धतीने लादलेली मूलभूत मर्यादा आहे. ती खऱ्याखुऱ्या निर्मितिप्रक्रियेत उद्‌भवत नाही, असे मला वाटते. कारण भाषालेखनपद्धती व कलास्फुरण या वेगळ्या प्रक्रिया आहेत. त्यांचे अपरिहार्य साहचर्य निर्मिलेल्या साहित्यात दिसत असले, तरी ते साहचर्य आहे; त्या दोन वस्तू एक नाहीत, ते लक्षात येते. सहअस्तित्वामुळे त्या तशा आहेत, असे मात्र वाटत राहते.

अशी ही स्वीकृत लेखनपद्धती विशिष्ट प्रकारच्या साहित्यनिर्मितीवर कुरघोडी करीत असेल, तिच्यावर मर्यादा घालीत असेल, तर ती शक्य तेथे मोडून काढणे आवश्यक आहे. निदान अधिक सचेतन साहित्यनिर्मितीला हवी तशी वाकविणे जरूर आहे.

हे सर्व ठीक असलें, तरी या मर्यादा उल्लंघून अपेक्षित साहित्यकृतीचे लेखन कसे करावयाचे? ती साहित्यकृती मधूनच वाचायला सुरुवात करून तिचा आरंभ-शेवट बदलता येईल काय? -असे केल्याने तिचा वाचनातील आरंभ-शेवट दुसरा घडला, तरी मूळ संगतीमधील 'आरंभ-शेवट' वेगळा घडेल असे होणार नाही. म्हणजे खरा आरंभ, खरा शेवट तशा प्रकारच्या वाचनामुळे बदलता येणे शक्य नाही. आणि मुख्य फरक पडणे आवश्यक आहे तो प्रत्येक घटना-प्रसंगाच्या पूर्वोत्तर सान्निध्यसंबंधात; कारण त्यामुळे निर्माण होणाऱ्या वेगळ्या संगतीची तिथे आवश्यकता असते. त्याशिवाय दुसऱ्या वेगळ्या अंगाचे दर्शन घडणे अशक्य आहे.

यासाठी अशी लेखनपद्धती सुचते : प्रत्येक घटना-प्रसंग स्वतंत्रपणे एकएका स्वतंत्र बंदावर लिहून काढावयाचा. हे सर्व घटना-प्रसंग केंद्रवर्ती विषय-वस्तूच्या दिशेने उलगडणारे असतील. पूर्वोत्तर घटना-प्रसंगांकडे त्यांचे मुख ठेवण्याचे कारण नाही. ते मुख फक्त केंद्रवर्ती विषयवस्तूकडेच असणे आवश्यक आहे. नेहमीच्या लेखनात व या लेखनात त्यामुळे फरक पडलेला जाणवेल. प्रत्येक घटना-प्रसंग स्वतंत्रपणे लिहिलेल्या या प्रत्येक बंदावर पानाचा अनुक्रम न टाकता ते तसेच सुटे

छापून काढावयाचे व तो संच तसाच सुट्या कागदांचा ठेवावयाचा. लेखकाने निर्दिष्ट केलेल्या अनेक संगतींनुसार वाचकाने त्या संचाचे वाचन करावे अशी अपेक्षा ठेवावयाची. (त्यामुळे अशा प्रकारच्या लेखनाचा ग्रंथही नेहमीच्या पद्धतीने त्याची बांधणी न करता पोथीसारखा सुटाच ठेवावा लागेल.) प्रत्येक नव्या संगतीनुसार वाचकाला सौंदर्यानुभव घेता येईल, अशी अनुभवांगे अनुभवत साहित्यकृतीचा समग्र अनुभव पूर्ण करता येईल. या पद्धतीमुळे साहित्यकृतीच्या मूळ आकाराच्या विविध अंगांचा आस्वाद घेता येणे शक्य होते. प्रत्येक घटना-प्रसंग त्या गुच्छात स्थान बदलून, पूर्वोत्तर सान्निध्यसंदर्भ बदलून ठेवला की, इतरांच्या सान्निध्य-संदर्भाचा परिणाम होऊन पूर्वीच्या अनुभवांगापेक्षा नंतरच्या अनुभवांगाचे वेगळेच सौंदर्य प्रत्ययाला येऊ शकते, हे त्याला जाणवेल.

नेहमीच्या पद्धतीने निर्मितीचा विचार करणाऱ्या साहित्यिकाला इथे तिचा वेगळ्या पद्धतीने विचार करावा लागेल. इथे आरंभ-मध्य-शेवट, विकासक्रम यांचा त्याला विचार करावा लागणार नाही. दोन घटना-प्रसंगांच्या मध्ये जी सांधेजोडीची खटपट करावी लागते, पूर्वोत्तर घटनाप्रसंगांचे संबंध लक्षात घेऊन जे लेखन करावे लागते, तसे त्याला इथे करावे लागणार नाही. एका केंद्रवर्ती विषयवस्तूशी निगडित पण संवादी, विरोधी तोलात्मक घटना-प्रसंगांचा गुच्छ त्याला इथे निर्माण करावयाचा असतो. ज्या घटना-प्रसंगांच्या गुच्छात, कोणत्याही अर्थाने आरंभी किंवा शेवटी स्थान देण्याइतका घटना-प्रसंग कमी वा जास्त महत्त्वाचा नाही, ज्या गुच्छात एकच क्रमशीलता ठेवण्याची कोणतीही आवश्यकता नाही, ज्या घटना-प्रसंगांनी परस्परांशी अनेकविध संबंधांनी संलग्न राहून गुच्छरूपाने व्यक्त होणे आवश्यक आहे व त्यातच ज्याचे सौंदर्य आहे, सेंद्रिय संघटनेच्या लवचीक आकाराला ज्यामध्ये विशेष स्थान दिलेले आहे त्या विशिष्ट प्रकारच्या लेखनासाठीच हा कल्पबंध आहे, हे लक्षात घेणे आवश्यक आहे.

## २. कल्पबंधाचे उदाहरण

### शीलाची आई

प्रस्तुत कल्पबंध अनुभवण्यासाठी खालील पद्धतींनी निदानीच्या सर्व मांडण्या करून (दिलेल्या अक्षरक्रमानुसार घटना-प्रसंगांची संगती लावून) प्रत्येक मांडणीचे स्वतंत्र, पूर्वपरिणामापासून अलिप्त राहून, संपूर्ण, बारीक वाचन करणे आवश्यक आहे :

१. ट, र, ग, क, त, न.
२. न, त, क, र, ग, ट.
३. र, क, ट, ग, न, त.
४. त, क, न, ट, ग, र.
५. र, ग, ट, न, त, क.
६. र, ट, त, क, न, ग.


## ट

कातरवेळ. थोडा प्रकाश, थोडा अंधार. दिव्याच्या उजेडात शंतनूची आई स्वैपाक करतेली. नर्सिंगची पांढऱ्यापांढऱ्या वस्त्रातील नोकरी करून यांत्रिकपणे परतलेली. भवितव्य नसलेलं तसंच पांढरं कपाळ. एकाकी मन शांत, गूढ नि बहुधा अबोल असे. त्या अबोलपणेच स्वैपाक चाललेला... आता फक्त मुलाचंच भवितव्य सांभाळायचं. प्रेमात पडून का असेना, दोन्हीही पोरींनी लग्नं केली हे बरंच झालं. नाही तरी हुंडा नि खर्च कुठून जमवता आला असता? शंतनूचं शिक्षण पुरं झालं की काळजी मिटली.

शंतनू काही तरी वाचत खोलीभर धुडासारख्या पसरलेल्या पलंगावर बसलेला. हुशार होता. शाळेत त्याच्या बुद्धिमत्तेचं कौतुक होतं. त्या गरिबीत तेवढाच तिच्या भवितव्याला आधार... एकुलता एक कवडसा.

शीलाची आई आली. बरोबर अभ्यासाचं इंग्रजी पुस्तक घेऊन शीलाही होतीच. आईशिवाय तिला चैनच पडत नसे. शिवाय शंतनूकडूनही शब्दांचे अर्थ विचारून घ्यावेत हाही तिचा विचार.

शंतनू एका कडेला सरकला. तिथंच दुसऱ्या कोपऱ्याला शीलाची आई नि मधे शीला बसली.

शंतनूला शीला इंग्रजी शब्दांचे अर्थ विचारू लागली. मग दोघांची अभ्यासाबद्दल सताड डोळ्यांनी एकमेकांकडे पाहत बोलणी सुरू झाली....इंग्रजीचा अभ्यास कसा करावा हे शंतनू तिला हसऱ्या चेहऱ्यानं सांगू लागला.

इकडं त्या दोघींचं हळूहळू स्वतंत्र बोलणं सुरू झालं. शीलाची आई खरं म्हणजे तशी बोलकी नाही. शंतनूची आई तिच्याहून अबोल. तरीही दोघी बोलत बसतात. शीलाची आई शंतनूच्या आईच्या अबोल मनाच्या अंधाऱ्या खोलीत डोकावण्याचा प्रयत्न करते.

बोलता बोलता शंतनूच्या आईनं भाजीला फोडणी दिली.

"कसली भाजी?"

"मेथीची. आणखी कसली असणार?"

"सध्या मेथीची भाजी चांगलीच महागली आहे, नाही हो?"

"हो ना. न घेऊन करता काय? पोळीबरोबर कसली तरी भाजी ही केलीच पाहिजे."

मग भाजीवरून डाळी, ज्वारी, तांदूळ, तेल, साखर, मसाला यांसारख्या वस्तूंच्या भावात किती फरक, केव्हा केव्हा पडत गेला याची लांबलचक बोलणी सुरू झाली... वरवरच्या गुंतवळ्यातून शीलाची आई काहीतरी शोधू लागली.

शंतनूबरोबर गप्पा मारणारी शीला शाळेतल्या बाई आणि शिक्षक यांच्या गमतीजमतींवर घसरली होती. बोलघेवडेपणानं बडबडत होती. शंतनूही शीलात रमला होता. मनमोकळेपणानं खिदळत होता. दोघांनाही जवळ बसून एकमेकांशी बोलण्यात, हसण्या-खिदळण्यात आनंद मिळत होता...शंतनूला जास्त.

शीलाच्या आईचा एक कान आणि एक प्रौढ, दूरदर्शी डोळा त्यांच्या बोलण्या-बसण्यावर होता. शंतनूचा एरवी गंभीर असलेला चेहरा हसरा बनवून ती मनोमन फुलत होती. तिचं मन पाच-सात वर्षांनंतरच्या भविष्यात डोकावलं...शीलाचा एका खोलीतला एक चिमुकला संसार तिला दिसू लागला. तिच्या जन्माचं एक कोवळं सार्थक जिवात बहरू लागलं.

२

घटकाभर पडून ती उठली. झोप लागत नव्हती. घालमेल होत होती. म्हणून आपल्या आखूड, जीर्ण पदरानं वारा घेत दाराच्या आतल्या बाजूला बसली. दारातून वरचं निर्दय, भयाण आभाळ दिसत होतं...तिचं पलंगाकडे लक्ष गेलं. उघडा होऊन तो गाढ झोपलेला. अधूनमधून ती त्याच्याकडं नि आभाळाकडं बघतेली. लांबच्या क्षितिजाहून पांढरे अपेक्षाहीन ढग येत होते. हळूहळू निघून जात होते. वारा बंद झाल्यानं जास्तच उलघाल होत होती.

तो तासाभरानं उठला. आईकडं न बघताच त्यानं मोरीत जाऊन चूळ भरली.

"पाच वाजले असतील. चहा कर जरा."

"आता अर्धाएक तासात शीला येईल. मग एकदमच करू."

"नको. मला बाहेर जायचं आहे. शीला आल्यावर तुम्ही दोघी करून घ्या."

ती चहाला आधण ठेवायला उठली. नंदिनी नि छोटी प्रेमा माहेरी काही काम निघाल्यानं सकाळीच गेली होती; त्यामुळं तिलाच चहा करावा लागत होता.

त्याच्यापुढं चहा ठेवता ठेवता ती म्हणाली,

"शीलाची ट्रिप जाणाराय सोमवारी."

"बरं मग?" तो तुटक बोलत होता.

"तिला आठ रुपये भरायचे आहेत," ती संपूर्ण आशा सोडून बोलली.

"कधी?"

"उद्याच भरले पाहिजेत."

"उद्या देईन मग."

"सकाळी लवकर जातोस तू. ती उठलेली नसते. माझ्याही काही लक्षात राहीलच असं नाही."

त्यानं खिळ्याला अडकवलेल्या पँटीच्या खिशात हात घालून प्लॅस्टिकचं ओशट पाकीट काढलं नि आईच्या हातात आठ रुपये न बोलताच दिले...तिचा चेहरा उजळला.

"फीचंपण तेवढं बघितलं पाहिजे. तीन महिन्यांची फी तटलीय तिची," विश्वास वाटून तिनं पुढचं बोलणं काढलं.

"आता एक तारीख आठ दिवसांवर आहे. मग बघू," कपडे करता करता तो म्हणाला.

भांग पाडून, चपला सरकावून तो बाहेर पडला...उन्हं कमी झाली होती. क्वचित वाऱ्याची झुळूक येत होती. बरं वाटत होतं...किती केलं तरी शीला त्याची बहीण. तिला कसा विसरेल तो? वडिलांच्या मागं आपणच बहिणीचं केलं पाहिजे, हे का त्याला कळत नाही ?.. .शेवटी माझाच मुलगा आहे!

...पाच वर्षांनी पुन्हा तरुण झाल्यागत ती उठली नि दारात आली. गच्चीवाल्या देशपांडे वहिनी फिरायला चालल्या होत्या. त्यांना हाक मारून खुलल्या चेहऱ्यानं त्यांच्याशी काहीतरी गप्पा मारू लागली. त्यांच्या नोकरीचं काहीबाही कौतुक करू लागली.

## ग

गच्चीवाले देशपांडे पहाटे दूध आणण्यासाठी एखादी मुलगी शोधत होते. एक मुलगी थोडे दिवस काम करूनही, वेळेवर पहाटे उठायला जमत नाही, म्हणून निघून गेली होती. शीलाच्या आईला ही बातमी कळली.

देशपांडे वहिनींना भेटून ती म्हणाली, "मी आणीन दूध. त्या मुलीचे पैसे मला द्या."

वहिनींना आश्चर्य वाटलं. "अहो, तिला आम्ही फक्त महिना तीन रुपये देत होतो."

“तेच मला द्या. तीन रुपये तरी थोडे झाले? पैसा मिळतो कुणाला? ”

त्यांना आणखीन आश्चर्य वाटलं.

ती रोज सरकारी दुधाच्या पाळीत पंधरा-वीस मिनिटं उभी राहून दूध आणू लागली... हे आणखी एक जादा काम.

दूध आणून देऊ लागल्यावर आठ दिवसांत तिच्या घरात भांडणं सुरू झाली. नंदिनीला ते काम आवडत नव्हतं. शेजारीपाजारी जाऊन ती गप्पा मारीत असे. वाड्यात बिऱ्हाड तशी बरी होती. आपआपल्या नोकऱ्या सांभाळणारी. घरी मोलकरणी लावलेल्या. अशा बिऱ्हाडांत जाऊन ती बरोबरीनं बसणारी. घरी काही का असेना, पण आपला डौल बाहेर राहावा ही तिची इच्छा... सगळ्या वाड्यात असलं काम शेजारीपाजारी कुणी बाई करत नाही; सासू मात्र करते, म्हणून तिचं मन तिला खाऊ लागलं.

त्या दिवशी ती मळमळ बाहेर पडली.

“शेजारीपाजारी असली मोलकरणीची कामं कशाला करावीत ती? ”

“का?”

“का म्हणजे? दोन-तीन रुपयांसाठी महिनाभर तंगड्या तोडायला; का आपल्या तोंडाकडनं काळं पाणी चाललंय? ”

“तुला का तंगड्या तोडाव्या लागतात? माझं मी करते नि माझं मी घेते!”

“पण शेजारीच कशाला? लांब जाऊन कुठंतरी करावं!”

“काम मी करते. तुला लाज वाटायचं काय कारण? नशिबीच माझ्या हे सगळ्यांनी आणलं तर लपवून कशाला ठेवू? अशीही मोलाची कामं करायचीच नि तशीही करायचीच, तर लाज कसली? ”

“भीक मागत हिंडा तर शेजारीपाजारी !”

“तूच रांडे मला ही पाळी आणलीस! तुझा हा नट्टापट्टा, रोज डोक्याला चपचपीत तेल, स्नो-पावडर, तीन-चार पातळं...आणायचं कुठनं त्यानं? म्हणून तर मला म्हातारपणी ही कामं करावी लागतात! ”

...तिचा भडका उडाला. सगळ्या जुन्या गोष्टी ती काढू लागली. नंदिनी खालच्या आवाजात तिला तोंडी चिमटे घेऊ लागली...तिला वाटत होतं, वाड्यात लोकांना ऐकायला जाईल.

एक तारखेला शीलाच्या आईनं देशपांड्यांकडून एकदम तीन महिन्यांचे पैसे नेले... आणि पंधरा तारखेला संध्याकाळी शीला पहिलं नवं पातळ नेसून तिळगूळ वाटत मुलीतून हिंडू लागली. हसतखिदळत या घरातून त्या घरात जाऊ लागली. जुन्या विरविरीत पण स्वच्छ धुतलेल्या पातळात दारातच उभी असलेली तिची आई तिला अंधुक दिसणाऱ्या डोळ्यांनी बघत होती. “शंतनूच्या आईकडंपण जाऊन ये

गं.''

"पातळ नेसायचे हे का दिवस आहेत? उगीच काहीतरी थेरं चालली आहेत... एवढ्या किमतीत स्कर्ट-ब्लाउजच्या दोन जोड्या आल्या असत्या.''

आतल्या बाजूला सून खालच्या आवाजात कटकटत होती. तरी शीलाच्या आईचं तिच्याकडं लक्ष नव्हतं. तिच्या चेहऱ्यावर सुकलेलं हास्य पसरलं होतं आणि डोळ्यासमोर एक भविष्यातलं सुंदर निळं स्वप्न...पुन्हा पुन्हा आकारणारं.

क

एक वाजता दोघं परत आली; तरीही सुनेचा नट्टापट्टा ताजा राहिलेला. सकाळी जाताना जसा होता तसाच... शीला आणि तिची आई दाराच्या आतल्या बाजूला वैराण उन्हाकडे एकाकी बघत बसलेल्या. मुलगा आणि सून आलेली बघून आईच्या कपाळाच्या शिरेत एक सणक पुन्हा येऊन गेली. तो प्रसंग अजूनही तिच्या डोक्यातून पुसत नव्हता. पुन्हा पुन्हा तो गिरवून तिनं अर्थाची अनेक कुसळं काढलेली. "कुठं जातोस रे विलास?'' "कुठं नाही; दोस्ताकडे जाऊन येतो.''... मला का ठाऊक नाही, तो दोस्ताकडं जात नाही ते? पण पाहायचं होतं त्याच्या तोंडून काय येतं ते. खुशाल ही महामाया प्रत्येक रविवारी माहेरला जाऊन येते. हाही नंदीबैल तिच्यामागोमाग निर्लज्जपणे जातो. मी का नको म्हणते यांना? मग खरं बोलायला काय झालं?...जरा तरी सून म्हणून वागायचं. सांगून जायचं, परवानगी घ्यायची. सासू म्हणून, आई म्हणून मला काही किंमत आहे की नाही ?.. तिला नाही, निदान ह्याला तरी थोडं कळलं पाहिजे होतं... त्या रांडेच्या अंकित झालाय मेला! जन्म दिल्याचं, एवढा वाढवल्याचं काय चीज झालं? एक दिवस नीट मोकळेपणानं बोलला नाही. सकाळी दोघांनीच नास्ता केला. मला नि पोरटीला निवेद्याचा एक-एक घास. काय म्हणून? घर कुणाचं हे? मी का मोलकरीण आहे? ही कुत्री एकदाही माझ्या मुलीला तिच्या आईकडं नेत नाही. तिची का इच्छा नसेल? तिला का नटावं-थटावंसं वाटत नसेल? स्नो-पावडर ही आपल्यापुरती वापरून कुलपात ठेवते. काय वाटत असेल माझ्या मुलीला? खट्टू खट्टू होऊन बसते... छोट्या डब्यातनं काय करून नेलं याचा पत्तासुद्धा लागू दिला नाही... काय म्हणून मी हे सोसायचं ?

कपडे बदलून नंदिनीनं जेवणाचं कपाट उघडलं. फक्त दोन पोळ्या नि थोडा भात शिल्लक राहिलेला. ती तापून रवा झाली. सासूला वाट्टेल ते बोलून होरपळू लागली.

"बसून ऐद्यासारखं खायला पाहिजे! आम्ही काय तुमची हाडं फोडून खायची?''

“एवढ्याशा आठ तर पोळ्या होत्या. मी तीन खाल्ल्या, आईनं तीन खाल्ल्या. आम्हाला वाटलं, तुम्ही बाहेर जेवून याल,” शीलानं स्पष्टीकरण केलं.

“बाहेर खाऊन यायला गावात कुणी काय गावजेवण घातलंय? का झोळ्या घेऊन गेलो होतो आम्ही? दुसऱ्याची काही काळजी नाही का चिंता नाही! कष्ट करायचे ह्यांनी नि ह्यांनी नुसती घरं पुजायची! बसून खायला पाहिजे नुसतं आयतं!” विलास गप्पच.

“कुणाचं बसून खाते गं मी? हे घर तुझं का माझं? रांडे, आता आईकडं जाऊन मनसोक्त ढोसून आली असशील की! एवढ्याएवढ्याशा आठ पोळ्या करून ठेवल्यास.

सकाळपासनं आमच्या पोटात चहाच्या पाण्याशिवाय दुसरं काही नाही. त्यातल्या पोळ्या खायच्या किती आणि ठेवायच्या किती? कुठं फेडशील हे पाप? सासूला उपाशी ठेवून गावभर चरत हिंडतेस, टवळे? कुणाच्या जिवावर नट्टापट्टा चाललाय हा तुझा?”

“तुम्ही काय मला आणून देत नाही! मी माझ्या नवऱ्याच्या जिवावर नट्टापट्टा करते!”

“... आम्हाला उपाशी ठेवून? लाज वाटली पाहिजे तुला! हाडांची काडं करून वाढवलाय मी त्याला. मी जन्माला घातला म्हणून तर कुंकू फळलं तुझं!... काहीच कसं वाटत नाही रे मेल्या तुला ही चोंबडी मला बोलताना?” तिच्या डोळ्यांत रागातिरेकानं पाणी डबडबलं. आवाजात कंपनं आली.

तो काहीच बोलला नाही. खाली बघून कपडे काढत होता. घड्या करून ठेवत होता.

शीला मात्र डोळे गाळत आईला शांत करू लागली. “रडू नको. रडायला काय झालं तुला?” तरीही तिचे अश्रू. “गप ना.”

ती आता विवश होऊन रडू लागली. शीलाला जवळ घेऊन नवऱ्याच्या आठवणीनं आक्रोश करू लागली.

“गप ना गं आई- हे काय! तू तरी सांग की रे, दादा!” जास्तच रडकुंडीला येऊन, दादाकडं बघून शीला बोलली.

त्यानं नंदिनीची बास्केट खुंटीला अडकवून तिच्यातला मोकळा डबा घासायच्या भांड्यांत टाकला... भांड्यांचा पडलेला ढीग त्या दोघींकडे आऽवासून बघत होता.

त्याचं लक्ष नाही असे पाहून शीला पुन्हा म्हणाली, “सांग ना रे दादा, तिला बरं वाटेल.”

पण दादा काहीच बोलला नाही... खोलीतल्या खोलीत लांब गेल्यासारखा वाटला.

## त

...शीला नि आई देशपांड्यांच्या गच्चीवर झोपायला जातील. मग खोलीत मी आणि नंदाच... सालं, मनासारखं एक दिवसही सुख मिळत नाही. काय वाटत असेल नंदाला?

...मुलगी द्यायला कुणी तयार नव्हतं आपल्याला. वायरमनची ही खत्रूड नोकरी करणाऱ्या माणसाला मुलगी देणार कोण? तिच्या आई-वडिलांचे डोंगराएवढे उपकार आहेत. थोडं तरी सुख नको लाभायला तिला ?...निदान आईनं तरी हे समजून घ्यायला पाहिजे. ही खोली काही आपल्या नशिबातनं सुटत नाही. स्वैपाक इथंच, आंघोळी इथंच, जेवण इथंच नि सगळ्यांचं झोपणं इथंच. श्वास जरी सोडला तरी ऐकायला जातं. या कुशीवरनं त्या कुशीवर नुसतं वळलं, तरी हा पलंग करकरतो. सालं, तेल घातलं तरी करकरणं काही थांबत नाही. शीलाला कधी जाग येईल नि उठून बसेल याचा पत्ता नाही. पन्नास वेळा सांगितलं तरी गाढवी उंदराला भितेच. कितीही झोपेची सोंगं घेतली, डोळे मिटून पडल्या तरीही कळतं की त्या जाग्या आहेत. किती कुचंबायचं? सगळाच चोर-मामला... भाकरी होण्याची वाट बघत दिव्याच्या पिवळ्या गंजलेल्या प्रकाशात तो पलंगावर पडला होता.

रात्री जेवता जेवता शीलाकडे बघून त्यानं हळूच बोलणं काढलं.

"किती उकडाय लागलंय नाही आताशा?"

"हो ना. उन्हाळा सुरूच झाला आता. " शीला.

"अंगावरचे कपडे रात्रीही घामानं चिंब होऊन जातात...त्यात ही उकडहंडी असलेली खोली... बाप रे!" नंदिनीचं मोठ्या मोठ्या डोळ्यांचं बोलणं.

आई गप्पच.

"शीला, तुला नि आईला देशपांड्यांच्या गच्चीवर झोपायला जायचं असेल तर जा वाटलंच तर... काय आई?"

"कळतात मला ही सारी बोलणी! तू नको शिकवायला! अजून पहाटे गारठा फुटतोय माझ्या अंगात. तुमच्यासारखं रक्त ऊन राहिलं नाही आता माझं. इकडंतिकडं आणखी काही दिसांची मी सोबतीण. मग सुखानं राज्य करा; शीलाला वळचणीला झोपवून! " आईचा त्रागा.

"कमाल आहे. उन्हाळ्यात खोलीत झोप लागत नाही, म्हणून बोललो मी. जायचं नसेल तर राहा. आम्हीच दोघं गच्चीवर झोपायला गेलो असतो; पण प्रेमा अगदीच लहान आहे म्हणून इथं झोपायचं. तिला सर्दीबिर्दी झाली म्हणजे?"

"हो ना!" आईचा तिरकस होकार. खाली बघून घास तोंडात कोंबता कोंबता

तिनं तो भरला.

"तू लगेच गैरसमज करून घेतेस."

"नाही बाबा, मी कशाला गैरसमज करून घेऊ ?... चांऽगली सगळ्यांना समजून आहे मी!"

शीलाचा चेहरा उतरत चालला. तिच्या अल्लड मनाला यातलं काही कळत होतं आणि काही धूसर होऊन कल्पनेत रेंगाळत होतं.

जेवणं झाली नि आई थोडा वेळ बाहेर जाऊन पुन्हा चाचपडत आत आली. शीलानं आणि तिनं खोलीच्या उंबऱ्यात पाच-दहा मिनिटं बैठक मारली. थोडा वेळ शीलानं आपलं आठवीचं मराठीचं पुस्तक काढलं नि एकदोन धडे मोठ्यानं वाचून काढले. आई तिच्या वाचनाकडे बघत बसलेली... डोळे शीलावरून भविष्यात गेलेले.

जेवणाची गुंगी आल्यावर शीलानं जांभई दिली. हात डोक्यावर ताठ करून आळस दिला. आईकडं बघू लागली. खाजगी आवाजात आई म्हणाली,

"चल, जाऊन झोपू या देशपांड्यांच्या गच्चीवर."

"विचारलंस का त्यांना?"

"विचारून आले ना आत्ताच. अंथरुणं घे नि चल. सकाळी लवकर उठलं पाहिजे. उद्या मला जरा लवकर उठून पोळ्या करायला जायचं आहे."

त्याच्या कानावर हे गेलं. आईचा स्वाभिमानही त्याच्या लक्षात आला. तरी त्यानं त्यांच्या बोलण्याकडं लक्ष दिलं नाही.

किरकिरणाऱ्या प्रेमाला त्यानं उचललं. "काय झालं? चल, आपण जरा मोकळ्या हवेत फिरून येऊ." तिला घेऊन हळूच तो रस्त्यावर गेला.

रात्री झोपताना घालायचा जुना फाटका ब्लाउज नि स्कर्ट शीलानं घातला. अंथराय-पांघरायची दोन-तीन धडोती घेऊन दोघी देशपांड्यांच्या विस्तीर्ण गच्चीवर आल्या.

देशपांड्यांची माणसं एका बाजूला गच्चीवरच झोपत होती. त्या दोघींनी जिन्याजवळच्या वाटेशेजारीच आपली अंथरुणं टाकली. चांदण्यात गप्पा मारत अंथरुणावर पडल्या... शीलाचा एक एक दिवस पाठीमागं पडत होता. आठवीतून नववीत, नववीतून दहावीत... आणि मग स्कर्टमधून पातळात कधी जाईल; ते दिवस आई असंख्य चांदण्यांकडे बघत मोजत होती...

बोलता बोलता शीला गाढ झोपी गेली. मोकळ्या हवेला तिला पांघरूण न घेताच झोपावंसं वाटलेलं. तिच्या नकळत तिचं पांघरूण बाजूला पडलेलं. ती फुलणारी पोर आडवीतिडवी कशीही झोपली होती... देशपांड्यांचं कुणीतरी उठून खाली बाथरूमला चाललं. शीलाच्या आईनं चटकन पिलाच्या राखणीला बसलेल्या

मादीप्रमाणे लेकीच्या वाढणाऱ्या उफाड अंगावर विरविरीत फाटकं पांघरूण पसरलं.

...कोंदट खोलीत नंदिनीनं करकरणाऱ्या पलंगावर अंथरूण न टाकता खाली फरशीवर पसरलं. नीटनेटकं करून सलग दोन्ही उशा शेजारी-शेजारी टाकल्या. तो उघडाबंब होऊन गादीवर पडला. प्रेमाला एका बाजूला झोपवून नंदिनीनं दिवा विझवला. कितीतरी दिवसांनी आज त्या दोघांना ती पिंजऱ्यासारखी खोली रिकामी लाभली. सगळं विसरून ती त्या घामाच्या धारातही एकमेकाला निर्धास्तपणे बिलगली.

न

जोडवाड्याच्या मध्ये मोकळ्या जागेत सातवी-आठवीतल्या रूपा, जया, यशू, अनू, बिंबा, अरुणा- सगळ्या चिवचिव करू लागल्या. नाचू लागल्या, लंगड्या घालू लागल्या. नुकतीच शाळेतून आलेली शीला बघता बघता खोलीतून बाहेर आली. दारात बसलेल्या, उदासवाण्या दिसणाऱ्या आईच्या शेजारी जाऊन चिकटून, तिच्या गुडघ्याशी एका हाताची मिठी घालून बसली... शाळेतून आल्याबरोबर तिनं आपला एकुलता एक ड्रेस जपून काढून ठेवलेला. घरातला दोन-तीन वर्षं टिकून राहिलेला, थिटा, कुस्करलेला स्कर्ट आणि मधली दोन बटनं तुटलेला, छातीवर दोन्ही बाजूंना किंचित मळलेला, उजव्या बाजूला विसविशीत होऊन थोडासा टरकलेला ब्लाउज घातला होता... ब्लाउज अंगात नीटसा येत नाही, काखेत शिवणी गच्च होतात, तो फाटला आहे याचं तिला भान नव्हतं. असलं तरी टिकवून टिकवून तो पुरवला पाहिजे याची नकळत जाणीव होती.

खेळ रंगात आला. अनेक गमतीजमती होऊ लागल्या. आईशेजारी बसलेली शीला खदखदू लागली. अंगभरून हसू लागली. ‘‘आउट, नॉट आउट,’’ असले निर्णय न विचारता देऊ लागली. आठवीत असल्यानं आपोआपच तिचं पंचपण मान्य झालं.

लंगडी घालून तंगलेली बिंबा म्हणाली, ‘‘तू ये ना ग शीला खेळायला!’’

ती उठली.

‘‘ए, थांबा,’’ बिंबानं आनंदानं पाय टेकला. ‘‘नवा गडी नवा डाव. शीला, तुझ्यावर डाव... रेडी?’’

नकळत शीला रिंगणाकडेला एका पायावर उभी राहिली.

‘‘ रेडी! ’’

लंगडी पुन्हा सुरू झाली. मुली पुन्हा रिंगणात सुटलेल्या मनानं नाचू लागल्या. शीला उघड्यावर अंग उधळू लागली.

शंतनू थोडं खाऊन, चहा पिऊन आपल्या खोलीच्या दाराच्या आतल्या बाजूला पलंगावर बसला होता. शीला लंगडी घालताना दिसल्यावर तो हळूच येऊन आपल्या उंबऱ्यावर बसला. इतर मुलींपेक्षा घाटदार होऊ घातलेलं तिचं अंग एका पायावर बेफाट नाचत होतं. फाटलेल्या ब्लाउजमधून अंगाची कोवळी केतकी दिसत होती. आणि छातीच्या दोन्ही उमलत्या कळ्याही आत मोकळ्याच असल्यानं, आहे त्याच जागी स्वतःला झेलून घेत होत्या. त्या उधळत्या झेलाझेलीनं त्याच्या डोळ्यांचे देठ तुटू लागले. स्कर्टच्या झोक्यातून डोकावणाऱ्या मांड्यांच्या दोन कोवळ्या मोऱ्यांबरोबर तो झुलू लागला. त्याचे डोळे तिच्याबरोबर नाचू लागले.

शीलाला लंगडीचा वेग येत होता नि आतापर्यंत अरुणा सोडून सगळ्या आउट झाल्या होत्या. अरुणा मात्र तिला सावज न सापडणाऱ्या चित्तिणीसारखी नाचवीत होती. शीलाच्या डोळ्यांत फक्त अरुणा. बाकीचं भान नाही.

...आणि एका अचूक झडपेत अरुणा तिला सापडली. शंतनू जागच्या जागी सुरुंगासारखा उडाला.

आता पहिल्यांदा औट झालेल्या येशूवर डाव. शीला मुलींच्या समूहात. आता तिचं दोन्ही पायावरचं पळणं नि नाचणं सुरू झालं. शंतनूचं मन जास्तच उद्ध्वस्त होऊ लागलं. त्याच्या आईची वाट पाहत पाहत गप्पा मारू पाहणाऱ्या शीलाच्या आईकडचं त्याचं लक्ष पार उडालं. तो त्या खेळाकडे भारल्यासारखा पाहू लागला. शीलाच्या आईच्या डोळ्यांतून हे चुकत नव्हतं. ती त्याच्या या बदलाकडे बारकाईनं पाहत होती.

वळणावरच्या बंगल्यातली डॉक्टरांची शिल्पा आपले नितळ काळेभोर डोळे आणि तशाच काळ्याभोर दाट पापण्या मिचकत, बांध्याला उठाव देईल अशा पद्धतीनं नेसलेल्या चुणीदार पातळाचा पदर सावरत, लालचुटूक चपलांतल्या नाजूक पावलांनी शंतनूकडं आली. आता शंतनूचं खेळावरचंही लक्ष उडालं नि तो चटकन उठून उभा राहिला. खूष होऊन हसला नि खोलीत गेला. आरशात बघून त्यानं आपल्या केसांवरून कंगवा फिरवला. बोटांत पुढचे केस धरून त्यांना लाटदार आकार दिला. पटकन अंगात बुशशर्ट घालून बटनं लावत तो पुन्हा उंबऱ्यात आला.

'ये शिल्पा.'

ती ओठांवर हास्य ठेवून आत आली.

"एऽ तुझी जरा गणिताची होमवर्कची वही हवी आहे मला."

"तरी मला वाटलंच. काहीतरी कामासाठीच तू आली असणार."

"बाबा सोडतात कुठं मला? माझी येण्याची इच्छा खूप असते."

"काही खरं नाही. आम्हा गरिबाकडे येणार कोण?"

"ॲहॅ ॲहॅ ॲहॅ!" तिनं त्याला वेडावलं. "खा खा, भाव खा! स्कॉलर म्हणून

वर्गात भाव खातोस तेवढं पुरे होत नाही का?''

तो खूष होऊन पुन्हा हसला. "बैस, बैस.''

ती बसली. वर्गातल्या काहीतरी गोष्टी निघाल्या. मग बाहेरच्या विश्वाकडं ढुंकूनही न बघता दोघं हसतखिदळत बसली... शीलाच्या आईच्या कानावर या गोष्टी पडत होत्या. अधूनमधून ती आत पाहत होती. त्या गोजिरवाण्या, मोठ्या डोळ्यांच्या शिल्पाकडं, तिच्या सुरेख पातळाकडं नि फुलून आलेल्या शंतनूकडं तिचं लक्ष जात होतं.

...आता ती वेगळ्या डोळ्यांनी शीलाकडे बघू लागली नि अस्वस्थ होऊ लागली.

बराच वेळ असाच गेला. मुली खेळतच होत्या. खेळता खेळता शीला आउट झाली.

तिची आई म्हणाली, ''शीला, पुरे आता. घरात चल.''

''आणखी एक डाव,'' तिचं लाडेलाडे बोलणं.

''नको. घरात चल,'' आईचा थोडा कडक आवाज.

संध्याकाळीही नाकावर घाम साचलेली शीला पाठमोरी होऊन आईकडं आली. गुडघ्यावर हात ठेवून, पाठीवर मणाचं ओझं असल्यागत आई उठली नि खोल दडपण आल्यागत, त्या अंधाऱ्या पिवळ्या उजेडाच्या खोलीत दीर्घ श्वास सोडून गेली.

## ३. पडताळा

प्रस्तुत कल्पबंध नुसता सलग वाचला, तरी मनात एक माहिती जमा होते : एका मध्यमवर्गीय गरीब कुटुंबातील एक वयस्क स्त्री. तिला एक मुलगा (विलास) आणि एक मुलगी (शीला) आहे. विलासची बायको नंदिनी आहे. त्या जोडवाड्यातच शंतनू आणि शंतनूची आईही राहते आहे. त्यांच्याकडे शीला व शीलाच्या आईची जा-ये आहे. दुसऱ्या मजल्यावर देशपांडे राहत आहेत. त्यांची विस्तीर्ण गच्ची आहे. या सर्व घटना-प्रसंगांत शीलाची आई केंद्रस्थानी वाटते आहे. तिला केंद्रस्थानी कल्पून लेखकाने पाच-सहा घटना-प्रसंगांच्या आधारे प्रस्तुत साहित्यकृती निर्माण केली आहे; पण ही साहित्यकृती नेहमीसारखी नाही, वेगळी आहे.

कुठे वेगळी वाटते - पहिली गोष्ट ही की, हे घटना-प्रसंग कालक्रमबद्ध किंवा कार्यकारणभावाने जखडलेले नाहीत. त्यांना इतर घटनांचा पूर्वोत्तर सान्निध्य-संदर्भही नाही. प्रत्येक घटना-प्रसंग स्वतंत्र अस्तित्व असलेला आहे; मात्र तो शीलाच्या

आईशी (केंद्राशी) निगडित आहे. केंद्राच्या संदर्भात ते परस्परांशी संबंधित आहेत. एका केंद्राभोवती ते जमा झाले असल्यामुळे एखाद्या गुच्छासारखे वाटतात.

अशा परिस्थितीत 'ट, र, ग, क, त, न' अशी घटना-प्रसंगांची संगती लावून वाचल्यास असे दिसते की, गरीब परिस्थितीतील शीलाच्या आईला आपल्या मुलीच्या लग्नाची काळजी आहे. शेजारच्या वाड्यातील शंतनूचे आणि शीलाचे प्रेम जमून येईल आणि शीलाच्या लग्नाचा प्रश्न सुटेल व शीलाला हुशार मुलगाही मिळेल, असे तिला वाटते. त्या दृष्टीने ती शीलाची काळजी वाहते. तिच्या शिक्षणाची (फी, सहल इत्यादींची) काळजी घेते. आपला मुलगा या बाबतीत आपल्याला मदत करील, असे तिला वाटते. शीलाला अधिक फुलवावी, तिला पातळ नेसवून शंतनूच्या मनात ठसवावी, ती मोठी झाल्याचे स्वप्न पाहावे असे तिला वाटल्याने, ती प्रतिकूल परिस्थितीतही देशपांडे यांचे काम पत्करते आणि शीलाला पातळ आणते.

सुनेचे आणि तिचे पटत नसते. पातळावरून तिचे आणि सुनेचे खटके उडतात. त्याच वेळी मुलाच्या प्रासंगिक वर्तनावरून तिला असे वाटते की, आपला मुलगा सुनेच्या ताब्यात जात चालला आहे. तो काही आपली व आपल्या मुलीची काळजी घेणार नाही, अशी तिची भावना पक्की होत जाते आणि ती मुलाच्या बाबतीत निराश होते. शंतनू-शीलातील प्रेमाच्या (तिला वाटणाऱ्या, काल्पनिक) दुव्यावर भरवसा ठेवून राहते. एका प्रसंगी तो दुवाही तुटून जाऊन तिची संपूर्ण निराशा होते. — धडपडणाऱ्या आशावादी मनाचे निराशेत झालेले पर्यवसान या संगतीत अनुभवायला मिळते.

तर 'न, त, क, र, ग, ट' या दुसऱ्या संगतीत एका (आईच्या) धडपडत्या पण आरंभी निराश झालेल्या मनाचाच निराशेतून आशावादाकडे झालेला प्रवास अनुभवायला मिळतो.

या संगतीत तिला दोन प्रकारच्या काळजीने घेरलेले दिसते : शीलाचे लग्न कसे होईल आणि मनाने दूर गेलेला मुलगा जवळ कसा येईल याची. आणि हळूहळू या दोनही गोष्टी साध्य होतात व त्या परस्परांना पूरकही होऊ लागतात, याची जाणीव होऊन तिचे आशावादी मन फुलून येते.

तिसरी 'र, क, ट, ग, न, त' ही संगती वेगळीच अर्थपूर्णता निर्माण करते. 'मुलगा' या नात्याने विलासकडून अपेक्षा करणारी आई आरंभी त्याच्या वर्तनाने आशावादी झाली असली, तरी नंतरच्या (क) त्याच्या वर्तनाने निराश होऊन त्रागा करते आणि स्वतंत्रपणे शीलाच्या लग्नाच्या बाबतीत (ट) प्रयत्न करू लागते. या प्रयत्नाला फळ येईल या स्वप्निल आशेने शीलाला नटवण्या-थटवण्याचा (ग) प्रयत्न करते; पण नंतरच्या (न) प्रसंगाने ती पूर्ण निराश होऊन आपल्या निराश,

उद्ध्वस्त अवस्थेत, प्रतिकूल परिस्थितीतही मुलीचा आईच्या वत्सलतेने सांभाळ करते.

तर यानंतरच्या चौथ्या 'त, क, न, ट, ग, र' या संगतीत; आपला मुलगा पत्नीच्या आधीन झाला आहे, त्याचे आपल्याकडे दुर्लक्ष होत आहे; म्हणून त्रागा करणारी आई आहे. मुलीला घेऊन तिच्या काळजीतच तिचा सांभाळ करणाऱ्या या आईची दुसऱ्या एका (क) प्रसंगात तर; मुलगा आपल्यापासून मनाने दूर गेल्याची खात्रीच होऊन; आपण आता या घरात नकोसे झालो आहोत, या भावनेने ती रडू लागते.

अशी ही निराश झालेली आई सहज संध्याकाळी मुलींचा खेळ पाहत शंतनूच्या दारात बसलेली असताना तिच्या लक्षात येते की, शंतनू आपल्या मुलीकडे आशाळभूतपणे माशूक दृष्टीने पाहत आहे; कदाचित तो हिच्या प्रेमात पडण्याची शक्यता आहे; पण दुसऱ्याच क्षणी शंतनूकडे शिल्पा आल्यावर तिची निराशा होऊन ती उठते; पण नंतरच्या (ट) घटनेमुळे तिची आशा पुन्हा फुलून येते आणि ती धडपड करून, सुनेचा विरोध पत्करून शीलाला शिल्पाप्रमाणे (पातळात) नटवण्या-थटवण्याचा (ग) प्रयत्न करते आहे. याच वेळी पुन्हा तिला एका प्रसंगावरून वाटू लागते की, आपला मुलगा मनाने जवळ येतो आहे. शीलाच्या लग्नासाठी, भल्यासाठी तो काही तरी खर्च करू शकेल; म्हणून ती पुन्हा फुलून येते.

पाचव्या 'र, ग, ट, न, त, क' या संगतीमध्ये, शीलाच्या शिक्षणासाठी मदत करू पाहणाऱ्या विलासचे वर्तन पाहून आईला आनंद वाटतो. मुलगा आपलाच आहे या भावनेने ती विलासबरोबरच शीलासाठी धडपड करून, सुनेला न जुमानता शीलाला नटवण्या-थटवण्याचा प्रयत्न करते आणि शीलाचे एक सुखस्वप्न मनात रेखते. हे मनात रेखलेले स्वप्न शंतनूच्या (ट) प्रसंगाने फळाला येईल असे तिला वाटते; पण नंतरच्या (न) प्रसंगाने निराश होते. अशातच मुलगाही लांब गेल्यासारखा वाटून, त्या शंकेने काहीशी निराश होऊन ती (त) मुलीच्या काळजीत गच्चीवर झोपून जाते आणि नंतरच्या (क) प्रसंगात तर तिचा मुलगा दूर गेल्याची खात्रीच होऊन ती आपल्या मुलीचे काय होणार या भावनेने त्या निष्पाप मुलीला जवळ घेऊन रडू लागते. अशा वेळी आपला पती असता, तर हा प्रसंगच आपल्यावर आला नसता, अशी तिची भावना होते.

सहाव्या 'र, ट, त, क, न, ग' या संगतीमध्ये, विलास आणि शंतनू या दोघांच्या बाबतीत आशावादी असलेली आई विलासच्या आणि सुनेच्या वर्तनाने दुखावते (त) आणि शीलाला घेऊन तिच्या भवितव्याची काळजी करते. शंतनू-शीलाचे जमले; तर विलास मदत करू शकेल की नाही, या काळजीत झोपी जाते.

नंतरच्या (क) प्रसंगाने तर विलास दूर गेल्याची खात्रीच वाटून ती त्रागा करते. अशातच शंतनूच्या वर्तनानेही ती निराश होते (न); पण तिचा धडपड्या स्वभाव तिच्या नकळतच धडपडत राहतो आणि ती शीलालाही (शिल्पासारखे) पातळ नेसवून शंतनूकडे पाठविते नि मनातले स्वप्न पुन्हा जागवण्याचा प्रयत्न करते. तिच्या धडपड्या, चिवटपणे प्रयत्न करणाऱ्या स्वभावाचे दर्शन ही संगती घडवताना दिसते.

पहिली संगती शीलासंबंधीच्या आईच्या आशाळ भावनेतून सुरू होते व तिच्याविषयीच्याच निराशेत संपते. त्यामुळे ही संगती स्वाभाविकच आईच्या शीलाविषयीच्या भावनांच्या आलेखाकडे झुकते आणि तिच्या निराश मनाचे एक गंभीर चित्र आपल्या मनासमोर ठळकते. तर दुसऱ्या संगतीत नेमके विरोधी रूप प्रत्ययाला येते. शीलाची आई निराशेकडून आशेकडे फुलत चालल्याचा अनुभव येतो. शेवटच्या प्रसंगात तिचे सुखी मन स्वप्निल झाल्याचा प्रत्यय येतो. पहिल्या संगतीत शंतनूच्या वर्तनाने अंतिमत: (मुलीच्या भवितव्याची काळजी वाटून) निराश होते, तर तिसऱ्या संगतीत विलास व नंदिनी यांच्या वर्तनाने अंतिमतः निराश होते. या निराशेतही तिची शीलाच्या संदर्भातील वत्सलता शेवटी जाणवते. या तिसऱ्या संगतीचा आरंभही विलाससंबंधीच्या आशावादातून होत असल्याने, या संगतीत व्यक्त होणाऱ्या आईचा मानसिक प्रवास मुलगा व आई यांच्या नात्याकडे विशेष झुकत जातो. अंतिम परिणाम राहतो तोही विलासमुळे अधिक निराश झालेल्या आईचा. चौथ्या, पाचव्या, सहाव्या या संगतीबद्दलही असेच सांगता येईल. त्यांतील आरंभ, घटना-प्रसंगांचा क्रम, त्या क्रमामुळे कार्यकारणभावातही पडणारा फरक, त्यांचा शेवट यांच्या विशिष्ट मांडणीमुळे अंतिम परिणामाची छटा इतर संगतींच्या परिणामांच्या छटांपेक्षा वेगळी असते, हे प्रत्येक संगती लक्षपूर्वक वाचल्यावर कळून येईल.

प्रत्येक नव्या संगतीत घटना-प्रसंगांचे अंतर्गत स्थानही बदलत आहे, असे दिसून येईल. एका घटना-प्रसंगाच्या अगोदरचे व नंतरचे घटना-प्रसंग बदलले की, त्यांच्या कार्यकारणभावांत फरक पडून त्यांच्या अर्थच्छटाही बदलतात, हे लक्षात येईल. कधी एखादा घटना-प्रसंग एखाद्या संगतीत आरंभी येतो, तर दुसऱ्या संगतीत तोच मध्ये तर तिसऱ्या संगतीत शेवटी, चौथ्या संगतीत आणखी कुठे येतो; हेही कळून येईल. यामुळेही प्रत्येक संगतीपासून येणारा अनुभव, दुसऱ्या संगतीपेक्षा वेगळा असतो आणि तरीही तो केंद्रस्थानी असलेल्या विषय-वस्तूचाच असतो हे ध्यानात येते. अशा रीतीने एकाच विषय-वस्तूचा प्रत्येक संगतीच्या द्वारा अनेक अंगांनी अनुभव येत राहतो; जणू एकच झाड आपण अनेक अंगांनी अनुभवत आहोत!- कित्येक वेळा एखादे झाड एका विशिष्ट अंगाने पाहूनच आपण त्याचा अनुभव घेतो आणि तो तेवढ्यापुरता परिपूर्णही मानतो; पण हा तेवढ्यापुरता परिपूर्ण

मानलेला अनुभव म्हणजे काही अनेक अंगांनी झाड पाहून घेतलेला (झुंबरयुक्त) परिपूर्ण अनुभव नसतो हे उघड आहे. तसेच या साहित्यकृतीच्या बाबतीतही मानावे. किंवा अनेक उपकथांनी भरलेल्या एखाद्या साहित्यकृतीमध्ये एखादी उपकथा कथा म्हणून परिपूर्ण असली, तरी सबंध साहित्यकृतीच्या संदर्भात ती एक उपकथा असते. हे जसे, एका मोठ्या कलाकृतीत छोटी कलाकृती परिपूर्ण असूनही, तिचे मोठ्या कलाकृतीच्या संदर्भात पुन्हा वेगळे स्थान, वेगळे कार्य असते; त्या स्थानाप्रमाणेच व कार्याप्रमाणेच प्रस्तुतच्या कल्पबंधातील प्रत्येक संगतीचे स्थान व कार्य आहे. त्या संगतींना व्यापून राहणारे कल्पबंधाचे एक अंतिम स्वरूपही आहे. सर्व अंगांनी घेतलेल्या झाडाचा अनुभव जसा मनात रूपाला येईल, तसेच या कल्पबंधाच्या अंतिम अनुभवाचे स्वरूप आहे. यात एक वेगळी चैतन्यमयता आहे. घटनांचे संदर्भ, क्रम, त्यांचा आरंभ आणि शेवट, कार्यकारणभाव बदलले तर तेच मन कसे वागू शकेल, याचे लोलकदर्शन या कल्पबंधात होते.

# कलानुभव : कलावंताचा आणि आस्वादकाचा

## १

साहित्यिक एखादा कलानुभव घेतो आणि तो व्यक्त करणारी साहित्यकृती निर्माण करतो. अनेक रसिक तिचा आस्वाद घेतात. त्यांना आस्वाद व्यापारातून कलानुभव येतो; पण साहित्यिकाचा निर्मितिगत कलानुभव आणि रसिकाचा आस्वादगत कलानुभव या दोहोत बहुतेक वेळा तफावत पडलेली दिसते. खरे तर या दोन अनुभवांत तफावत ही पडतच असते. ती आपण गृहीत धरलेली बरी; पण ती कोणकोणत्या कारणांनी पडू शकते याचा शोध इथे घ्यावयाचा आहे. या शोधामुळे दोन अनुभवांतील तफावत जास्तीत जास्त कमी करण्याचा प्रयत्न उभयपक्षी म्हणजे कलावंताकडून व आस्वादकाकडून करता येण्यासारखा आहे. तसेच या उपक्रमामुळे कलावंताला निर्मितिगत कलानुभव अधिक वेधकपणे, मार्मिकपणे, चोखपणे, विशुद्धपणे आणि आत्मनिष्ठेने व्यक्त करण्याची दक्षता घेता येईल. आस्वादकालाही त्याची आस्वादावेळची मनःस्थिती समजून घेता येईल. त्या बाजूने त्यालाही शक्य त्या सुधारणा करता येतील, अशी अपेक्षा आहे.

'तफावत' हा शब्द 'पडणारे 'अंतर' या अर्थाने वापरलेला आहे. तो वर्णनात्मक स्वरूपाचा आहे; मूल्यात्मक हेतूने वापरलेला नाही. कलावंताच्या कलाकृतीचा आस्वाद घेताना एखाद्या आस्वादकाच्या कलानुभवात आणि कलावंताच्या निर्मितिगत कलानुभवात तफावत पडली, तर ते आस्वादकाला कमीपणा आणणारे आहे, त्याच्या कलात्मक जाणिवेचे मोल कमी करणारे आहे, अशा अर्थाने हा शब्द इथे वापरलेला नाही. दोन्ही अनुभवांत अंतर पडते, एवढाच वर्णनात्मक अर्थ 'तफावत' या शब्दाचा इथे घ्यावयाचा आहे आणि या लेखात फक्त तफावतीच्या अनुषंगानेच चर्चा करावयाची आहे.

या संदर्भात केलेल्या प्रयोगाचे स्वरूप लहान असल्याने, त्याला स्वाभाविक स्वरूपाच्या काही मर्यादा पडलेल्या आहेत. जाणकार व वाङ्मयप्रेमी अशा केवळ आठ आस्वादकांवरच हा प्रयोग केलेला आहे व त्याआधारे प्रस्तुत लेखात निष्कर्ष काढलेले आहेत.

वास्तविक कोणत्याही पातळीवर साहित्याच्या प्रांतात निष्कर्ष काढणे हे धोक्याचे असते. साहित्य ही संकल्पना सतत बदलत आलेली आहे. तिच्यातून व्यक्त होणारा अनुभव हा तर नेहमीच काही ना काही प्रमाणात अगम्य राहतो. अशा वेळी ठाम स्वरूपाचे निष्कर्ष काढणे कधीही योग्य नव्हे; पण हेही खरे की, साहित्य क्षेत्रातील विवेचन जेव्हा असे काही निष्कर्ष काढत असते, तेव्हा ते निष्कर्षही आपण काही आदेशात्मक स्वरूपात स्वीकारत नसतो. ते मार्गदर्शक सूचना म्हणूनच स्वीकारत असतो.

आणखी असे की, या छोट्याशा उपक्रमाचे परिपूर्ण दर्शन घडण्यासाठी मूळ साहित्यकृती, आस्वादकांची सर्व टिपणे, प्रश्नमालिका देऊन शेवटी तत्संबंधी सर्वसाधारण स्वरूपाचे अनुमानात्मक विवरण करणे आवश्यक आहे; पण हे सर्व द्यावयाचे म्हणजे एका पुस्तिकेचा ऐवज देण्यासारखे होईल. व्यावहारिक मर्यादा लक्षात घेता ते प्रस्तुत स्थळी शक्य वाटत नाही. म्हणून प्रस्तुत लेखात आस्वादकांच्या टिपणांतील मते व अभिप्राय लक्षात घेऊन, आवश्यक तेथे त्यांचे सारांश देत अनुमान काढण्याचा प्रयत्न करीत आहे.

निर्माता आणि आस्वादक यांच्या भिन्नभिन्न व्यक्तिमत्त्वांमुळे दोन कलानुभवांत तफावत पडते, हे तर मान्यच केले पाहिजे. तरी पण इतरही काही कारणे असू शकतात की काय, हे इथे पाहावयाचे आहे.

बालकवी ठोंबरे यांच्या 'औदुंबर' कवितेवर अनेकांनी मराठीत आस्वादसदृश लिहिले आहे. आपआपल्या परीने तिचे अर्थ लावण्याचा प्रयत्न केला आहे. हे सगळे लावलेले अर्थ एकत्र करून तफावतीचा शोध घेता येण्यासारखा आहे, असे सकृतूदर्शनी वाटते; पण दोन-तीन महत्त्वाच्या कारणांमुळे ते शक्य आहे, असे वाटत नाही.

एकतर बालकवींच्या मनात 'औदुंबर'विषयी नेमका काय अर्थ होता तो उपलब्ध नाही आणि बालकवी जिवंत नाहीत. 'ती कविता अपूर्ण आहे, बालकवींच्या मनातील एका दीर्घ कवितेचा तो केवळ प्रारंभीचा भाग आहे, ज्या गावाचे वर्णन केलेले आहे, त्या गावात नेमकी कोणती घटना घडते, हे बालकवींना पुढे सांगावयाचे होते, असे बालकवींची बहीण म्हणत असे,' असा निर्वाळा श्री. ग. ह. पाटील आदी प्रत्यक्ष बालकवींच्या भगिनींना भेटलेली कवी मंडळी आजही देतात.

दुसरे असे की, हे अनेक अर्थ 'औदुंबर' कवितेच्या पूर्वप्रस्थापित अर्थापेक्षा

वेगळा अर्थ लावून दाखविण्याच्या समीक्षक-जिद्दीतून कितपत निघतात आणि कवितेला संपूर्ण शरण जाऊन मनःपूर्वक घेतलेल्या आस्वादातून कितपत निघतात, याविषयी शंका आहेत.

आणखी असे की, भाषिक रूपाच्या द्वारा आपण साहित्यकृतीचा आस्वाद घेतो आणि गद्य साहित्यकृतीची भाषा व पद्य-साहित्यकृतीची भाषा या मुळातच काहीशा भिन्न प्रकृतीच्या आहेत. स्वाभाविकच त्यांच्याद्वारा येणाऱ्या कलानुभवांतील तफावतीची कारणेही काही प्रमाणात भिन्न स्वरूपाचीच असणार. त्यामुळे पद्य-साहित्यकृतीच्या आधारे केलेला तफावतीचा शोध हा गद्य-साहित्यकृतीच्या बाबतीत जसाच्या तसा लागू करणे योग्य होणार नाही. गद्य-साहित्यकृतीच्या भाषेचे रूप व्यवहारातील भाषारूपाला सामान्यत: जवळचे असते. ते व्यवहारापासून फार दूर (तसेच काही कारण असल्याशिवाय) नेता येत नाही. पद्य साहित्यकृतीची 'तिची अशी एक भाषा' असते. व्यवहारातील अनेक शब्दरूपे वापरत असली; तरी व्यावहारिक भाषेपेक्षा तिचे भाषारूप पुष्कळच वेगळे असते. त्यामुळे तिचे एकापेक्षा जास्त अन्वयार्थ लावले जाऊ शकतात. त्यामुळे तिथे ज्या प्रकारची दोन्ही (निर्मितिगत आणि आस्वादगत) कलानुभवांत तफावत पडू शकते; त्या विशिष्ट प्रकारची तफावत गद्य-साहित्यकृतीच्या दोन्ही कलानुभवांत पडणे सहसा शक्य नसते.

थोडकेच शब्द अतिमार्मिकतेने वापरून भावकविता सघन, गोळीबंद करावी लागते. तिथे शब्दांची पुष्कळच काटकसर, अचूक निवड करून संरचना करावी लागते. सर्वसाधारण चार कडव्यांच्या एका कवितेत पन्नास-साठ शब्द असू शकतात. उलट एखाद्या कथेसारख्या गद्य-साहित्यकृतीत पाचेक हजार शब्द असू शकतात. कवितेच्या तुलनेने गद्य-साहित्यकृतीचे स्वरूप पिसारेदार असते. कवितेइतकी ती गोळीबंद, सघन नसते; जरा ढिली असते. त्यामुळे कवितेपेक्षा गद्याची भाषाप्रकृती काहीशी भिन्न राहते.

वस्तुस्थिती अशी असल्याने, पद्य-साहित्यकृतीतील एखाद्या शब्दाचा जरी अर्थ वेगळा घेतला, तरी तिच्या कलानुभवात ज्या प्रमाणात तफावत पडू शकेल; तेवढी गद्य-साहित्यकृतीतील एखाद्या शब्दाचा अर्थ वेगळा घेतल्यावर पडू शकणार नाही. कारण पन्नासात एक शब्द हे प्रमाण लक्षणीय मानले, तर पाच हजारांत एक शब्द हे प्रमाण लक्षणीय नाही. त्यामुळे कवितेच्या आधारे काढलेले तफावतीचे सर्वच निष्कर्ष गद्य-साहित्यकृतीला लागू पडू शकत नाहीत.

शिवाय पद्य-साहित्यकृतीत प्रतिमा, प्रतीके, रूपके, आदिबंध, ध्वन्यर्थ या गोष्टी ज्या प्रमाणात सहजासहजी वापरता येतात, तेवढ्या प्रमाणात त्या गद्य-साहित्यकृतीत वापरता येत नाहीत. तिच्या प्रकृतीत त्या तेवढ्या प्रमाणात बसत नाहीत. आणि या गोष्टी तर कवितेत आस्वादकागणिक भिन्नभिन्न कलानुभव यायला

कारणीभूत होऊ शकतात. गद्यकृतीत या गोष्टींचा वापर अगदी बेताचा असतो. पुष्कळ वेळा तो नगण्य असतो. तसेच कवितेच्या विशिष्ट भाषिक, व्याकरणिक रूपामुळे व आत्ताच सांगितलेल्या गोष्टींमुळे अनेक वेळा तिच्या अर्थात संदिग्धता निर्माण होते. आस्वादक तिथे आपल्या परीने अर्थ लावून संदिग्धतेचे निवारण करतो. पुष्कळ वेळा मर्ढेकर, रेगे, ग्रेस यांच्यासारखे कवी आपल्या कवितेत अनुभवविकासाच्या मधल्या पायऱ्या गाळून अभिव्यक्ती करतात. त्या गाळलेल्या पायऱ्या आस्वादकास आपल्या परीने भरून काढाव्या लागतात. त्यामुळेही कवितेच्या दोन्ही कलानुभवांत तफावत पडू शकते; पण अशा प्रकारची संदिग्धता किंवा पायऱ्या गाळणे हे गद्य-साहित्यकृतीत जवळ जवळ नसते. असले तरी त्याचे प्रमाण फारच अल्प असते. पुष्कळ वेळा ते नगण्य असते. यावरूनही असे लक्षात येईल की, गद्य-साहित्यकृतीच्या आणि पद्य-साहित्यकृतीच्या निर्मितीगत आणि आस्वादगत कलानुभवांत जी तफावत पडते तिची कारणे पुष्कळ प्रमाणात भिन्न आहेत.

याहून महत्त्वाचे कारण असे की, गद्य-साहित्यकृती मला पद्य-साहित्यकृतीपेक्षा प्रस्तुत संदर्भात अधिक महत्त्वाची वाटते. उपलब्ध आधुनिक साहित्यातील कवितेचे आणि गद्याचे संख्यात्मक प्रमाण लक्षात घेता, दुसऱ्या प्रकारचे साहित्यच मोठ्या प्रमाणात निर्माण होताना दिसेल. म्हणजे साहित्यिक निर्मितीगत कलानुभव मोठ्या प्रमाणात गद्य साहित्यातून व्यक्त करतो, असे चित्र दिसते. तसेच कवितेपेक्षा गद्य-साहित्यकृतींचा आस्वाद घेण्याचे प्रमाणही मोठे आहे, असे दिसून येते. आपल्या नियतकालिकांच्या संपादकांना, ग्रंथ-प्रकाशकांना, विक्रेत्यांना, वाचनालये चालविणाऱ्या व्यक्तींना विचारले, तर याचे स्पष्ट उत्तर मिळू शकते. अशा परिस्थितीत गद्य साहित्यकृतीच्या आधारे दोन्ही कलानुभवांतील तफावतीचा शोध घेणे हे साहित्य क्षेत्राला अधिक उपकारक तर ठरेलच, पण ते प्रातिनिधिकही ठरणारे आहे.

या हेतूने 'भय' हे माझे लेखन निवडले. दुसऱ्या एखाद्या हयात असलेल्या साहित्यिकाचे लेखन निवडण्यापेक्षा माझे लेखन निवडणे मला जास्त सोयीचे वाटले. दुसऱ्या एखाद्या लेखकाची या प्रयोगाविषयीची आस्था, त्याची स्वतःच्या लेखनाविषयीची जागरूकता, आपल्या कलाकृतीसंबंधी इतर लोक अनुकूल वा प्रतिकूल लिहित असताना त्याकडे अलिप्तवृत्तीने पाहण्याचा त्याचा वकूब इत्यादींविषयी माझ्या मनात विकल्प येणे स्वाभाविक आहे. वेळोवेळी तो लेखक उपलब्ध होणेही कठीण आहे.

या लेखनाचा आस्वाद रसिक कोणत्या हेतूने घेतो, हे लक्षात येण्यासाठी दहा-अकरा प्रश्न तयार केले. रसिकाची उत्तरे जास्तीतजास्त प्रांजळपणे यावीत या हेतूने त्यांची व्यूहात्मक अशी एक रचना केली. या प्रश्नयादीत कलाकृतीचा आस्वाद घेण्यासाठी वाचन कोणत्या प्रकारे चालते हे लक्षात यावे, म्हणून काही प्रश्न होते.

तसेच कलानुभवाविषयीच्या आस्वादकाच्या समजुती लक्षात याव्यात, म्हणून काही प्रश्न होते. याव्यतिरिक्त आस्वादकाला वेगळे काही सांगावयाचे असल्यास तसाही एक प्रश्न शेवटी होता.

प्रश्न न विचारताही आस्वादकाकडून आस्वादगत कलानुभवाविषयी लिहवून घेता आले असते; पण तसे मला नको होते. आस्वादकाने गोळाबेरीज काही लेखन करू नये, त्याच्याकडून मला जे हवे आहे ते मुद्देसूदपणे, एकात दुसरा मुद्दा न मिसळता, त्यात इतर बाबींचे मिश्रण न होऊ देता मिळावे, असा हेतू प्रश्न-यादी देण्यामागे होता.

याशिवाय आस्वादकाचा अनुभव निर्भेळ स्वरूपात नमूद व्हावा, त्यावर इतरांचा संस्कार नसावा, अशी अपेक्षा होती. त्यामुळे ज्या आस्वादकांना ही यादी दिली होती, त्यांनी परस्परांत 'भय' च्या कलानुभवाविषयी चर्चा करू नये, आपला अनुभव इतरांना सांगू नये, स्वतःला जसा आला तसा लिहावा, अशा सूचना दिल्या होत्या. (त्या काटेकोरपणे पाळल्या गेल्या याचा आनंद होतो.)

या कार्यक्रमाविषयी बरोबर एक महिना अगोदर सूचना दिली होती. हेतू असा की, 'भय'च्या वाचनासाठी आस्वादकाला हवा तसा वेळ, फुरसद काढून उत्तरे देता यावीत. कोणत्याही प्रकारे त्याची मानसिक घाई होऊ नये. प्रत्यक्ष चर्चेच्या कार्यक्रमाच्या वेळी आस्वादकांनी 'भय' विषयी घरून लिहून आणलेल्या उत्तरांत फेरफार करू नयेत, अशीही विनंती केली होती. त्यांच्या टिपणांच्या आधारेच पुढील विचार मांडलेले आहेत.

'भय'वर या चर्चेच्यापूर्वी आस्वादसदृश काहीही लेखन प्रसिद्ध झालेले नव्हते. त्यामुळे प्रत्येक आस्वादकाला स्वतःच्या वकुबावरच विश्वास ठेवून लेखन करावे लागले. त्यामुळे ते त्याच्या आस्वादक्षमतेशी प्रामाणिक आहे व स्वतःलाच फक्त प्रमाण मानून लिहिले आहे, याची खात्री बाळगता येते. आस्वादक म्हणून वेगवेगळ्या प्रकृतीचे सहा प्राध्यापक व तीन विद्यार्थिनी निवडल्या. प्राध्यापकांमध्ये डॉ. श्रीरंग संगोराम (हिंदी विभाग, पुणे विद्यापीठ), डॉ. सु. रा. चुनेकर, डॉ. सुधाकर के. भोसले, डॉ. कल्याण काळे, (सर्व पुणे विद्यापीठाच्या मराठी विभागातील प्राध्यापक), डॉ. जोगावार (मानसशास्त्र विभाग, पुणे विद्यापीठ), डॉ. द. दि. पुंडे (मॉडर्न महाविद्यालय, पुणे) असे सहा प्राध्यापक होते. डॉ. जोगावार हे साहित्याच्या निर्मितीप्रक्रियेविषयी आस्था असलेले प्राध्यापक आहेत. साहित्याविषयी मनापासून आस्था असलेल्या तीन विद्यार्थिनींची निवड केली. सौ. अनिता मोडक, कु. वृन्दा भार्गवे (दोन्ही मराठी एम. फिल. च्या विद्यार्थिनी), सौ. वीणा मनचंदा (हिंदी एम. फिल. ची विद्यार्थिनी). नाही म्हटले तरी अनेक वर्षे साहित्य शिकविणाऱ्या प्राध्यापकांच्या आस्वादप्रकृतीत फरक पडतो, याची जाणीव ठेवून एम. फिल.च्या विद्यार्थिनींची

निवड केली. वाङ्मयाची मनापासून आवड असलेल्या या विद्यार्थिनी आहेत. त्यांची मने विशेष संस्कारक्षम, विशेष शरणभावनेने आस्वाद घेणारी आहेत, त्याचा मला वर्षभर अनुभव होता.

प्रत्यक्ष चर्चाकार्यक्रमाच्या वेळी या सर्वांनी प्रश्नांची उत्तरे लिहून आणली होती; पण डॉ. चुनेकर आपली टिपणे देऊ शकले नाहीत. डॉ. जोगावार यांचा कार्यक्रमाच्या तारखेविषयी समजूत करून घेण्यात काही घोटाळा झाला, म्हणून त्यांनी घाईघाईने एक एक वाक्यात एक एक उत्तर लिहिले होते. त्यामुळे त्या टिपणाचा फारसा उपयोग होऊ शकला नाही. ऊर्वरित सर्वांच्या टिपणांआधारे पुढील अनुमाने काढली आहेत.

तत्पूर्वी, आणखी एका गोष्टीचे स्पष्टीकरण आवश्यक आहे. वास्तविक; आस्वादकांची टिपणे गोळा करूनही अभ्यासपूर्वक अनुमाने मांडता आली असती; पण पुष्कळ वेळा टिपणे संक्षिप्तपणे करावी लागत असल्याने, आस्वादकांना नेमके काय म्हणायचे आहे, हे स्पष्ट होत नाही. ते प्रत्यक्ष चर्चेतून अधिक स्पष्ट होईल असे वाटले, म्हणून चर्चा घडवून आणली. चर्चेत प्रत्येक वेळी एक एक प्रश्न घेऊनच त्याविषयी प्रत्येकाने टिपणात काय लिहिले आहे, ते स्पष्ट करावे व अनुषंगाने चर्चा करावी, अशी अपेक्षा ठेवली होती.

'भय'चा लेखक म्हणून माझा कोणत्याही प्रकाराने मानसिक दबाव चर्चेवर राहू नये, म्हणून अध्यक्षपद ज्येष्ठ प्राध्यापक डॉ. संगोराम यांच्याकडे सोपविले होते. मी फक्त न बोलणाऱ्या श्रोत्याची आणि निरीक्षकाची भूमिका स्वीकारली होती. आरंभी अपेक्षा व्यक्त करणारे प्रास्ताविक व शेवटी धन्यवादाचे चार शब्द फक्त बोललो.

निर्मितिगत कलानुभव माझ्या मनाशी स्पष्ट होता. प्रसंगी उपयोगी पडतील म्हणून मी त्याची टिपणेही काढली होती; पण त्यांचा प्रत्यक्ष चर्चेत उपयोग केला नाही. वेळ कमी पडल्याने निर्मितिगत कलानुभव माझ्या मनात काय व कसा आहे, हे सांगता आले नाही. केवळ आस्वादकांची जिज्ञासा म्हणूनच मला तो सांगावयाचा होता, त्यापलीकडे फारसे काही चर्चेच्या वेळी साधावयाचे नव्हते. प्रस्तुत लेखातही निर्मितीगत कलानुभव व आस्वादगत कलानुभव काय आहेत, हे सांगावयाचे नसून त्या दोहोंतील तफावतीची कारणे व स्वरूपच फक्त पाहावयाचे आहे, हे उघड आहे.

## २

प्रास्ताविक प्रश्न असा होता : साहित्यकृतींचे वाचन तुम्ही कधी करता? वेळ काढून की रिकाम्या वेळात? साधारणत: दिवसाच्या वा रात्रीच्या कोणत्या प्रहरी

करता? त्याच वेळी का करता? प्रवासात वाचन करता का? घरी इतरांसमवेत मोठ्याने वाचन करता का? कथाकथन, कवितावाचन या कार्यक्रमांना जाता काय? त्या विषयीचा कलानुभव वेगळा वाटतो काय?

हा प्रश्न विचारण्याचा हेतू असा होता की, सर्वसाधारणपणे वाचन कोणत्या वेळी होते ते कळावे. ते निवान्तपणे व पुरेशी एकाग्रता साधण्याच्या हेतूने होते की, केवळ रिकामा वेळ घालविण्याच्या (Time Killing प्रवृत्ती) उद्देशाने होते, हे समजावे. तसेच कथाकथनाच्या व कवींच्या कवितावाचनाच्या वेळी येणारा अनुभव व प्रत्यक्ष साहित्यकृतीच्या वाचनाच्या वेळी येणारा कलानुभव ते एकच मानतात की काय, या बाबतीत ते कितपत जागरूक आहेत, हे जाणून घ्यावे.- त्यावरून पुढील निष्कर्ष हाती आले.

साहित्यकृतीच्या आस्वादासाठी जे वाचन केले जाते, ते साधारणपणे रिकाम्या वेळात केले जाते. त्याच्या खालोखाल वेळ काढून केले जाते. पुष्कळ वेळा वेळ मिळेल तेव्हाही केले जाते. कलास्वादासाठी जे वाचन करावयाचे त्यासाठी निवान्त, निर्वेध, शांत वेळ व मनःस्थितीही तशीच असावी लागते, ही जाणीव कळत-नकळत सर्वच आस्वादकांना आहे, असे दिसते. कथाकथन, कवितावाचन यासारख्या कार्यक्रमांतून मिळणारा कलानुभव आणि स्वतःने केलेले साहित्यकृतीचे वाचन व त्यातून मिळणारा कलानुभव वेगवेगळा असतो, याचीही जाणीव बहुतेकांना आहे. स्वत: वाचून साहित्यकृतीचा आस्वाद घेण्याकडे बहुतेकांचा कल अधिक आहे.

कवितावाचनाचे कार्यक्रम चांगले झाले, तर त्या साहित्यकृतीतील न कळणारे अंगसुद्धा जाणवते. त्यामुळे कविता अधिक कळल्यासारखी वाटते, असेही एकाने नोंदविले आहे; पण हे कविमुखाने कविता ऐकण्याच्या कार्यक्रमाच्या वेळीच फक्त घडते, अशी नोंद आहे; पण बहुतेकांना कथाकथनासाठी व कवितावाचनासाठी (कार्यक्रमात) निवडलेल्या कथा-कविता स्थूल, बटबटीत, बहिर्मुख, सोप्या, सर्वांना ऐकता ऐकताच कळतील अशा निवडलेल्या असतात, असा प्रत्यय आलेला दिसतो. त्यामुळे त्या कार्यक्रमांना उपस्थित राहण्याची त्यांना (आस्वादासाठी) गरज वाटत नाही. त्यापेक्षा त्यांचे वाचन स्वत: करण्याकडे बहुतेकांचा कल आहे.

यावरून असे लक्षात येते की, साहित्यकृतीचा आस्वाद ही जीवनातील एक फार महत्त्वाची घटना आहे, असे सर्वसाधारणपणे समजले जात नाही; कारण असे की, एखादी व्यक्ती व्यावहारिक जीवनातील एखादी गोष्ट वेळ काढून करते. त्या वेळात ती झाली नाही, तर पुन्हा तिच्यासाठी वेळ काढून ती मिळविण्याचा प्रयत्न ती व्यक्ती करते. तिच्यासाठी धडपड करते. पैसा, वेळ, ओळखी, स्वतःची योग्यता, प्रसंगी रजा इत्यादी खर्ची घालते आणि ती गोष्ट मिळवते. या पातळीवर कलास्वादासाठी धडपड करण्याची आस्वादकाला गरज वाटत नाही, असे दिसते.

त्याची प्रवृत्ती साधारणपणे (अ) रिकामा वेळ मिळाला तर (ब) कलाकृती फारच चांगली आहे, हे पूर्वीच कळले असेल व तिचा गाजावाजा झाला असेल, तर वेळ काढून तो कलाकृतीचा आस्वाद घेतो, असे दिसते.

उलट, साहित्यिक एखाद्या साहित्यकृतीसाठी अटीतटीने धडपडत असतो. आस्वादकाची जी कथा वीस-पंचवीस मिनिटांत वाचून संपते व काही थोडक्या वेळातच जिचा आस्वादही पूर्ण होऊन जातो, ती कथा साहित्यिकास लिहिण्यास किंवा तिच्यातील कलानुभव साकार करण्यास तीन-तीन, चार-चार दिवस पूर्ण वेळ द्यावा लागतो. माझ्यासारख्या मंद लेखनगतीच्या लेखकाचे तर आठ-आठ दिवस जात असतात. सारांश, निर्मितिगत कलानुभवाला दिलेला वेळ व आस्वादगत कलानुभवाला दिलेला वेळ यांतील कमी-अधिकपणामुळे मानसिक संस्काराचा कमी-अधिक परिणाम होणार व त्यामुळे दोहोत तफावत पडत असणार, असा तर्क करता येतो.

कलावंताचा यातील बराच वेळ लेखनासाठी जात असतो व तत्पूर्वीचा वेळ कलानुभवाला मनस्थित आकार आणण्यासाठी जात असतो, ही गोष्ट खरी आहे; पण एवढ्या दीर्घ काळात त्याच्या मनात कलानुभव अधिवास करून असतो. या काळात मनोमन तो त्याला न्याहाळत असतो. त्यातील अनेक बारकाव्यांसाठी योग्य ते शब्द व शब्दयोजना निवडून त्यांची अभिव्यक्ती करीत असतो. त्याच्या या दीर्घ काळात तो कलानुभवात अवगाहन करीत असतो. त्यामुळे त्या दीर्घकाळात त्या कलावंताला ज्या सखोलतेने, जिवंतपणाने, तीव्रतेने, अगणित बारकाव्यांनिशी तो कलानुभव प्रत्ययाला आलेला असतो, त्याच्या मनात मुरत राहिलेला असतो, तसा तो आस्वादकाला येणे व त्याच्या मनात मुरणे जवळ जवळ अशक्य आहे, ही वस्तुस्थिती इथे निदर्शनास येते.

प्रास्ताविकानंतरचा पहिला प्रश्न असा होता : एखादी साहित्यकृती नीटपणे समजावी म्हणून तिचे वाचन एक वेळाच करता की एकापेक्षा जास्त वेळा आवर्जून करता? का? हा सर्वसाधारण (जनरल) स्वरूपाचा प्रश्न विचारण्याचा हेतू असा होता की, त्याच्या उत्तराच्या आधारे त्या त्या आस्वादकाच्या कलानुभवाचे सर्वसाधारण स्वरूप व त्याची तीव्रता समजण्यास मदत होऊ शकेल. उदाहरणार्थ, एखाद्या आस्वादकाने 'भय'चे वाचन एकदाच केले असेल आणि पुढील प्रश्नांच्या उत्तरांत जर असे दिसून आले की, त्याच्या कलानुभवाचे स्वरूप स्थूल, बटबटीत आहे, तर तिच्या वाचनाचा आणि त्या बटबटीतपणाचा संबंध जोडता येणे शक्य व्हावे

या प्रश्नाच्या उत्तरांत असे दिसून आले की, बहुतेक वेळा साहित्यकृतीचे वाचन एकदाच केले जाते. याचे प्रमाण ऐंशी (८०) टक्क्यापेक्षा जास्त दिसते. जाणीवपूर्वक दोनदा किंवा त्यापेक्षा क्वचित जास्त वाचन करणाऱ्यांचे प्रमाण फारच कमी म्हणजे

सोळा-सतरा टक्के दिसते.

मात्र पहिल्या वाचनात आवडलेली कलाकृती पुन्हा वाचण्याकडे किंवा वेळोवेळी वाचण्याकडे बऱ्याच मोठ्या प्रमाणात आस्वादकाचा कल दिसतो. पुन्हा तोच प्रत्यय यावा, असा त्या नंतरच्या वाचनाचा हेतू असतो, हे त्यातील विशेष आहे. काहीजण त्यांच्या दृष्टीने कलाकृतीतील प्रभावी सौंदर्यस्थळांचे पुनर्वाचन करतात. शिकविण्याच्या उद्देशानेही काही प्राध्यापकांना पुनर्वाचन करावे लागते. त्यामुळे त्यांना वेगवेगळी सौंदर्यस्थळे नंतरच्या वाचनात अनुभवाला येत असतात. पुनर्वाचनाचा हेतू तोच प्रत्यय पुन्हा यावा असा असला तरी, या पुनर्वाचनात त्याच्या पूर्वीच्या कलानुभवात प्रसंगी भर पडत जाते, असे काहींनी मान्य केले आहे.

पुनर्वाचनात संपूर्ण 'नवाच प्रत्यय देणारी' साहित्यकृती फारच अपवादभूत असते, असे दिसून येते. आठजणांतील फक्त एकाने याची नोंद केली आहे. तीही केवळ एक शक्यता म्हणून आहे. 'नवा प्रत्यय' येण्यापेक्षा 'पुन:प्रत्यय' अधिक प्रमाणात येतो, असे दिसते.

अशीही एक नोंद आहे की, बालपणी अनुभवलेली साहित्यकृती त्याच तीव्रतेने पुन्हा एकदा अनुभवावी, असे वाटण्यातून मोठेपणी वाचली, तर तो अनुभव येत नाही. उलट मनोभंग मात्र होतो. बालपणी अनुभवले ते तिच्यात नसते. त्या वयाचा तो भाग असतो. याची नोंद आठांपैकी एकाने केली आहे.

बहुतेक वेळा, एकदाच वाचन केल्याने कलाकृतीतील विविध घटकांचे परस्परसंबंध पूर्णपणे लक्षात न आल्यामुळे या दोन अनुभवांत तफावत पडत असावी, असे अनुमान काढता येते.

वास्तविक, निर्मितिगत कलानुभवाचा शक्यतो यथार्थ प्रत्यय यावा, या हेतूने एकापेक्षा जास्त वेळा कलाकृतीचे वाचन करण्याची गरज असते. ती बाजूलाच ठेवून आस्वादक पुन्हा तोच प्रत्यय यावा, या हेतूने कलाकृतीचे पुनर्वाचन त्याच वेळी किंवा वेळोवेळी करीत असतो, ही वस्तुस्थिती मोठी अर्थपूर्ण आहे.

हिच्यावरून असे दिसून येते की, सामान्यत: आस्वादक हा कलावंताचा निर्मितिगत कलानुभव शोधण्याच्या जागरूक हेतूने पुनर्वाचनाकडे वळत नसून, स्वतःला आवडलेला अनुभव पुन्हा एकदा यावा, या स्वत्वाच्या हेतूने पुनर्वाचनाकडे वळतो. अशा वेळी त्याच्या मनीचा हेतू कळत वा नकळत आपल्या आवडीचे पोषण करण्याचा असतो; आपल्या व कलावंताच्या कलानुभवातील तफावत दूर करण्याचा नसतो. किंबहुना, तो तफावतीचा सूक्ष्म प्रश्न त्याला कधी पडतच नसतो. तो त्याच्यादृष्टीने अप्रस्तुत असतो. तो प्रश्नच अस्पृष्ठ राहिल्याने तफावत तशीच राहून जात असावी.

'प्रत्येक वाचनाच्या वेळी नवाच प्रत्यय येतो,' या मतापेक्षा 'प्रत्येक वाचनाच्या

वेळी पुन:प्रत्यय येतो,' ही वस्तुस्थिती मोठ्या प्रमाणात खरी आहे, असे दिसते. वेळोवेळीच्या वाचनाच्या वेळी थोडीबहुत नवी भर कलानुभवात पडते, ही वस्तुस्थितीही स्वीकारता येण्यासारखी आहे; पण सलगपणे एकापेक्षा अधिक वाचने केली, तर 'नवी भर' तर पडेलच, पुनःप्रत्ययाचा आनंद तर मिळेलच; पण निर्मितिगत कलानुभवाला अधिक यथार्थपणे सामोरे जाता येण्याचीही शक्यता त्यात जास्त आहे, याचे भान आस्वादकाला नसते, असे दिसते. कारण दीर्घकालीन खंड पाडून पुन्हा वाचन केले, तर तत्पूर्वीच्या वाचनातील बारकावे विसरले जाण्याची, त्यांची तीव्रता कमी होण्याची शक्यताच जास्त असते. त्यामुळे दोन्ही अनुभवांतील तफावत त्या त्या वेळी निरनिराळ्या स्वरूपांत पण कायम राहणेच जास्त संभवनीय वाटते.

वाचनासबंधीचाच पुढचा सर्वसाधारण (जनरल) प्रश्न होता. 'आपण साहित्यकृतीचे वाचन एकापेक्षा जास्त वेळा करत असाल, तर तुमचे प्रत्येक वाचन एकाच पद्धतीचे असते काय? तसे नसेल तर त्याची कारणे व स्पष्टीकरण 'भय'च्या वाचनाधारे द्या.'

हा प्रश्न विचारण्याचा हेतू असा होता की, प्रत्येक वाचनाच्या वेळी आस्वादप्रक्रियेत काही फरक पडतो काय, पडत असेल तर त्याचे स्वरूप काय ?- तसेच निदान 'भय'चे वाचन एकापेक्षा जास्त वेळा त्यांनी करावे आणि या फरकाचे स्वरूप स्पष्ट व्हावे असाही होता. हा दुसरा आणि सातवा प्रश्न जवळ जवळ एकाच स्वरूपाचे आहेत. तोही इथेच घेणे जास्त योग्य होईल. तो असा : ''भय'चे वाचन एकापेक्षा जास्त वेळा केले असेल, तर प्रत्येक वाचनाने तुमच्या कलानुभवात काही फरक पडत गेला काय? पडला असेल तर तो कसा पडत गेला ते स्पष्ट करा.'

आठांपैकी सहाजणांनी 'भय'चे वाचन एकापेक्षा जास्त वेळा केले. कुणी दोन वेळा तर कुणी तीन वेळा. अर्थात, प्रत्येकाचा पुनर्वाचन करण्याचा हेतू वेगवेगळा होता. सर्वसाधारणपणे असे दिसून आले, की पहिल्या वाचनात कलाकृती स्थूल मानानेच समजते. तिचा सर्वसाधारण आशय, विषय, तिचे स्थूल कथानक किंवा वरवरचे ढोबळ घटक तेवढे ध्यानात येतात. त्यानंतरच्या वाचनांत या स्थूलापलीकडची सूक्ष्मता, एकूण रचनाबंध अधिकाधिक कळत जातो, असा सर्वांचाच सूर आहे.

ही नंतरची वाचने कुणी साहित्यकृतीची आंतरिक रचना, केंद्र, अनुभव घटकांची एकूण मांडणी समजून घेण्याच्या उद्देशाने करतात. कुणी आवडलेला भाग पुन्हा वाचण्याच्या उद्देशाने करतात. कुणी मानवी अनुभूती सूक्ष्मतेने समजून घेण्याच्या उद्देशाने करतात. कुणी पहिल्या वाचनात ती कळू शकली नाही, अशी समजूत झाल्याने किंवा पहिल्या वाचनातील आकलन बुचकळ्यात टाकणारे झाल्याने करतात, कुणी सावधपणे अभ्यास करण्याच्या (प्राध्यापकीय, समीक्षकीय) गरजेतून, तर कुणी पहिल्या वाचनात आकलन होते आणि दुसऱ्या वाचनात खरा आस्वाद घेता येतो, या वाङ्मयीन जाणिवेने करतात. तर कुणी पहिल्या वाचनात कलानुभवाचा आस्वाद

घेता येतो आणि दुसऱ्या वाचनात त्या कलानुभवाचा शोध (त्याची मांडणी वगैरे तपासणे) घेता येतो, म्हणून पुनर्वाचन करतात, असे दिसून येते.

दुसऱ्या व सातव्या प्रश्नांना दिलेल्या उत्तरांवरून असे स्पष्ट जाणवते की, 'भय'सारखी प्रासादिक साहित्यकृतीसुद्धा पहिल्या वाचनात संपूर्णपणे समजू शकत नाही. पहिल्या वाचनात (आस्वादकाची इच्छा असो अथवा नसो) स्थूलपणा येणेच स्वाभाविक आहे. कारण नेहमीचे (म्हणजे वर्तमानपत्री) वाचन करण्याची आपली मानसशास्त्रीय गती इथे साहित्यकृतीचे वाचन करताना कमी करणे आवश्यक असते; पण ही गती फार कमी करता येणे शक्य नसावे, असे वाटते. ही गती निम्म्यापेक्षा अधिक कमी करणे तर मनाच्या स्वाभाविक वळणाच्या विरोधातच जाणारे असावे. उलट वाचनाची गती वाढविण्याकडेच रसिक-वाचक भूषण मानताना व्यवहारात दिसतात. 'आजच्या धकाधकीच्या जीवनात' एखादी साहित्यकृती पुन्हा वाचणे नकोच वाटते; त्यापेक्षा वेगळी साहित्यकृती नव्याने वाचणे आवडते, असा कल जीवनव्यवहारात अधिक दिसतो. म्हणजे एका बाजूला 'वाचनगती' नेहमीचीच ठेवल्याने कलाकृती स्थूल मानानेच कळते आणि दुसरे वाचन सामान्यत: न करण्याने तिचा आस्वाद पहिल्या वाचनावरच भागविला जातो. शिवाय पहिल्या वाचनात आपणास सर्व काही समजले, अशी 'जाणकारीची समजूत' करून घेण्यानेही दुसरे वाचन होऊ शकत नाही, असे पाहणीवरून दिसते. या सर्वसाधारण वृत्तीमुळेच दोन्ही कलानुभवांत तफावत पडत असावी.

या प्रश्नांवर जेव्हा कार्यक्रमाच्या वेळी चर्चा झाली, तेव्हा श्रोत्यांतील एकाने असे विधान केले की, 'कलाकृतीच्या प्रत्येक वाचनाच्या वेळी वेगवेगळा कलानुभव येतो. तेव्हा एखाद्या कलाकृतीचे तीन वेळा वाचन झाले असेल, तर त्या कलाकृतीचे वेगवेगळे तीन कलानुभव घेतले, असे म्हणावे लागेल. आणि त्यांतील एक अनुभव दुसऱ्यासारखा असणार नाही.'

याला प्रतिवाद करताना दुसरा श्रोता म्हणाला की, 'एकाच कलाकृतीचे सलग तीन वेळा वाचन केले, तरी तो कलानुभव 'क्युम्युलेटिव्ह' पद्धतीने 'एकच कलानुभव' असतो, असे मानावे लागते. निदान तसे मानावे, असे माझे मत आहे.'

मला हे दुसरे मत अधिक ग्राह्य वाटते. एक तर एकाच रसिकाच्या व्यक्तिमत्त्वात कालाच्या प्रवाहात जर काही विकास झाला असेल, फरक पडला असेल, तर त्यावेळी त्या बदललेल्या व्यक्तिमत्त्वाचा कलाकृतीशी वाचनाद्वारा संबंध साधल्यावर जो कलानुभव येईल तो वेगळा असू शकेल, असे म्हणता येते. एकाच कलाकृतीचे सलग तीन वेळा वाचन अधिकाधिक जाणून घेण्याच्या उद्देशाने केले, तर ती तात्त्विकदृष्ट्या तीन वाचने न मानता एकच सर्वांगीण वाचन मानावे आणि त्यातून साकारणारा कलानुभव एकच मानावा, असे मलाही वाटते. सलग तीन वाचने केली

आणि त्यांत साहित्यकृतीच्या आस्वादाचा स्थूलाकडून सूक्ष्माकडे प्रवास झाला, तर हे तीन टप्पे म्हणजे काही संपूर्ण भिन्नभिन्न असे आस्वादगत कलानुभव नसतात. त्यात फार म्हणजे फारच थोडी भिन्नता असते. ही भिन्नताही काही कलाघटकांचा संबंध नव्याने कळल्यामुळे निर्माण झालेली असते. त्यामुळे तो एकाच कलानुभवाचा त्या वेळचा सर्वांगीण प्रत्यय मानणे योग्य आहे.

या प्रश्नांच्या उत्तरातील माहितीवरून असेही दिसते की, पहिले वाचन हे एकूण घटना समजून घेण्यावर अधिक खिळलेले दिसते. प्रतिमा, प्रतीके, ध्वन्यर्थ, अर्थातील सखोलता, अनेकार्थता यावेळी फारशी लक्षात येत नसावी. 'सगळी' साहित्यकृती (आरंभापासून शेवटापर्यंत) तीव्र जिज्ञासेपोटी एकदाची भरभर वाचून काढण्याची पहिल्या वाचनात ओढ असते. ही ओढ एकदाची संपली की मग पूर्वीपेक्षा अधिक समजून घेण्याच्या उद्देशाने दुसरे वाचन करण्याची उभारी (स्पिरिट) राहत नसावी.

मात्र ज्यांनी जाणीवपूर्वक एकापेक्षा जास्त वाचने केली, त्यांनी प्रत्येक वाचनात साहित्यकृती अधिकाधिक आणि वेगवेगळ्या अंगांनी कशी समजत गेली, याची नोंद केली आहे. 'भय'सारखी प्रासादिक साहित्यकृती पहिल्या, दुसऱ्या आणि तिसऱ्या वाचनातही अधिकाधिक समजत जाते, हे विशेष आहे. वास्तविक ती साहित्यकृती अशी आहे की, 'पहिल्या वाचनातच सर्व काही समजले' असे वाटण्याइतके तिचे स्वरूप सरळ आहे. तरीही ती तीन वाचनांत अधिकाधिक समजत गेली. तिचा रचनाविशेष, तिच्यातील 'मी'चे स्वरूप, तिचा विकसनशील आशय इत्यादी हे दुसऱ्या किंवा तिसऱ्या वाचनात अधिक समजत गेल्याची नोंद आहे.

अर्थात, काही साहित्यिकांच्या साहित्यकृतीत प्रतिमा, प्रतीके, सूचकता, रचनाविशेष, विविध बारकावे, विविध पदर नसण्याची शक्यताही नाकारता येत नाही. बालबोध अशा साहित्यकृतीही असू शकतात; पण त्या तशा असल्या तरी साहित्यकृतीचे पुनर्वाचन हे अत्यावश्यक वाटते; कारण ती काही अहवाल, हकिकत किंवा निवेदनपत्र नसते. ती अधिकाधिक आवाहक असते, हे मान्य करून तिचे पुनर्वाचन करणे हा मार्गच यथार्थ आस्वाद घेण्यास योग्य वाटतो. तसे न केल्यास दोन्ही कलानुभवांत तफावत पडत जाणार, हे उघड आहे.

'वाचना' सबंधी चर्चा होत असताना आणखी काही गोष्टी माझ्या लक्षात आल्या.- पहिले वाचन ते तिसरे वाचन हा प्रवास जसा स्थूलाकडून सूक्ष्माकडे जातो, तसा तो विशिष्टाकडून सघन व्यापकतेकडे जातो, असे दिसून आले. याचे कारण पहिल्या वाचनाच्या वेळी कलाकृतीत सर्वसाधारण ऐवज काय आहे, हे समजून घेण्याकडे जसे विशेष भान असते, तसेच पहिल्या वाचनात कलाकृतीत मन प्रथमच प्रवेश करीत असते. या प्रवेशाच्या क्षणी व नंतरही बराच काळ त्या मनात अनेक व्यावहारिक उपाधी रेंगाळत असण्याची खूप शक्यता असते. वाचनपूर्व काळापासून

मनात मुक्काम करून असलेल्या या उपाधी पहिल्या वाचनाच्या वेळी हळूहळू मागे पडत जाण्याची प्रक्रिया सुरू होते. छोटी कलाकृती असेल तर ही प्रक्रिया सामान्यत: पहिल्या वाचनाच्या अंतापर्यंतही चाललेली असण्याची शक्यता असते. थोड्या मोठ्या गद्यकृतीचे वाचन (कथा, ललितलेख इत्यादी) असेल, तर ही प्रक्रिया अर्ध्या वाचनापर्यंत तरी चालली असण्याची शक्यता नाकारता येत नाही.

शिवाय पहिले वाचन हा आरंभापासून शेवटापर्यंत कलाकृतीबरोबरचा प्रवास असतो. कोठून कोठे जाणार आहोत, याची त्यावेळी कल्पना नसते. त्यामुळे पहिल्या वाचनात कलाकृतीची संरचना किंवा तिची समग्र व्यूहात्मक रचना नीटपणे लक्षात येणे कठीण जाते; पण दुसऱ्या वाचनात कोठून कुठेपर्यंत जावयाचे आहे, याची जाणीव येते. ही जाणीव आल्यामुळे हा प्रवास कसकसा झाला आहे, याकडे लक्ष लागणे शक्य होते. त्यामुळे संरचना कळणे दुसऱ्या वाचनात शक्य असते.

सलग दुसऱ्या वाचनाच्या वेळी मनातील व्यावहारिक उपाधी सामान्यतः नाहीशा झाल्या असण्याची शक्यता असते. त्यामुळे दुसरे वाचन रममाण होऊन, मनःपूर्वक, एकाग्र चित्ताने होण्याची शक्यता अधिक असते. तिसरे वाचनही असेच, तरी काहीसे अलिप्तपणे कलाकृतीला न्याहाळणारे, जाणकार असण्याची शक्यता असते. अर्थात हा ज्याच्या त्याच्या वकुबाचा, स्वभावाचा भाग आहे.

स्वत: आपण कोण आहोत, हे समजून घेण्यावरही पहिले, दुसरे, तिसरे वाचन अवलंबून असते. काहीजण स्वतःला तीव्र आस्वादक शक्ती असलेले, पहिल्या वाचनातच आपणाला सर्व काही समजते असे मानणारे व प्रत्यक्षात मात्र तसे नसणारेही असू शकतात. तसेच प्रत्यक्षात वाचन एकदाच करून ते तीनदा केले, असे म्हणणारेही काही असू शकतील.

रसिकतेचा, आस्वादकाचा 'अधिकार' ज्याला प्राप्त झालेला असेल त्याचाच आस्वाद हा योग्य मानणे रास्त असते; पण एखाद्या वाचकाला तो अधिकार प्राप्त झाला आहे किंवा नाही, हे त्यानेच ठरविणे योग्य असते. अनधिकारी आस्वादातूनही दोन्ही कलानुभवांत तफावत पडण्याची शक्यता असते.

पुष्कळ वेळा मनाच्या द्विधा अवस्थेतही वाचन होत असते. तसेच केवळ आस्वाद घेण्याव्यतिरिक्त इतरही काही हेतूने जे वाचन होते, त्यात 'कलानुभव' घेणे ही जवळ जवळ अशक्य गोष्ट असते. उदाहरणार्थ, प्रुफे वाचण्यासाठी केलेले वाचन, संशोधनाच्या हेतूने, केवळ समीक्षेच्या हेतूने, शिकविण्याच्या हेतूने, अशाच अन्य कारणामुळे केलेले वाचन हे आस्वादकाचे वाचन नसते, असे मला वाटते.

काही आस्वादकांची स्वतःला शोधण्याची, स्वतःची अशी एक पूर्वनिश्चित आवड निर्माण झालेली असते. ते त्या आवडीतूनच साहित्याकडे वळतात. त्यांच्या आवडीनुसार साहित्यकृती असेल तरच तिचा आस्वाद ते नीटपणे घेऊ शकतात.

अन्यथा त्यांच्यावर ती सक्ती होते.– त्यांच्या या विशिष्ट प्रकारच्या वाचनामुळे दोन्ही कलानुभवांत तफावत पडत असावी, असा निष्कर्ष काढता येतो.

'कलानुभव म्हणजे नेमके तुम्हाला काय अभिप्रेत असते?' असा तिसरा प्रश्न होता. हा प्रश्न विचारण्याचा हेतू असा होता की, कलानुभवाची कल्पनाच प्रत्येकाची वेगवेगळी असू शकते काय, ती तशी असल्यामुळे दोन्ही कलानुभवांत तफावत पडते की काय, याचा शोध घेता येईल;

पण तात्त्विकदृष्ट्या कलानुभवाची स्पष्ट आणि वस्तुनिष्ठ कल्पना दोनच प्राध्यापकांना असलेली दिसली. 'कलानुभव हा व्यावहारिक अनुभवापेक्षा वेगळा असतो. तो स्व-तंत्र आणि स्वयंपूर्ण असतो. त्याला एक मध्यवर्ती केंद्र असते. या केंद्राशी संबंध ठेवूनच तो कलात्म हेतूने आकाराला येतो. त्याची रचना चैतन्यपूर्ण आणि सेंद्रिय असते. अभिव्यक्ती सजीव आणि एकसंध असते. त्याच्या या स्वरूपामुळे त्याचा आस्वाद घेताना व्यावहारिकतेशी त्याचा संबंध जोडणे धोक्याचे असते.'– याची स्पष्ट जाणीव या दोन प्राध्यापकांमध्ये दिसली.

बाकीच्यांची भूमिका मोठ्या प्रमाणात साहित्यकृतीच्या द्वारा साहित्यिकाचे अनुभव समजून घेणाऱ्यांची असते, असे दिसते. साहित्यिकावर त्यांची याबाबतीत एक श्रद्धा असते. एक विश्वास असतो. कलाकृतीत व्यक्त झालेला अनुभव हा कलानुभवच असतो आणि तो समजून घेणे, कलावंताच्या पातळीवर जाऊन समजून घेण्याचा प्रयत्न करणे, हे ते कर्तव्य मानतात. आपणास तो कलानुभव वाचनाद्वारा समजला, असे त्यांना वाटले की 'कलानुभव आला', अशी त्यांची समजूत असते. कलानुभवाविषयी त्यांनी स्वतंत्रपणे असा काही विचार केलेला नसतो. चांगल्या लेखकाला काहीतरी सांगावयाचे असते आणि ते तो प्रभावीपणे सांगतो; त्यात वाहवलेपणा, पाल्हाळ वगैरे काही येऊ नये, असे त्यांना वाटते.

कलाकृतीत बारीकसारीक दोष असतील, तर त्यांच्याकडे अशा प्रकारचे रसिक दुर्लक्ष करीत असतात व गुणग्राहकवृत्तीने, प्रांजळपणे कलास्वाद घेऊन मोकळे होतात, असे दिसते.

थोडी याच्या पुढची पायरी काहींच्या मनात असते. 'व्यवहारात सामान्य माणूस जे गौण मानतो, त्यावर कलानुभव वेगळाच प्रकाश पाडतो. त्यामुळे वाचकाची मानसिक समृद्धी होते. व्यवहारात आपण जे ढोबळपणे पाहतो, त्याचे सूक्ष्म आणि प्रत्ययकारी वर्णन कलानुभवात असते. परिचयातील जीवनाचा वेगळा अन्वयार्थ कलानुभव लावत असतो. माहीत नसलेल्या जीवनांगाची ओळख कलानुभव करून देतो. लेखकाची शब्दकळा, रचनाकौशल्य, कल्पनाशक्ती यांतील बारकावे कलानुभवातून कळतात.– या सगळ्यांना एकत्रित करून जो अनुभव येतो तो कलानुभव होय,' असे काहींना वाटते.

'कलावंत निर्माण करतो ती कलाकृती आणि कलाकृतीचा मनावर परिणाम होऊन जे मानसिक अवस्थांतर होते तो कलानुभव,' असे काहींनी मानले आहे. असे मानणाऱ्यांची संख्या निम्म्याहून अधिक म्हणजे आठामध्ये पाच, अशी दिसते. साठ ते पासष्ट टक्के प्रमाण अशा आस्वादकांचे असते, असे मानावयास हरकत नाही.

यावरून काही अनुमान काढता येते. बहुसंख्य आस्वादकांच्या मनात कलानुभवाची संकल्पना स्पष्ट नसते. काहीजण कलानुभवाचा अर्थ आपण प्रत्यक्षात अनुभवलेल्या वास्तवाच्या प्रकाशात लावतात. वास्तवात जे अनुभव येतात, त्या अनुभवांवर अधिक प्रकाश टाकणारी, नवे वास्तव समजून देणारी साहित्यकृती असेल तर त्यांना ती आस्वादता येणे शक्य असते, त्या संदर्भातच ते कलानुभवाचे मूल्यांकन करीत असतात. त्यामुळे दोन्ही कलानुभवांत तफावत पडू शकते. 'साहित्यकृती वास्तव जीवनाचे अधिक प्रभावी, सखोल, समृद्ध दर्शन घडवीत असते,' यासारख्या आशयनिष्ठ विधानांचा बालबोध अर्थ घेतल्याने ही तफावत पडते, असे म्हणता येईल;

पण बहुसंख्य वाचक 'साहित्यकृतीतून व्यक्त होणारा अनुभव हा कलानुभवच असतो' अशी श्रद्धा ठेवून वाचन करतात हे एक आस्वादाच्या दृष्टीने ठीकच आहे; कारण या श्रद्धेत साहित्यकृतीतून व्यक्त होणारा अनुभव हा कलानुभव आहे, असे गृहीत धरून तो समजून घेण्याची इच्छा असते. तशी ती असल्यामुळे निर्मितिगत कलानुभव जास्तीत जास्त समजून घेण्याची शक्यता निर्माण होते. तीमुळे तफावत कमी कमी होत जाणे शक्य होते.

प्रश्न चौथा असा होता : ''भय' हे लेखन तुम्ही कसे वाचले? (अ) आत्म-चरित्रातील एखादा भाग वाचावा तसे? (व) वर्तमानपत्रातील एखादी माहिती व हकिकत वाचावी तसे? (क) एखादी साहित्यकृती वाचावी तसे - यांपैकी कोणत्याही एका पद्धतीने तुम्ही वाचले असेल तर तीच पद्धती तुम्ही का 'अवलंबिली' याचे स्पष्टीकरण द्यावे. (ड) वरील तिन्ही वस्तूंची वाचने एकाच प्रकारची असतात काय?'

सहा व नऊ क्रमांकांचे प्रश्न याला जोडूनच घेणे आवश्यक आहे. ते असे होते : ''भय' ही एक हकिकत आहे, असे समजून किंवा आत्मचरित्रातील एक भाग आहे, असे समजून तिचा अनुभव घेतला असता, तर त्या अनुभवात आणि या कलानुभवात काही फरक पडला असता काय? तुमचे म्हणणे व्यवस्थित स्पष्ट होण्यासाठी सविस्तर सांगा.' ''भय' हे लेखन कोणत्या साहित्य प्रकारात मोडते? ललितलेख, कथा, रहस्यकथा, भयकथा की इतर कोणत्या प्रकारात?'

हे प्रश्न विचारण्यामागचा हेतू असा होता की, 'चौथ्या प्रश्नातील अ, ब, क, ची वाचने व त्यांचे हेतू वेगवेगळ्या प्रकारचे असतात, हे आस्वादकाच्या लक्षात असते का ते पाहावे. तसेच त्या विशिष्ट वाचनाचा वेगळेपणा लक्षात ठेवून

वाचनाच्या वेळी तो कृतीत आणला जातो का, तेही पाहावे. आत्मचरित्र, ललित-लेख वा अन्य प्रकारची तेवढ्याच आकारमानाची (उदा० कथा) साहित्यकृती यांच्यात ते कसा भेद करतात व हा भेद केल्यामुळे त्यांच्या आस्वाद्य प्रक्रियेत काही फरक पडतो काय, याची तपासणी करण्याचा हेतू होता. उदाहरणार्थ एखादी लेखनकृती जर आत्मचरित्राचा भाग म्हणून वाचली, तर तिच्यातील 'मी' ला समजून घेणे एवढेच महत्त्वाचे ठरते व तिच्यातील घटना या वस्तुस्थितीतील घटिते म्हणूनच स्वीकाराव्या लागतात. तीच लेखनकृती ललितलेख म्हणून वाचली, तर 'मी'चा कलानुभवच तेथे प्रस्तुत ठरतो. एखाद्या वेळेस आत्मचरित्रातील घटितांतून प्रेरणा घेऊन तो स्वतंत्रपणे आकाराला आलेला असतो. शिवाय त्याला वाङ्मयीनता अपरिहार्यपणे प्रात झालेली असते. त्यामुळे तो वेगळ्या पातळीवर अनुभवावा लागतो. तसेच तीच लेखनकृती कथा म्हणून स्वीकारली, तर त्या साहित्य प्रकाराच्या रचनेविषयी मनाने अगोदरच काही गृहीते स्वीकारलेली असतात. ती तिथे प्रत्ययाला आली नाहीत, तर ती लेखनकृती कलाकृती म्हणून स्वीकारण्यातही अडथळे येऊ शकतात.

याचा विचार करूनच हे प्रश्न विचारले होते. सारांश, आस्वादकाची आस्वादनाच्या वेळची साहित्याविषयीची सर्वांगीण जागरूकता कितपत कार्यप्रवण झालेली असते, हे तपासण्याचा या प्रश्नांचा हेतू होता.

एक आस्वादक सोडला, तर बाकी सर्वांनीच संपादकाने अनुक्रमणिकेत 'ललित-लेख' म्हणून उद्धृत केल्याने, ते लेखन 'ललित लेख' (म्हणजे एक साहित्यकृती आहे) हे गृहीत धरूनच वाचले.

आस्वादकांच्या या वृत्तीवरूनही पुन्हा स्पष्ट होते की, एखादा साहित्यिक (किंवा संपादक) आपली लेखनकृती ज्या एका विशिष्ट साहित्य प्रकारात समाविष्ट करील तो मान्य करून ती आस्वादली जाते, असे दिसते. ती साहित्यकृती आपल्या प्रत्ययाला स्वतंत्रपणे जशी येईल तशी ती विशिष्ट साहित्य प्रकारात घालावी, अशी जाणीव त्याच्याजवळ बहुधा नसते. 'बहुधा नसते' असे म्हणण्याचे कारण आठांपैकी फक्त एकाने ही जाणीव काही प्रमाणात दाखविलेली आहे. बाकीचे आस्वादक या बाबतीत शब्दप्रामाण्यवादी वाटले.

एखादा लेखक आपणास आलेल्या कलानुभवाला सामोरा गेलेला असतो. आपण 'कथा' लिहितो, या जाणिवेपेक्षा आपण एक 'कलानुभव' व्यक्त करीत आहोत; मग तो कोणत्याही साहित्य प्रकारात मोडो, अशी त्याची जाणीव असण्याची शक्यता असते; पण ते लेखन प्रसिद्ध करताना संपादकाला कोणत्यातरी एका साहित्य प्रकाराचे नाव देऊन (उदा. कथा, ललित लेख इ.) ते प्रसिद्ध करावे लागते. तसे ते प्रसिद्ध केले की, आस्वादकाच्या मनात काही पूर्वगृहीते निर्माण होतात.

त्यामुळे कलानुभवात तफावत पडण्याची शक्यता निर्माण होते, असे म्हणावयास जागा आहे. उदाहरणार्थ, 'स्पर्शकमळे' व 'पाणभवरे' हे माझे ललितलेखांचे संग्रह परीक्षणकारांनी 'कथासंग्रह'च आहेत असे कल्पून, 'त्या कथा म्हणून कशा फसल्या आहेत' याचे सविस्तर परीक्षण केलेले आहे. (वर्तमानपत्रांच्या रविवार आवृत्त्यांमधून.)

पण दुसरे असे की, अशा प्रयोगशील जाणिवेने लेखन करणारे फारच थोडे लेखक असतात. बहुसंख्य लेखक मनात एखादा साहित्य प्रकार योजूनच कलानुभव घेत असावेत व तो व्यक्त करताना आपण अमुक एक साहित्य प्रकार हाताळत आहोत, याची स्पष्ट जाणीव त्यांना असावी, असे दिसते. 'अमुक अमुक झाले आणि मला एक कथा सुचली, एक ललित लेख सुचला' असे जेव्हा लेखक म्हणत असतो, तेव्हा त्याची अशा प्रकारची प्राकारिक जाणीव स्पष्ट असते, हे उघड आहे; पण तरीही एक बाब शिल्लक राहते. ती अशी की, कलावंताच्या आणि आस्वादकाच्या एकाच साहित्य प्रकाराविषयीच्या कल्पना कमी-अधिक प्रमाणात भिन्न असण्याची शक्यता ही असतेच. त्यामुळे दोन्ही कलानुभवांत तफावत पडू शकते.'

' 'भय' या साहित्यकृतीच्या वाचनाने तुमच्या मनात कोणता अनुभव आकाराला आला?' असा पाचवा प्रश्न होता. प्रश्नाचा हेतू उघडच आहे. या प्रश्नाच्या आधारे 'भय'चे लेखनसूत्र आस्वादकाच्या नीटपणे लक्षात येते की नाही, हे पाहावयाचे होते, तसेच वाचनोत्तर अनुभवाविषयी त्याच्या प्रतिक्रिया एकूण काय होतात, हे पाहून तफावतीचा शोध घ्यावयाचा होता.

या प्रश्नाला दिलेल्या उत्तरांवरून काही गोष्टी हाताशी आल्या : आशय सर्वांनाच एकसारखा जाणवतो; पण तो सांगण्याची भाषा व पद्धती काहीशी वेगळी असते. दुसरे असे की, एकापेक्षा जास्त वेळा मनःपूर्वक वाचन करणारे आस्वादक मर्मापर्यंत जाऊ शकतात; पण एकदाच वाचन करणाऱ्यांना साहित्यकृतीचे मर्म सापडू शकत नाही. ते लेखनाच्या वरवरच्या भागावर रेंगाळतात आणि त्यामुळेच त्यांना काही दोष जाणवतात. उदाहरणार्थ, एखाद्या उताऱ्याचे सूक्ष्म मर्म न समजल्यामुळे तो उतारा केवळ वर्णनपर वाटणे व त्यामुळे ते वर्णन लांबले आहे, असे वाटणे.

आणखी असेही दिसून आले की, त्या विशिष्ट साहित्यकृतीचा एकूण पसारा, त्याचे घटक आणि त्या पसाऱ्याच्या आवाक्यात जे सांगावयाचे आहे ते सूत्र; यांच्यातील गौण-प्रधानभाव काही कारणाने जरी विसरला गेला किंवा त्याच्याविषयीची 'आपली समजूत'च पक्की मानली, तर कलानुभवात तफावत पडते, असे दिसून येते. उदा- 'भय'मध्ये 'शंकर' व शंकरच्या घराविषयीचा मजकूर आला आहे. तो लेखाच्या तिसऱ्या खंडात आहे. वास्तविक, हा तिसरा खंड 'मी'चे भुताविषयीचे भय कमी होऊन आता त्याला माणसाविषयीचेच भय अधिक का वाटते, हे साधण्याच्या हेतूने आला आहे. म्हणजे तो साधनीभूत आहे; पण सर्व ललितलेखात त्या खंडात

एक विशिष्ट नाट्यपूर्ण घटना आहे. त्यात व्यक्तिचित्रात्मकता, चित्रमयता ही वाचकाला सबंध ललित लेखाच्या तुलनेत अधिक मोहवतात. तिथे आस्वादक क्षणभर बाकीचे सगळे विसरून रेंगाळतो, खिळून राहतो. तसा तो राहिल्यावर त्याच्या असे लक्षात येते की, हे सगळे जरा विस्ताराने, तपशिलात जाऊन, अधिक रंगवून लिहिले असते तर बरे झाले असते. लेखकाने इथे ते फार थोडक्यात सांगितले आहे.- असे आस्वादकाला वाटते, याचे कारण मुख्य साध्य कोणते आणि त्याचे साधन कोणते हे त्याच्या लक्षात आलेले नसते, असे दिसते.

हे जसे खरे आहे तसेच पुष्कळ वेळा प्रत्यक्ष लेखन करताना लेखकाचीही लेखनगर्भ आत्मनिष्ठा (मर्ढेकरी अर्थाने) ढळलेली असते. त्या ढळण्यातून त्याच्या लेखनात दोष निर्माण होतात. एखादा वाङ्‌मयबाह्य मोह त्याला अनेक सामाजिक, सांस्कृतिक दाबांतून, तसेच स्वतःच्या स्वाभाविक वृत्तिप्रवृत्तीतून झालेला असतो. त्यामुळे दोष निर्माण झालेले असतात; पण ते लेखकाच्या लक्षात आलेले नसतात. इतरांनी कुणी ते लक्षात आणून दिल्यावर मग ते त्याच्या लक्षात येतात. (पुष्कळ वेळा लेखकाच्या वा आस्वादकाच्या अज्ञानातूनही असे दोष निर्माण होतात. पण ते असो.) पुष्कळ वेळा लेखक हे दोष मान्य करीत नाही किंवा त्याला ते पटत नाहीत. तसेच त्याला असेही वाटते की, त्या गोष्टी गौण आहेत. तिकडे दुर्लक्ष करून आस्वादकाने आस्वाद घ्यावा; पण आस्वादक तिकडे दुर्लक्ष करू शकत नाही. त्यामुळे त्या दोन कलानुभवांत तफावत पडते, असे दिसून येते.

‘ ‘भय’मध्ये कलात्मकता आली आहे, असे तुम्हास वाटते काय? (अ) नसेल तर का येऊ शकली नाही? (ब) असेल तर तिचे (कलात्मकतेचे) चार नमुने घेऊन त्यांचें स्पष्टीकरण सविस्तर करा. ते नमुने कलात्मक कसे आहेत ते सांगा. (ते अनुभवाला कलात्मकता कशी आणतात ते सांगा.)’ असा आठवा प्रश्न होता. तो विचारण्याचा हेतू असा होता की, एखाद्या साहित्यकृतीत कलात्मकता अवतरते, म्हणजे नेमके काय होते, याचा विचार आस्वादकाच्या मनात प्रत्यक्ष आस्वादनाच्या वेळी कसा चाललेला असतो, हे कळावे. तसेच प्रत्येकाला वेगवेगळे नमुने जाणवतात का त्यांच्यात समानता येते, हेही पाहावयाचे होते.

या प्रश्नाच्या उत्तरांत असे दिसून आले की, प्रत्येकाने कलात्मकतचे वेगवेगळे नमुने सादर केले आहेत. एखादी अर्थगर्भ प्रतिमा, रेखीव चित्रण, नाट्यपूर्ण संवाद येथपासून ते एकूण सगळी कलाकृतीच आशयसूत्राच्या अंगाने कसकशी कलात्मकतेने विकास पावत जाते, इथपर्यंतचे कलात्मकतेचे नमुने सादर केले आहेत. यावरून लक्षात येते की, प्रत्येकाची आवड-निवड वेगळी असते. ह्या आवडी-निवडीला त्याची कलात्मकतेची कल्पना नियंत्रित करत असावी. ही त्याची कल्पना साहित्यिकाच्या कलात्मकतेच्या कल्पनेशी जुळेलच अशी नसते. त्यामुळे दोन्ही कलानुभवांत

तफावत निर्माण होणे सहज शक्य होते.

तसेच कलावंताने आपल्या लेखनात विविध ठिकाणी, विविध प्रकारांनी जी कलात्मकता आणलेली असते, ती सर्व ठिकाणे व ते सर्व प्रकार आस्वादकाच्या लक्षात येणेही अशक्य असते. यामुळेही दोन्ही कलानुभवांत तफावत निर्माण होऊ शकते. काहींच्या कलात्मकतेच्या समजुती लेखकांशी समान असल्या तरी काही तपशिलांच्या बाबत परस्परांचे किंवा त्यांतील एकाचे चुकीचे ज्ञान असते किंवा पुरेसे ज्ञान असत नाही. त्यामुळेही दोन्ही कलानुभवांत तफावत पडत जाऊ शकते, असे दिसते.

'तुम्हास 'भय'विषयी आणखी काही सांगावेसे वाटते काय?' असा शेवटचा दहावा प्रश्न होता.

हा प्रश्न एवढ्यासाठी होता की, आस्वादकाला मानसिकदृष्ट्या 'भय' च्या आस्वाद-प्रक्रियेतून झाडून मोकळे करावे. त्याच्या मनात अगोदरच्या नऊ प्रश्नांची उत्तरे देऊनही काही शिल्लक असेल, तर ते त्याने या प्रश्नाच्या निमित्ताने लिहावे.

बहुतेकांनी काही ना काही लिहिले आहे. नवनव्या, प्रयोगशील कलाकृती पचवण्याच्या वाचकाच्या सामर्थ्याविषयी कुणी लिहिले आहे. कुणी 'भय'च्या 'मी' चे जीवनवास्तव व त्याच्या आधारे वाङ्मयकृती घडविण्याच्या प्रयोगासंबंधी लिहिले आहे. तो वेगळा साहित्य प्रकार मानावा, अशी सूचना केली आहे. कुणी 'भय'सारखी 'कच्ची' कलाकृती प्रस्तुत उपक्रमासाठी निवडण्याऐवजी उत्कृष्ट कलाकृती निवडणे आवश्यक होते, अशी सूचना केली आहे. कुणी 'भय'चा 'शेवट' कुठे होणे योग्य होते, याविषयी लिहिले आहे. कुणी तिचे अधिक रसग्रहण केले आहे. कुणी 'मोठा आनंद' या कलाकृतीने दिल्याचे कबूल केले आहे.

यावरून तफावतीच्या दृष्टीने एवढे सिद्ध होते की, आस्वादकाच्या विविध अपेक्षा साहित्यकृतीकडून असतात. त्या पुऱ्या झाल्या नाहीत, तर दोन्ही कलानुभवांत फरक पडणे शक्य आहे. तिचे अधिक रसग्रहण करण्याने, गुणदर्शन करण्याने तिच्यातील कलानुभवाला अधिकाधिक सामोरे जाण्याचाच प्रयत्न असतो.

साहित्यिकाला आलेला कलानुभव हा प्रसंग, व्यक्ती, समाज, निसर्ग यांच्या विविध संबंधांनी 'चैतन्या'च्या पातळीवर विणलेला असतो. मूलत: तो व्यक्ती आणि प्रसंग यांच्या संबंधांतून जिवंत झालेला असतो. त्याला रक्त-मांस लाभलेले असते. तो जिवंत असल्याने त्याला अनेक परिमाणे (आयाम) लाभलेली असतात. त्यांचा विचार वा पृथक्करण एखादा मानसिक समृद्धी असलेला आस्वादक उत्तम रीतीने करू शकेल. कलानुभवाचे अशा प्रकारचे पृथक्करण कलावंताला हवेहवेसे वाटत असले, तरी त्याच्या प्रतिभेने ते एवढ्या विश्लेषणासह निर्मितिपूर्व काळात अनुभवलेले

नसते. त्यामुळे त्याला असे वाटण्याची शक्यता असते की, आस्वादकाच्या या कलानुभवात व आपल्या कलानुभवात तफावत पडली आहे. ही तफावत अधिक वरच्या पातळीवरून त्याच कलानुभवाकडे पाहिल्याने निर्माण झालेली असते, असे मानावे लागते.

या सर्व निरीक्षणाचा मथितार्थ असा निघतो की, केवळ व्यक्तिमत्त्वाच्या भिन्नतेमुळे दोन्ही कलानुभवांत तफावत पडते, हे पूर्ण सत्य नाही. तफावत पडण्याचे हे एक कारण आहेच; पण कलावंताच्या व आस्वादकाच्या व्यक्तिमत्त्वातील भिन्नता एका पातळीवरची नसते. एरवी व्यक्ती विद्वान, जाणकार वा आणखी काही असली, तरी आस्वादक या नात्याने ती अनेक कारणांमुळे कमी पडते. आदर्श आस्वादक या पातळीवर ती क्वचितच जाऊन पोचलेली असते. सामान्यत: तिला वास्तवाच्या, आकलनाच्या, वाचनाच्या, ज्ञानाच्या, आवडीनिवडीच्या, वृत्तिप्रवृत्तींच्या अनेक मर्यादा पडलेल्या असतात. आपले सर्वस्व पणाला लावून तो क्वचितच यथार्थ कलानुभव घेऊ शकतो.

साहित्यिक आपला कलानुभव शब्दगत करतानाही त्यात काही दोष राहण्याची शक्यता असते, काही मोह त्याला झालेले असतात; त्यामुळेही साहित्यिकाला अपेक्षित असलेल्या आस्वादकाच्या कलानुभवात व त्याच्या स्वतःच्या कलानुभवात तफावत पडते, ही गोष्ट खरी. क्वचित एखाद्या प्रसंगी कलावंताच्या कलानुभवाच्याही वरच्या पातळीवर जाऊन आस्वाद घेणारा आस्वादक भेटतो. नाही असे नाही; पण तो अपवादभूतच असतो;

पण या पलीकडची आणखी एक महत्त्वाची वस्तुस्थिती अशी की, साहित्यिक कलानुभव शब्दगत करताना त्याच्या मनाची त्या कलानुभवाशी दीर्घकालीन जवळीक निर्माण झालेली असते. पराकोटीच्या तन्मयतेने, चित्ताच्या एकाग्रतेने, मनःपूर्वक शरणभाववृत्तीने विविध बारकाव्यांनिशी तो कलानुभवाची शब्दगत निर्मिती करीत असतो.

ही साहित्यनिर्मिती म्हणजे त्याचे शब्दगत दुसरे अस्तित्वच असते. म्हणून त्या कलानुभवासाठी त्याने आपले (म्हणजे पहिले) अस्तित्व सर्वस्वानिशी पणाला लावलेले असते. त्या कलानुभवात अनेक बारकावे विविध प्रकारांनी त्याने आपल्या कलादृष्टीने ओतलेले असतात आणि त्याचा व्यूहात्मक आकार साधलेला असतो. या कलानुभवाच्या मूलद्रव्यापोटी त्याने आपल्या आयुष्यातील जीवनानुभव व भावभावना खर्ची घातलेल्या असतात. त्या दृष्टीने स्वतःला अंशत: संपवून त्याने कलानुभव आकाराला आणलेला असतो. अशा वेळी त्याच्या मनाची पातळी एरवीच्या त्याच्या व्यावहारिक व्यक्तिमत्त्वापेक्षा खूपच वेगळी, वरच्या दर्जाची असते. निकराने त्याने ती

मिळवलेली असते.

एवढ्या निकराच्या अवस्थेला जाऊन आस्वादाच्या द्वारा संपूर्ण बारकाव्यांनिशी कलानुभव घेण्याचे आस्वादकाला मुळातच प्रयोजन पडत नाही. तो स्वतःच्या आनंदासाठी, आवडीसाठी साहित्याचा कलानुभव घेत असतो. स्वतःचे अस्तित्व पणाला लावून कलानुभव घेण्यापेक्षा स्वतःच्या अस्तित्वासाठी, त्याच्या पोषणासाठी, सुखासाठी त्याला कलानुभव घ्यावयाचा असतो. आस्वादगत कलानुभव हे काही त्याचे दुसरे अस्तित्व नसते. त्यामुळे निर्मितिगत कलानुभव व आस्वादगत कलानुभव यांच्या पातळींतच मूलतः भिन्नता निर्माण होते. आणि या भिन्नतेपोटी तफावत निर्माण होते. ही तफावत अनिवार्य आहे, असे मला वाटते... कलावंताला कुणीच समजून घेऊ शकत नाही, ते या अर्थाने खरे आहे.

# आशय, अनुभव आणि अभिव्यक्ती : परस्पर संबंध

## १

'आशय आणि अभिव्यक्ती' अशी जोडी मराठी साहित्यात १९४५ पर्यंत वापरली जात होती. अजूनही क्वचित वापरली जाते. 'आशय' शब्दाचा अर्थ 'संचय किंवा गाभा' असा आहे. मराठी साहित्यक्षेत्रात मर्ढेकरपूर्व काळापर्यंत 'आशय' हा शब्द अनुभवाचा चिंतनात्म गाभा, अनुभवाश्रयाने असलेले जीवनाचे बुद्धिगम्य सार, जीवन-विचारांचा संचय, अशा अर्थाने आपण वापरत होतो.

एखाद्या साहित्यकृतीचा 'आशय' सांगावयाचा म्हणजे तिचे साररूप वैचारिक सूत्र सांगावयाचे, असा संकेत अजूनही आहे. हा 'आशय' साहित्यकृतीत एखाद्या विषयाच्या आधारे विशिष्ट रूप धारण करतो. त्या विषयानुसार साहित्यिक आपल्या साहित्यकृतीत पात्रे, घटना-प्रसंग, वातावरण यांची मांडणी भाषेच्या माध्यमातून करतो आणि त्या 'आशयाला' साहित्यरूप प्राप्त करून देतो. हे साहित्यरूप म्हणजेच त्या आशयाची अभिव्यक्ती असते, असे सर्वसाधारणपणे मानले जात असे. या विषयाच्या अनुषंगाने झालेली पात्रे, घटना-प्रसंग, वातावरण व त्यांची भाषारूप मांडणी म्हणजे साहित्याची अभिव्यक्ती होय. ती रसनिर्मिती करू शकते. 'आशय' हा साहित्यकृतीचा आत्मा आणि अभिव्यक्ती हे त्याचे शरीर.

मराठी साहित्याच्या १९४५ पर्यंतच्या या काळात 'आशया'चा आणि 'अभिव्यक्ती'चा स्वतंत्रपणे विचार केला जात असे. त्या दोन स्वतंत्र वस्तू असून, 'आशय' प्रभावीपणे व्यक्त करण्यासाठी अभिव्यक्तीची मांडणीही प्रभावीपणे, उत्कृष्टपणे करणे आवश्यक असते, असा विचार प्रभावी होता.

'आशय' कसा आणि कोणत्या जीवनमूल्यांशी निगडित असावा, विषयासाठी लागणाऱ्या कथानकाची रचना कशी असावी, पात्रे कशी विविध स्वभावांची, विविध

वयोगटांतील, धंदेगटांतील, स्त्री-पुरुष संमिश्र असावीत, घटना-प्रसंगाचा विकासक्रम कसा असावा, पात्र-प्रसंगांची संख्या साहित्य प्रकारांनुसार किती असावी, भाषा उत्तम शैलीने कशी नटलेली असावी, शैली उत्तम होण्याचे तंत्र कोणते आहे, साहित्यकृतीचे आरंभ, मध्य, शेवट कसे असावेत इत्यादी चर्चा आशय-अभिव्यक्तीचा प्रत्येक घटक स्वतंत्र घेऊन स्वतंत्रपणे केली जात असे. या घटकांचा परस्पर-संबंध काय आहे, तसेच एकूण साहित्यकृती एकात्म वाटण्यासाठी या घटकांचे साहित्यकृतीतील वर्तन कसे असले पाहिजे, याचा विचार होत नसे. आशयाचा विचार करताना 'आशया'ला अभिव्यक्तीपासून स्वतंत्र काढले जाई व 'अभिव्यक्ती'चा विचार तिला आशयापासून अलग करून व ती एक स्वतंत्र वस्तू आहे, असे मानून केला जाई. राम गणेश गडकरी यांच्या नाटकांचा या दृष्टीने अभ्यास करता येण्यासारखा आहे. वि. स. खांडेकरांच्या कादंबऱ्यांतील बहुतेक प्रमुख पात्रे खांडेकरांसारखीच 'शैलीदार' बोलताना दिसतात; कारण खांडेकरांनी 'साहित्याची म्हणून एक स्वतंत्र भाषा असते, व तिला इतर घटकांपासून स्वतंत्र असे साहित्यात अस्तित्व असते,' हे तत्त्व गृहीत धरलेले दिसते. ना. सी. फडके यांच्या कथा-कादंबऱ्यांचा अभ्यासही यादृष्टीने करता येण्यासारखा आहे. जुन्या काळी काही साहित्यिक केवळ 'शैलीकार' म्हणून प्रसिद्ध होते. हे पद त्यांना भूषणास्पद वाटत असे. 'आशय' सामान्य असला, तरी केवळ शैलीवर लेखन मारून नेता येते, असे मानणारे व लेखन करणारे अनेक साहित्यिक आजही आहेत. त्यांचे लेखनही साहित्यक्षेत्रात लोकप्रिय असते. शैलीदार अभिव्यक्ती ही एक स्वतंत्र बाब आहे, असे त्यांना वाटते.

सारांश, १९४५ पर्यंत; 'आशय' आणि 'अभिव्यक्ती' या गोष्टी स्वतंत्र आहेत, असे कल्पून त्यांचा विचार केला जात असे. तोपर्यंतच्या अनेक साहित्यकृतीतून याचा पडताळाही येतो.

'जीवन जगत असताना व्यक्तीला अनेक घटना-प्रसंगांतून जावे लागत असते. या प्रवासात व्यक्तीला जीवनाचा काही विशिष्ट अर्थ लागत जातो. वैचारिक पातळीवर तो मनात साठत असतो, संचयित होत असतो. मनातील हा संचय साहित्यिकाने आपल्या प्रभावी अभिव्यक्तीच्या आधारे मांडावयाचा असतो. यातूनच साहित्यकृतीची निर्मिती होते' – साहित्याकडे निर्मितीच्या अंगाने पाहण्याची ही सर्वसाधारण दृष्टी त्या काळात (म्हणजे १९४५ पर्यंत) होती.

यावरून असे दिसून येते की, मनात जमा होणारा आशय मनात अभिव्यक्तिपूर्व अवस्थेत असतोच. म्हणजे त्याचे अस्तित्व अभिव्यक्तीपासून अलग असते. शिवाय तो वैचारिक पातळीवर मनात अस्तित्वात असतो आणि त्याला वाङ्मयीन अभिव्यक्ती लाभली की, निर्माण झालेल्या साहित्यकृतीत तो विषय, पात्रे, प्रसंग-घटना, वातावरण, भाषा व या सर्वांची झालेली वाङ्मयीन मांडणी यांच्या आधारे अवतरतो.

याचा अर्थ असा की, ही सर्व त्या 'आशयाला' दृश्यरूप देणारी साधने आहेत. म्हणजे 'आशय' हे साध्य असून, 'अभिव्यक्ती' हे साधन आहे. साध्य वेगळे आणि साधन वेगळे, असे विचारसूत्र यामागे असावे.

फडके काळात साहित्याच्या निर्मितिहेतूकडे वेगळ्या दृष्टीने पाहिले जाऊ लागले; पण 'आशय' आणि 'अभिव्यक्ती' या दोन गोष्टी भिन्न आहेत, असे फडकेपूर्व काळात आणि फडक्यांच्या काळातही मानले जात होते, ही गोष्ट लक्षात ठेवण्यासारखी आहे.

या दोन्ही काळांत साहित्यातून सौंदर्यनिर्मिती होते, असेही मानले जात होते; पण या काळात सौंदर्याची कल्पना ही आशयाच्या अंगाने जीवनातील सौंदर्याशी व अभिव्यक्तीच्या अंगाने सुबकतेशी निगडित होती. तिचा आणि मर्ढेकर काळात जे ललित कलांचे सौंदर्यशास्त्र मराठीत आकाराला आले त्या शास्त्रातील सौंदर्यकल्पनेचा काही संबंध नव्हता. हे सांगण्याचा हेतू असा की, 'अनुभव आणि अभिव्यक्ती यांच्या एकात्मतेतून साहित्यात सौंदर्यनिर्मिती होते,' असे जे सौंदर्यशास्त्रात मानले जाते, तो विचार या मर्ढेकरपूर्व काळाला पारखाच होता. या काळात 'आशय आणि अभिव्यक्ती' या गोष्टी स्वतंत्र मानूनच त्यांचा विचार होत होता, हे इथे सुचवावयाचे आहे.

ना. सी. फडके यांनी साहित्यातील सौंदर्य अभिव्यक्तीत शोधलेले दिसते. हे सौंदर्य आशयापेक्षा अभिव्यक्तीवर अधिक अवलंबून आहे, असे त्यांना वाटत होते. म्हणून त्यांनी आशयाचा कमी प्रमाणात आणि अभिव्यक्तीचा विशेष प्रमाणात विचार केलेला दिसतो. ध्वनिविचार, रसविचार, अलंकारविचार, रीतिविचार, वक्रोक्तिविचार, औचित्यविचार हे आशयापेक्षा अभिव्यक्तीचा प्रामुख्याने विचार करणारे आहेत, हे आपण लक्षात ठेवले पाहिजे. या विचारांच्या बुडाशीही 'आशय' आणि 'अभिव्यक्ती' या स्वतंत्र गोष्टी आहेत. अभिव्यक्तीचा तात्त्विक पातळीवर स्वतंत्र विकास साधता येतो, हे गृहीत धरलेले दिसते. 'काय सांगतो, यापेक्षा कसे सांगतो, हे महत्त्वाचे असते.' हे साहित्याचे फडके-सूत्र; म्हणजे या विचारांचा यांत्रिक उत्कर्षच मानावे लागते.

या मर्ढेकरपूर्व काळात 'अनुभव' या वस्तूला साहित्यविचारात फारच गौण स्थान होते. 'अनुभव' हा शब्द फारच क्वचित वापरला गेलेला दिसतो. तोही समीक्षेच्या आणि आस्वादाच्या अंगाने वापरलेला आहे, 'साहित्यकृतीत व्यक्त होणारा साहित्यिकाचा अनुभव' या अर्थाने तो वापरला गेलेला मराठीत कुठे दिसत नाही.

हे एवढ्यासाठी सांगितले की, या काळात 'आशय आणि अभिव्यक्ती' या जोडीचा प्रामुख्याने विचार झाला व 'अनुभव आणि अभिव्यक्ती' या जोडीचा या काळात विचार झालेला दिसत नाही, हे लक्षात यावे. एवढेच नव्हे, तर 'साहित्यातून व्यक्त होणारा कलावंताचा अनुभव' या दृष्टीनेही 'अनुभवा'चा विचार झालेला दिसत

नाही. मर्ढेकरोत्तर काळातच तो झालेला दिसतो.

'आशय' आणि 'अनुभव' या दोन वेगवेगळ्या संकल्पना आहेत. 'अनुभव' या वाङ्मयीन संकल्पनेत एखाद्या साहित्यकृतीचा विषय, त्यातील घटना-प्रसंग, पात्रे, वातावरण, मानवी भावना, कल्पना, चिंतन, काव्य, नाट्य, कारुण्य इत्यादी घटक आणि गुणविशेष एकात्म स्वरूपात अभिप्रेत असतात. 'आशय' या वाङ्मयीन संकल्पनेत 'अनुभवा'चे चिंतनोत्तर काळातील बुद्धिगम्य, तर्काधिष्ठित असे सारतत्त्व अभिप्रेत असते. अनुभवाचा तो निष्कर्षात्मक वैचारिक परिपाक असतो. त्यात वरील घटक किंवा गुणविशेष नसतात; तर त्याचा अन्वयार्थाने सिद्ध झालेला स्फटिकासारखा, केंद्रवर्ती असा स्थायी स्वरूपाचा गाभा सुचविलेला असतो. हा गाभा वेगळ्या अनुभवांच्या आधारेसुद्धा मांडता येणे शक्य असते. उदाहरणार्थ, कवी माधव ज्युलियन आणि यशवंत यांच्या 'आई' या विषयावरील दोन्ही कवितांचा आशय एक वाटतो. 'आईचे माहात्म्य'च दोघांना अभिप्रेत आहे. तोच त्यांच्या कवितेचा आशय आहे; पण त्यांच्या कवितेतून व्यक्त झालेले त्यांचे 'अनुभव' मात्र एक नाहीत. ते भिन्न आहेत. किंवा पु. शि. रेगे यांच्या अनेक कविता अशा आहेत की, त्यात स्त्रीविषयीचे पुरुष-मनातील उत्कट प्रेमभाव किंवा तिजविषयीचा पुरुषीभाव व्यक्त करणे हाच आशय असतो; पण प्रत्येक कवितेतील अनुभव मात्र दुसऱ्या कवितेतील अनुभवाहून भिन्न असतो. 'अनुभव' हा मनासमोर दृश्यरूपात उभा राहणारा, म्हणजे दार्शनिक प्रकृतीचा असतो; तर 'आशय' हा सूक्ष्म स्वरूपाचा, म्हणजे बुद्धीला (तर्काने) कळणारा असतो. त्याला दार्शनिकता लाभलेली नसते. शरीरस्थ आत्म्यासारखे त्याचे स्वरूप असते. वस्तुस्थिती अशी असल्याने साहित्यक्षेत्रात 'आशय' आणि 'अनुभव' हे एकाच अर्थाचे दोन शब्द मानता येत नाहीत. (एवढे विवरण करण्याचे कारण असे की, विद्यापीठीय पातळीवर प्रश्नपत्रिका काढताना, अभ्यासक्रम नक्की करताना, टीकाशास्त्राचे 'टॉपिक्स' ठरविताना 'अनुभव' आणि 'आशय' हे एकाच अर्थाचे शब्द मानून योजलेले दिसतात. विशेषतः 'आशय आणि अभिव्यक्ती' हा शब्दप्रयोग 'अनुभव आणि अभिव्यक्ती' अशा अर्थाने योजलेला दिसतो. मोठमोठ्या टीकाकारांनी तो योजलेला आहे.)

मर्ढेकरांच्या काळात आशयविचार मागे पडला व अनुभव-विचार पुढे आला. 'साहित्य' ह्या वस्तूचा इतर ललित कलांप्रमाणेच ती एक ललित कला आहे, असे मानून विचार होऊ लागला. साहित्याचे सौंदर्यशास्त्र मांडले गेले. या प्रक्रियेत, ललित कलेत आशय महत्त्वाचा नसून 'कलानुभव' महत्त्वाचा असतो, 'आशय' नगण्य, सामान्यही असू शकला तरीही 'कलानुभव' चांगला आणि सौंदर्यपूर्ण असू शकतो, त्या अनुभवाचा प्रस्थापित जीवनमूल्यांशी संबंध असेल अथवा नसेल; ते

कलाक्षेत्रात पर्यायाने साहित्य-क्षेत्रात अप्रस्तुत असते, महत्त्वाचे नसते; अनुभवाला अनुभव म्हणूनच साहित्यात महत्त्व असते, अशी भूमिका घेतली गेली. त्यामुळे साहित्यात मानवी जीवनाच्या संदर्भाने, जीवनमूल्यांच्या अंगाने आशयसूत्र शोधण्याची जी प्रवृत्ती कळत-नकळत प्रचलित होती ती मागे पडली. हळूहळू 'आशया'च्या ऐवजी 'अनुभवा'चा विचार अधिकाधिक होऊ लागला. आशयविचाराची प्रतिष्ठा नाहीशी झाली. अनुभव-विचाराची प्रतिष्ठा वाढली.

परिणामी, सामान्य दृष्टीला असे वाटू लागले की, 'आशया'च्या ठिकाणीच 'अनुभवा'ची स्थापना झालेली आहे; किंवा मर्ढेकरपूर्व काळातील 'आशयविचार'च नंतरच्या काळात 'अनुभवविचार' म्हणून विकसित झाला आहे. अशी गफलत झाल्याने 'आशय' आणि 'अनुभव' हे एकाच अर्थाचे शब्द म्हणून पुष्कळ वेळा मानले जाऊ लागले.

असा दोन्ही शब्दांचा एकाच अर्थाने वापर होऊ लागल्याने, हळूहळू तडजोडवादी मंडळी 'आशय' शब्दाची व्याप्ती 'अनुभव' शब्दाच्या व्याप्तीपर्यंत वाढवू लागली. 'साहित्यकृतीचा आशय म्हणजे अनुभवाचे कलावंताला जाणवलेले साहित्यनिर्मितीच्या अगोदरचे अभिव्यक्तिनिरपेक्ष असे मानसिक रूप होय.' किंवा साहित्यकृतीचा आशय म्हणजे अनुभवाचे रसिकाला जाणवलेले साहित्यास्वादानंतरचे, अभिव्यक्तिनिरपेक्ष असे मानसिक रूप होय. अशी 'साहित्यकृतीचा आशय' ह्या शब्दप्रयोगाची स्पष्टीकरणे होऊ लागली. त्यामुळे 'आशय' शब्दाला मर्ढेकरोत्तर काळात नवा अर्थ प्राप्त होऊ लागला.

ह्या नव्या व्यापक अर्थाने 'आशय' हा शब्द वापरण्याची आवश्यकता नाही. त्यामुळे तो शब्द गोंधळ निर्माण करतो. त्याचे कारण असे की, मर्ढेकरपूर्वकाळात 'आशय' हा शब्द एका विशिष्ट अर्थाने योजलेला आहे. त्याच अर्थाने तो साहित्यक्षेत्रात वापरू लागलो, तर नीट अर्थबोध व्हायला मदत होणार असते. तोच शब्द पुन्हा काही काळाने जर वेगळ्या अर्थाने वापरू लागलो, तर वाचकाच्या मनात तो पूर्वीच्या (मर्ढेकरपूर्व) अर्थाने वापरला आहे, की नंतरच्या (मर्ढेकरोत्तर कालीन) नव्या अर्थाने वापरला आहे, याचा बोध प्रत्येक ठिकाणी होऊ शकेलच असे नाही. अशा रीतीने, एकच शब्द दोन अर्थांनी किंवा कमी व अधिक व्यापक अर्थांनी वापरल्यामुळे गोंधळ होणे स्वाभाविक असते.

वास्तविक, 'आशय' हा शब्द ज्या नव्या अर्थाने वापरला जातो, त्या अर्थाने 'सौंदर्यानुभव' किंवा 'कलानुभव' हा शब्द वापरता येतो. 'कलावंताच्या मनातील, निर्मित्युत्सुक पण अभिव्यक्तिनिरपेक्ष असा अनुभव' किंवा 'कलाकृतीचा अभिव्यक्तिद्वारा आस्वाद घेतल्यावर रसिकाला मानसिक पातळीवर जाणवलेला अनुभव' असे म्हणता येण्यासारखी स्थिती असते. सारांश, 'आशय' हा शब्द मर्ढेकरपूर्वकालीन अर्थानेच

योजावा. निदान प्रस्तुत लेखात तरी मी तो तसा योजत आहे.

'आशय' शब्दाचा अर्थ निश्चित झाल्यावर असे एक विधान करता येते की, 'आशय' हा समृद्ध असूनही कधी कधी अभिव्यक्ती नीटपणे झाली नाही, अशी वस्तुस्थिती दिसते. उदाहरणार्थ, हरिभाऊ आपटे यांच्या 'पण लक्षात कोण घेतो' या कादंबरीचा 'आशय' मोठा आहे; पण अभिव्यक्तीत पसरटपणा आहे, पाल्हाळ आहे. ती नेटकेपणाने झालेली नाही. किंवा डॉ. श्रीधर व्यंकटेश केतकर यांच्या कादंबऱ्यां-विषयीही-अभिव्यक्ती नीट झाली नाही,- असे म्हणता येणे शक्य आहे.

हरिभाऊ आपट्यांच्या 'पण लक्षात कोण घेतो' या कादंबरीतील पसरटपणा, पाल्हाळ काढून टाकले, तर तत्त्वतः अभिव्यक्तीत बदल केला असा अर्थ होतो; पण हा पसरटपणा, पाल्हाळ काढून टाकला तरी 'आशया'त काही बदल होऊ शकत नाही, असाही अनुभव आपणास येतो. म्हणजे इथे अभिव्यक्ती काही प्रमाणात बदलली तरी आशय बदलत नाही, असे प्रत्ययाला येते. एखाद्या कादंबरीची संक्षिप्त आवृत्ती प्रसिद्ध होते. किंवा खाडिलकरांच्या नाटकातील विनोदी प्रवेश गाळून नाटक वाचले तरी मूळ आशयाची हानी होऊ शकत नाही, असे म्हटले जाते. किंवा एखादी 'लोककथा' सांगताना व्यक्तिगणिक तिची अभिव्यक्ती काही प्रमाणात बदलत असते. असे असले तरी 'आशयात' बदल झाला असे वाटत नाही. प्रत्येक कथाकथनाच्या प्रयोगाच्या वेळी कमी-अधिक प्रमाणात कथेची अभिव्यक्ती बदलल्याचे रसिकाच्या अनुभवास येते. तरी 'आशय' मात्र तोच असू शकतो. यावरून एवढे स्पष्ट होते की, आशय आणि अभिव्यक्ती यांचा 'अनुभव आणि अभिव्यक्तीसारखा' अपरिहार्य संबंध नसतो. अभिव्यक्ती काही प्रमाणात बदलली तरी आशय तोच राहू शकतो. आशय बदलल्यावर अभिव्यक्ती मात्र बदलतच असते, हे उघड आहे.

## २

मर्ढेकरांच्या (१९४५ नंतरच्या) काळात 'आशय आणि अभिव्यक्ती' हा शब्दप्रयोग पाठीमागे पडून, 'अनुभव आणि अभिव्यक्ती' हा शब्दप्रयोग प्रतिष्ठा पावला व 'अनुभव आणि अभिव्यक्ती' यांच्या संबंधांचा विचार होऊ लागला. वा. ल. कुलकर्णी यांनी 'आशय आणि अभिव्यक्ती' असाच शब्दप्रयोग करून 'साहित्य : समीक्षा आणि स्वरूप' या ग्रंथात 'अनुभव आणि अभिव्यक्ती' हे कसे एकजीव आहेत, हे आपल्या पद्धतीने दाखवून देण्याचा प्रयत्न केला. 'आशय' आणि 'अनुभव' हे त्यांनी एकाच अर्थाचे दोन शब्द मानले; मात्र चर्चा करताना, 'अनुभव' या शब्दाने निर्दिष्ट होणारी संकल्पनाच प्रमाण मानली. त्याच अर्थाचा 'आशय' हाही

शब्द आहे, असे मानले व तोच शब्द सर्वत्र वापरला. इतर अनेकांनी असेच केले आहे.

हा भाग सोडून दिला तरी 'आशय आणि अभिव्यक्ती' यांच्या संबंधांचा विचार मागे पडून जेव्हा 'अनुभव आणि अभिव्यक्ती' यांच्या संबंधांचा विचार पुढे आला, तेव्हा नकळत 'अभिव्यक्ती' याही शब्दाची संकल्पना (अर्थव्याप्ती) बदलून गेली आहे, याची नोंद कुणी केलेली दिसत नाही. 'आशय आणि अभिव्यक्ती' असे जेव्हा मर्ढेकरपूर्व काळात म्हटले जात होते, तेव्हा विषय, घटना-प्रसंग, पात्रांची मांडणी, वातावरण व या सर्वांचे परस्पर संबंध आणि त्यांचे भाषारूप, हे सगळे अभिव्यक्तीचे घटक मानले जात होते. म्हणजे 'आशया'ला व्यक्त करण्यासाठी ज्यांचा म्हणून वापर केला जात असे ते सर्व अभिव्यक्तीचे घटक आहेत, अशी संकल्पना होती;

पण 'अनुभव आणि अभिव्यक्ती' असा शब्दप्रयोग करताना, वरील भाषारूपा-व्यतिरिक्त सर्व घटक हे 'अनुभव-घटक' आहेत, असे मानले जाऊ लागले व निवेदकाची 'भाषारूप मांडणी' हीच फक्त 'अभिव्यक्ती' आहे, असे गृहीत धरावे लागले; कारण मर्ढेकरोत्तर काळात साहित्यकृतीतील कलानुभवाचा विचार करताना वरील घटक एकात्म होऊन साकारले, तरच 'कलानुभव चैतन्यपूर्णतेने किंवा जिवंतपणे अवतरतो व सौंदर्याचा प्रत्यय येतो' असे मानले जाऊ लागले. यावरून स्पष्ट होईल की, ते अभिव्यक्तीचे घटक नसून अनुभवाचे घटक आहेत. असे मानणे योग्यही आहे, असे मला वाटते.

'अनुभवाची' आणि 'अभिव्यक्तीची' ही संकल्पना स्वीकारूनच 'अनुभव आणि भाषा अभिव्यक्ती' यांच्या परस्पर संबंधांचा विचार करावयाचा आहे. 'अभिव्यक्तीचा विचार म्हणजे साहित्यकृतीत व्यक्त झालेल्या कलानुभवाच्या भाषारूपाचा विचार,' असे समीक्षेच्या अंगाने विचार करताना गृहीत धरावे लागते, तर निर्मितीच्या अंगाने विचार करताना, 'अभिव्यक्तीचा विचार म्हणजे साहित्यरूप घेऊ पाहणाऱ्या कलानुभवाच्या भाषारूपाचा विचार,' असे गृहीत धरावे लागते. प्रस्तुत लेखात, निर्मितीच्या अंगानेच 'अनुभव आणि अभिव्यक्ती' यांचा परस्पर संबंध कसा असतो, हे शोधावयाचे आहे.

'रुची' आणि 'अभिरुची' यांत जो फरक आहे, तोच 'व्यक्ती' आणि 'अभिव्यक्ती' यांत फरक आहे. 'व्यक्ती' म्हणजे व्यक्त होणे याचे नामरूप. नेहमीच्या व्यावहारिक जीवनात आपण आपल्या भावभावना, विचार, वासनाविकार, अनुभव इ. व्यक्त करत असतो. व्यवहारातील या गोष्टींचे व्यक्त होणे भाषेतूनच होत असते; पण यावेळी आपण वापरलेली भाषा ढिली असते. ती इकडे वीतभर, तिकडे हातभर पसरलेली असते. आपणाला जे म्हणायचे असते ते ढोबळमानाने व्यक्त झाले की, आपले विचार दुसऱ्याला कळले – असे वाटले की, भाषेचे कार्य संपुष्टात येते. पुष्कळ वेळा आपण अडखळत, शब्दासाठी थांबत, थडकत बोलतो. तर कित्येक वेळा

पाल्हाळिक बोलतो. कित्येक वेळा भडभडून बोलतो. वाजवीपेक्षा जास्त बोलतो किंवा कमीही बोलतो. व्यवहाराच्या सर्वसाधारण पातळीवर सामान्यत: आपला अनुभवही सर्वसाधारण आणि ढोबळ असतो. तो कामापुरता, हेतुपूर्तीच्या उद्देशाने सर्वसामान्य भाषेत आपण व्यक्त करत असतो. बोलताना एखादी व्यक्ती बोलण्याच्या ओघात 'तसं नसू नये,' 'तुम्ही माझ्यावर मनोमन प्रेम करता,' असं म्हणते आणि आपण त्या व्यक्तीला 'तसं असू नये,' 'तुम्ही माझ्यावर मनापासून प्रेम करता' असे म्हणावयाचे आहे, असे मागच्या-पुढच्या संदर्भावरून समजू शकतो. सारांश, नेहमीच्या व्यवहारात भाषा माणसाला जेव्हा व्यक्त करत असते, तेव्हा ती व्यक्तीच्या (व्यक्त होणे अशा अर्थाने) पातळीवर वापरली जाते; पण साहित्यात व्यक्त करावयाचा 'कलानुभव' अशा ढिसाळ किंवा ढिल्या, ढोबळ भाषारूपात व्यक्त करून भागत नाही. शिवाय तो व्यवहारातल्या अनुभवाप्रमाणे ओबडधोबड स्वरूपातही व्यक्त करून भागत नाही. त्याचे अनेक पैलू, कोनेकोपरे, सूक्ष्म कंगोरे, चैतन्यरूप व्यक्त व्हावे असे वाटत असते. तसे ते व्यक्त झाल्याशिवाय अनुभव दार्शनिक रूप धारण करत नाही, तो जिवंत होत नाही किंवा त्याला यथार्थ 'कलारूप' प्राप्त होऊ शकत नाही, असे दिसून येते. असा अनुभव व्यक्त करण्यासाठी मार्मिक, अचूक शब्दप्रयोग करत, शब्दाचे अर्थ जाणीवपूर्वक लक्षात घेऊन त्यांचा काटेकोर वापर करत, वाक्यरचनेचे आर्थिक व आंगिक विविध स्वभावधर्म लक्षात घेऊन त्यांचा योग्य त्या स्थानी योग्य तो वापर करत भाषा योजावी लागते. अशी योजलेली भाषा, जो अनुभव उभा करावयाचा आहे तो यथार्थपणे व्यक्त करू शकते. ह्या व्यक्त होण्याला एक दर्जा प्रात झालेला असतो. याचा अर्थ : येथील भाषा 'अभिव्यक्ती'च्या पातळीवर वापरली जाते.

अभिव्यक्तीसाठी योजावयाच्या कमावलेल्या भाषेचे नमुनेदार आणि प्रभावी रूप; कवितेत आपणास विशेष स्वरूपात जाणवत असते. व्यक्ती आणि अभिव्यक्ती यांतील फरक अशा स्वरूपाचा असतो.

एखाद्या साहित्यिकाची भाषाभिव्यक्तीची जाणीव कितपत सखोल, सूक्ष्म, व्यापक आणि समृद्ध आहे, यावर कलानुभवाच्या अभिव्यक्तीची योग्यता अवलंबून असते.

निर्मित्युत्सुक कलानुभवाच्या स्वरूपावर अभिव्यक्तीच्या भाषेचे स्वरूप निश्चित करावे लागत असते. इतिहासकाळातील, पुराणकाळातील किंवा वर्तमानकाळातील संदर्भ असलेला कलानुभव असू शकतो. त्याला योग्य असे स्पर्श असलेले शब्दप्रयोग, संकेत, वाक्यांची ठेवण यांनी युक्त अशी भाषा योजणे उचित असते. रणजित देसाई, शिवाजी सावंत, गो. नी. दांडेकर यांच्या पौराणिक, ऐतिहासिक साहित्यकृतींचे बरेचसे यश त्यांच्या अशा प्रकारच्या भाषा-योजनेवर अवलंबून आहे, हे अभ्यासकाच्या

लक्षात येते.

वर्तमानकाळाशी निगडित असा कलानुभवसुद्धा कोणत्या स्वरूपाचा आहे, कोणत्या प्रादेशिक, सामाजिक, सांस्कृतिक स्तराशी त्याचा आंतरिक संबंध आहे, यावरही त्याच्या अभिव्यक्तीसाठी कोणत्या भाषेचे कोणते रूप योजावयाचे हे अवलंबून असते. 'कोसला', 'वासूनाका', 'आनंदी गोपाळ,' 'गोतावळा', 'पाचोळा' यांची भाषिक अभिव्यक्ती या दृष्टीने अभ्यासण्यासारखी आहे.

साहित्यरूपात व्यक्त होऊ पाहणारा कलानुभव स्वतःच्या स्वभावाशीही निगडित असतो. म्हणजे असे की, तो आविष्कारशील आहे की निवेदनशील आहे, तो वास्तववादी आहे की रोमँटिक आहे, त्या अनुभवातील एक पात्रच निवेदन करून समग्र कलानुभव व्यक्त करणार आहे की खुद्द लेखकच निवेदकाची भूमिका घेऊन तो अनुभव व्यक्त करणार आहे, यावर भाषेचे स्वरूप अवलंबून असते. शिवाय हा अनुभव व्यक्त करणाऱ्या निवेदकाचे, किंवा पात्राचे वय, लिंग, सामाजिक स्तर, सांस्कृतिक संदर्भ, भावावस्था यांचाही विचार करून अभिव्यक्तीच्या भाषेची प्रकृती निश्चित करावी लागते. उदाहरणार्थ, चिंतनशील अनुभवासाठी योजावयाची भाषा काव्यात्म अनुभवासाठी उचित होणारी नसते. यावरून असे लक्षात येईल की, अनुभवाची प्रकृती आणि अभिव्यक्तीसाठी वापरावयाच्या भाषेची प्रकृती संवादी असली पाहिजे. निराळ्या भाषेत असे म्हणता येईल की, निर्मितीत 'अनुभव आणि अभिव्यक्ती' यांचा संबंध संवादी आहे की नाही, ते कटाक्षाने पाहावे लागते.

मराठीतील बहुतेक गद्य-साहित्यिक हा प्रश्नच उद्‌भवू देत नाहीत. साहित्यनिर्मितीसाठी 'अभिव्यक्तीचे माध्यम' म्हणून आपल्या भाषेकडे कुणी जाणीवपूर्वक लक्ष दिले आहे असे वाटत नाही. एरवीच्या त्यांच्या सामाजिक व्यक्तिमत्त्वाची जी भाषा, तीच त्यांनी अधिक ठाकठीक करून साहित्यासाठी योजलेली दिसते. अनेक मराठी साहित्यिक आपल्या नेहमीच्या सामाजिक व्यक्तिमत्त्वाची जी भाषा असते, त्याच भाषेच्या अभिव्यक्ति-योग्य भाषारूपाला जे कलानुभव संवादी असतात तेवढेच घेतात आणि साहित्यनिर्मिती करतात. एखाद्या कलानुभवाला वेगळ्या भाषारूपाची गरज असली, तरी ते या आपल्या भाषेच्या चाकोरीबाहेर जाऊ शकत नाहीत. प्रसंगी अनुभवाशी भाषेचा विसंवादी सूर पकडून साहित्यनिर्मिती करतात. उदाहरणार्थ, एखादा शहरी जीवनातील मध्यमवर्गीय पांढरपेशा मराठी साहित्यिक त्याच्या समाजव्यवहारातील भाषाच थोडीशी ठाकठीक करून साहित्यनिर्मितीसाठी वापरतो. एवढेच नव्हे तर त्या भाषेच्या अभिव्यक्तियोग्य रूपाला जे शहरी जीवनातील मध्यमवर्गीय, पांढरपेशी अनुभव आहेत, तेवढ्यातूनच आपली साहित्यनिर्मिती करतो. प्रसंगी एखादी ऐतिहासिक, पौराणिक, भूतकाळातील संतचरित्रात्मक, एखाद्या नजीकच्या भूतकाळातील प्रसिद्ध पुरुषावरील साहित्यकृतीची निर्मिती करावयाची

असली, तरी त्या त्या काळातील भाषारूपाचे जे काही प्रमाणात तरी अभिव्यक्तीसाठी उपयोजन करावयाचे असते, तेही तो करू शकत नाही. वास्तविक, त्या त्या काळाचा व संस्कृतीचा आभास निर्माण करण्यासाठी अशा उपयोजनाची नितांत गरज असते. अशा वेळीही तो विसंवाद पत्करून अभिव्यक्तीसाठी आपली नेहमीचीच वर्तमानकालीन भाषा योजत असतो. चित्रकाराला किंवा संगीतकाराला आपल्या माध्यमाचा म्हणजे रंगांचा किंवा स्वरांचा खास अभ्यास करून, त्यांच्या उपयोजनावर हुकमत मिळविणे आवश्यक असते. साहित्यकारालाही आपल्या माध्यमासाठी भाषेची विविध कालिक रूपे, सांस्कृतिक रूपे, बोली रूपे, प्रादेशिक रूपे इत्यादींचा अभ्यास करून, त्यांच्यावर उपयोजनासाठी हुकमत मिळविणे आवश्यक असते; पण याचे भान फार थोड्या साहित्यिकांना आहे. रणजित देसाई, शिवाजी सावंत, गो. नी. दांडेकर, श्री. दा. पानवलकर असे फार थोडे साहित्यिक असे दिसतील की, त्यांनी कळत-नकळत आपल्या सामाजिक व्यक्तिमत्त्वाच्या भाषारूपाच्या चाकोरीबाहेर जाऊन, भाषेच्या अन्य रूपांचा कमी-अधिक प्रमाणात अभ्यास केलेला आहे व ती रूपे आत्मसात केलेली आहेत. बहुतेक मराठी साहित्यिक एक चुकीचे गृहीतकृत्य उराशी बाळगून असतात. त्यांना असे म्हणावयाचे असते की, 'साहित्यिकाने अनुभव घेण्यासाठी आपल्या चाकोरीच्या बाहेर जावयाचे नसते, चाकोरीबाहेरील अनुभवविश्व व भाषाविश्व आत्मसात करण्यासाठी धडपड वा अभ्यास करावयाची गरज नसते. ती धडपड वा अभ्यास करणे कृत्रिम, अस्वाभाविक असते. अशा रीतीने घेतलेले अनुभव वा आत्मसात केलेली भाषा ही फडकेपद्धतीने साहित्य निर्माण करते.' वास्तविक, त्याने आत्मसंरक्षणासाठी काढलेली ही एक पळवाट असते. चित्रकार, संगीतकार धडपड करून निरनिराळ्या शैली, घराणी आत्मसात करण्याचा प्रयत्न करीतच असतात. अनिल अवचट, श्री. दा. पानवलकर, गो. नी. दांडेकर यांच्यासारखे साहित्यिक चाकोरीबाहेर जाऊन अनुभव आणि भाषा आत्मसात करीतच असतात व त्यातून लक्षणीय साहित्यनिर्मिती करीत असतात. एकाच चाकोरीतील अनुभवविश्व आणि भाषा यांचे उपयोजन केल्याने, तसेच सातत्याने एकच एक साहित्य प्रकार हाताळल्याने मराठी साहित्यिक लवकरच एकसुरी होऊन संपुष्टात येतात, असे दिसते. अशा रीतीने पुष्कळ वेळा साहित्यिकांच्या कलानुभवांनाच त्यांच्या (साहित्यिकांच्या) मर्यादित भाषिक कुवतीच्या मर्यादा पडतात. म्हणजे त्यांच्या अभिव्यक्तीची कुवतच मर्यादित असते.

अनुभव आणि अभिव्यक्ती यांचे नाते संवादी असले पाहिजे. तसे ते नसेल तर मग साहित्यकृतीत अभिव्यक्त झालेल्या अनुभवात पसरटपणा, पाल्हाळ, विसंवाद, अवाजवी विस्तार येऊ लागतो.

हे दोष येऊ नयेत म्हणून निर्मितीच्या वेळीच काही दक्षता घेता येण्यासारखी

असते. निर्मित्युत्सुक अनुभवाचे समग्र रूप जर साहित्यिकाच्या जाणिवेत नीटपणे आणि स्पष्टपणे उभे नसेल, तर हे दोष निर्माण होतात, असे मला वाटते. अनुभवाचा एकूण शारीरिक पसारा किती आहे, त्यावर त्याचा 'पोत' ठरविणे आवश्यक असते. उदाहरणार्थ, अनुभवाचा शारीर पसारा तुलनेने जेवढा लहान, तेवढा त्याचा पोत तलम, नाजूक ठेवता येणे शक्य असते. त्या अनुभवात अंगोपांगाचे अनेक बारकावे उत्कटतेने, तीव्रतेने अभिव्यक्तीतून जिवंत करता येतात. जीवनाच्या अर्थपूर्णतेच्या दृष्टीने त्या लहानशा पसाऱ्यात त्यांना स्थान असते. त्या अनुभवाचे सौंदर्य त्यांवरच तोललेले असते. पु. शि. रेगे यांच्या अनेक कवितांना असा पोताचा तलमपणा व नाजूकपणा असतो. एखाद्या छोट्याशा प्रसंगातून, घटनेतून निर्माण झालेल्या अनुभवाची त्यांना अभिव्यक्ती करावयाची असते. अशा वेळी ते उचित दिसते; पण अशा प्रकारचा बारकावा किंवा पोताचा तलमपणा व नाजूकपणा तुलनेने मोठा पसारा असलेल्या व्यामिश्र स्वरूपाच्या अनुभवात सरसकट येऊ लागला, तर त्या साहित्यकृतीत आरंभापासून अखेरपर्यंत एक प्रकारचा पसरटपणा, विस्तार, पाल्हाळ येऊ शकतो. अशा वेळी पोत तलम ठेवण्यापेक्षा त्या प्रमाणात तो दणकट आणि जाड ठेवण्याची जरुरी असते.

पुष्कळ वेळा हे दोष एखाद्या विशिष्ट स्थानी कोणत्या तरी मोहाला बळी पडल्याने, समग्रतेचे भान नसल्याने, स्वतःच लेखन करताना पात्र, प्रसंग, वातावरण, नाट्य, काव्य, विनोद, भावना, विचार, कल्पना यांच्याशी अनवधानाने क्रीडारत झाल्याने किंवा त्यांच्याबरोबर वाहवत गेल्याने, अभिव्यक्तीत एखाद्या विशिष्ट स्थानी पसरटपणा, पाल्हाळ, विसंवाद, विस्तार येऊ शकतो. त्या त्या क्षणापुरती कलात्मक अलिप्तता तिथे ढळलेली असते. पुष्कळ वेळा पात्रांचे संवाद, निवेदनातील वाक्ये, प्रतिमा, दृष्टान्त, उपमा यांचे समग्र अनुभवातील स्थान कळलेले नसते. त्यांच्याकडे आपले लक्षच गेलेले नसते किंवा अन्य मोहापाटी त्यांना तिथे तसेच ठेवलेले असते. यातूनही त्या त्या जागी पसरटपणा, विस्तार, पाल्हाळ, अप्रस्तुतता आलेली असते. संस्कृत साहित्यशास्त्रातील 'औचित्यविचार'चा इथे निर्मितीच्या अंगाने सर्व पातळ्यांवर विचार होण्याची आवश्यकता असते.

हे दोष का निर्माण होत असावेत ?- साहित्यिकाला झालेली निर्मितीची आणि प्रसिद्धीची घाई, व्यक्त होऊ घातलेल्या समग्र अनुभवाच्या जाणिवेचा संपूर्ण किंवा अंशतः अभाव, आपल्या साहित्यकृतीचे पुनर्वाचन आणि पुनर्लेखन करण्याचा आळस, निर्मित्युत्सुक अनुभवाचा अभिव्यक्तीच्या दृष्टीने विचार करण्यातील गचाळपणा किंवा गबाळेपणा, अनभ्यस्तवृत्ती, कंटाळा-अशी काही कारणे हे दोष निर्माण होण्यापाठीमागे असतात, असे सामान्यपणे म्हणता येईल. तरुण साहित्यिकांत याचे प्रमाण विशेष असते. 'अनुभव आणि अभिव्यक्ती' यांचा संबंध अपरिहार्यतेच्या

पातळीवर ठेवावयाचा असेल, तर वरील दोष निर्माण होणार नाहीत याची दक्षता घेणे अत्यावश्यक असते. निर्मित्युत्सुक समग्र अनुभव शब्दाशब्दांतून अखेरपर्यंत पुढे सरकत राहिला तरच अनुभव आणि अभिव्यक्ती यांचे अपरिहार्य संबंध निर्माण होतात. तो तिथेच पसरत राहिला, तर मग दोष निर्माण होतात.

मनातील साहित्यबीजाचे कलानुभवन होतानाच साहित्यिकाने सामान्यत: असे गृहीत धरलेले असते की, हा कलानुभव अमुक एका साहित्य प्रकारात व अमुकतमुक प्रकारच्या भाषामाध्यमाच्या द्वारा व्यक्त व्हावयाचा आहे. त्याने असे गृहीत धरलेले असल्याने, त्याच्या कलानुभवाला त्या अनुरोधानेच मनोमन धूसर आकार प्राप्त होतो. त्या वळणानेच त्यातील पात्रे, घटना-प्रसंग, वातावरण, त्या सर्वांचा परस्पर संबंध, त्या अनुभवाला भाषिक अभिव्यक्ती देताना 'आरंभ' कुठे करावयाचा, त्याचा 'शेवट' कुठे आणि कसा करावयाचा, या सर्वांचा 'आरंभा' कडून 'शेवटा'कडे विकास साधत कसे जायचे, हे सामान्यपणे निश्चित होत गेलेले असते.

मानसिक पातळीवर वस्तुस्थिती अशी असली, तरी निर्मित्युत्सुक कलानुभवाला प्रत्यक्ष अभिव्यक्तीच्या भाषेचा स्पर्श होऊन त्याची अभिव्यक्ती होऊ लागते, तेव्हा काही समस्या उद्भवत असतात, काही अडचणी निर्माण होतात. त्या काळजीपूर्वक सोडवाव्या लागतात.

कलानुभव अभिव्यक्तीच्या भाषारूपात अवतरू लागला की, त्याचे भाषेच्या रसायनात झपाट्याने विघटन होत असते. त्याचे सूक्ष्म कण तयार होऊन ते शब्दांद्वारे वाक्यांत, वाक्यांद्वारे परिच्छेदांत, परिच्छेदांद्वारे साहित्यकृतीच्या रूपांत अवतरू लागतात. यावेळी कलानुभव स्वतःला अभिव्यक्त होण्यासाठी भाषेवर नियंत्रण आणू पाहत असतो आणि भाषा आपले अस्तित्व न सोडता, आपले गुणधर्म न सोडता, त्या अनुभवाला सामोरी जात असते. या प्रक्रियेमुळे एकाच वेळी 'कलानुभव आणि भाषा' यांच्यात संघर्ष आणि संवाद निर्माण होत असतो. 'संघर्षामुळे' कलानुभवाचे आणि भाषेचेही काही हरवले जाते आणि 'संवादा'मुळे दोघांचेही काही साधले जाते. इथे 'अनुभव आणि भाषारूप' परस्परांचा आश्रय घेतात. परस्परावलंबी होऊन त्यांची अभिव्यक्ती होऊ लागते आणि साहित्यकृती आकाराला येते.

एखादा अनुभव आपण भाषेत अभिव्यक्त करतो; पण नंतर तो नीटपणे व्यक्त झाला नाही, असे वाटून आपण त्या भाषारूपात बारीकसारीक रचनाबदल करीत असतो. वाक्ये, शब्द, प्रतिमा बदलत असतो. तसे केल्यावर तो अनुभव नीटपणे व्यक्त झाला असे वाटते.

अशा वेळी वाटते की, अनुभव तोच राहून काही प्रमाणात अभिव्यक्ती बदलता येते; पण सूक्ष्म विचार केला तर असे दिसून येईल की, अनुभव तोच ठेवण्याचा प्रयत्न करून अभिव्यक्ती बदलू लागलो; तरी अनुभव (त्याची गुणवत्ता) बदलतच

राहतो. तो बदलला नाही असे स्थूल, अकलात्मक किंवा केवळ सामाजिक, वैचारिक आशय शोधणाऱ्या दृष्टीला वाटले तरी त्याच्याकडे कलात्मक गुणवत्तेच्या दृष्टीने पाहिल्यास, अनुभव बदललेला दिसतो.

एका उदाहरणाने ही गोष्ट दाखवून देता येईल. (१) "संध्याकाळ झाली होती. वारा झुळझुळ वाहत होता. ओढाही त्याच्या सुरात सूर मिसळत होता. काठावर हिरवळ पसरलेली. तिच्यावर आम्ही दोघे समोरासमोर बसलो होतो. संध्याकाळची वेळ, वाऱ्याची झुळझुळ, ओढ्याचा आवाज नि ती हिरवळ यांनी कसं प्रसन्न वाटत होतं."

या छोट्या परिच्छेदातील अनुभव भाषेत ज्या पद्धतीने व्यक्त झाला आहे, त्या पद्धतीमुळे तो निवेदनात्मक स्वरूपाचा, जणू वास्तव माहिती सांगणारा, संयमित आणि काहीसा थंड वाटणारा, गद्यात्मक प्रकृतीचा वाटतो.

आता याच अनुभवाची नवी भाषिक अभिव्यक्ती पाहावी. (२) "मी आणि ती. भोवताली प्रसन्न संध्याकाळ नि झुळझुळणारा वारा. हिरवळीतला ओढाही दोघांच्या मनासारखा झुळझुळणारा."

इथे पहिल्या परिच्छेदातील अनुभवच अधिक नीटपणे, मार्मिकपणे व्यक्त झाला आहे, असे स्थूल दृष्टीला वाटणे शक्य आहे. फार तर पहिल्या परिच्छेदातील सहा वाक्यांची तीन वाक्ये केल्याची जाणीव होईल;

पण दुसऱ्या परिच्छेदात सहाची तीन वाक्ये झालेली असली तरी कलात्मक दृष्टीने त्यांना फार महत्त्व आहे. त्यांच्या विशिष्ट रचनेमुळे पहिल्या परिच्छेदातील अनुभवाची गुणवत्ता बदललेली आहे. पहिल्यातील अनुभव निवेदनात्मक (जणू कुणाला तरी उद्देशून अलिप्तपणे निवेदन करणारा) वाटतो; तर दुसऱ्यातील अनुभव आविष्कारशील (जणू अनुभव घेणाऱ्याचे (साहित्यिकाचे) भरले-मन मोकळे करण्याच्या उद्देशाने अवतरणारा) वाटतो. पहिल्या तर्जुम्यातील बहुतेक वाक्यांच्या शेवटी येणारी भूतकालदर्शक क्रियापदे निवेदनात्मकतेला अधिकच पुष्टी देतात. घटना भूतकाळात कधी तरी घडून गेली आहे आणि ती निवेदक थंडपणे वा अलिप्तपणे सांगत आहे; अशी रसिकाला जाणीव द्यायला ती मदत करतात. दुसऱ्या तर्जुम्यातील अनुभव जाणू व्यक्त करणाऱ्याच्या मनात अजून ताजा सळसळत्या स्वरूपात आहे, असे वाटते. त्यामुळे त्याला गतिमानता प्राप्त झाली आहे. परिणामी, वाक्ये छोटी झाली आहेत. सहा वाक्यांतील अनुभवसंचय इथे तीन वाक्यांत संपृक्त झाला असल्याने, अनुभव (पहिल्या तर्जुम्यातील अनुभवाच्या तुलनेने) अधिक सघन झाला आहे. क्रियापदे काढून टाकलेली आहेत, त्यामुळे अनुभव भूतकाळात घडून गेलेला आहे, याची जाणीव नाहीशी होते किंवा धूसर होते. क्रियापदे काढण्याबरोबरच 'झुळझुळणारा' यासारखी वर्तमानकालवाचक कृदन्ते वापरल्याने, अनुभव घेणारा जणू ताजा ताजा

घेतलेला अनुभव उलगडून स्वतःच पाहत पुढेपुढे चालला आहे, स्वतःच त्या लयीत सापडला आहे, हे उलगडणे भारलेल्या स्थितीतील आहे, अशी जाणीव ही वाक्ये देतात. पहिल्या तर्जुम्यात भोवतालच्या परिसराला प्रधानस्थान आहे. तशा परिसरात 'आम्ही दोघे' बसलेले आहेत. म्हणजे 'परिसर' आणि 'आम्ही दोघे' असे सुटे सुटे जाणवतात. उलट दुसऱ्या परिच्छेदात 'मी आणि ती' ह्याला प्रधानस्थान असून, भोवतालचा परिसर गौणस्थानी गेला आहे. नुसते एवढेच नव्हे, तर 'मी आणि ती' व भोवतालचा परिसर हे एकजीव झाल्याची तीव्र जाणीव (पहिल्याच्या तुलनेने) इथे होते. म्हणू 'मी आणि ती' साठीच भोवताली परिसर आहे आणि तो 'मी आणि ती' ला साथ देतो आहे, त्यांच्या मनाचे प्रतिबिंब होऊनच उभा आहे, असा भास त्या तर्जुम्यातील शब्दरचनेमुळे होतो. त्यामुळे या दुसऱ्या तर्जुम्यातील अनुभवाला काव्यस्थतेची गुणवत्ता प्राप्त झालेली आहे. पहिल्याच्या तुलनेत तो अधिक कलात्मक वाटतो आहे. यातील अनुभव अधिक चैतन्ययुक्त, अधिक संवेदनशील, अनुभव-घटकांशी अधिक घनिष्टतेने एकात्म झालेला वाटतो. याचे कारण त्याची भाषिक अभिव्यक्ती अधिक समृद्ध आहे, तसेच ती आविष्कारशीलही आहे.

इथे जाता जाता अभिव्यक्तीतील निवेदनशीलता आणि आविष्कारशीलता यांतील फरक स्पष्ट करण्याची आवश्यकता वाटते. अभिव्यक्ती जेव्हा निवेदनात्मक आहे, असे म्हटले आहे, तेव्हा अभिव्यक्तीची भाषा अनुभव स्पष्ट करण्याकडे झुकलेली आहे, असे म्हणावयाचे असते. अभिव्यक्ती जेव्हा आविष्कारशील आहे, असे म्हटले जाते, तेव्हा अभिव्यक्तीची भाषा अनुभव व्यक्त करण्याकडे झुकलेली आहे, असे म्हणावयाचे असते. 'निवेदन' हे वस्तुनिष्ठ असते. त्यातून वास्तव अनुभव रसिकाला कळेल अशा बेताने स्पष्ट करत करत व्यक्त करण्याची लेखकाची भाषिक वृत्ती जाणवत असते. दि. बा. मोकाशी, अरविंद गोखले, व्यंकटेश माडगूळकर यांच्या कथा या दृष्टीने पाहता निवेदनशील वृत्तीच्या वाटतात. निवेदनशीलतेचे तिचे असे काही खास फायदे, खास वैशिष्ट्ये असतातच.

'आविष्कार' हा आत्मनिष्ठ असतो. वास्तव अनुभव सांगण्यापेक्षा 'मी'ने (आविष्कार करणारी व्यक्ती : लेखक किंवा पात्र याने) तो अनुभव कसा घेतला, याची भाषिक जाणीव त्यात विशेष असते. साहित्यकृतीतील आविष्कारशील अनुभव वाचताना असे वाटते की, 'अनुभव' व्यक्त करणाऱ्या व्यक्तीचे मन निर्मित्युत्सुक अनुभवाने भरून गेलेले आहे, ते मोकळे करण्याची निकड त्या व्यक्तीला वाटते आहे, एका विशिष्ट भावावस्थेत ही व्यक्ती मनातील अनुभव बाहेर उपसत आहे, ती त्या भावावस्थेने भारून गेलेली किंवा प्रभावित झालेली आहे; त्यामुळे तिच्या व्यक्त होणाऱ्या अनुभवाला एक गती आलेली आहे.

या गुणांबरोबरच या व्यक्तीचे स्वभावगुणही त्यात मिसळून व्यक्त होत असतात.

तो अनुभव त्या 'मी'त्वाकडे विशेष झुकलेला असतो. त्यामुळे तो अहंनिष्ठ वाटतो. दुर्गा भागवत यांचे 'भावमुद्रा' किंवा 'ऋतुचक्र'मधील ललितलेख या दृष्टीने आविष्कारशील वाटतात. विजया राजाध्यक्ष यांच्या अगदी आरंभीच्या कथा अशा प्रकारच्याच होत्या, हे जाणवते.

'निवेदनशील' अनुभव वाचताना असे वाटते की, निवेदन करणाऱ्या व्यक्तीला (लेखकाला किंवा पात्राला) अभिव्यक्त करावयाच्या अनुभवाची स्पष्ट आणि संपूर्ण कल्पना आहे. तिथे 'आविष्कारात' जसा असतो तसा अनुभवाचा शोध सुरू आहे, असे वाटत नाही. मानसिक पातळीवर शोध संपल्यावरच त्याचे निवेदन सुरू आहे, असे वाटते. तो 'अनुभव' निवेदकापासून मानसिकदृष्ट्या दूर अंतरावर असल्याची वाचकाला जाणीव होते. निवेदकाच्या वृत्तीत एक प्रकारचा तटस्थपणा आणि समतोल आल्याची जाणीव होत असते. सर्वच पात्रे, घटना, प्रसंग याविषयी समभाव ठेवून तो बोलत असल्याची जाणीव होते. त्यामुळे त्या अनुभवात वस्तुनिष्ठता आल्यासारखे वाटते.

आविष्काराची प्रकृती तप्त आणि लिप्त वाटते; तर निवेदनाची प्रकृती थंड आणि अलिप्त वाटते. 'आविष्कार' रसरसलेला, गतिमान वाटतो; तर 'निवेदन' संथ गतीने सरपटत पुढे चालले आहे, असे वाटते. निवेदनाची भाषा निरंगी असते; तर आविष्काराची भाषा व्यक्तिमत्त्वाने रंगलेली वाटते. त्यामुळे निवेदनाच्या भाषेचे अस्तित्व विशेष जाणवत नाही; पण आविष्काराच्या भाषेचे अस्तित्व अनुभवाइतकेच विशेष स्वरूपात जाणवत असते.

साहित्यकृतीतून व्यक्त होणाऱ्या अनुभवाच्या स्वरूपावर तो अनुभव निवेदित करावयाचा की आविष्कृत करावयाचा हे अवलंबून असते. अनुभव घेणाऱ्या कलावंत व्यक्तिमत्त्वाचा तो भाग असतो. यावरून एक गोष्ट लक्षात येईल की, 'निवेदन' कनिष्ठ आणि 'आविष्कार' श्रेष्ठ असे काही नसते. स्वतंत्रपणे त्यांना वैशिष्ट्ये असली तरी स्वतंत्रपणे मूल्यात्मता नसते. अनुभवसापेक्षतेने ती (मूल्यात्मता) निश्चित होत असते.

एखाद्या साहित्यकृतीत केवळ निवेदन असू शकेल किंवा केवळ 'आविष्कार'ही असू शकेल. तसेच एखाद्या साहित्यकृतीत 'निवेदन' आणि 'आविष्कार' हे कमी-अधिक प्रमाणात एकमेकांत मिसळूनही गेलेले असू शकतात.

'कला म्हणजे आत्माविष्कार' हे सूत्र घेऊन कुणी समीक्षक इथे असाही वाद घालू शकेल की, अंतिमतः साहित्यकृतीतील निवेदन हे कलावंताचा आत्माविष्कारच असते. म्हणून भाषिक 'निवेदन' हे 'आविष्कार'च असते. याच्या उलटही वाद घालता येण्यासारखा आहे की, कलावंताचा कलेत 'आत्माविष्कार' होत असला तरी तो कलाकृती जन्माला घालताना त्याचवेळी तिचा वाचकही असू शकतो. आणि

त्याच्यातील वाचकाला तो व्यक्त होणारा अनुभव नीटपणे जोवर व्यक्त झाला, कळला असे वाटत नाही, तोवर तो कलाकृतीवर भाषेच्या अंगाने संस्कार करीतच असतो. त्यामुळे अंतिमत: ते भाषिक 'निवेदन'च असते. फार तर त्याला 'आत्मनिवेदन' असे म्हणता येईल; पण या वितंडवादात इथे घुसण्याची निर्मात्या कलावंताला गरज नाही. अभिव्यक्तीच्या अंगाने 'निवेदन' आणि 'आविष्कार' यांतील फरक कळला तरी पुरे. असो. मूळ मुद्याकडे आपण पुन्हा वळू.

खालील आणखी एक अभिव्यक्ती पाहण्यासारखी आहे :

(३) ''झुळझुळ निर्झर
हिरवळ झुळझुळ
सायंतनिचा झुळझुळ वारा.
झुळझुळ तू-मी
झुळझुळ संगित
मनात जुळुनी झुळझुळ तारा. ''

दुसऱ्या तर्जुम्यात व्यक्त झालेला अनुभव काव्यात्म वाटत होता; पण या तिसऱ्या लेखनातून व्यक्त झालेल्या अनुभवाची 'कविता'च झालेली आहे. 'कविता' हा साहित्य प्रकार आहे. कवितेतील अनुभवात काव्यात्मता या गुणाचा उत्कर्ष झालेला असतो. कवितेतून व्यक्त होणाऱ्या अनुभवाच्या सर्व किंवा बव्हंशी गुणवैशिष्ट्यांना कवितापणाचा स्पर्श होतो. म्हणजे असे की, लयात्मता, प्रतिमायुक्तता, अनुभवघटकांची पराकोटीची एकात्मता, गोळीबंदपणा, उत्कटता इत्यादी त्या अनुभवाला लाभलेले असते. भाषागुणांचे उत्कर्षात्मक उपयोजन केलेले असते. म्हणजे यमक, अनुप्रास, शब्दध्वनी, अर्थध्वनी, अर्थाबरोबरच शब्दांच्या व्यक्तिमत्त्वाचेही जाणीवपूर्वक उपयोजन, शब्दक्रम, मात्रिक रचना, शब्दबंध इत्यादींचीही विशेष योजना केलेली असते.

दुसऱ्या तर्जुम्यात जेव्हा 'अनुभव काव्यात्म झाला आहे' असे म्हटले गेले, तेव्हा हे गृहीत धरलेले असते की, तो अनुभव मुळात गद्य रूपात अवतरलेला आहे. त्यात अनेक गद्यगुण तर आहेतच; पण त्या गुणांबरोबरच काव्यात्मतेचा गुणही आहे. त्यात तो गुण उत्कर्षाला पोचलेला नसतो; तो इतर गुणांसमवेत वावरत असतो; मात्र थोडासा उठून दिसत असतो, असे सुचवावयाचे असते. सारांश, दुसऱ्या तर्जुम्यात अनुभव गद्यातच अवतरलेला आहे; फक्त त्यात काव्यात्मता जरा अधिक जाणवते, असे सुचवावयाचे असते.

दुसऱ्या आणि तिसऱ्या लेखनाची तुलना करताना असे दिसून येते की, दुसऱ्या लेखनातून व्यक्त झालेल्या अनुभवातील काव्यात्मता तिसऱ्या लेखनात प्रधानस्थानी येऊन, एकूण अनुभवालाच 'कविते'चे रूप देते. त्यामुळे गद्यात्म पातळीवरचा अनुभव तिसऱ्या लेखनात समग्रपणे काव्यात्म पातळीवर जाऊन कवितारूपात

अवतरला आहे, असे म्हणावयाचे असते.

दुसऱ्या लेखनातील अनुभवातील 'मी आणि ती' हे द्वंद्व तिसऱ्या लेखनातील अनुभवात एकात्म (तू-मी) झाले आहे. त्यांच्यातील द्वैत हरवलेले आहे. 'तू-मी' हे जणू एकाच जीवाचे रूप आहे. एवढेच नव्हे; तर 'निर्झर', 'हिरवळ', 'सायंतन' (संध्याकाळ), वारा, आणि 'तू-मी' हे सर्वच द्वैत हरवून एकात्म झालेले आहेत. 'झुळझुळ' या शब्दाच्या एकूण योजनेतून ही एकात्मता निर्माण झालेली आहे, हे जाणवते. जणू हे सर्व एकाच वस्तूचे घटक असून, ते 'झुळझुळमय' झालेले आहेत. एका सतारीवरच्या तारांसारखी त्यांची अवस्था असून, त्यांतून एकच संगीत झुळझुळत आहे (किंवा एकच झुळझुळ संगीत त्यांतून अवतरत आहे.) 'अनुभवा'चे हे स्वरूप तिसऱ्या तर्जुम्यातून अभिव्यक्त होते. या अनुभवाला शब्दांच्या विशिष्ट योजनेमुळे अनुप्रास लाभले आहेत. हे अनुप्रास 'झुळझुळ' शब्दाची नादलय व तिचे प्रतिध्वनी सर्वत्र पेरून ठेवताना दिसतात. त्यामुळे सगळा आविष्कार 'झुळझुळ'मय झालेला व त्याचेच ध्वनि-प्रतिध्वनी (उदा. 'निर्झरा'तील 'झ', 'हिरवळी'तील 'ळ', जुळुनी मधला 'जुळु' हे 'झुळझुळ'चे प्रतिध्वनी उमटवतात.) उमटविणारा आहे. इतरही अनुप्रास आहेतच. या लेखनाला अष्टमात्रिक तालाची लय लागलेली आहे. 'वारा', 'तारा' सारखे सुखद यमक लाभले आहेत. 'तू-मी हा 'तू' आणि 'मी' हे दोन शब्द जोडून एक नवीच वस्तू (काहीशी आध्यात्मिक वाटणारी वस्तू) घडविणारा नवा शब्दबंध आहे. 'झुळझुळ' हे विशेषण इथे 'हिरवळ', 'तू-मी', 'संगीत', 'तारा' यांना अशा रीतीने वापरले आहे की, ते फक्त साहित्यविश्वातच (जिथे भाषा हे माध्यम आहे तिथे) वापरता येणे शक्य आहे. त्यामुळे त्या साहित्यविश्वातील 'वस्तू' वाटतात. साहित्यसृष्टीतच त्यांचे अस्तित्व शक्य असते, अशा त्या वस्तू आहेत. म्हणजे असे की, 'झुळझुळ हिरवळ', प्रत्यक्षात दाखविता येणार नाही, 'झुळझुळ तारा' प्रत्यक्षात अस्तित्वात नसतात. त्या मानसिक अनुभवाच्या पातळीवरच अस्तित्वात असू शकतात, आणि भाषा हे माध्यम वापरले तरच त्या कलाविश्वात अस्तित्वात येऊ शकतात. अन्य कोणते माध्यम (चित्रकला, शिल्पकला, संगीतकला इत्यादी कलांचे माध्यम) वापरले, तरी 'झुळझुळ तारा' किंवा 'झुळझुळ हिरवळ' दाखविता येणे अशक्य किंवा कठीण आहे. या अर्थाने भाषा या माध्यमाची ही सर्व किमया मानावी लागते.

सारांश, तिसऱ्या लेखनात 'भाषा' या अभिव्यक्तिमाध्यमाचे अस्तित्व विशेष जाणवते. अशा रीतीने साहित्यनिर्मितीत 'भाषा' या माध्यमाला व्यावहारिक भाषेपेक्षा स्वतंत्र अस्तित्व असते. त्या माध्यमाचे असे मूलद्रव्य (भाषागुण) असते. हे मूलद्रव्य अनुभवाला एक विशिष्टपण आणते. अनुभवाला आलेले हे विशिष्टपण अन्य कोणत्याही माध्यमाद्वारा (उदा. चित्रकलेच्या, शिल्पकलेच्या वा संगीतकलेच्या

माध्यमाद्वारा) प्राप्त करून देता येणे अशक्य किंवा कठीण असते. म्हणजे असे की, साहित्यकृती किंवा 'कविता' नावाची कलाकृती फक्त भाषा-माध्यमाद्वाराच अवतरू शकते. याचा अर्थ असा की, प्रत्येक माध्यम अनुभवाला व्यक्त करतानाही आपले अस्तित्व घेऊनच सामोरे जाते. आपले अस्तित्व न सोडता अनुभवाला व्यक्त करते. त्यामुळे त्या माध्यमाला, अनुभवाला विशिष्टता लाभते. त्याला त्या माध्यमामुळे जी विशिष्टता लाभते ती अन्य कोणत्याही माध्यमामुळे लाभत नसते.

इथे एक प्रश्न निर्मितीच्या अंगाने उपस्थित होतो. या तिन्ही तर्जुम्यांतील अभिव्यक्तींतील अनुभव एकच मानावयाचा काय?

निर्मितीच्या अंगाने विचार करता तो एकाच अनुभवाचा चाललेला शोध आहे, असे मानावे लागते. मग असे असेल तर कोणत्या तर्जुम्यातील अनुभवाची अभिव्यक्ती साहित्यिकाने प्रमाण मानावयाची, याचे चटकन सुचणारे उत्तर असे की, त्याने तिसरा तर्जुमा (म्हणजे अभिव्यक्ती) प्रमाण मानावा. कारण तो कवितारूप धारण करतो आहे आणि एकूण साहित्य प्रकारांत कविता प्रकाराला अधिक (सिग्निफिकन्स) अर्थपूर्णता आहे. कवितेतील अनुभव हा सर्वाधिक गोळीबंद, सघन असा कलानुभव असतो. तो विशेष कलागुणांमुळे विशेष देखणा किंवा सुंदर दिसत असतो;

पण याचे तात्त्विक पातळीवरीलच उत्तर असे की, साहित्यिकाला योग्य वाटेल तोच तर्जुमा त्याने प्रमाण मानावयाचा आहे. याचे कारण असे की, साहित्यिकाला कोणत्या अनुभवांगावर विशेष भर देऊन तो समग्र अनुभव व्यक्त करावयाचा आहे, ही त्याची निर्मितिप्रक्रियेतील एक बाब असते. कल्पना करा की, या तिन्ही तर्जुम्यांतील अनुभव श्री. म. माटे किंवा दि. बा. मोकाशी यांच्यासारख्यांच्या कथांच्या प्रकृतीला जवळ असलेल्या एखाद्या वास्तववादी कथेचा एक भाग म्हणून व्यक्त करावयाचा आहे, तर तिथे पहिल्या तर्जुम्यातील अनुभवच योग्य दिसेल; कारण त्या कथेची एकूण प्रकृती वास्तवाला सामोरी जाणारी, निवेदनात्मक पातळीवर अवतरणारी असेल, तर तो तर्जुमाच अनुभवदृष्ट्या व भाषादृष्ट्या योग्य रीतीने त्या कथेत सामावून जाऊ शकेल. आणि या तिन्ही तर्जुम्यांतील अनुभव जर विजया राजाध्यक्ष किंवा आशा बगे यांच्या कथांच्या प्रकृतीला जवळ असलेल्या एखाद्या व्यक्तिकेंद्री, काहीशा भावप्रधान, रोमँटिक वळणाच्या खास कथेचा एक भाग म्हणून व्यक्त करावयाचा असेल, तर तिथे दुसऱ्या तर्जुम्यातील अनुभवच योग्य दिसेल आणि तिसरा तर्जुमा तर स्वतंत्रपणे एखादी 'कविता' म्हणूनही प्रसिद्ध करण्यासारखा आहे किंवा एखाद्या प्रेमकवितेचा भाग म्हणूनही तो स्वीकारता येण्यासारखा आहे.

वस्तुस्थिती अशी असल्याने साहित्यिकानेच त्यांतील कोणता तर्जुमा प्रमाण मानावयाचा आहे, हे निश्चित करावयाचे असते.

याशिवाय दुसरीही वस्तुस्थिती संभवू शकते. कल्पना अशी की, हे तीनही तर्जुमे

एका संपूर्ण अनुभवाच्या शोधाचे प्रतीक म्हणून स्वीकारले. साहित्यिकाला मनोमन भावलेल्या एका अनुभवाच्या शोधाच्या धडपडीतून त्याने हे तर्जुमे एकामागोमाग एक तयार करून पाहिले, तर त्यांतील त्याने कोणताही एकच तर्जुमा स्वीकारणे अपरिहार्य होऊन बसते. अशा वेळी त्याने यातील कोणता तर्जुमा स्वीकारावा? अर्थात अनुभवाच्या कलात्मक जाणिवेचा उत्कर्ष झालेला तिसरा तर्जुमा त्याने स्वीकारणे स्वाभाविक आहे. तिथे त्याच्या अनुभवाच्या अभिव्यक्तीच्या दृष्टीने जास्तीत जास्त समाधान (सॅटिस्फॅक्शन) झालेले असण्याची शक्यता आहे.

याचा अर्थ असा मात्र नव्हे की, प्रत्येक अनुभवाच्या शोधाचे अंतिम पर्यवसान कवितेतच होते. अंतिमतः साहित्यिकाच्या प्रकृतीने जो अनुभव घेतलेला असतो त्याची (अनुभवाची) एक विशिष्ट स्थिती असते. ही स्थिती समग्रपणे अभिव्यक्त करण्यासाठी साहित्यिकाने कसून प्रयत्न केले पाहिजेत आणि त्या प्रयत्नांतून अनुभवाचे जास्तीत जास्त पूर्ण असे रूप ज्या अभिव्यक्तीत त्याला सापडेल ती भाषारूप अभिव्यक्ती त्याने स्वीकारावी, असे इथे सुचवावयाचे आहे. बरेचसे मराठी साहित्यिक अनुभवाच्या पहिल्याच तर्जुम्यापाशी आत्मविश्वासपूर्वक थांबतात, हे योग्य नव्हे. त्यांनाच ते अंतिमतः हानिकारक असते. अनुभवशोधाची खोदाई त्यांनी कसून करण्याची गरज असते, असे इथे सांगावयाचे आहे.

समीक्षाव्यवहाराच्या दृष्टिकोणातूनही या तीन तर्जुम्यांचा विचार करता येतो. समीक्षाव्यवहारात हे तीनही तर्जुमे तीन स्वतंत्र कृती म्हणून तत्त्वतः स्वीकारावे लागतात. त्या तीन तर्जुम्यांत स्वतंत्रपणे जो आणि जसा अनुभव व्यक्त झाला आहे, तो तसाच स्वीकारावा लागतो. साहित्यिकाला तेवढेच व्यक्त करावयाचे आहे, असे गृहीत धरावे लागते. हे गृहीत धरूनच समीक्षाव्यवहार त्या 'कृती'चा विचार करीत असतो. समीक्षाव्यवहाराची ही मर्यादा आहे. त्याला ही मर्यादा ओलांडून जाता येत नाही;

पण एखाद्या निर्मितीचाही विशेष अनुभव पदरी असलेल्या जाणकार समीक्षकासमोर हे तीनही तर्जुमे 'एका साहित्यबीजाचेच तीन आविष्कार' म्हणून ठेवले आणि त्यांतील अधिक कलात्मकतेने अनुभव व्यक्त करणारा तर्जुमा कोणता, असे विचारले तर तो तिसऱ्या तर्जुम्यावरच बोट ठेवील, असे वाटते. त्याबरोबरच तो प्रत्येक तर्जुम्याचे त्याचे असे एक वैशिष्ट्य आहे आणि ते दुसऱ्यात नाही, हेही दाखवून देऊ शकेल. असे जरी त्याने दाखवून दिले, तरी साहित्यिकाने स्वतःला त्या अनुभवातून नेमके काय हवे आहे, हे जाणीवपूर्वक जाणून घेऊनच त्यांतील कोणता तर्जुमा स्वीकारावयाचा, हे ठरवावयाचे असते.

वरील विवरणावरून एक गोष्ट लक्षात येते की, व्यक्त होऊ पाहणारा 'अनुभव' आणि त्याच्या अभिव्यक्तीचे रूप घेऊ पाहणारी भाषा यांचा संघर्ष आणि संवाद

चालतच अनुभवाला भाषारूप-अभिव्यक्ती प्राप्त होते. वरील तिन्ही तर्जुमे कल्पनेच्या पातळीवर एकत्र केले आणि त्यांच्याकडे पाहिले, तर असे दिसून येते की, इथे 'अनुभव'अभिव्यक्त होताना भाषेशी संघर्ष करतो आहे. त्याला प्रथम भिडलेली भाषा नंतर तो उधळून लावतो आहे. नवी रचना, नवे शब्द पुन्हा स्वीकारतो आहे. पुन्हा त्यांतील काही स्वीकारत, काही नाकारत नव्या रचना, नवे शब्द, नव्या प्रतिमा यांना सामोरा जात आहे. अगोदर स्वीकृत केलेली भाषा पुन्हा नाकारायची, नव्या भाषिक रचनेशी जवळीक साधावयाची, यातून त्याच्या 'संघर्ष-संवादाचे' स्वरूप स्पष्ट होते.

या संघर्ष-संवादातून त्याचे अंतिम रूप सिद्ध स्वरूपात अभिव्यक्त होते. या प्रक्रियेचा अर्थ असा होतो की, मनोमनीचा काहीसा धूसर स्वरूपाचा, भाषारूप घेण्यास उत्सुक असलेला अनुभव प्रत्यक्षात भाषारूप घेऊ लागला की, त्याचे विघटन होऊ लागते. विघटित होणारे त्याचे अंश अधिकाधिक योग्य, योग्यतर, योग्यतम भाषांशांशी (शब्दांशी) एकरूप होत अंतिम भाषारूप घेतात. अंतिम भाषारूप घेईपर्यंत ही प्रक्रिया चाललेलीच असते.

या प्रक्रियेत साहित्यिकाच्या दृष्टीने त्याचा अनुभव व्यक्त होणे 'प्रस्तुत' असते. बाकीच्या गोष्टी 'अप्रस्तुत' असतात. दुसऱ्या भाषेत असे म्हणता येईल की, अनुभव व्यक्त होणे हे त्याचे 'साध्य' असते. बाकीच्या गोष्टींचा वापर तो 'साधन' म्हणून करीत असतो. म्हणून अनुभवाच्या अभिव्यक्तीची भाषा हे तसे साधनच असते. अमुकच भाषेच्या 'मधून'(द्वारा) व्यक्त होतो, म्हणून अभिव्यक्तीच्या भाषेला 'माध्यम' असेही म्हटले जाते.

अनुभव व्यक्त होणे हेच 'प्रस्तुत' असले आणि माध्यमाची भाषा ही तिथे 'अप्रस्तुत' असली तरी ती आपले अस्तित्व दाखविल्याशिवाय राहू शकत नाही. तिसऱ्या तर्जुम्याच्या विवरणावरून हे आपल्या लक्षात येते.

याचा अर्थ; साहित्याच्या निर्मितिप्रक्रियेत माध्यमाला विशेष स्थान असते. भाषा या माध्यमाला त्याचे असे एक स्वतंत्र मूलद्रव्य आहे. त्या मूलद्रव्याला अर्थाबरोबरच त्याचे असे एक स्वतंत्र व्यक्तिमत्त्व आहे. या व्यक्तिमत्त्वाशी अनुभवाचा संबंध येतो. हे व्यक्तिमत्त्व अनुभवद्रव्यावर आपले संस्कार करू लागते आणि मगच अनुभवाला व्यक्त करते. म्हणजे मूलभूत अनुभवाचे भाषापूर्व स्वरूप इथे भाषेचा स्पर्श होताच विशिष्ट भाषायुक्त रूप धारण करते. तिलाच आपण साहित्यकृती म्हणतो. म्हणजे 'अनुभवाने' भाषेशी संबंध साधून जसे विशिष्ट रूप धारण केलेले असते, तसे भाषेने अनुभवाशी संबंध साधून अभिव्यक्तीचे विशिष्ट रूप प्राप्त करून घेतलेले असते. म्हणजे परस्परांच्या आश्रयाने साहित्यकृतीत अनुभव व भाषा यांना विशिष्टता प्राप्त झालेली असते. या विशिष्टतेचा एकात्म आविष्कार म्हणजे व्यक्त झालेला कलानुभव असतो. म्हणून या कलानुभवातील नुसत्या भाषनिरपेक्ष अनुभवद्रव्याचा स्वतंत्रपणे

विचार करणे योग्य नव्हे; तसेच नुसत्या अनुभवद्रव्यनिरपेक्ष भाषारूपाचाही (अभिव्यक्तीचा) स्वतंत्रपणे विचार करणे योग्य नव्हे. तसा तो केलाच; तर तो समग्र कलानुभवाचा समग्र विचार (किंवा आस्वाद) ठरणार नाही. नुसत्या अनुभवद्रव्याचा विचारच प्रस्तुत मानणाऱ्या उथळ जीवनवाद्यांनी हा धोका सतत डोळ्यांसमोर ठेवणे जरूर आहे. आणि त्याहून महत्त्वाचे म्हणजे अनुभवनिरपेक्ष भाषारूपाचाही (अभिव्यक्तीतील संवाद, विरोध, तोल आदी सौंदर्यतत्त्वांचा, लयात्मतेचा) स्वतंत्रपणे विचार करणे म्हणजेच 'साहित्यसौंदर्याचा' विचार करणे, असे मानणाऱ्या उतावीळ कलासौंदर्यवाद्यांनीही हा धोका नजरेआड करून भागणार नाही; कारण कलानुभव आणि त्याची भाषारूप अभिव्यक्ती ह्या गोष्टी इथे एकात्म (किंवा एकजीव) झालेल्या असतात. आस्वादकाला त्याचा एकात्म पातळीवरच अनुभव येत असतो.

साहित्यकृतीतील अनुभव मानवी जीवनाशी ह्या ना त्या धाग्याने किंवा विविध प्रकारांनी संबंधित असतो. एखाद्या साहित्यकृतीत समाजजीवनातील एखादे स्थूल व बाह्य वास्तवदर्शी चित्रही असू शकते आणि एखाद्या साहित्यकृतीत एखाद्या व्यक्तिमनाचे सूक्ष्मातिसूक्ष्म, तरल, आंतरिक स्पंदनाचेही चित्र असू शकते. आपण जे समाजात जगतो त्याचे प्रतिरूपही साहित्यात असू शकते आणि जे जगता येत नाही किंवा कुचंबत मनात राहिलेले असते त्याचेही प्रतिरूप साहित्य रेखाटू शकते. त्यात जीवनानुभवाचा पुनःप्रत्यय असतो, तसा अनुभवाच्या अनोख्या अंगाचा शोधही असू शकतो. अनुभवाच्या अशा विविध परी विविध पातळ्यांवर साहित्यात अवतरू शकतात.

अनुभवाचे अनेक घटक असतात. त्यात पात्रे, प्रसंग, घटना, नाट्य, काव्य, मनाचे विविध विकार, भावना, चिंतने, कल्पना, स्पंदने इत्यादी असू शकतात. यांतील एकही घटक जरी उत्कर्ष पावलेला असला, तरी सबंध अनुभवच आपणास मोहक, आकर्षक वाटू लागतो. व्यावहारिक अनुभवापेक्षा तो उच्चतर पातळीवर गेलेला, त्यामुळे व्यावहारिक रूपापेक्षा काहीसे वेगळे रूप धारण केलेला वाटतो. त्यात त्या अंगाने मानवी अनुभवाचे मौलिक रूप शोधण्याचा प्रयत्न असतो.

समाजव्यवहारात जगताना मनावर अनेक बंधने आणि मर्यादा पडतात. त्या बंधनांत आणि मर्यादांत राहूनच समाजात अनुभव घ्यावा लागतो आणि व्यक्तही करावा लागतो. त्यामुळे मूलभूत स्पंदने अनुभवणारे मनाचे मूलभूत स्वरूप व्यवहारात व व्यावहारिक अनुभवात सहसा पाहावयास मिळत नाही. त्याचा कलाक्षेत्रात उत्तम आणि निरंकुश आविष्कार होतो; म्हणून तो 'सुंदर' वाटत असतो. कलानुभवाचे हे सौंदर्य आंतरिक असते.

दुसऱ्या भाषेत असे म्हणता येईल की, असे सौंदर्य आंतरिक गुणात्मक असते. ते शारीरिक रूपात्मक नसते. साहित्यकृतीचे अनुभवगत आंतरिक व्यक्तिमत्त्व अशा

प्रकारचे असू शकते. 'वॉर अँड पीस' या कादंबरीचे आंतरिक सौंदर्य अशा प्रकारचे गुणात्मक आहे. 'पण लक्षात कोण घेतो' या कादंबरीचे सौंदर्य अशा प्रकारचे आहे. अनुभवाची चैतन्यात्मकता (जिवंतपणा किंवा रसरसलेपणा), सखोलता, व्यापकता, सूक्ष्मता, व्यामिश्रता, चिंतनातील समतोलता, साक्षेप इत्यादी आंतरिक गुणांवर अवलंबून असते. हा अनुभव अंतिमतः 'मानवी' असतो; 'पाशवी' नसतो; ह्याचे भान कलावंताने सतत ठेवले पाहिजे. माणसात मानवतेचा ध्यास घेणारा 'मानव' आणि प्राथमिक पातळीवरच्या जगण्याच्या गरजा भागवणारा 'पशू' हे दोन्ही असतात. तेव्हा कलावंताने अनुभव व्यक्त करताना एक भान सतत ठेवावे लागते की, आपण जो अनुभव व्यक्त करीत आहोत तो 'मानवी' आहे का पशुपातळीवरचा आहे, त्या अनुभवात 'मानव' प्रभावी आहे की प्रत्यक्षाप्रत्यक्ष 'पशू' प्रभावी आहे ?- याचे भान ठेवण्याचे कारण कला ही 'मानवी' आहे; ती पाशवी नाही.

साहित्यकृतीला आंतरिक गुणात्मक सौंदर्य असू शकते ही गोष्ट खरी; पण साहित्यकृतीला शारीरिक रूपात्मक सौंदर्यही असू शकते. अभिव्यक्तीतील लयात्मता, तालात्मता, ध्वनिगुण, प्रतिमागुण, प्रतीकगुण, संवादगुण, विरोधगुण, समतोलगुण यांनी ते सिद्ध होऊ शकते. गंगाधर गाडगीळ, जी. ए. कुलकर्णी यांच्या कथेला अशा प्रकारचे रूप-सौंदर्य विशेष लाभलेले असते. या रूपसौंदर्याचा परिणाम रसिकमनावर सकृतदर्शनी विशेष प्रमाणात होतो. 'ग्रेस' वा पु. शि. रेगे यांच्या कवितेत हे रूप-सौंदर्य उत्कर्षावस्थेला पोचलेले दिसते. जी. ए. कुलकर्णी यांच्या अगदी अलीकडील ('पिंगळावेळ' नंतरच्या) कथांत ते तशा स्वरूपात दिसते.

काही कलावंत अनुभवाच्या आंतरिक गुणात्मक सौंदर्यावर भर देणारे असतात, तर काही केवळ बाह्य म्हणजे शारीर किंवा रूपात्मक सौंदर्यावर भर देणारे असतात, तर काही दोहोंचा उत्तम समन्वय साधणारे असू शकतात. मात्र एक गोष्ट खरी की, ह्या दोहोंचा समन्वय कमी-अधिक प्रमाणात का होईना साहित्यकृतीत असावा लागतो. तो जर नसेल तर साहित्यकृती कलात्मकतेच्या पदवीला चढू शकत नाही. तिच्यात कमी-अधिक प्रमाणात (दुर्लक्षणीय असले तरी) दोष निर्माण होऊ शकतात. ज्याच्या - त्याच्या व्यक्तिमत्त्वाचा, प्रकृतीचा तो भाग असतो. एखादी स्त्री दिसायला सुंदर असते, म्हणजे रूप-सौंदर्ययुक्त असते. म्हणून ती सामान्यजनात विशेष लोकप्रिय असते. साहित्यकृतीच्या बाबतीतही असे होऊ शकते. आंतरिक सौंदर्याचा तिथे सबंध येऊ शकत नाही.

समाजव्यवहारात अनुभव घेण्यावर जशी बंधने पडतात, तशी बंधने भाषा वापरण्यावरही पडतात. त्यामागे सामाजिक, सांस्कृतिक औचित्याचा विचार असतो. शिवाय आपल्याला नेमके काय म्हणावयाचे आहे, त्यानुसार भाषाघटकांची योग्य ती नीट जुळणी करून बोलण्याला व्यवहारात अवसर मिळत नाही; कारण बोलताना

भोवतालच्या परिस्थितीचा, समोरच्या व्यक्तीचा, ज्यात आपण सापडलेले असतो त्या घटना-प्रसंगांचा, त्यातील आपल्या यशापयशाचा, मानसिक रागलोभादींचा किंवा भावविवशतेचा दबाव आपल्या मनावर आलेला असतो. त्यातून मनात ताण निर्माण झालेले असतात. शिवाय भाषिक घटकांची जुळणी करायला उसंत नसते. जमेल तसे बोलणे अपरिहार्य असते. अशा परिस्थितीत भाषेची सर्व शक्ती वापरण्यावर बंधने पडतात. म्हणून मग वेळ मारून नेण्यासाठी, व्यवहार निभावून नेण्यासाठी जेवढी आणि जशी भाषा वापरता येईल, तेवढी अणि तशी वापरून आपण मोकळे होतो. त्यामुळे भाषेच्या मूळ शक्तीचा आणि रूपाचा वापर व्यवहारात क्वचितच होतो.

भाषेची अंगभूत शक्ती विलक्षण असते. ती तिच्या घटकांच्या विशिष्ट संबंधांतून जे रूप साधले जाते त्यातून व्यक्त होते. हे रूप ती भाषा बोलणारी व्यक्ती साधत असते. या रूपाच्या विशिष्टत्वातून भाषेचा तीव्र संवेदनशील व अनन्यसाधारण स्वभाव प्रत्ययाला येतो. त्यामुळे प्रत्येक साहित्यिकाची भाषा ही दुसऱ्या साहित्यिकाच्या भाषेपेक्षा स्वभावाने वेगळी वाटते. एवढेच नव्हे तर एका समाजाची भाषा ही दुसऱ्या समाजाच्या भाषेपेक्षा स्वभावाने वेगळी वाटते. उदा. महाराष्ट्राचेच विदर्भ, मराठवाडा, पश्चिम महाराष्ट्र, कोकण हे भाग व तेथील समाज असले, तरी त्यांची मराठी भाषा काही शब्द, प्रत्यय, हेल इत्यादी बाह्य बाबतींत तर भिन्न वाटतेच; पण तिची आंतरिक घडणही वेगळी वाटते. सारांश, निरनिराळ्या समाजांच्या भाषांचे स्वभाव अनन्यसाधारण असतात. खरे तर भाषेची ही अनन्यसाधारणता वैयक्तिक पातळीपासून ते कुटुंब, जात, धर्म, वर्ग, समाज, बोली, काल, प्रदेश, देश, राष्ट्र, भाषावंश इथपर्यंत विविध संदर्भांनी पसरलेली आहे.

त्यामुळे अनुभवाची अभिव्यक्ती करताना या संवेदनशील स्फोटक माध्यमाला फार जपून वापरावे लागते. हे माध्यम कोण किती जपून आणि मार्मिकपणे वापरतो यावरच त्याच्या भाषाशैलीची गुणवत्ता अवलंबून असते. एखाद्या साध्या वाक्यातील साध्या शब्दावर जरी जोर दिला, तरी अभिव्यक्ती बदलते. 'मी गावाला जातो' हे साधे तीन शब्दांचे वाक्य; पण यातील 'मी' वर जोर देऊन वाक्य बोलले किंवा लिहिले, तर त्यातील अनुभवार्थ बदलतो. तो असा होतो की, 'दुसरे कुणी गावाला जात नाही, म्हणतात; तर मग मी गावाला जातो.' हेच वाक्य 'मी'वर जोर न देता 'गावाला' या पदावर देऊन उच्चारले किंवा वाचले, तर त्याचा अनुभवार्थ आणखी वेगळा होतो. 'मी इथं थांबत नाही. (जणू काही मला इथं धोका आहे; तेव्हा) मी **गावाला** जातो.' असा त्यातून भाव निष्पन्न होतो. उलट हेच वाक्य 'जातो' या पदावर जोर देऊन उच्चारले किंवा लिहिले, तर त्यातील अनुभवार्थ आणखी बदलतो. 'मी आतापर्यंत गावाला जात नाही म्हणत होतो; पण आता मात्र मी गावाला **जातो**.' असा त्यातून

भाव निष्पन्न होतो. यावरून असे लक्षात येईल की, अभिव्यक्तीतील एखाद्या पदावर जरी विशेष जोर देऊन उच्चारण वा लेखन केले तरी त्या वाक्याची अभिव्यक्ती बदलते आणि तीमुळे अनुभवार्थ बदलतो. हा 'विशेष जोर' ज्या शब्दावर लेखनात द्यावयाचा असेल, तो शब्द तिरप्या टाइपात (इटालिकमध्ये) किंवा ठळक टाईप वापरून, किंवा त्या शब्दाला अधोरेखित करून किंवा एकेरी अवतरणात तो शब्द घालून सूचित केला जातो. पुष्कळ वेळा सबंध साहित्यकृतीतील कोणत्या घटकांवर समीक्षक आपल्या आस्वाद-वाचनात प्रत्यक्षात जोर देतो किंवा त्याच्या मनःस्थितीत त्याच्या नकळत जोर दिले जातात, त्यावरही सबंध साहित्यकृतीची अभिव्यक्ती अवलंबून असते आणि तीवर तिच्या कलानुभवाचे स्वरूपभिन्नत्वही अवलंबून असते. पुष्कळ वेळा अधलेमधले भाग वगळून किंवा त्यांच्याकडे दुर्लक्ष करून साहित्यकृतींचे वाचन केले जाते, तेव्हा तर त्या साहित्यकृतीची अभिव्यक्ती आणि तिचा कलानुभव हे पार बदलून जातात, हे वेगळे सांगण्याची आवश्यकता नाही.

वाक्यातील एखादे विशेषण इकडचे तिकडे झाले तरी अभिव्यक्त अनुभवाचा अर्थ बदलू शकतो. 'आई काळी पिशवी वापरते,' या अभिव्यक्तीतील विशेषणाचे स्थान बदलून 'काळी आई पिशवी वापरते,' असे वाक्य लिहिले तर अनुभव किती बदलून जातो, याचा प्रत्यय येईल.

वरील वाक्यातील विशेषणाचे स्थान बदलताना ते एका नामाचे विशेषण दुसऱ्या नामाकडे गेले. त्यामुळे अनुभवार्थ बदललेला स्पष्टपणे जाणवते; पण या बदलाबदलीत कित्येक वेळा एखाद्या नामाला अनेक विशेषणे लावावयाची असतील तर ती कोणत्या क्रमाने लावावीत, याचाही विचार करावा लागतो. या क्रमात नामापासून जी विशेषणे अधिकाधिक लांब, तेवढा त्यांचा वाचकांच्या मनावरील संस्कार कमी कमी होत जाण्याची शक्यता असते. जी विशेषणे नामाला जास्तीत जास्त जवळ असतील, त्यांचा वाचकांच्या मनावरील संस्कार अधिकाधिक तीव्र होत जाण्याची शक्यता असते. उदा. (१) 'सडसडीत, गोऱ्या रंगाची, नाकेली मुलगी' असा क्रम असेल, तर 'नाकेली मुलगी' हा संस्कार विशेष असतो. (२) 'नाकेली, सडसडीत, गोऱ्या रंगाची मुलगी, असा क्रम असेल, तर 'गोऱ्या रंगाचा' संस्कार अधिक तीव्र असतो. (३) 'गोऱ्या रंगाची, नाकेली, सडसडीत मुलगी, असा क्रम असेल, तर मुलीचा सडसडीतपणा विशेष लक्षात राहतो. म्हणजे एकाच नामाच्या विशेषणाचा नुसता क्रम जरी अभिव्यक्तीत बदलला, तरी अनुभवार्थ अंशतः का होईना पण भिन्न होतो.

काही 'विशेषणे' ही 'क्रियाविशेषणे' म्हणूनही वाक्यात वापरता येतात. पुष्कळ वेळा, कर्मनामाची विशेषणे कर्मनामाच्या पुढे घातली, तर ती विशेषणे न राहता क्रियाविशेषणे होतात आणि त्या अभिव्यक्तीचा अनुभवार्थ अनपेक्षितपणे बदलतो. पुष्कळ वेळा नामाची विशेषणे नामाच्या नंतर वापरण्याची लकब बोलण्यात असते.

तीच लेखनात वापरली तर असा घोटाळा उडण्याची शक्यता असते. उदा. 'शिक्षकाने वाकड्या रेषा काढल्या' आणि 'शिक्षकाने रेषा वाकड्या काढल्या,' या वाक्यातील अभिव्यक्ती सकृत्‌दर्शनी एकच वाटत असली, तरी पहिल्या वाक्यात 'वाकड्या रेषा' या शब्दप्रयोगात खुद्द रेषा वाकड्या आहेत, त्या सरळ नाहीत, असा अनुभवार्थ निष्पन्न होतो. तर दुसऱ्या वाक्याचा अनुभवार्थ 'रेषा सरळ असूनही त्या परस्परांना समांतर न काढता असमांतर काढल्या' असा निष्पन्न होतो. व्याकरणाच्या भाषेत पहिल्या वाक्यात 'वाकड्या' हे कर्मनामाचे (रेषांचे) विशेषण आहे; तर दुसऱ्या वाक्यात 'वाकड्या' हे क्रियापदाचे ('काढल्या'चे) क्रियाविशेषण आहे. त्याचा काढण्याशी संबंध आहे; रेषांशी संबंध नाही. त्यामुळे पहिल्या वाक्यातील अनुभवार्थापेक्षा दुसऱ्या वाक्यातील अनुभवार्थ भिन्न ठरतो.

'माझं बोट कापलं' आणि 'माझं बॉट कापलं' या वाक्यातील 'बोट कापणे' हा व्यावहारिक आशय एकच असला, तरी दोहोंचा अनुभवार्थ भिन्न आहे. पहिल्याला नागर संदर्भ येतो, तर दुसऱ्याला ग्रामीण संदर्भ येतो. त्यामुळे तो उद्‌गार काढणाऱ्या पात्रांचे संदर्भ निश्चित होतात. पहिला उद्‌गार काढणारे पात्र 'नागर' ठरते; तर दुसरा उद्‌गार काढणारे पात्र ग्रामीण ठरते. त्यामुळे 'बोट'चे मध्यमवर्गीय, बुद्धिजीवी, पांढरपेशी, शारीरिक काम नसलेले, त्यामुळे घट्टे न पडलेले, स्वच्छ असलेले, मध्यमवर्गीय असल्याने त्याच संदर्भाने कापण्याची क्रिया निश्चित झालेले; म्हणजे चाकूने, ब्लेडने किंवा भाजी कापायच्या सुरीने असे संदर्भ नक्की होतात व त्या अनुषंगाने तो अनुभव नियत होतो. तर ग्रामीण संदर्भाने अनुभव जेव्हा येतो, तेव्हा तसा उद्‌गार काढणारे पात्र ग्रामीण, शेतकाम करणारे, अडाणी, शारीरिक कष्ट करीत असल्याने बोटाला घट्टे पडलेले, त्यामुळे चरबट झालेले बोट, मळकट, दणकट असे मनासमोर येते. त्या संदर्भाने कापण्याची क्रिया खुरपे, कोयता, विळा, कुऱ्हाड यांनी नियत होते. त्यामुळे जखमेचे स्वरूप तुलनेने अधिक खोल, त्यामुळे रक्ताचे स्वरूप गुठळ्यांचे इत्यादी संदर्भ येतात व अनुभव विशिष्ट होतो. पहिल्या अनुभवापेक्षा तो भिन्न ठरतो. म्हणजे नागर किंवा प्रमाण भाषेऐवजो बोलीमध्ये अभिव्यक्ती केल्याने अनुभवाचे स्वरूप बदलते. कारण त्याचा सांस्कृतिक संदर्भ बदलतो. म्हणजे एकच अनुभव वेगवेगळ्या भाषांत जरी व्यक्त करण्याचा प्रयत्न केला तरी त्या त्या भाषांचे सांस्कृतिक संदर्भ त्या अनुभवाला प्राप्त होतात नि तो भिन्न भिन्न होत जातो. म्हणूनच भाषांतराची कृती तोच अनुभव व्यक्त करायला कठीण वाटू लागते.

याहून अधिक खोलात जाताना असे दिसून येते की, अनुभवाशी एखाद्या पात्राचा किंवा निवेदकाचा संबंध कोणत्या पातळीवरचा आहे, यावरही अभिव्यक्तीचे स्वरूप

अवलंबून असते. उदाहरणार्थ, सदुभाऊ या पात्राची मरण्याची क्रिया एखाद्या संबंधित पात्राला किंवा निवेदकाला अनुभव म्हणून अभिव्यक्त करावयाची आहे, असे समजू. तर त्या पात्राने किंवा निवेदकाने १) सदुभाऊ मेला. २) सदुभाऊ मरण पावला. ३) सदुभाऊ कायमचा गेला. ४) सदुभाऊ निवर्तले. यांपैकी अभिव्यक्तीचे कोणते रूप स्वीकारायचे?

व्यावहारिकदृष्ट्या या चारही वाक्यांचा आशय एकच आहे. सदुभाऊच्या निधनाची माहितीच या चारही वाक्यांवरून कळते; पण या चारही वाक्यांतील अनुभव एक नाहीत. ते भिन्नभिन्न आहेत. निदान त्यांत अर्थपूर्ण असे भिन्नतेचे अंश आहेत.

समजा पात्राने किंवा निवेदकाने पहिल्या वाक्यातून अभिव्यक्ती केली, तर त्यांच्या दृष्टीने सदुभाऊ हे पात्र गौण, नगण्य, काहीसे अतिसामान्य ठरते. त्याच्याशी यांचा मानसिक संबंध काहीच निर्माण होत नाही. एखादा 'कुत्रा मेला', तसा 'सदुभाऊ मेला' यापलीकडे त्यातून अधिक असा अनुभवार्थ व्यक्त होत नाही. दुसऱ्या 'सदुभाऊ मरण पावला' या वाक्यातून पहिल्या अभिव्यक्तीच्या तुलनेने अधिक आत्मीयता त्या अनुभवार्थात येते. पात्र सामान्य, गौण असले तरी अनुभवातील आस्था, जवळीक त्यातून अभिव्यक्त होते. तिसऱ्या अभिव्यक्तीतून अनुभवातील विरहाची जाणीव विशेष व्यक्त होते. त्यामुळे पहिल्या व दुसऱ्या वाक्यातील त्या पात्राची गौणता, सामान्यता नष्ट होते. सदुभाऊला अनुभवात महत्त्वाचे स्थान येते. म्हणून अभिव्यक्त झालेला अनुभवही भिन्न ठरतो. शेवटच्या चौथ्या वाक्यात तर जो अनुभव अभिव्यक्त झाला आहे, तो पहिल्या तिन्हीपेक्षा वेगळा ठरतो. या वाक्यातून सदुभाऊच्या विषयी आदर व्यक्त होतो. त्यामुळे सदुभाऊचे व्यक्तिमत्त्व उंचीवर जाते. निवेदकाचा स्नेह, प्रेम इ. भावना त्यात मिसळतात. त्यामुळे त्यातून अभिव्यक्त होणारा अनुभव वेगळा ठरतो. सारांश, घटना एकच असूनही, व्यावहारिकदृष्ट्या तिचा आशय एकच असूनही, तिजविषयीचा अनुभव मात्र कमी-अधिक प्रमाणात भिन्न असू शकतो. त्यामुळे त्याची अभिव्यक्तीही कमी-अधिक प्रमाणात भिन्नभिन्न असते.

या सर्वांचा एकत्रित विचार करताना काही गोष्टी आपल्या लक्षात येतात. एखादी माहिती सांगणे म्हणजे 'अनुभव अभिव्यक्त करणे' नव्हे. माहिती ही मानवनिरपेक्ष, शास्त्रीय, वास्तव असू शकते; पण 'अनुभव' ही बाब किंवा वस्तू मात्र मानवीच असते. तिच्यात माणसाच्या अंतःकरणाच्या, मनाच्या स्थूल, सूक्ष्म किंवा अतिसूक्ष्म अशा अनेक पदरांची वीण असते. त्या विणीने तो 'अनुभव' विशिष्ट केलेला असतो. तो विशिष्ट अनुभव विशिष्ट भाषिक अभिव्यक्तीच धारण करतो. त्यामुळे अनुभव बदलला की भाषिक अभिव्यक्ती बदलते. एवढेच नव्हे तर भाषिक

अभिव्यक्ती बदलली की अनुभवही बदलतोच. तो किती बदलतो? भाषिक अभिव्यक्तीतील एखादा जरी लहानसहान घटक इकडचा तिकडे केला, तरी तो बदलतो. दुसरा समान अर्थाचा शब्द घातला तरीही अनुभव बदलतो. विद्याधर पुंडलीक यांचे 'माता द्रौपदी' हे नाटक आहे; पण त्याचे 'आई द्रौपदी' किंवा 'द्रौपदी माय' असे शीर्षक केले तरी त्या शीर्षकाचा अनुभवार्थ बदलतो. याचे कारण शब्दांना अर्थ तेच असले तरी संदर्भ भिन्न असतात. ते अनेक प्रकारचे असतात. त्यामुळे त्यांचा अर्थ एकच असूनही त्यांचे व्यक्तिमत्त्व भिन्न असते. ते कलानुभवात अतिशय महत्त्वाचे असते.

भाषिक माध्यमाची ही शक्ती, अनन्यसाधारणता किंवा विशिष्टता पुष्कळ साहित्यिकांच्या लक्षात येत नाही. उदा. काही ग्रामीण साहित्यिक सरधोपटपणे आपल्या साहित्यासाठी केवळ ग्रामीण भाषा वापरतात. ही भाषा वापरताना त्या प्रदेशातील प्रत्यक्ष जीवनात बोलीच्या ज्या लकबी, शब्दप्रयोग, त्यांचे उच्चार इत्यादी प्रमाण भाषेपेक्षा किंवा इतर बोलींपेक्षा कसे वेगळे आहेत, हे दाखविण्याचा त्यांचा व्यावहारिक सोस अधिक जाणवतो. त्यामुळे ते माध्यम पुष्कळ वेळा प्रदर्शनाच्या पातळीवर अवतरते. त्यामुळे ती साहित्यकृती उथळ, हकिकतवजा, बहिर्मुख होते, याचे त्यांना भान येत नाही. साहित्यात भाषा ही केवळ एक सामाजिक वस्तू म्हणून येत नसून, तिच्यावर माध्यमाच्या अंगाने संस्कार करून, ती अधिक सुघटित करून, प्रसंगी तिला वाकवून, तिला आवश्यक ती वेगवेगळी परिमाणे (प्रतीक, प्रतिमा, लयात्मता, अनुप्रासयुक्तता इ. इ.) देऊन तिला 'माध्यमा'च्या पातळीवर खेचावी लागते व मगच तिच्यातून अनुभवाची अभिव्यक्ती करावी लागते, हे पुन्हा एकदा सांगण्याची गरज वाटते.

# कथेची बीजधारणा

आतापर्यंत मी पुष्कळ कथा, कविता, ललितलेख लिहिले. काही कादंबऱ्याही लिहिल्या. या सर्व साहित्यकृतींची मूळ बीजे माझ्या मनात पडत होती आणि मला साहित्यकृती सुचत होत्या. एखाद्या साहित्यकृतीची मूळ कल्पना सुचणे ही प्रक्रिया कथा, कविता, कादंबरी, ललितलेख इत्यादी बाबतीत वेगवेगळी असू शकत नाही. बीज सुचण्याची किंवा बीजधारणेची प्रक्रिया समानच असते; साहित्यप्रकारागणिक वेगवेगळी असू शकत नाही. कोणत्याही प्राण्याची बीजधारणेची प्रक्रिया समानच असते. त्यासारखेच हे आहे.

निसर्गातील बीजधारणा नेमक्या कोणत्या क्षणी, कोणत्या नैसर्गिक शक्तींमुळे होते हे शोधून काढणे जीवशास्त्राचे कार्य आहे; तसे कथेची बीजधारणा लेखकाच्या मनात कशी होते, हे शोधून काढणे मानसशास्त्रज्ञाचे कार्य आहे. मी इथे मानसशास्त्रज्ञाला उपकारक आणि उपयुक्त ठरेल असे मूलद्रव्य (रॉ मटेरिअल) देण्याचा प्रयत्न करणार आहे. सोयीसाठी फक्त कथाक्षेत्रातील उदाहरणे घेत आहे.

कथेची 'बीजधारणा' म्हणजे 'प्रत्यक्ष कथा' नव्हे, हे इथे प्रथम कटाक्षाने लक्षात ठेवले पाहिजे. कथाबीज म्हणजे वास्तवाच्या आधारे किंवा वास्तवाच्या शिवाय मनात निमिषार्धात चक् करून चमकून गेलेली एक अतितरल कल्पना असते. ती निरवयव किंवा केवल असते. केशवसुतांच्या भाषेत ती धारणा म्हणजे 'चित्‌घनचपला' असते. ती बघता बघता चमकते आणि ठिणगीसारखी नाहीशी होते. शरीरशास्त्राच्या भाषेत बोलावयाचे तर संभोगानंतरच्या क्षणी शुक्रजंतू आणि स्त्रीच्या गर्भाशयातील बीजे यांच्या मिलनातून निर्माण झालेली ती अगदी पहिली स्थिती असते. त्या स्थितीतील त्या बीजाला अजून अवयव फुटावयाचे असतात. नाक, कान, डोळे, शरीर, इंद्रिये यावयाची असतात. माणसाचा आकार यावयाचा असतो. कथाबीजाचेही असेच असते. कथेतील पात्र, प्रसंग, भाषा, प्रतिमा, आरंभ-शेवट, एकूण रूप अजून

त्याला मिळावयाचे असते. त्यापूर्वीची जी अवस्था ती बीजधारणेची अवस्था होय. अशा प्रकारच्या बीजधारणेविषयीच फक्त इथे सांगावयाचे आहे.

कथेची बीजधारणा होण्याचे (किंवा कथा सुचण्याचे) प्रसंग विलक्षण असतात. त्यांची सविस्तर उदाहरणे प्रथम देतो. एक दिवस सकाळी कॉलेजला चाललो होतो. त्या दिवशी फक्त एकच तास घ्यावयाचा होता, त्यामुळे मनावर काही दडपण नव्हते. मुक्त मनानं इकडेतिकडे पाहत सायकलीवरून चाललो होतो. माझ्या पुढेपुढेच दोन विद्यार्थी जोडीने सायकलवरून चालले होते. एकमेक जिवलग मित्र असावेत. त्यांतील एकजण दुसऱ्याला 'आपण आपल्या वर्गातल्या एका मैत्रिणीच्या प्रेमात कसे आहोत, ती आपणास काय काय सांगते, कशी बोलते, त्यातूनच आम्ही दोघे काल दुपारी सिनेमाला कसे गेलो होतो,' याविषयी रंगून जाऊन सांगत होता. मला त्यात रस निर्माण झाला आणि मी त्यांच्या मागोमागच पण त्यांना भिडून, त्यांच्याकडे लक्ष नसल्यासारखे दाखवत पण कान तिकडेच ठेवून जाऊ लागलो. दरम्यान, एका गल्लीतून जात असताना काही तरी होऊन (बहुधा व्हॉल्व्हट्यूबचा नट नीट बसवला नसावा) त्याच्या सायकलीच्या मागच्या चाकातील हवा 'शूऽऽ' करत निघून जाऊ लागली नि बघता बघता चाक खाली बसले. दोन्हीही मुले खाली उतरली. त्या मुलाचा मघापासून फुललेला चेहरा जणू चाक पंक्चर व्हावे त्याप्रमाणे इतका उतरत, पडत गेला की, तोच मुलगा पंक्चर झाल्यासारखा मला वाटला. दुसरा त्याच्याकडे बघून खट्याळपणे 'पंक्चर' झालं वाटतं तुझं प्रेम, असं म्हणून एक हात डोक्यावर ठेवून हसू लागला. मलाही गंमत वाटली. मी पुढे निघून गेलो.

चाक पंक्चर झाल्याचा 'शूऽऽऽ' आवाज काही माझ्या मनातून जाईना. त्या आवाजासारखाच भरलेल्या मोटेचा 'सोंदूर' तुटल्यावर उंचावरून मोटेतील पाणी खाली सांडताना जो आवाज होतो, त्याची मला एकदम आठवण झाली. माझी स्मरणशक्ती एकदम गावाकडच्या आठवणींनी गजबजून गेली... मोट मारणारा एक तरुण मुलगा एका मुलीच्या प्रेमात पडलेला असतो; पण त्याला आपल्या प्रेमभावना त्या मुलीपाशी व्यक्त करण्याची संधीच नीटपणे मिळालेली नसते. एके दिवशी ती मुलगी धुणं घेऊन त्याच्या मोटेवर येते. त्यावेळी तो आपल्या भावना तिच्यापाशी व्यक्त करण्याचा निश्चय करतो. ती मुलगी येते. धुणं धूत असते; पण त्याला आपल्या भावना नीटपणे व्यक्तच करणे जमत नाही. शेवटी ती मुलगी तशीच निघून जाते आणि याचे प्रेम अर्ध्यातच 'पंक्चर' होते, असे दाखवावे; त्यासाठी मनाच्या विहिरीतून भरून वर येणारी भावनांची मोट अर्ध्यावरच सोंदूर तुटून तिचं पाणी भूऽऽऽस करत विहिरीतच सांडते, असे प्रतीक योजावे, असे वाटले. त्या वाटण्यातूनच 'धुणं' ही कथा आकाराला आली. सारांश, शहरातील प्रसंगाच्या निमित्ताने खेड्यातील प्रसंग आठवला आणि मनात कथाबीज पडले.

दुसरे एक उदाहरण सांगण्यासारखे आहे. मी पूर्वी राहत होतो, त्या वाड्यात दोन भाग होते. अलीकडच्या भागात मी भाड्याने राहत होतो. पलीकडच्या भागात त्या भागाचे मालक राहत होते. जुने पाटील घराणे. पुण्याच्या आसपासची अनेक खेडी नंतर पुणे शहराच्या पसाऱ्यात विलीन होऊन एकजीव झाली. त्यांतील एका खेड्याचे ते पाटील वंशज. त्यामुळे घरात सगळ्या जुन्या परंपरा चालू होत्या. ते पाटील व्यसनी होते. गावठी दारू भरपूर पीत. त्यात त्यांचे निधन झाले. वाड्याच्या चौकात खूप गर्दी झाली. गणगोत आणि त्या जुन्या गावचे संबंधित पुष्कळ आले होते. शेवटची आंघोळ घातल्यावर, पाटील यांचे दर्शन परंपरेनुसार गावाला व्हावे, म्हणून त्यांचे प्रेत तिरडीवर खुर्ची बांधून तिच्यावर बसवले. खुर्चीला केळीचे आणि कर्दळीचे खांब बांधले. पाटलांना ठेवणीतला भरजरी फेटा बांधला. रंगीबेरंगी फुलांचे हार अनेकांनी घातले. वरती गुलाल उधळला होता. तिरडी फुलांच्या ढिगात बुजून गेल्यासारखी झाली होती.

या गडबडीत याच पाटलांचा एकुलता एक चार वर्षांचा मुलगा या गर्दीतही इकडे-तिकडे काहीसा आनंदात हिंडत होता. त्याला रंगीबेरंगी गर्दीत हिंडताना बरे वाटत होते. वडिलांनाही सजवल्यासारखे त्याला दिसत होते.

पाटलांची तिरडी जेव्हा शोकाच्या आणि आक्रोशाच्या हलकल्लोळात उचलली, तेव्हा हे पोरगे 'गणपतीबाप्पा मोरया ऽऽऽ' म्हणून जोरात ओरडले. ते ऐकून मी थरारून गेलो आणि त्याच क्षणी मला वाटले की, यात कथा आहे. यातूनच 'बाप्पा' नावाची कथा आकाराला आली. बालमन जीवनाकडे कसे पाहत असावे, याचा वेध घेणारी ही कथा आहे. ती प्रत्यक्षात घडलेल्या घटनेपेक्षा बरीच वेगळी आहे. पाटलांचा मृत्यू हा तिथे विषय नाही; तर त्यानिमित्ताने बालमनाचा शोध घेणे, हा प्रस्तुत विषय झाला आहे.

'खळाळ' संग्रहात 'कथा' नावाचीच एक कथा आहे. ती कथा चक्क लग्नात सुचली. ऑगस्ट महिन्याचे दिवस होते. दिवाळी अंकासाठी लेखन करण्याचे वेध लागले होते; पण कथाविषय काही सुचत नव्हता. माझ्या परीने मी विषयाची शोधाशोध खूपच करत होतो; पण डोके रिकामे असल्यागत वाटत होते. त्या दिवशी कॉलेज संपल्यावर बारा वाजता घरी सायकलीवरून परत येत होतो. शनिवार वाड्यासमोर कसली तरी गर्दी दिसली. वाटले, बघू तरी गर्दी कसली. एखादा विषय कथेला तरी मिळतो का बघू. तर तिथे माकडवाला खेळ करीत होता. त्या खेळात नेहमीप्रमाणे एक नर (हुप्प्या) आणि एक मादी अशी वानरांची जोडी होती. एक बोकड होता. खेळ नेहमीचाच होता. बोकडावरून हुप्प्याची नि मादीची वरात. बायको रुसते म्हणून नवरा (हुप्प्या) तिला साडी आणून देतो. तरी तिचा रुसवा जात नाही. मग तो तिला डफ वाजवून दाखवतो. तरी रुसवा जात नाही. मग तो तिला काठी

घेऊन मारायला जातो आणि तिचा मग रुसवा जातो. ती नाचायला लागते, असा काहीसा नेहमीचा खेळ.

माझे लक्ष त्या हुप्प्याने वेधून घेतले. लाल गांडीचा, सोनेरी केसांचा, भला जंग हुप्प्या होता. लहानपणी मी एकदा अशा हुप्प्याची थोबाडात खाल्ली आहे. त्याला प्रचंड ताकद असते, याचा अनुभव मला त्या खाल्लेल्या 'थोबाडीत'वरून आलेला होता. हे हुप्पे माजले म्हणजे त्यांच्यात्यांच्यात होणारी हातघाईची लढाईही मी पाहिली आहे. तेव्हा असा हा हुप्प्या अगदी जवळून पाहत होतो. तो काम करेनासा झाला की माकडवाला त्याला छडीने मारत असे. अशा वेळी तो मधूनच उग्र रूप धारण करून आपल्या त्या मालकावरही चाल करीत असे. त्या वेळी त्याला पाहूनही भीती वाटत होती;

पण हाच हुप्प्या दिलेल्या छोट्या स्टुलावर जेव्हा गप्प बसला होता आणि माकडवाला जेव्हा इतरांकडून कामे करवून घेण्यात गुंतला होता, तेव्हा मला तो (हुप्प्या) अतिशय केविलवाणा आणि गरीब गरीब दिसत होता. हा एवढा नरासारखा 'नर' असून, प्रचंड ताकदीचा असून, अंगावर सोनेरी केस आणि चेहरा गोरा-गुलाबी, ढुंगण तर लाल गाजरासारखे असूनही हा एवढा का गरीब दिसतो, असा मला त्या वेळी प्रश्न पडला. त्या प्रश्नाचे उत्तर काही मला त्या वेळी मिळाले नाही. घरी विचार करत गेलो, तरीही मिळाले नाही.

तो प्रश्न मनात घेऊनच मी जेवायला बसलो. जेवायला बसलो की, घरातील मांजरी माझ्याजवळ येऊन बसते. आता तर ती दहा-बारा दिवसांची बाळंतीण होती. तीन गोजिरवाणी मुले झाली होती. त्यांना माळ्यावर तसेच ठेवून खाली आली होती. ताटासमोरच येऊन बसलेली. मी तिला बशीत घोटभर दूध घालायला पत्नीला सांगितले. पत्नीने ते घातले आणि बशी माझ्याकडे दिली. मी पोळीचे दोन तुकडे बुडवून ती बशी तिच्या पुढे ठेवली. हळूहळू ती दूध चाटून प्याली आणि मग पोळीचा समाचार शांतपणे घेऊ लागली. सहज तिच्याकडे पाहत पाहत मी जेवत होतो. पोळी संपवून जिभेने मिश्या चाटत ती माझ्याकडे बघू लागली. 'पुन्हा थोडे देता का?' म्हणून मँव करून ओरडली.

दहाएक दिवसांची बाळंतीण. त्यात एक-दोन नव्हे तर तीन मुलांना जन्म दिलेला. म्हणजे तिला एकाच बाळंतपणात तीनदा पुनर्जन्म मिळालेला. एवढे झाले होते, तरी मोठी ऐटबाज दिसत होती. तरतरीत वाटत होती. मला सहज प्रश्न पडला की, मघाचा तो हुप्प्या नर असूनही, क्रूर, दणकट असूनही मोठा गरीब दिसत होता आणि ही दहा दिवसांची बाळंतीण असूनही, तीन मुलांना जन्म देऊनही आणि मादी असूनही एवढी ऐटबाज आणि तरतरीत कशी दिसते?

मला प्रश्न पडला, पण उत्तर काही मिळाले नाही. या प्रश्नाचा मी दिवसभर

अधूनमधून विचार करत होतो; पण उत्तर काही मिळत नव्हते.

रात्री एक चमत्कारिक स्वप्न पडले. त्या स्वप्नात इतर बरेच काही आरंभी होते. नंतर त्यात 'बादशहा आणि चतुर बिरबल' यांच्या ज्या लोककथा आहेत, त्यांतील माकडीण आणि तिचे पिलू यांची कथा प्रत्यक्षात घडू लागली – पण ती वेगळ्या स्वरूपात. अगोदर एक बादली भरलेली दिसली, ती नेमकी मांजरी ज्या माळ्यावर बाळंत झाली होती त्या माळ्याखाली. पाण्याने तडुंब झालेली बादली. त्या बादलीत माळ्यावरून मांजरीचे पिलू पडले आणि ते गटांगळ्या खाऊ लागले. तेवढ्यात मांजरीने चटकन् माळ्यावरून उडी मारून ते पिलू पाण्यात तोंड घालून पकडले आणि वर काढले. मांजरीने आपला जीव धोक्यात घालून आपल्या बाळाला वाचवले.

दुसऱ्या बाजूने बादशहा आणि बिरबल दिसू लागले. त्यांच्यासमोर पाण्याचा हौद दिसू लागला. त्या हौदात ती प्रसिद्ध माकडीण आणि तिचे पिलू ठेवलेले. पाणी हौदात सोडले. वाढता वाढता पाणी माकडिणीच्या नाकातोंडात जाऊ लागले, तेव्हा तिने आपले पिलू पायाखाली घेतले आणि बाळाचा जीव धोक्यात घालून आपला जीव वाचवण्याचा प्रयत्न केला; पण नंतर त्या हौदातील पाण्यातून पिलू भर्रकन काढण्यात येऊन त्याचे प्राणही बादशहा-बिरबलने वाचवले. ती गरीब माकडीण मग आपल्या पिलाला घेऊन जाऊ लागली, तर अचानक आमच्या मांजरीने येऊन त्या माकडिणीच्या थोबाडात मारली.

इतक्यात त्या हौदाचे पाणी हौद फुटल्याने पुरासारखे वाहू लागले आणि बादशहा, बिरबल वाहून गेले, माकडीण वाहून गेली. 'पळाऽऽऽ पळा ऽऽऽ बादशहा-बिरबल वाहून गेले' म्हणून मी ओरडलो. तर मांजरी मला म्हणाली, ''चूऽप! कुठला बादशहा आणि बिरबल... मरू देत ते आणि ती माकडीण. तुमची जातच मुळी स्वतःचं मूल धोक्यात घालून स्वतःला वाचवणाऱ्याची. म्हणूनच तुमचा पूर्वज असलेल्या त्या माकडाला तो नर असूनही मिश्या नाहीत आणि मी माझे प्राण धोक्यात घालूनही माझ्या बाळांना वाचवू शकते म्हणूनच मी वाघाची मावशी आहे; म्हणूनच मला परमेश्वरानं स्त्री असूनही मिश्या वापरण्याचा अधिकार दिला आहे. जन्मभर ते माकड मिश्या नसल्याने गरीबच दिसणार आणि मी ऐटदारच दिसणार,'' असे म्हणून मांजरीने माझ्याही थोबाडात एक मारली.

मी ओरडून जागा झालो. हे सगळे स्वप्नच मी कमी-अधिक फरकाने लिहून काढले आणि त्यातूनच 'खळाळ' मधील 'कथा' नावाची कथा आकाराला आली. म्हणजे माझ्या नकळत, पत्ता नाही त्या कथेची बीजधारणा माकडाचा खेळ पाहून आल्यावर आणि मांजरीला पाहिल्यावर माझ्या मनात झालेली होती.

कथेची बीजधारणा किंवा कथाकल्पना नेहमीच अशा विलक्षण पद्धतीने सुचते असे नाही. वरील अनुभव हे एवढ्यासाठी सांगितले की, कोणत्या क्षणी कोणते बीज

कसे पडेल, हे सांगता येत नाही. त्याविषयी नैसर्गिक ठरावीक प्रक्रिया, नियम किंवा तंत्र सांगता येणे अशक्य आहे. बीजधारणेच्या प्रक्रियेच्या ते विरोधी आहे.

पुष्कळ वेळा कथेची बीजधारणा ही अगदी सरळ, साधी असते. एखादी परिस्थिती, घटना, प्रसंग, व्यक्ती पाहिल्यावर, अनुभवल्यावर किंवा ऐकल्यावरही कथाकल्पना सुचू शकते किंवा बीजधारणा होऊ शकते. वर्तमानपत्रातील एक बातमी वाचून 'गिधाडं'ही कथा मला सुचली होती. एका नर्सवर ग्रामीण राजकारणाचा एक भाग म्हणून बलात्कार होतो आणि ती नर्स आत्महत्या करते, अशी ती बातमी होती; पण त्या बातमीत जे आहे ते मला महत्त्वाचे वाटले नाही; तर एका नर्सवर झालेला बलात्कार सगळे गावच कसे मानसिकदृष्ट्या 'एन्जॉय' करते, हा त्या कथेचा विषय मला सुचला.

पुष्कळदा एखादी प्रत्यक्षातील परिस्थिती, घटना, प्रसंग हीच कथा होऊन सामोरी येत असते. कधी परिस्थितीत काही फेरबदल लेखकाच्या कल्पक मनात क्षणकाळात होऊन तत्काळ बीजधारणा होते. हात तुटलेला एक मुलगा मी साताराच्या हॉस्पिटलमध्ये पहिला आणि क्षणकालात मला असे वाटले की, 'आता हा आयुष्यात स्पर्श-संवेदनेचे मुख असलेले हात गमावल्यावर ती संवेदना घेणार कसा?' मग तो ती घेण्यासाठी काय काय करू शकेल, याचे मी काल्पनिक प्रसंग मनासमोर उभे करीत गेलो आणि 'हात' या कथेची कल्पना सुचली. पुष्कळ वेळा, घडून गेलेल्या प्रसंगांची आठवण होते. त्यांच्याविषयी चिंतन चालते आणि त्यातूनच कथेची कल्पना सुचते. कधी स्वतःच्या विशिष्ट भावावस्थेलाच कथारूप द्यावेसे वाटते. 'आदिताल' संग्रहातील बऱ्याचशा कथा ह्या अशा स्वरूपाच्या आहेत. पुष्कळ वेळा वास्तवात आपल्या अनुभवाला ज्या मर्यादा पडतात, त्या मनोमन उद्ध्वस्त करून मानसिक पातळीवरच नकळत अनुभव आकाराला येतो आणि त्याची कथा लिहावी, असे वाटते. 'आदिताल' संग्रहातील 'आदिताल' ही कथा अशाच प्रकारे आकाराला आलेली आहे.

यावरून एक गोष्ट लक्षात येईल की, कथा सुचण्याचे किंवा कथेची बीजधारणा होण्याचे ठरावीक असे काही तंत्र नसते. लेखकाच्या व्यक्तिमत्त्वाचाच तो एक भाग असतो. म्हणजे असे की, लेखक नसलेल्या पण कल्पकता असलेल्या पुष्कळ व्यक्ती असतात. त्या कल्पनाविलास करूही शकतात; पण त्याची कथा करावी, कथेची मांडणी करण्याच्या, सबंध कथेला जन्माला घालण्याच्या हेतूने कल्पनाविलास करावा, असे त्यांना वाटत नसते. किंवा त्यांची जाणीव ह्या दिशेने कार्यप्रवण होत नसते. ती फक्त कल्पनाविलास करूनच थांबते. किंवा (कलावंत नसलेल्या) काही कल्पक व्यक्ती आपआपल्या व्यवसायात, आपल्या क्षेत्रात कल्पनाविलास राबवीतही असतात. शास्त्रज्ञ, संशोधक, इंजिनिअर, आर्किटेक्ट, सुतार, टेलर्स इ.

हे आपआपल्या व्यवसायक्षेत्रात कल्पनाविलास राबवीत असतात. नाही असे नाही; पण कलावंत साहित्यिकाचा कल्पनाविलास हा त्याच्या कल्पनेतील माणसांशी, त्यांच्या कृतींशी, अनुभवांशी निगडित असतो. ती माणसे, त्यांचे प्रसंग, कृती तो मनोमन जिवंत करून अनुभवत असतो. एवढेच नव्हे तर त्याची साहित्यवस्तू घडवायची आहे, याची जाणीवही त्याला असते. इतर कल्पक व्यक्तींना ती नसते; हा त्या दोघांतील फरक आहे.

हा फरक महत्त्वाचा आहे. तो 'माध्यमा'च्या संकल्पनेशी निगडित आहे. म्हणजे असे की, जेव्हा 'या अनुभवाची साहित्यवस्तू घडवायची आहे,' याची जाणीव कलावंत साहित्यिकाला असते, तेव्हा 'आपल्याला भाषा हवी तशी वापरता येऊ शकते, वाकवता येऊ शकते,' याच्या विषयीचा आत्मविश्वास अगोदरच त्याच्या मनात वस्ती करून राहिलेला असतो. इतर कल्पक व्यक्तीच्या मनात तो (माध्यमाविषयीचा) आत्मविश्वास नसतो किंवा त्याच्या मनातील कल्पना मनातच येऊन क्षणकाल चमकून जाणिवेतून निघून जातात.

जशी त्यांच्याजवळ माध्यमाविषयीची जाणीव नसते, तशी 'कला' या वस्तूविषयीचीही जाणीव नसते, ती कलावंत साहित्यिकाजवळ असते, त्यामुळेही साहित्यिकाच्या मनातील बीजधारणा कलाकृतीच्या दिशेने विकसित होऊ शकतात आणि इतर व्यक्तीच्या मनातील ही बीजे खडकावर पडलेल्या बीजांप्रमाणे वाळून, सुकून, वास्तवाच्या धगीने जळून जातात. कलावंत साहित्यिक मात्र त्यांचा खतपाणी घालून सांभाळ करू शकतो. त्यांची मशागत करू शकतो. त्यासाठी त्याचे साहित्यिक व्यक्तिमत्त्व उपयोगी पडत असते.

वर जे बीजधारणेचे अनेक प्रकार किंवा तऱ्हा सांगितल्या; त्याशिवाय आणखीही तऱ्हा असू शकतात, हे उघड आहे. त्यांची संख्या किती आहे, हे इथे सांगणे प्रस्तुत नाही. तिच्या अनेक तऱ्हा असू शकतात एवढे लक्षात आले की पुरे. ह्यातील प्रत्येक तऱ्हेनुसार विशिष्ट बीजधारणा होऊ शकते; पण काही साहित्यिकांना असे वाटते की, यातील एका विशिष्ट तऱ्हेने झालेल्या बीजधारणेचीच 'साहित्यकृती' होऊ शकते किंवा एका विशिष्ट बीजातूनच 'साहित्यवस्तू' आकाराला येऊ शकते. दुसऱ्या भाषेत उलट बाजूने असे म्हणता येईल की, काही साहित्यिक विशिष्ट स्वरूपाच्या बीजधारणेलाच साहित्यवस्तूच्या निर्मितीच्या हेतूने सामोरे जाऊ शकतात, त्या धारणेचीच फक्त त्यांच्या मनात 'कथा' होऊ शकते; अन्य प्रकारच्या बीजधारणेतून 'खरी कथा' आकाराला येऊ शकत नाही असे त्यांना वाटते. 'खरी कथा' म्हणजे काय, याविषयी त्यांच्या विशिष्ट कल्पना असतात. त्यातून ही मर्यादा त्यांच्या निर्मितीला पडलेली असते. काही साहित्यिकांना घटनाप्रधानता ज्याच्यातून आकाराला येईल असे बीजच कथेला योग्य वाटते. काहींना ज्यांच्यात भावावस्थेला वाव आहे,

असे बीज कथेला योग्य वाटते. तर काहींना ज्याच्यात सामाजिक वास्तवाचे दर्शन घडविता येणे शक्य आहे, असे बीजच आपले वाटते. तर काहींना मनोविश्लेषण, अंतर्मन, संज्ञाप्रवाह, तरल चिंतन यांपैकी एखादे असेल तरच ते बीज कथावस्तुयोग्य वाटते, एवढेच नव्हे तर काव्यात्मता, नाट्यात्मता, जगावेगळेपणा इत्यादी गुणांना त्या बीजात अवसर असेल तरच त्याला ते सामोरे जाऊ शकतात.

साहित्यिकांच्या या स्वभावामुळे त्यांच्यावर अनेक बंधने पडतात. ते मग विशिष्ट प्रकारच्याच कथांची निर्मिती करीत राहतात. ते लवकरच एकसुरी होतात, लौकरच कालबाह्य ठरतात, लवकरच त्यांच्या मर्यादा दिसून येतात; मात्र असेही दिसून येते की, त्यांच्या या विशिष्ट प्रकारच्या निर्मितीमुळे तो तो साहित्यप्रकार तेवढ्यापुरता समृद्ध होतो, त्याला विशिष्ट नवे पैलू लाभतात, प्रयोगशीलता लाभते. म्हणजे जाणीवपूर्वक वा अपातत: विशिष्ट बीजांची पैदास होण्याने जे काही फायदे-तोटे, वैशिष्ट्ये-मर्यादा निर्माण होतात त्यांचे ते धनी असतात. यापाठीमागे एखाद्या साहित्यिकाची वाङ्‌मयीन वा अन्य प्रकारची महत्त्वाकांक्षाही कार्य करू शकते. उदाहरणार्थ, गंगाधर गाडगीळ वाङ्‌मयीन महत्त्वाकांक्षेने विशिष्ट कथानिर्मिती करू शकतात; तर एखादा दलित साहित्यिक सामाजिक सुधारणावादी महत्त्वाकांक्षेने कथाबीजे हेरून कथानिर्मिती करू शकतो.

वास्तविक पाहता, वर सांगितलेल्या तऱ्हांतील कोणत्याही कथाबीजाला सामोरे जाऊन कथानिर्मिती होऊ शकते. महान साहित्यिक ती करीत असतात. त्यांना वाङ्‌मयीन महत्त्वाकांक्षेपेक्षा आपल्या अनुभवांची मातब्बरी विशेष असते.

बीजधारणा ही स्वाभाविकरीत्या होणे आवश्यक असते; पण काही कृत्रिम बीजधारणेचेही प्रकार असतात. एखादे उपदेशाचे, आदर्शाचे, सुधारणेचे, सामाजिकतेचे, प्रेमाचे, रहस्यमयतेचे, कलाटणीचे, विज्ञानाचे किंवा असेच एखादे सूत्र घ्यावयाचे, त्या सूत्राला कथारूप देण्याच्या हेतूने त्या सूत्राचे उलटसुलट पैलू लक्षात घ्यावयाचे; त्याच्या संवादी, विरोधी बाजू लक्षात घ्यावयाच्या आणि त्या त्या बाजूसाठी एखादे पात्र, एखादा प्रसंग उभा करावयाचा; आरंभ, मध्य, शेवट ठरवावयाचा; मोहक किंवा लोकप्रिय चालू भाषेत ते लिहून काढावयाचे,-अशी कृत्रिम पैदास करणारेही काही कंत्राटी लेखक असू शकतात. त्यांचे पोटपाणी त्यावर अवलंबून असल्याने अशी पैदास करत राहणे त्यांचा उद्योग असतो. हा उद्योग जसा उघडउघड असतो, तसा तो सूक्ष्म, अप्रत्यक्षही असतो. त्या सर्व उद्योगाविषयी विचार करणे इथे प्रस्तुत नाही;

पण असाही एक अनुभव येतो की, स्वाभाविकरीत्या बीजधारणा झाली रे झाली की लगेच तिची 'कथा' निर्माण करण्याने आणि अशा प्रकारे धोशा लावण्यानेही लेखकाचा शक्तिपात होतो, त्याची सर्जन-भूमी लवकरच निकृष्ट होते. पुढेपुढे ती पिकेनाशी होते. आरंभीच्या काळात झपाट्याने कथा लिहिणारे लेखक नंतरच्या

काळात पिकेनासे होतात. पिकले तरी निष्कृष्ट पिके काढत राहतात. असे मराठीत पुष्कळ कथाकार आहेत.

त्यामुळे स्वाभाविकरीत्या होईल ती प्रत्येक बीजधारणा कथारूपाला आणण्याचा खटाटोप, हाही लेखकाची ताकद अनाठायी आणि अकाली संपवायला कारणीभूत होतो. म्हणून कोणत्या बीजाचे पोषण करावयाचे, त्या विविध बीजांतील विशेष महत्त्वाचे कोणते, याचे तारतम्य ठेवूनच त्याचे कथारूपासाठी दमदारपणे पोषण करण्याची नितान्त आवश्यकता असते. म्हणजे बीजधारणा जरी स्वाभाविकरीत्या झाली, तरी तिचे कथारूपासाठी अस्वाभाविकरीत्या पोषण करू नये; कारण त्यामुळे अवाजवी शक्तिपात होतो. प्रत्येक निर्मितीसाठी काही कस वेचावा लागतो याचे भान लेखकाने ठेवणे जरूर आहे. अर्थात हे ज्याने त्याने आपआपली कुवत ओळखून, विवेकाने ठरवावयाचे असते.

याचा अर्थ असा मात्र नव्हे की, स्वाभाविकरीत्या जी बीजधारणा होते, तिच्यात निवड केलेल्या बीजाची 'कथा' नेहमीच सहजासहजी आकाराला येते. मी आरंभीच म्हटले आहे की, 'बीजधारणा' होणे वेगळे आणि तिची कथा आकाराला येणे वेगळे. ह्या दोन भिन्न गोष्टी आहेत. काही कथांची बीजधारणा स्वाभाविकरीत्या होऊनही त्यांच्या पोषणाची घाई झाल्याने, पोषण कसे करावे हे नीटपणे न कळल्याने, कथारूपाला ते बीज आणण्याची घिसाडघाई केल्यानेही 'बीजे' वाया जाऊ शकतात. हा मामला बीजाच्या स्वभावानुसार किंवा बीजाच्या कलाकलाने घ्यावयाचा असतो. तसे त्याचे पोषण कलाकलाने केल्यास त्याची 'कथा' लेखकाच्या मनासारखी किंवा त्याच्या दृष्टीने यशस्वी होते. (समीक्षक किंवा रसिक यांच्या दृष्टीने तिचे स्वरूप यशस्वी असते की नाही, हा विचार इथे अप्रस्तुत असतो.)

दुसऱ्या भाषेत असे म्हणता येईल की, कथाकल्पना सुचली तरी तिचा विकास करून त्या विकासाचे लेखन करणे, हे लेखकाला एक मोठे आणि जिकिरीचे आव्हान असते. या प्रक्रियेत लेखकाची कधी कधी छळवणूक, दमणूक बेसुमार होत असते. त्याच्या सहनशीलतेची, सोशिकतेची, शांतपणे विचार करणाऱ्या क्षमतेची सत्त्वपरीक्षा होत असते. याविषयीचे काही अनुभव उदाहरणादाखल सांगितले, तर ते अनाठायी होणार नाहीत.

वर सांगितलेल्या 'बाप्पा' या कथेची बीजधारणा मनात झाली आणि त्या बीजाची कथेच्या दृष्टीने मांडामांड करण्याचा प्रयत्न करू लागलो. ह्या मांडामांडीत त्या पाटलांचे वस्तुस्थितीतील चरित्र जवळ जवळ जसेच्या तसे घेतले. म्हणजे असे की, पाटलांना पाटीलकी गेल्यामुळे उद्योग नाही. एकुलता एक मुलगा. दुसऱ्या बाळंतपणात पत्नी आणि मूल दोन्हीही दगावली होती. त्याचा परिणाम होऊन पाटील अधिकच व्यसनी झाले होते. या व्यसनाचा परिणाम पोटाचे अनेक विकार

होऊन त्यांचा मृत्यू होण्यात झालेला. एकुलत्या एका पोराला हा बापाचा 'मृत्यू' म्हणजे काय हे कळलेच नाही. वास्तविक, त्या मुलावर आता मोठे संकट कोसळणार होते. भाऊबंद त्याची इस्टेट गट्ट करणार होते, तरी ते पोर बापाचे प्रेत उचलताना शेवटी 'गणपती बाप्पा मोरयाऽऽऽ' असे आनंदाने म्हणते, असे मी कथेच्या पहिल्या लेखनात दाखविले होते;

पण ही कथा अलिप्तपणे वाचून पाहू लागलो, तेव्हा ती मला केवळ घटनाप्रधान आणि शेवटी कलाटणी दिलेली वाटू लागली. म्हणजे बाप व्यसनी कसा झाला आणि त्याला मृत्यू कसा आला याचे प्रसंग रेखाटून, शेवटी ती मुलाच्या उद्‌गाराची कलाटणी मी दिलेली होती. कथेत आरंभापासून अखेरपर्यंत जो पाटील 'नायक' आहे, तो मरतो आणि मुलाचे उद्‌गार अचानक शेवटी कलाटणीसारखे येतात. त्या उद्‌गाराने सबंध कथेच्या संदर्भात काहीच अर्थ प्राप्त होत नाही. एक सामान्य कलाटणी येते आहे की, जिचा कथेशी आरंभापासून अर्थाअर्थी काहीच संबंध नाही, असे वाटू लागले. ही कथा पंधरा दिवस तशीच ठेवून टाकली.

त्यानंतर या पहिल्या लेखनाचा विचार करता करता असे दिसून आले की, ह्या कथेचा नायक 'पाटील' न करता त्याचा 'मुलगा' केला पाहिजे. त्या हेतूने कथेची नवी मांडणी केली पाहिजे. तसेच हे पोर शेवटी 'गणपती बाप्पा मोरया ऽऽऽ' असे का म्हणाले याचा नीटपणे शोध घेतला पाहिजे आणि त्यानुसारच कथेतील पात्रप्रसंगांची मांडणी झाली पाहिजे.

असा विचार मनात आला आणि लिहिलेली कथा फसल्यासारखी वाटू लागली. मी ती बाजूला टाकली आणि नव्याने विचार करू लागलो.

हे पोर 'गणपती बाप्पा मोरया ऽऽऽ' असे का म्हणाले असेल याचा शोध घेऊ लागलो. काही गोष्टी मला मिळत गेल्या. त्या पाटलांच्या वाड्याच्या मुख्य दरवाज्यापाशीच एक गणपतीची हॉलवजा खोली होती. त्या खोलीत प्रत्येक वर्षी मोठा 'गणपती' बसविला जात होता. त्याला सजविले जाई. त्याच्यावर गुलाल उधळला जाई. फुलांच्या ढिगात त्याची पूजा होत असे. 'आरती' च्या वेळी तिथे लोक आरडाओरडा करत, गडबड करत. शेवटी या गर्दीतच गणपतीला उचलून 'गणपती बाप्पा मोरया ऽऽऽ' म्हटलें जाई आणि गणपती बाहेर काढून सायकलीची चाके असलेल्या चौकोनी गाड्यावर उच्चस्थानी बसविला जाई. हे या मुलाने पाहिले होते. त्याच्या त्या बालदृष्टीला त्या आणि बापाच्या शेवटच्या विधीत विलक्षण साम्य दिसले असावे. म्हणून त्याने ते उद्‌गार काढले असावेत.

...मुलांना व्यवहारातील गुंतागुंती कळत नाहीत. ती बालदृष्टीने, व्यवहारनिरपेक्ष स्वतंत्र दृष्टीने दृकसंवेदनांच्या आधारावर जगू पाहतात, अर्थ लावू पाहतात, त्या अर्थाचा आणि एखाद्या घटनेच्या व्यावहारिक अर्थाचा काही संबंध नसतो, असे मला

विचार करता करता जाणवले आणि त्या दिशेने मी अधिकाधिक शोध घेऊ लागलो. याच काळात माझी मुलगीही चार-साडेचार वर्षांची होती. तिचे मला विविध अनुभव येत होते. तिला रोज संध्याकाळी मी फिरायला घेऊन जात असे.

एके दिवशी तिला अशीच सायकलींच्या दुकानासमोरून मी घेऊन जात होतो. तिथे एका सायकलीचे पार्ट्स निखळून ती दुरुस्त केली जात होती. दुरुस्त करणाऱ्याच्या भोवतीने सगळे पार्ट्स विस्कळीतपणे पडले होते. तिने ते पाहिले नि मला म्हणाली, 'बाबा, ते बघा त्या काकांची सायकल फुटलीय.' मी चकित झालो. त्या वयात तिच्या हातून बशा, ग्लास फुटत होते. त्यासाठी आम्ही तिला बोलत होतो; पण 'निखळणे' हा शब्द काही तोपर्यंत तिच्या कानावरून जाण्याचे कारण नव्हते. म्हणून तिने 'निखळलेली सायकल' फुटलेल्या रूपात पाहिली.

एकदा मुख्य रस्त्याला गाडीखाली एक कुत्रे मेले होते. ते उचलून कुणीतरी बाजूला टाकले होते. दरम्यान, त्याच रस्त्याने आम्ही फिरायला चाललो होतो. त्या वेळी तिला ते ताजेताजे लालभडक रक्त रस्त्यावर दिसले. 'इथं कुंकू किती सांडलंय्, बाबा!' ती पटकन बोलून गेली.

शेजारच्या झोपडपट्टीत आमची मोलकरीण राहत होती. तिचा भला लठ्ठ नवरा माझ्या मुलीला अधूनमधून फिरवून आणत होता. त्या दोघांची मैत्री चांगली जमली होती. कुठल्यातरी भांड्याच्या कारखान्यात तो काम करीत होता. माझी कन्या त्याला 'जाड्या मामा' म्हणत असे. तो पंधरा दिवस कशाने तरी आजारी पडून मरण पावला. माझ्या कन्येने त्याचा शेवटचा सर्व विधी वाड्याच्या ओट्यावर उभा राहून (वाड्यातल्या मुली-मुलांनी मिळून) पाहिला. संध्याकाळी मी परत आल्यावर माझी कन्या मला म्हणाली, 'बाबा, आपले जाड्यामामा आहेत ना ते मरण पावले. मघाशीच त्यांना एका जागी बांधून दुरुस्त करायला नेलं.'

तिचे असे अनेक अनुभव मला त्या काळात येत होते. त्या अनुभवांचा मी अन्वयार्थ लावत होतो. तुमच्या-आमच्यापेक्षा मुलांची दृष्टी वेगळी असते. तिला स्व-तंत्रपण असते; याची जाणीव मला होत होती. मुलीचे हे अनुभव घेऊन मी त्या पाटलाच्या पोराच्या उद्गारांचा विचार करू लागलो आणि मला त्या कथेचे मर्म सापडल्यासारखे झाले. ते सापडले आणि मी मुलाला नायकपदी आरंभापासून ठेवले आणि पाटलांचा मृत्यू व पाटील ही घटना-व्यक्ती गौणस्थानी टाकली. ती घटना अगदी आरंभापासून हे बालक कसे स्व-तंत्रपणाने अनुभवत जाते, हेच दाखवत गेलो आणि शेवटी त्याचे ते 'उद्गार' घातले. ती कथा पुन्हा संपूर्ण नव्याने लिहून काढली. पहिल्या कथेपेक्षा ती अगदीच वेगळी झाली. त्याचा तो उद्गारही 'कलाटणी' न वाटता त्या मुलाच्या स्व-तंत्र दृष्टीचा 'शिखर'बिंदू ठरला.

'उपाय' ('माळावरची मैना' विनोदी कथांचा संग्रह या कथेनेही लेखनाच्या वेळी

असेच छळले. या काळात मी 'विनोदी कथा' लिहिण्याचा प्रयत्न करीत होतो. तशा प्रकारच्या पंचवीसभर कथा अगोदर लिहिल्याही होत्या. त्या वेळी माझ्या एका ग्रामीण मित्राने मला एक किस्सा सांगितला होता. त्याच्या एका नातेवाईकाच्या बायकोने विहिरीत उडी टाकून जीव देण्याचा प्रयत्न केला; पण प्रसंगावधान राखून तिला बेशुद्धावस्थेत कुणीतरी वरती काढली होती. भानगड झाली ती त्यानंतर. त्या नातेवाईकाच्या वाईटावर असलेल्या भाऊबंदांनी पोलीस फौजदाराला पैसे देऊन त्याच्या बायकोला आत्महत्येचा प्रयत्न केल्याबद्दल अटक करायला लावली. त्या नातेवाईकाची बेअब्रू झाली; कारण फौजदाराने तिच्यावर खटला भरला; पण बहाद्दर नातेवाईकानेही 'आपल्या बायकोला अधूनमधून वेडाचे झटके येतात,' अशा अर्थाचे डॉक्टरी सर्टिफिकेट तालुक्याच्या एका डॉक्टरकडून मिळवून तिला मुक्त करून आणली.

मला हा गावरान किस्सा म्हणून बरा वाटला. त्याच्या आधारे कथा लिहिता येईल असे वाटू लागले. या बीजाचा मी विनोदी कथेच्या दृष्टीने विचार करू लागलो. मला असे वाटू लागले की, त्या डॉक्टरी सर्टिफिकेटवर–नीटपणे शेवटपर्यंत खरे वाटावे म्हणून–हा नायक आपली बायको खटल्याचा निकाल होईपर्यन्त वेड्यांच्या इस्पितळातच काही काळ ठेवण्याची व्यवस्था करतो. खटला सुरू होऊन त्याचा 'निर्णय' लागेपर्यन्त बराच काळ निवून जातो. 'निर्णय' लागल्यावर–बायको पुन्हा वेडाच्या झटक्यांतून मुक्त झाली आहे, असे सांगून परत आणायला जातो; पण त्यावेळी त्या वेड्यांच्या इस्पितळाचा परिणाम होऊन बायकोला खरोखरच वेड लागलेले असते, असा शेवट करावा आणि हा अघोरी उपाय नायकाच्याच अंगलट कसा आला हे दाखवावे, या हेतूने मी कथेची कच्ची मांडामांड केली आणि लेखन करू लागलो.

कथा विनोदाच्या अंगाने लिहावयाची होती. आरंभी थोडे लेखन त्या अंगाने झालेही. नंतर मात्र ते मला न जुमानता गंभीर होत जाऊ लागले. तसे ते का होते आहे, हे मला कळेना. तरीही मी ते रेटा देऊन पूर्ण केले. त्या वेळी माझ्या असे लक्षात आले की, विनोदी म्हणून लिहायला घेतलेली आपली कथा 'गंभीर' होऊन संपलेली आहे.

असे का व्हावे, असा प्रश्न मला पडला. नायकाच्या मनःस्थितीचा विचार करता असे दिसून आले की, ही कथा विनोदी होऊ शकणार नाही. तशी ती झाली, तर एका उथळ किश्शाचे रूप तिला प्राप्त होईल; कारण यात नायक आणि नायिका यांची 'माणूस' म्हणून मनःस्थिती आपण समजून घेत नाही. खरे तर ते दोघेही एका अपरिहार्य गंभीर परिस्थितीत अडकले आहेत. स्वतःचा बचाव करण्यासाठी त्यांनी हे अडाणी पण एका अर्थी केविलवाणे प्रयत्न चालवले आहेत. त्यांच्या या प्रयत्नात

त्यांचे घरदारच उद्‌ध्वस्त होत आहे. भाऊबंद घर उद्‌ध्वस्त करावयास निघाले होते, त्यातून ते वाचवावे म्हणून त्यांनी योजलेल्या उपायांनीच स्वतःच ते उद्‌ध्वस्त करून टाकले आहे, याची जाणीव लेखक या नात्याने माझ्या अर्धजागृत मनाला झाली आणि ती कथा मला न जुमानता गंभोर होत गेली. आरंभी आरंभी विनोदी वाटणारी ही कथा उत्तरार्धात गंभीर होत जाते आणि 'विनोद'च गांभीर्याचे रूप धारण करतो; अशी तिची अवस्था झालेली आहे, म्हणून विनोदी - गंभीर कथेचा एक नमुना म्हणून मी 'माळावरची मैना' या संग्रहातच पण शेवटी ती घातली आहे.

या दोन उदाहरणांवरून दिसून येईल की, कथाबीज मनात पडले आणि ते लेखकाला आवडले, तरी त्याचे 'कथारूप' निर्वेधपणे आकाराला येतेच असे नाही. त्या बीजाच्या शक्यता नीटपणे तपासून पाहाव्या लागतात. पुष्कळ वेळा त्यासाठी आपल्या नकळत 'ट्रायल-एरर मेथड'ही वापरावी लागते. ती वापरता वापरता कथेचे रूप नीटपणे लक्षात येऊ शकते. या प्रक्रियेत लेखकाची मानसिक स्वस्थता बिघडू शकते. कथेवर, स्वतःवरच तो संतापतो. आपणाला काही जमतच नाही, असा स्वतःविषयीचाच आत्मविश्वास तो गमावतो, म्हणून या प्रक्रियेत पुरेशी मानसिक अलिप्तता, पुरेसा विचारीपणा, शांतपणा जाणीवपूर्वक ठेवावा लागतो.

एखाद्या कथाबीजाचे कथाफूल झाल्यावर तेवढ्यापुरती ती प्रक्रिया पूर्ण होते, असे सर्वसामान्यपणे म्हणायला हरकत नाही. कथाबीज लेखकाच्या मनोभूमीत जेव्हा पडते, त्याक्षणीच ते बीज लेखकाच्या व्यक्तिमत्त्वाशी गुणकरूप संबंध ठेवून राहते. आणि निर्माण होणारी कथा हा ते बीज आणि लेखकाचे व्यक्तिमत्त्व यांचा गुणाकार असतो. दुसऱ्या भाषेत असे स्पष्ट करता येईल की, हेच बीज दुसऱ्या एखाद्या लेखकाच्या मनोभूमीत पडले आहे असे गृहीत धरू. तर त्या बीजाची 'कथा' पहिल्या लेखकाच्या लेखनातून जशी आकाराला आलेली असते, तशीच ती दुसऱ्या लेखकाच्या लेखनातून आकाराला येऊ शकत नाही. ती काही प्रमाणात किंवा बऱ्याच प्रमाणात अगदी वेगळे रूप धारण करू शकते. म्हणजे त्या बीजाला त्या त्या व्यक्तिमत्त्वाच्या 'माती'चा विशिष्ट गुण लागलेला असतो.

बीज ते फूल हा लेखकाचा एक मानसिक प्रवास असतो. त्यामुळे त्याच्या जीवनातील ती एक घटना ठरू शकते. या घटनेमुळे त्याच्या व्यक्तिमत्त्वात एक नवी भर पडलेली असते. तिचे परिणाम त्याचे व्यक्तिमत्त्व समृद्ध होण्यात होऊ शकतात. एवढेच नव्हे तर या घटना त्याला त्या त्या साहित्य-प्रकाराविषयी नव्याने विचार करायला लावू शकतात.

कथा निर्माण झाल्यावर ती त्या लेखकाची राहू शकत नाही; ती रसिकाच्या स्वाधीन होते, ती एक सामाजिक वस्तू, सांस्कृतिक वस्तू होते, ही गोष्ट खरी असली, तरी लेखकाच्या जीवनातील ती एक घटना म्हणून तिच्याशी लेखकाचा

मानसिक पातळीवर एक नातेसंबंध कायमचा असू शकतो. या नातेसंबंधातून लेखकाच्या मनात नव्या घटना घडण्याचीही शक्यता नाकारता येत नाही. या नव्या घटनांतून नवी कथाबीजे पडण्याचीही शक्यता नाकारता येत नाही. दुसऱ्या भाषेत मी असे म्हणेन की, एखाद्या कथेची निर्मिती होऊन गेल्यावर (ती कथा प्रसिद्ध झाल्यावरसुद्धा) ती कथा लेखकाला छळू शकते. त्याच्या मनात उलटापालट करू शकते. प्रसंगी त्याच्या मनात नवे बीज पाडून कोकिळेसारखी मुक्त होऊ शकते. 'आदिताल' ह्या माझ्या कथासंग्रहातील सहा-सात कथांची निर्मिती अशा प्रकारे झालेली आहे.

त्या संग्रहातील पहिलीच 'विश्वासघात' ही कथा त्याच संग्रहातील 'अनवाणी' या कथेच्या लेखनानंतर घडलेल्या मानसिक घटनेवरच आधारित आहे. 'अनवाणी' ही कथा लिहिण्यापूर्वी तिचे जे कथाबीज माझ्या मनात होते त्याचे सूत्र असे होते की, आयुष्यात लैंगिक अनुभवच न मिळाल्यामुळे; ऐन तिशी-पस्तीशीतील एक दणकट तरुण कामांध होऊन लैंगिक अनुभव घेण्याच्या उद्योगाला लागतो. त्याच्या मनातील ही लैंगिक विकृती शेजारच्याच एका विवाहित तरुणीचा बळी घेण्यासाठी कट रचते. त्या तरुणीला 'तुझा बाप खूप आजारी आहे, असशील तशी तुला माहेरला घेऊन यायला त्याने सांगितले आहे,' म्हणून तिच्या सासरीच गाठतो आणि परतीच्या वाटेवर तिच्यावर एका माळावर बलात्कार करून स्वतःची लैंगिक वासना शमवतो. लैंगिकदृष्ट्या विकृत झालेले मन कोणत्या स्तराला जाऊन पोचते, हे ह्या कथेतून दर्शविण्याचा माझा प्रयत्न होता. तसेच लैंगिक वासनेला सौंदर्याची, रूपाची वगैरे काही गरज नसते, ते प्रेतवत स्त्रीलाही भोगू शकते, असेही दाखवावयाचे होते.

हे दाखविण्याच्या उद्देशानेच मी मनोमन कथारूपाची मांडणी केली आणि लेखन करू लागलो. त्या मांडणीतील पात्रे, प्रसंग, परिस्थिती त्या उद्देशानेच योजली होती. लेखन अतिशय मनासारखे होत चालले होते. नायकाचे कारस्थान पद्धतशीर यशस्वी होत चालले होते. शेवटी तो त्या सासुरवाशीण तरुणीला तिच्या दोन्ही मुलांसह परतीच्या वाटेवर आणतो; पण वाटेवर ती सासुरवाशीण नायकावर शेजारी म्हणून पूर्ण विश्वास टाकून जे जे काही बोलत राहते, ते सगळे त्या दोघांच्या संवादातून मी टिपत चाललो होतो.

शेवटी त्या विशिष्ट आडोशाच्या जागी वाटेने ते आल्यावर, 'बलात्काराच्या घटनेचे लेखन कसकसे करावे' याचा विचार करण्यासाठी थांबलो. बराच वेळ लेखन चालल्यामुळे हात दुखत होता. बोटांना कढ आले होते. बसून पाठीला ओढ लागली होती. आणि मुख्य म्हणजे जेवणाची वेळ झाली होती. जेवता जेवता त्या घटनेचा विचार करावा, जेवणानंतर थोडी विश्रांती घ्यावी आणि नव्या दमाने दुपारी लेखनाकडे वळावे, म्हणून मी उठलो.

मधे तीनएक तास गेले. जेवण झाले. गप्पा झाल्या. वर्तमानपत्राचे वाचन झाले. तासभर विश्रांती झाली. या गडबडीनं, प्रत्यक्ष लेखनाच्या वेळी मनाची जी उत्कट, तप्त, रसरसती अवस्था होती, ती बरीच थंड, नेहमीच्या (नॉर्मल) पातळीवर आलेली होती. त्या अवस्थेतच चहा पिऊन मी पुन्हा बैठक मारली.

लेखनासाठी पुन्हा ती उत्कट, तप्त अवस्था प्राप्त व्हावी, म्हणून सकाळी केलेले लेखन वाचून काढू लागलो. त्याची लय, तप्तता, सूर पकडण्याचा प्रयत्न करू लागलो;

पण नकळत एक चमत्कार घडत चालला. ज्या लैंगिक वासनेने पछाडून नायक 'सदूने' त्या सासुरवाशिणीला बाहेर काढले ती त्याची बालमैत्रीण होती. ती सासरात अतिशय हलाखीत जगत होती. तिची दोन्ही पोरे अर्धपोटी जगत होती. अशा अवस्थेत ती सदूवर संपूर्ण विश्वास टाकून, बापाच्या काळजीने त्याच्याबरोबर माहेरला येत होती. अशा परिस्थितीत हा सदू तिच्यावर बलात्कार करू शकेल काय, असा प्रश्न मला पडला आणि वेगळे उत्तर येऊ लागले. बलात्कारासाठी फसवून बाहेर काढलेल्या स्त्रीने नकळत आपली हलाखी सांगितल्यावर त्याला कणव येते आणि बलात्कार त्याच्या हातून होतच नाही; उलट तिच्या कणवेने तो प्रेरित होऊन तिच्या बापाला तिला भेटण्यासाठी नेण्यास तो उत्सुक होतो, असे दाखविले तर त्याच्या माणुसकीची, मनःपरिवर्तनाची ती कथा होईल, असे वाटले आणि त्या दृष्टीने मी नंतरचे लेखन केले. माझ्या दृष्टीने ते लेखन उत्तम झाले.

'अनवाणी' कथेचा हा प्रवास माझ्या मनात घडून गेला आणि मी त्या वेळेपुरता मुक्त झालो; पण पुढे काही काळ गेल्यावर, याच कथेचे जे मूळ 'बीज' होते त्यातील ती लैंगिक विकृतीने पछाडलेली व्यक्ती मला मनोमन छळू लागली. 'अनवाणी' ही 'कथा माझी नव्हेच,' असे ती मला सांगू लागली. अस्वस्थ करू लागली.

काही काळ गेल्यानंतर, ह्या व्यक्तीने माझी कथाकार या नात्याने केलेली छळवणूक कशी होती, हेच सूत्र धरून मी 'सदू'वर पुन्हा 'विश्वासघात' ही नवी कथा लिहिली. तिथे सदू हा 'सिदू' होऊन आला आहे एवढाच फरक. 'विश्वासघात' ही कथा 'आदिताल' या संग्रहातच आरंभी आहे. 'आदिताल' या संग्रहात पहिल्या सहाएक 'कथा' ह्या कथालेखन केल्यानंतर लेखकाच्या मनाच्या विविध स्थितींवरच आधारित आहेत. एखादी कथा लिहिताना लेखकाच्या मनात घडलेले नाट्य, हाच त्या कथांचा विषय आहे. एखाद्या कथेचे लेखन हीच मानसिक घटना नंतरच्या दुसऱ्या कथेचा विषय होऊ शकते. किंबहुना, ती दुसरी कथाही प्रसवताना जे लेखन होते, ते लेखनही नंतरच्या तिसऱ्या कथेचा विषय होऊ शकेल. पुढे ही मालिका कुठंवर जाईल आणि कुठे संपेल हे सांगता येणार नाही. 'हरवलेला सोनचाफा' आणि 'प्रेमाच्या भरात' या 'आदिताल' मधील दोन 'जुळ्या' कथांतून तशा प्रकारच्या

अनुभवाची प्रचिती येईल.

यावरून एक गोष्ट स्पष्ट होते की, कथाबीज हे सूक्ष्म, मनस्थ वाटत असले, तरी त्याच्यात एखाद्या प्रचंड वृक्षाचा फुले, पाने, फळे, फांद्या, पारंब्या यांच्यासह एक अवतार लपलेला असतो. एवढेच नव्हे, तर हा वृक्ष पुन्हा नव्या बीजांना जन्माला घालतो आणि त्यातून पुन्हा नवे वृक्ष जन्माला येण्याची सुप्त शक्ती असू शकते. त्यामुळे एवढेएवढेसे असलेले हे कथाबीज गूढ आणि रहस्यमय वाटू लागते. प्रचंड ऊर्जा लपलेल्या अणू- रेणू सारखे वाटते. प्रतिभावंत त्याचा स्फोट करू शकतो.

प्रतिभावंत हा स्फोट आपल्या लेखनातून घडवून आणतो. हे लेखन करून लेखक मोकळा होत असला, तरी हे लेखन ही एक लेखकाच्या जीवनातील घटना असते. मानसिक पातळीवर ती त्याच्याशी कायमचा नातेसंबंध ठेवून असते; हे दुसऱ्याही एका अर्थाने खरे आहे.– हे लेखन प्रसिद्ध झाले, की लौकिकदृष्ट्या ते यशस्वी, अपयशी किंवा लोकप्रिय वा लोकांना अप्रिय ठरते. या सर्व बाबी त्या निर्मात्या कलावंताच्या पुढील लेखनावर कळत वा नकळत, कमी वा अधिक प्रमाणात नियंत्रण ठेवत असतात. त्याच्या मानसिकतेवर स्थूल वा सूक्ष्मातिसूक्ष्म संस्कार करीत असतात. हे संस्कार त्या कलावंत व्यक्तिमत्त्वाचा एक भाग होऊन राहत असतात. या दृष्टीनेही साहित्यिकाच्या जीवनातील ही घटना त्याला नंतरच्या काळात, नंतरच्या लेखनाच्या वेळी उपयुक्त ठरत असते.

लेखकाचे कोणतेही पूर्वीचे लेखन हे नंतरच्या लेखनाला सरावासारखेही उपयुक्त ठरत असते. नंतरच्या लेखनात निश्चितता आणण्यास, सफाई आणण्यास, निर्दोषता आणण्यास, एकूणच लेखनशक्यता व एकूणच लेखनशक्ती दाखवून देण्यास उपयोगी पडत असते.

याहून महत्त्वाची बाब अशी की, या लेखनासाठी साहित्यिकाने ज्या व्यावहारिक अनुभवांचा मूलद्रव्यासारखा वापर केलेला असतो, ते अनुभव अंशत: किंवा पूर्णत: संपुष्टात येत असतात. एखाद्या व्यावहारिक अनुभवाचा उपयोग त्याने एका विशिष्ट अंगानेच कलानुभवासाठी केलेला असतो. तेव्हा त्या व्यावहारिक अनुभवाची ऊर्वरित अंगे त्याला नंतरच्या लेखनात वापरता येण्यासारखी असतात. अशा वेळी तो व्यावहारिक अनुभव अंशत: संपुष्टात आलेला असतो. कित्येक वेळा तो व्यावहारिक अनुभव त्याच्या सर्वांगानिशी कलानुभवाचे मूलद्रव्य म्हणून वापरलेला असतो. अशावेळी तो पूर्णत: संपुष्टात आलेला असतो, असे मानावे लागते. गंगाधर गाडगीळांनी ना. सी. फडके यांच्या संदर्भात एक असे विधान केले होते की, 'ना. सी. फडके हे एकच कादंबरी पुनःपुन्हा लिहित असतात.' या विधानातील मर्म हेच आहे. ना. सी. फडके यांनी एकदा वापरलेले मूलद्रव्य कलानुभवासाठी पुनःपुन्हा नावे, स्थले व संदर्भ बदलून वापरलेले आहे.

वस्तुत: असे मूलद्रव्य पुन्हा वापरता येणे लेखकाला अशक्य होऊन बसते. वापरले तरी आपणच आपले अनुकरण, रिपिटिशन करीत आहोत, आपणच आपली चोरी करीत आहोत, अशी अवस्था निर्माण होते. 'पाणभवरे' या माझ्या 'ललित लेख संग्रहाच्या' जुळवाजुळवीच्या वेळी असे लक्षात आले की, 'मोटा : रानातल्या मनातल्या' या लेखातील कलानुभवासाठी वापरलेले व्यावहारिक अनुभव मी इतरही काही लेखनात वापरले आहेत, हे लक्षात आल्याबरोबर ते उर्वरित लेख मी फाडून नाहीसे केले. ते अनुभव वापरलेले दुसरे कोणतेही लेखन पुस्तकरूपाने प्रसिद्ध करावयाचे नाही, असा निर्णय घेतला.

सातत्याने विपुल लेखन करणाऱ्या काही लेखकांनी तेच तेच व्यावहारिक अनुभव आपल्या कलानुभवासाठी मूलद्रव्य म्हणून वापरल्याचे दिसून येते.

विपुल लेखन करणारे काही साहित्यिक आपणच निर्माण केलेल्या कथा-कादंबरीच्या आधारे एकांकिका वा नाटक लिहित असतात. अशी निर्मिती ही 'घागर' मोडीत निघाल्यावर तिचीच 'तपेली' करण्याच्या प्रकारासारखी असते. त्यामुळे ती एखाद्या निर्मात्याची 'निर्मिती' म्हणून दुय्यम दर्जाचीच राहत असते. इथे एकदा वापरलेली मूलद्रव्येच साहित्यकृतीसाठी पुन्हा वापरली जातात. मराठीमध्ये बहुधा ती वाङ्मयबाह्य कारणांनी वापरली जातात. म्हणजे असे की, आपली अमुकतमुक कादंबरी गाजलेली आहे, तेव्हा तिचे नाटकही गाजेल. किंवा तिचे नाटक केले, तर ते चालायला, कादंबरीच्या प्रसिद्धीची पुण्याई उपयोगी पडेल व ते प्रस्थापित व्हायला मदत होईल. किंवा गाजलेल्या कादंबरीवरच नाटक बेतले, तर ते चार पैसे मिळवून देऊ शकेल. किंवा 'तुमच्या फलाण्या कादंबरीचे नाटक छान होईल.' – यासारखी व इतरही अनेक आमिषे या लेखकांना आवाहन करीत असतात. आणि त्यातून (या वाङ्मयबाह्य कारणांतून) त्यांना कथा-कादंबऱ्यांची नाटके लिहिण्याचा मोह होतो.

अशी अनेक नाटके म्हणजे मूळ कादंबरीच्या आशयालाच संवादरूप देण्याचा प्रकार असतो. हे संवादरूप देताना फक्त कादंबरीतील नाट्यस्थाने हेरलेली असतात व तीन तासांच्या मर्यादेत बसतील एवढ्याच नाट्यस्थानांची निवड केलेली असते. श्री. ना. पेंडसे, गो. नी. दांडेकर, जयवंत दळवी इत्यादींनी अशा प्रकारची नाटके लिहिली आहेत. कलानुभवाचे मूलद्रव्य तिथे पूर्वीच, म्हणजे कादंबरी-लेखनाच्या वेळीच संपुष्टात आलेले असते. म्हणून कादंबरीच पुन्हा नाटकाच्या वेळी मूलद्रव्यासारखी वापरलेली असते.

पुष्कळ वेळा वाङ्मयांतर्गत कारणामुळेही 'साहित्यकृत्यन्तर' किंवा 'प्रकारान्तर' होऊ शकते. एखाद्या साहित्यकृतीत आपणास जो आशय त्याच्या अपेक्षित कंगोऱ्यांसह व्यक्त करावयाचा असतो, तो व्यक्त न झाल्याची रुखरुख लागते. आपल्या

अपेक्षेप्रमाणे तो अमुक एका साहित्य प्रकाराचा आश्रय घेतल्यास व्यक्त होऊ शकेल, असे वाटल्यावरून साहित्यकृत्यन्तर किंवा प्रकारान्तर झालेले असते. उदाहरणार्थ, विद्याधर पुंडलीक यांच्या 'चक्र' या एकांकिकेत त्यांना जे व्यक्त करावयाचे होते, ते नीट व्यक्त झाले नसल्याची जाणीव होऊन त्यांनी 'माता द्रौपदी' हे नाटक लिहिल्याचा प्रत्यय येतो. 'चक्र'मध्ये मूलद्रव्याच्या आधारे जो कलानुभव व्यक्त झाला आहे तोच मुळी अंशात्मक व्यक्त झाला, किंवा काही अंशांनी व्यक्त झालेला नाही, याची जाणीव त्यांना होऊन, या नाटकात त्यांनी 'चक्र' ही एकांकिका मूलद्रव्य म्हणून वापरलीच; पण 'चक्र'च्या बाहेर राहिलेले मूलद्रव्यही वापरले. त्यामुळे 'माता द्रौपदी' नाटक हे 'चक्र'चा संवादरूप विस्तार वाटत नाही; 'चक्र'पेक्षा बरेचसे वेगळे वाटते. कलावंतांचे असे प्रयत्न हे आपणस जे व्यक्त करावयाचे आहे, त्याचा पिच्छा पुरविण्याच्या धडपडीतून आकाराला आलेले असतात.

साहित्यिक कलावंताचे व्यक्तिमत्त्व अधिक संवेदनशील असते. त्यामुळे त्याला अमूर्त बौद्धिक आवाहनापेक्षा समूर्त 'रूपा'चे आवाहन प्रथम पोचते. एखादे मूलभूत बुद्धिगम्य सूत्र त्याला प्रथम जाणवण्यापेक्षा, ते सूत्र असलेले 'रूप' त्याला सकृतदर्शनी जाणवते. तसे सूत्र असलेला प्रसंग, घटना, पात्र, यांच्यासह 'साहित्यकृती' त्याला प्रथम दिसू लागते. त्याने त्यावर जाणीवपूर्वक विचार केला, तर त्यामागचे सूत्र त्याला जाणवू शकेल; नाही असे नाही; पण रूप-जाणिवेनंतर होणारी ही विचाराची प्रक्रिया काही साहित्यिकांमध्ये स्वाभाविकरीत्या घडते, तर काही साहित्यिकांमध्ये घडत नाही. कित्येक वेळा अजाणता घडते. त्यांच्या अर्धसुप्त किंवा सुप्त मनामध्ये ती घडत असते. साहित्यिकाच्या या प्रकृतीवरूनच पूर्वसूरींनी त्याचे दोन प्रकार कल्पिले आहेत. जाणीवपूर्वक लेखन करणारा लेखक आणि जाणीवपूर्वकतेचा अभाव असलेला लेखक.

जाणीवपूर्वकतेचा अभाव असलेले लेखक पुष्कळ वेळा आपल्या निर्मितीविषयी दैवी किंवा आध्यात्मिक स्वरूपाची विधाने करीत असतात. 'कोठून तरी अज्ञात शक्ती मला हाका घालीत असते. 'हे लिही, ते लिही' म्हणून सांगत असते. मी फक्त भारलेल्या बाहुलीसारखा ते लिहून मोकळा होतो.– लेखनाच्या वेळी अंगात अष्टसात्त्विकभाव संचारल्यासारखे वाटत असते.' यासारखी विधाने ते करीत असतात. 'प्रतिभा ही दैवी देणगी असते. ती एखाद्यालाच लाभते. कलानिर्मिती ही अलौकिक दिव्य पातळीवरची असते.' यासारख्या विचारांचा प्रभाव त्यांच्या संवेदनशील मनावर विशेष पडलेला असतो.

हे विचार किंवा ही मते त्या साहित्यिकांना जनसामान्यांपासून अलग करून असामान्यांच्या कोटीत नेत असतात. 'आपण देवाचे लाडके आहोत,' ही समजूत

त्यांनी पक्केपणाने करून घेतलेली असते.

काहीशा अशा चालीचेच विधान म्हणजे, 'मला बीज वगैरे काही माहीत नसते. मला एकदम कथाच दिसू लागते.'– 'कुणीतरी काहीतरी बोलत असतं, काहीतरी मी अनुभव घेत असतो, काहीतरी मी वाचत असतो आणि मला अचानक कथा दिसू लागते. तिचा मला साक्षात्कार होतो.' अशा प्रकारची विधाने ते करीत असतात. उत्कट संवेदनशील स्वभावाला धरूनच ही विधाने असतात;

पण या विधानांमुळे सर्वसामान्य रसिकाचा एक गैरसमज होण्याची शक्यता असते की, ' कथाबीज' वगैरे काही भानगडच असू शकत नाही. साहित्यकृती लेखकाला एकसमयावच्छेदेकरून, साक्षात्कारासारखी जाणवते.

खरे तर त्यांच्या अशा प्रकारच्या विधानात 'कथाबीज' सुचल्याची सूचना असते. 'कथा दिसते' म्हणजे ती काही आरंभ, मध्य, शेवट, पात्रे, प्रसंग, संवाद, वाक्ये, शब्द या सर्वांचा क्रम इत्यादींसह दिसत नसते. तिचा मूळ गाभा जाणवत असतो. त्या गाभ्यालाच ते 'कथा' असे लक्षणेने मानत असतात. ती लिहून काढताना त्यांना अनेक फेरफार करावे लागत असतात. या लेखनानंतर शब्दगत असे जे एक रूप सिद्ध झालेले असते त्यालाच वास्तव अर्थाने आपण 'कथा' म्हणतो; पण इतकी काटेकोर व्यवस्था त्यांच्या विचारांना नसते किंवा त्यांच्या विधानांना लाभलेली नसते. ते मनात सुचलेल्या गाभ्यालाच 'कथा' मानत असतात;

पण मनात असलेला गाभा हा तरी बीजभूत असतो, की स्थूल मानाने पात्र-प्रसंग-संवाद यांच्या धूसर, अधुऱ्या रूपासह अवतरलेला असतो, असा एक प्रश्न इथे उपस्थित होतो. 'क्रोचे' या तत्त्वज्ञ सौंदर्यशास्त्रज्ञाला तो तसा स-रूप असतो, असे वाटते. प्रभाकर पाध्ये किंवा इतर काही महत्त्वाच्या सौंदर्यशास्त्रज्ञांची साक्षही याच बाजूने पडते;

मात्र ही साक्ष 'कथाबीज' त्यात नसते, असे सिद्ध करणारी नाही. कारण असे की, जेव्हा आपणास धूसर, अपूर्ण रूपात कथा जाणवलेली असते, तिच्यातील पात्रे, प्रसंग, संवाद जाणवलेले असतात, तेव्हाच पात्रे, प्रसंग, संवाद यांच्या परस्पर संबंधांचे एक सूत्र आपणास कळत-नकळत जाणवलेले असते. या सूत्रास मध्यवर्ती केंद्र असेही सौंदर्यशास्त्रीय भाषेत म्हणता येईल. हे सूत्र किंवा केंद्र म्हणजेच कथेचे कल्पिलेले बीज असते, एवढे ध्यानात ठेवले तरी पुरेसे आहे. काहीतरी सूत्र किंवा केंद्र असल्याशिवाय कथा आकारच घेऊ शकत नाही. त्याशिवाय आकार घेतला तरी तो कलाकृतीचा आकार नसतो, एवढे निश्चितपणे जाणावे.

त्यामुळे 'मी एकदम कथाच लिहायला बसतो,' किंवा 'जसे अनुभव येतील तसे मी मांडत जातो,' किंवा 'जीवनातील एखाद्या घटना-प्रसंगालाच आकार देऊन

मी कथा साधतो,' या प्रकारची विधाने जरी काही लेखकांकडून केली जात असली, तरी त्यापाठीमागे लेखकाच्या नकळत का होईना कथाबीज अस्तित्वात असते, असे दिसून येईल. लेखकाच्या उत्कट संवेदनशील स्वभावामुळे व त्यांना दार्शनिक (स-रूप) स्वरूपातच पाहण्याची सवय असल्यामुळे ते अशा प्रकारची विधाने करीत असतात, हे उघड आहे.

आणखी एक महत्त्वाची गोष्ट अशी की, शेवटी 'कलानुभव' मांडावयाचा असतो; कथाबीज मांडावयाचे नसते. कथाबीज हे सुचण्यापुरते, निर्मितिकेंद्र निर्माण करण्यापुरते, केंद्राशी संबंधित अशी पात्रे, प्रसंग, आरंभ, मध्य, शेवट, एकूण मांडणी निर्माण करण्यासाठी त्याच्या अस्तित्वाची गरज असते. त्याच्या आधारे कलानुभव देणारे संघटन घडवून आणावयाचे असते. अंतिमत: त्याच्या आधारे फुलणारा 'कलानुभव' महत्त्वाचा असतो. त्यामुळेही सूक्ष्मतर असलेल्या व कलानुभवाच्या मोहक पडद्यामागे अदृश्य रूपात असलेल्या कथाबीजासंबंधी खास जाणीवपूर्वक विचार करण्याची साहित्यिक कलावंताला गरज वाटत नसावी. त्याच्यासंबंधीच्या बौद्धिक वा तार्किक विचाराविषयी तो नेहमीच जागरूक नसावा. त्यामुळे कथाबीजाविषयीची त्याची सगळीच विधाने प्रमाण ठरत नसतात.

# निर्मिति-संघर्षाचा प्रत्यय देणारी साहित्यकृती : 'गोतावळा'

'गोतावळा' ही कादंबरी मे १९७१मध्ये प्रथम मौज प्रकाशन, मुंबई यांच्यातर्फे प्रसिद्ध झाली.

## 'बीज'

हजारो वर्षे चालत आलेली शेती-संस्कृती नष्ट होत चालली आहे आणि तिच्या जागी नवी यंत्रनिष्ठ संस्कृती उदय पावत आहे. या अस्तोदयाच्या संक्रमणात जुन्यातील चांगलेही (निसर्ग आणि मानव यांचे नाते, प्राणिजीवन) नाहीसे होत चालले आहे व नव्याच्या स्वागताच्या उत्साहात त्यातील काही वाईटाचाही स्वीकार होत आहे. शेती-संस्कृतीतील दुबळा (शेतमजुरासारखा) घटक पार उखडला जातो आहे. नव्या संस्कृतीत त्याच्या अस्तित्वाला काहीही स्थान नाही, याची जाणीव मला माझ्या गावी वावरत असताना होत गेली.

१९६१ ते ६७ हा माझा झपाट्याने कथालेखन करण्याचा काळ. या काळात माझे कथालेखन 'सत्यकथे'ने विपुलतेने प्रसिद्ध केले. त्याला जाणकार रसिकांचा चांगला प्रतिसादही मिळत गेला. उत्साही वय होते. त्याचा परिणाम असा झाला की, सुचेल त्या बीजकल्पनेला मी सातत्याने कथेच्या अंगाने कलानुभवत गेलो. म्हणजे सुचेल त्या बीजकल्पनेतून कथानिर्मिती करू लागलो.

१९६६ च्या डिसेंबरमध्ये लिहिलेल्या आणि १९६७ मार्चमध्ये 'सत्यकथे'तून प्रसिद्ध झालेल्या 'इंजेन' या कथेची 'खळाळ' संग्रहासाठी प्रुफे त्याच वर्षी ऑगस्ट-सप्टेंबरमध्ये कधीतरी आली. प्रुफांत ही कथा वाचताना माझ्या असे लक्षात आले की, आपणास बीजातील अर्थपूर्णता ज्या व्यापक पातळीवर पकडावयाची आहे, त्या

पातळीवर ती या ('इंजेन') कथेत पकडता आलेली नाही. तिची एक झलक फक्त आलेली आहे. आपणास महायुद्धाचे स्वरूप पकडावयाचे होते; पण आपण दोन माणसांची मारामारी दाखवून मोकळे झालो आहोत. आपण ज्या प्रकारची कथा लिहित आहोत त्या कथेत ते मावू शकत नाही, असे दिसते. कथेपेक्षा व्यापक पट घेऊनच हे करता येणे शक्य आहे, असे वाटले म्हणून मी 'गोतावळा' कादंबरीच्या मांडामांडीकडे वळलो.

पण 'इंजेन'मध्ये कलानुभवाच्या रूपात व्यक्त झालेली 'बीजकल्पना' तरी कधी आणि कशी मनात पडली, याचा शोध घेत असताना नुकतेच आणखी एक सत्य हाताशी लागले. – १९५४ ते १९६० या काळात मी प्रामुख्याने ग्रामीण कविता विपुलतेने लिहित होतो. पुढे 'सत्यकथे'तून कथा प्रसिद्ध होऊ लागल्यावर मी कथालेखनाकडे अधिक लक्ष दिले. कविता लेखनाच्या या काळात १९५६च्या पहिल्या चौमाहीमध्ये (जाने. ते एप्रिल) जी माझी कवितांची वही होती; त्या वहीत एक ग्रामीण कविता आहे. कविता अप्रसिद्ध आहे. फारशी चांगली नाही; पण बीजकल्पनेच्या दृष्टीने ती पाहण्यासारखी आहे म्हणून खाली देत आहे.

## ह्या धावंवर

ह्या धावंवर भिंगरीगत
चालायच्या चार मोटा
हानम् बैलांच्या डिरक्यांनी
काठापत्तर भरायचा गोठा
पिकून पिकून पडायची
गप्पा-गोष्टींची ठेल-रानं
न्यहाऱ्या व्हायच्या मोटंवरच
भाकरीवर घेत उनाची किरणं
चाकांच्या तालावर
फुटायच्या गीत-लावण्या
हांका-आरोळ्या पडायच्या
दबीवताना बाळ्या-सोन्या
ह्याच हिरीत असायचं
आभाळाचं पाणी गार
डोणग्यात खिदळायच्या

पॉटभर मोटा चार
सुगीगत फुलायचा
पोरामाणसांनी मळा
...पर आता आलीय ह्येला
मुडद्याची अवकळा
चारीबी निजल्या धावा;
पाला माईना त्येंच्यावर.
गेलं डोणगं, मोटवणी,
गेल्या मोटा काळ्याभोर
रांडमुंड झालीया ही
सारी दावण बैलांची
किडणाऱ्या खुट्यांतनं
हाक ओसाड-मरणाची
आता कुजलं हिरीतलं
सारं पाण्याचं अम्रूत
काळं बसलं इंजेन
बडबडत, ''भूत भूत!''

या कवितेची बीजकल्पना १९५६च्या पहिल्या चौमाहीतच कधीतरी सुचलेली असणार. कारण कल्पना सुचली की लगेच तिला कवितारूप देण्याचा ध्यास त्या काळात लागलेला होता. असे ते वयही होते.

ह्या कवितेत 'इंजेन'चे बीज कसे गुंतलेले आहे, याची स्पष्ट कल्पना येते. त्याच्यावर वेगळे भाष्य करण्याची काहीच आवश्यकता नाही; मात्र स्फुट भाव-कवितेचा आवाका लक्षात घेऊन, यातील बीजकल्पना माझ्यातील कवीने 'धाव, मोटा, विहीर, इंजेन' एवढ्या मर्यादेतच कलानुभवलेली दिसते. कथा ही गद्यरूप असल्यामुळे कथेच्या अंगाने ती कलानुभवताना तिला गद्यरूपात आणणे आवश्यक होते. त्यामुळे घटना-प्रसंग, पात्रे येणे व अनुषंगाने मळा येणे अपरिहार्य झालेले दिसते. कथारूप दिलेल्या या बीजकल्पनेची पुढे 'गोतावळा' ही कादंबरी झाली.

म्हणजे काही काळ मला जे वाटत होते की, 'इंजेन' या कथेची बीजकल्पना मी कादंबरीरूपात नंतर कलानुभवली, ते पूर्णपणे बरोबर नाही. तर 'ह्या धावंवर' या कवितेतील बीजकल्पना 'इंजेन' ही कथा कलानुभवताना दिसते. म्हणजे गोतावळाची 'बीजकल्पना' ही १९५६ ते १९६९-७० अशी तेरा-चौदा वर्षे माझ्या मनात जळजळत होती आणि त्याची मला स्पष्टपणे कल्पना नव्हती. शोध घेताना आज

ह्या सगळ्या गोष्टी स्पष्ट होत आहेत. बीजकल्पनेचा कविता < कथा < कादंबरी हा जो प्रवास झालेला आहे तो अधिक अभ्यासण्याजोगा आहे; पण या लेखाचा तो प्रस्तुत विषय नाही.

## मूलद्रव्य

रसिकांनी 'गोतावळा' विषयी जे अनेक प्रश्न विचारले होते त्यांत असा एक प्रश्न वारंवार विचारला जात होता की, 'एवढे सगळे तुम्ही कुठे अनुभवले?' या प्रश्नाचा रोख,- मी वास्तव जीवनात 'गोतावळा' च्या कलानुभवाला उपकारक असे व्यावहारिक अनुभव कुठे घेतले;- अशा प्रकारचा होता. 'गोतावळा' तील मळा, प्राणी, माणसे निसर्ग, घटना-प्रसंग ही एकत्र, एकाजागी, 'गोतावळा' त जसे व्यक्त झाले आहे तसेच अनुभवले काय ?- तर तसे नाही.

त्याचे मूलद्रव्य (रॉ मटेरिअल) माझ्या व्यावहारिक जीवनातील अनुभवांत इतस्ततः विखुरलेले आहे. दुसऱ्याची शेती खंडाने किंवा फाळ्याने करण्याची आमच्या घरी पिढीजात परंपरा. म्हणजे दुसऱ्याच्या शेतीवर राबणाऱ्या, स्वतःची काडीमात्र शेती नसलेल्या शेतकऱ्याचे आमचे घराणे. जन्मल्यापासून त्या परंपरेत मी वाढलो. एस.एस.सी.पर्यंत तर - कधीतरी शाळेला, नाहीतर रात्रंदिवस शेतात- अशीच माझी अवस्था होती. मोठा मुलगा असल्याने सगळी कामे मला स्वतःला करावी लागत असत. कॉलेजला होतो तरी वयाच्या पंचविशीपर्यंत हे मी घनदाट अनुभवले. तेथून पुढेही घर शेतकऱ्याचेच राहिले; मी मात्र नोकरीत शिरलो. या काळातील माझे शेतीविषयक अनुभव 'गोतावळा'त व्यक्त झालेले आहेत.

या कादंबरीतील मळा म्हणजे प्रत्यक्षातील सहा-सात मळ्यांचे मिश्रण आहे. मी आमच्या भटाच्या मळ्याला जात असताना वाटेवर आमच्या चुलत चुलत्याचा मळा लागत असे. त्या मळ्यातील गड्यामाणसांशी माझी मैत्री होती. या मळ्यातील काही वस्तू मी 'गोतावळा' मध्ये आणलेल्या आहेत. माझ्या चुलत्यांचा स्वभाव व शेतीकडे पाहण्याची त्यांची नवी मतलबी दृष्टी मी 'गोतावळा' तील रामू सोनवडे याला दिलेली आहे. माझा चुलता एका अर्थी धडाडीचा पण धूर्त होता. स्वार्थ त्याला बरोबर कळत होता. त्याच्या या धडाडीमुळे त्याने मळ्यात प्रथम विहिरीवर इंजिन आणलं आणि मळ्यातील दोन बैलजोड्या विकून टाकल्या. त्यामुळे तीन मोटांच्या त्याच्या विहिरीवर जी सांजसकाळी मोटांची गर्दी उसळत अस, ती एकदम थंड झाली. धावा मृतवत झाल्या. अबोलपणे विहिरीतील पाणी पाईपमधून पाटात पडू लागले. इंजिनाचा उपरा आवाज सगळ्या मळाभर भरू लागला.– याची जाणीव मला आमच्या मळ्याला जाता-येता सतत होत असे. या मळ्यात लक्ष्मू बारड

नावाचा एक ढोरगडी होता. तात्याही आमच्यासारखाच लोकांचे मळे खंडाने किंवा फाळ्याने करीत हिंडत असे. त्याने अनेक नवे मळे केले; पण त्याच्याकडे हा ढोरगडी मात्र कायमचा होता. तो गडी पन्नाशीच्या आसपास आला तरी त्याचे लग्न झालेले नव्हते. होणे शक्य नव्हते.

माझा धाकटा मामा हा कागलच्या एका शेटजींकडे 'मेस्त्री' म्हणून काम करीत होता. ह्या शेटजीचे चार मोठे मळे कागलात होते. गावाच्या चारी दिशांना ते चार मळे होते. त्या मळ्यातही पूर्वी बैलांच्या मोटा होत्या. शेटजीचे एकूण सत्तर-ऐंशी बैल होते. त्यांत उत्तमोत्तम, दृष्ट लागावी अशा बैलजोड्या होत्या. त्या त्यांच्या शेतीचेच नव्हे तर सगळ्या गावाचे भूषण असे लोकांना वाटे. त्यांनीही हळूहळू इंजिने आणली, ती वाढवली आणि बैलजोड्या कमी केल्या. मामाला त्यांच्या ह्या सगळ्या मळ्यातील इंजिनांवर देखरेख करावी लागे. शिवाय इंजिनावर एक एक ड्रायव्हर असत ते वेगळेच. मामाला भेटण्यासाठी मी ह्या मळ्यांवर पुष्कळ वेळा गेलो आहे. तेथील स्थित्यंतर माझ्या नकळत माझ्या मनावर बिंबत होते. गजबजलेले गोठे व धावा ओसाड, मुक्या झालेल्या बघून मन खंतावत असे. शेठजीच्या याच मळ्यांत मी प्रथम ट्रॅक्टर आलेला पाहिला. रॉं रॉं रॉं आवाज करत शेत नांगरताना मला त्याचा प्रथम इथेच अनुभव आला. शेठजीच्या या चार मळ्यांतील एक मळा आमच्या भटाच्या मळ्याशेजारीच होता. त्या मळ्यातही शंकर मोरे म्हणून असाच एक खुळचट वाटणारा ढोरगडी होता. तोही जन्मभर अविवाहितच होता. शेवटी तो त्या मळ्याची सेवा करता करताच मेला.

भटाचा मळा करण्याच्या अगोदर दोन मळे काही काळ आम्ही केले होते. एक देसायाचा मळा. हा तर मला फक्त पुसटसाच आठवतो. कारण मी लहान असतानाच (पाच-सहा वर्षांचा) तो आम्हाला सोडावा लागला; पण त्या मळ्यातील तो हिरव्या झाडीने भरलेला ओढा मला सतत आठवतो. आंबा, चिंचा, नारळ, जांभूळ, निगडी, कळक इत्यादी तिथली झाडं मला स्पष्ट आठवत होती. त्या मळ्याचे ते वैभव होते. 'गोतावळा'तील मळ्याला हे वैभव मी बहाल केले आहे.

त्या मळ्यानंतर आम्ही शिंप्याचा मळा केला. तो पाचएक वर्षे आमच्याकडे होता. 'गोतावळा' तील मळ्यासाठी शिंप्याचा हाच मळा मी पायाभूत धरलेला आहे. 'गोतावळा'मधील मळ्यातील पाण्याची विहीर, खोप, घाणवड, टेकडी, शेजारचा मान्याचा मळा, माळ, माळावरील तळे, ही सर्व या मळ्यातील आहेत. या मळ्यात आमच्याकडे एक वर्षभर आनंदा टांगेवाला नावाचा एक वेडाबागडा ढोरगडी होता. तो मोठा वाटे; पण त्याचेही लग्न झालेले नव्हते. बाकीच्या गोष्टी या त्या मळ्यावर कलम केलेल्या इतर मळ्यांच्या वस्तू, घटना, प्रसंग आहेत.

'गोतावळा' तील मळ्यात प्राण्यांचा जो गोतावळा आहे, त्यातील काही जनावरे

मी आमच्या भटाच्या मळ्यात अनुभवलेली आहेत. काही शिंप्याच्या मळ्यातील आहेत. बहुतेक सर्व प्रसंग मी शेती करत असतानाच घडलेले आहेत. ते प्रामुख्याने शिंप्याच्या मळ्यातील आहेत; मात्र सर्वच तेथील नाहीत. त्या मळ्यात ट्रॅक्टर कधीच आलेला नाही. 'गोतावळा' तील घोडे ही माझी कल्पनीय निर्मिती आहे. त्याचा मृत्यू मात्र मी पाहिलेला आहे; तो 'गोतावळा' त जसाच्या तसा आलेला आहे. त्याच्या मृत्यूची ओसाड विहीर शिंप्याच्या मळ्याशेजारीच होती.

'गोतावळा'तील जो 'नारबा' आहे, तो वर उल्लेखिलेल्या लक्ष्मण बारड, शंकर मोरे, आनंदा टांगेवाला यांच्या मिश्रणातून तयार झालेला आहे. तो कुठल्याही एका गड्यावर बेतलेला नाही. 'गोतावळा' कादंबरीच्या निर्मितीच्या अंगाने मी जेव्हा कलानुभव घ्यायला प्रारंभ केला, तेव्हा 'ढोरगडी' या प्रकारासंबंधी मी खोलात जाऊन विचार केला; आणि मला गडी आणि मालक यांतील विचित्र संबंध अधिक उलगडत गेला आणि त्यांतून नारबा व नारबाच्या आयुष्यातील घटना प्रत्यक्षात आकाराला आल्या.

मी प्रत्यक्षात अनुभवलेले वरील दोन-तीन ढोरगडी तसे आनंदी असत. त्यांना आपले लग्न झाले नाही, याबद्दलही काही फारसे वाटत नसे. मंदबुद्धी असलेली माणसेच 'ढोरगडी' म्हणून टिकू शकतात. त्यांना रात्रंदिवस राबायचे आणि पोटाला दोनवेळा भरपूर खायचे एवढेच माहिती असते. त्यांच्याजवळ मान-अपमान असे काही नसावेसे दिसते. ती माणसे नेहमी मालकाच्या शिव्या भरपूर खातात. त्यांचा खोलवर, दूरगामी परिणाम त्यांच्यावर झालेला दिसत नसे. जनावरांची देखभाल करत ती आनंदात असत. जनावरांवर मात्र त्यांचे प्रेम असते. त्यांचे ते सोबती असतात.

'गोतावळा' तील नारबा मंदबुद्धी नाही. त्याची बुद्धी तल्लख नसली, तरी सर्वसाधारण दर्जाची आहे. तो स्वभावाने अबोल, भावनाशील आहे. मानापमानासंबंधी तो बोलत नसला तरी त्याचे आत आत सोसत राहणे चाललेले असते. एकूण परिस्थितीमुळेच त्याला ते सहन करावे लागते. अशा 'नारबा'च्या ताब्यात मी प्रत्यक्षात अनुभवलेला प्राण्यांचा 'गोतावळा' दिलेला आहे. प्राण्यांविषयी मला जे अनुभव आले, ते मी 'नारबा'कडे सुपूर्त केले आहेत.

प्राणी विकणे, मारणे, मरणे किंवा त्यांचे हाल होणे किंवा करणे ही घटना एरवी माणसाला फारशी स्पर्श करत नसावीसे वाटते; पण ज्याने कधी एखाद्या प्राण्यावर मनापासून प्रेम केलेले आहे, त्या प्राण्याचे विकणे, मरणे, हाल करणे किंवा त्याला मारणे ही चीज काय असते, त्यालाच ती कळू शकेल. कूळकायदा आल्याच्या काळात भटाचा मळा आमच्याकडून फसगफलतीने काढून घेण्यात आला आणि कूळकायद्याच्या बडग्यामुळे आम्हाला कुणी नव्याने शेत खंडाने किंवा फाळ्याने

देईना. त्यामुळे आमची सगळी जनावरे एका वर्षाच्या आत आम्हाला विकावी लागली. वैरणपाण्यावाचून त्यांचे चाललेले हाल बघवत नव्हते. आमच्या जनावरांची ही जी झालेली वाताहत आहे, ती 'गोतावळा'त ट्रॅक्टर येण्याच्या निमित्ताने घडताना दाखविली आहे. आणि मला व माझ्या घरच्यांना त्या वाताहतीच्या काळात ज्या व्यथा-वेदना झाल्या, त्या मी 'नारबा'ला देऊन टाकल्या आहेत. निसर्गाविषयीचे नारबाचे जे प्रेम, संवेदन आहे, ते लहानपणापासून मी आणि आमच्या घरादारानं शेतीवर, मळ्यावर, निसर्गावर केलेले प्रेम आणि उपभोगलेले संवेदन आहे. अशा रीतीने प्रत्यक्षातील दोन-तीन ढोरगड्यांवर 'नारबा' आधारलेला असला, तरी त्याचे मन, तसेच निसर्ग, प्राणी, शेतमळा याविषयीचे त्याच्या संवेदनशील मनाचे जे अनुभव आहेत, ते माझे आहेत. नारबाच्या गतायुष्याची कहाणी ही ढोरगड्यांच्या गतायुष्याचीच सर्वसाधारणपणे कहाणी आहे. यावरून एक लक्षात येईल की, 'नारबा' या पात्रात माझा 'जीवनरस' मी ओतला आहे.

'गोतावळा' कादंबरीची आखणी करताना मला एक अडचण सारखी जाणवू लागली. जन्मल्यानंतर दोन-तीन वर्षांतच पाडी माजावर येते, हे खरे आहे का? एखादा कावळा डोक्यावरून उडत जाताना त्याच्या पंखांचा आवाज होतो; पण रात्री डोक्यावरून घुबड गेले तर मात्र त्याच्या पंखांचा आवाज का होत नाही? खरेच ते भुताचे प्रतिनिधी असल्यामुळे असे होते का? का ही फक्त अफवाच आहे ?– असे काही प्रश्न मला पडत होते. शेतीतील पिकांची स्थिती मला ऋतुमानदृष्ट्या तपासून घ्यावीशी वाटू लागली. त्यासाठी मी अभ्यास केला, तसेच प्राणी-पक्षी यांची मला जी माहिती पाहिजे होती, ती मी ग्रंथालयात जाऊन मिळवली आणि माझ्या ज्ञानाची खात्री करून घेतली. वाचनाने तपशील पक्का केल्यावरच मग मी 'गोतावळा'च्या आखणीकडे वळलो. घुबडाच्या पंखांचा आवाज ते जवळून गेले तरी येत नाही; याला कारण कावळ्याच्या पंखांपेक्षा त्याच्या पंखांची रचना वेगळी असते, हे मला कळले. अशा अनेक बारीकसारीक गोष्टी पक्क्या करता आल्या.

'गोतावळा'ची आखणी कसकशी करत गेलो हे सांगण्यापूर्वी आणखी काही महत्त्वाच्या गोष्टी सांगणे आवश्यक आहे. १९६८ ते ७० या काळात मी 'गोतावळा'चे लेखन सुट्टी मिळेल तसे केले. या काळात माझ्या वाङ्मयीन व्यक्तिमत्त्वाचे स्वरूप नेमके कसे होते हे कळल्याशिवाय 'गोतावळा'च्या निर्मितीचे नीटसे आकलन होईल असे वाटत नाही.

१९५० ते १९६० हा नववाङ्मयाच्या बहराचा काळ. १९६० ते ७० या काळात नववाङ्मयीन प्रवृत्ती स्थिर झाल्या. महाविद्यालयात शिक्षण घेऊ लागल्यावर म्हणजे १९५५पासून 'सत्यकथा' नियमित वाचू लागलो. या काळात नवकथा,

नवकविता आणि साहित्यविषयक कलात्मक जाणीव, साहित्याच्या कलास्वरूपाची व सौंदर्यशास्त्रीय चर्चा साहित्यक्षेत्रात वाढीला लागलेली होती. नवाङ्मयाने वातावरण भरून राहिले होते. नवे साहित्यिक व मीमांसक कलात्मक साहित्याची निर्मिती व मीमांसा जोरात करत होते.

माझ्या त्या संस्कारक्षम वयात मी त्या साहित्याचे भारून जाऊन वाचन व नकळत चिंतन करत होतो. वाचनाचा झपाटा मोठा होता. या काळात माझे वाङ्मयीन व्यक्तिमत्त्व पोसले जात होते, घडले जात होते. या काळात मी ग्रामीण आणि नागर अशी दोन्ही प्रकारची कविता भरपूर लिहितही होतो. १९६० साली माझ्या पहिल्याच ग्रामीण कवितासंग्रहाला (हिरवे जग) हस्तलिखित स्वरूपातच त्यावेळी आपल्या सरकारचे पारितोषिक मिळाले. त्यामुळे लेखनाचा उत्साह व आत्मविश्वास वाढला.

१९६१ साली मी मराठीचा प्राध्यापक झालो. त्यामुळे मराठी वाङ्मयाच्या आस्वादाबरोबर अभ्यास करण्याची माझी प्रवृत्ती वाढीला लागली. तर साहित्याबरोबर ग्रामीण साहित्याचा मी अधिक काळजीपूर्वक अभ्यास करू लागलो. माझ्या वाङ्मयीन महत्त्वाकांक्षेचाही तो परिणाम होता. आपण काही वेगळे लिहावे असे वाटू लागले होते.

त्यातून १९६२पासून ग्रामीण कथा मी लिहू लागलो. 'सत्यकथे'तून ती झपाट्याने प्रसिद्ध झाली आणि १९६७ साली माझा 'खळाळ' हा पहिला कथासंग्रह मौज प्रकाशनाने प्रसिद्ध केला.

हा संग्रह प्रसिद्ध झाल्यावर माझ्या असे लक्षात आले की, 'खळाळ'मध्ये प्राणिजीवनावरच्या कथा मी बऱ्याच लिहिल्या आहेत. प्राणिजीवनविषयक एक अनुभवविश्व आपल्याजवळ तुडुंब भरून आहे. ते रिते झाल्याशिवाय आपणास दुसरीकडे वळता येणे कठीण आहे. ते रिते करण्याच्या हेतूनेही मला 'गोतावळा'ची मांडामांड कराविशी वाटली.

पूर्वसूरींच्या ग्रामीण साहित्याचे वाचन व चिंतन यथाशक्ती चालूच होते. त्यावेळच्या धुरीणांच्या प्रादेशिक आणि ग्रामीण कादंबऱ्या वाचल्यावर माझ्या लक्षात दुसरी एक गोष्ट अशी आली की, ग्रामीण संस्कृतीचे केंद्र असलेल्या शेतमळ्याला मध्यावर धरून अजून कुणी कादंबरी लिहिलेली नाही. कादंबरीतील प्रमुख घटना, प्रसंग, वातावरण हे आपण शेतमळ्यावरचेच योजावे. त्याच्या आधारे शेतीसंस्कृतीही जिवंत करता येईल. या हेतूनेही मी कथानकाची मांडामांड करू लागलो.

म्हणजे माझे ग्रामीण जीवनातील गतायुष्य आणि माझे तत्कालीन वाङ्मयीन व्यक्तिमत्त्व यांचा एकत्रित परिणाम 'गोतावळा' च्या मांडामांडीला कारणीभूत झालेला

आहे.

## कथा

'गोतावळा' कादंबरीला तशी ठोस कथा नाही. मळ्यात एक ट्रॅक्टर येऊ घातलेला आहे,– असा कथेचा आरंभ आहे आणि त्या मळ्यात तो ट्रॅक्टर येतो, असा कथेचा शेवट आहे. रूढार्थाने जिला 'कथा' म्हणता येईल ती एवढीच आहे. नव्या शेती-संस्कृतीचे प्रतीक असलेल्या ट्रॅक्टरच्या आगमनासाठी जुनी संस्कृती कशी हळूहळू मोडीत निघते आणि तिथे एक महाभारत कसे घडते, हे एक वर्षाचा पट घेऊन मी दाखववावयाचे ठरवले. घटना, प्रसंग यांना प्राधान्य देऊन लेखन करण्यापेक्षा मानवी मनातील भावविश्वाला, वास्तवाविषयीच्या त्याच्या मानसिक प्रतिक्रियांना महत्त्व देऊन लेखन करावे, ही नववाङ्मयाने त्यावेळी मला जाणीव दिली होती. तिचा परिणाम 'गोतावळा' च्या कथानकावरही झालेला दिसतो.

'गोतावळा' ही जाणीवपूर्वक लिहिलेली माझी पहिली कादंबरी आहे. 'कादंबरी' म्हणजे काय याची स्पष्ट जाणीव नसताना, विद्यार्थीदशेत (बी. ए. ला असताना) मी 'एकलकोंडा' नावाची कादंबरी लिहिलेली आहे; पण त्यावेळी जाणिवेपेक्षा लेखनाचा उत्साह मोठा होता; पण 'गोतावळा' कादंबरीच्या वेळी मी वयाच्या तिशीपस्तिशीत होतो. साहित्य प्रकाराचा अभ्यास वाढलेला होता. त्यामुळे विचारपूर्वक लेखन करावयाचे असे ठरविले होते.

## टिपणे व मांडामांड

पहिले लेखन करण्यापूर्वी मनात एक धूसर सूत्र धरून टिपणे काढली. हे सूत्र असे की,– मळ्यातील एक वर्षाचा 'पट' मनासमोर ठेवावयाचा, कोणत्या ऋतूत कोणत्या घटना वा हालचाली मळ्यात चालतात; त्यांच्या आधाराने मांडणी करत जायचे. पहिले लेखन करण्यापूर्वी आणखी काही गोष्टींची टिपणे काढली. प्राण्यांसंबंधीची, पक्ष्यांसंबंधीची, कीटकांसबंधीची बरीच माहिती या टिपणांत गोळा केलेली आहे. जनावरांच्या जोड्यांची नावे नक्की केलेली आहेत. प्रत्येक जनावराची स्वभाववैशिष्टये धूसरपणे टिपून ठेवलेली आहेत. शेतावर राबणाऱ्या एकूण प्राणिसृष्टीविषयी माझे काय आकलन आहे, अनुभव आहेत, चिंतन आहे, ते आकडे घासून स्फुट स्वरूपात, त्रुटित स्वरूपात टिपून ठेवलेले आहेत.

ही टिपणे काढल्यावर मळ्याचा एक नकाशा तयार केलेला आहे. कुठे कोणते स्थळ, वस्तू, वास्तू इत्यादी आहेत, ते त्यात निश्चित केले आहे. त्याच्या पूर्व-पश्चिम आदी दिशाही लिहिलेल्या आहेत; कारण एका प्रकरणात अमुक एखादे

झाड किंवा विहीर अमुक एका ठिकाणी असावयाचे; तर ते नंतरच्या प्रकरणात भलत्याच ठिकाणी दाखवले जायचे; असा धोका मला वाटत होता. कादंबरीचे लेखन दीर्घकाळपर्यंत चालणार, काही तरी निमित्ताने मध्येच खंड पडणार, हे गृहीत धरून हा नकाशा तयार केलेला होता. काळाचा खंड पडल्यावर किंवा दीर्घकाळ लेखन चालल्याने; कल्पनेत निर्मिलेल्या मळ्याच्या मांडणीच्या तपशिलामध्ये फरक पडेल, अशी शंका वाटल्यामुळे हा नकाशा काढून ठेवला होता. काही पूर्वसुरी कादंबरीकारांच्या कादंबऱ्यांच्या तपशिलाच्या संदर्भात अशा विसंगती निर्माण झाल्याचे अनुभवास आले होते, म्हणून ही दक्षता घेतली होती.

पहिल्या लेखनासाठी एकूण एकोणीस प्रकरणांची मांडामांड केलेली दिसते. यातील प्रत्येक प्रकरणात काय काय आणावयाचे, याची नोंद मुद्देवजा पद्धतीने केलेली आहे. अर्थात, ही प्रकरणे व टिपणे स्थूल रूपरेषा लक्षात यावी म्हणून केलेली आहेत. प्रत्यक्ष लेखनात त्यांतील इकडचे तिकडे, मागचे पुढे, पुढचे मागे पुष्कळच होईल, याचा अंदाज होता. त्याप्रमाणे ते तसे झालेही; पण आपण कोठून कुठे जाणार आहोत याची कल्पना स्थूलमानाने येण्यासाठी ही टिपणे काढलेली आहेत. या टिपणांतच लेखनापूर्वी सुचलेली शीर्षके लिहून ठेवलेली आहेत. ती अशी 'ढोर-माणूस', 'रानमाणूस', 'अखिरीचं दीस', 'निरवानिरव,' 'वाट', 'अखिरीचं साल.' यांत गोतावळा हे शीर्षक नाही. ते कादंबरीचे तिसरे लेखन झाल्यावर सुचले.

## पहिले लेखन व पहिले वाचन

पहिले लेखन उन्हाळ्याच्या सुटीत सुरू केले. साधारणपणे एक-दोन दिवसांत एखादे प्रकरण लिहून होई. अशी पहिली चार-पाच प्रकरणे लिहून होईपर्यंत लेखनाचा उत्साह चांगला होता. झपाट्याने ते लेखन चालले होते. प्रत्येक दिवशी लेखन प्रत्यक्ष करण्यापूर्वी, अगोदर लिहिलेली प्रकरणे वाचून मग पुढच्या प्रकरणाचे लेखन करीत होतो; कारण पुढच्या प्रकरणासाठी लेखनाचा मूड यायला हे वाचन उपकारक ठरेल, असे वाटत होते. अशी चार-पाच प्रकरणे लिहून झाली. पुढेपुढे मग ती प्रकरणे वाचण्यात बराच वेळ जाऊ लागला. त्यांच्या पुढचे लेखन करण्यासाठी जो उत्साह लागतो, तो वाचनात खर्ची पडू लागला नि लेखन करताना कंटाळा येऊ लागला. त्यातच पुन्हा असे होऊ लागले की, तीचतीच प्रकरणे पुनःपुन्हा रोज वाचू लागल्याने त्यांच्यात आता काय काय आहे, हे मनात सर्व तपशिलासह पक्के झाले. मग त्यांची वाचने कोरडी होऊ लागली. त्यामुळेही पुढच्या लेखनासाठी त्यांच्यात (त्या प्रकरणांत) अवगाहन केल्याने जो मूड येईल अशी अपेक्षा होती, तो मूडही

येईनासा झाला. यामुळे मनाची खूप कुतरओढ होऊ लागली.

लेखन तर शेवटापर्यंत न्यावयाचेच, ही जिद्द मनात होती. म्हणून मग कंटाळा आला, मूड येईनासे वाटू लागले; तरी पुढचे लेखन ओढतच राहिलो. ते तसेच खरडून काढू लागलो; पण अशा रीतीने खरडलेले लेखन आणखीन कोरडे ठणठणीत, स्थूल, बटबटीत, उथळ, बोलघेवडे झाले आहे, असे लक्षात येऊ लागले. तरीही प्रकरणे पुढे रेटतच जाऊ लागलो.

अशा रीतीने पुन्हा चार-पाच प्रकरणे खरडल्यावर, मध्ये पाच-सात दिवस विश्रांती घेतली. विश्रांतीनंतर झालेली एकूण नऊ-दहा प्रकरणे सलग वाचली, तेव्हा ध्यानात आले की, कादंबरी अगदीच रटाळ, अस्ताव्यस्त, विस्कळीत, अतिशय उथळ, काहीशी पोरकट झालेली आहे. म्हणून मग त्याच म्हणजे त्या लिहिलेल्या प्रकरणांतच दुरुस्त्या करत बसू लागलो. तसे बसताना त्यातच सगळा वेळ निघून जाऊ लागला आणि पुढची प्रकरणे लिहून होईनात. मी या दहा प्रकरणांतच घोटाळू लागलो. मजकुराची मागे-पुढे ॲडजस्टमेंट करू लागलो. यातच आठ-नऊ दिवस पुन्हा निघून गेले. लेखनाचा उत्साह जवळ जवळ नष्ट झाला. ते तसेच सोडून देऊन इतर काही वाचन करत बसलो. रात्री अंथरुणावर पडल्यावर मात्र कादंबरीचा भुंगा मनाला पोखरत राहू लागला.

पंधराएक दिवसांचा खंड पडल्यावर एक सूत्र हाताशी आले. ते असे की;- काही झाले तरी रोज फक्त लेखन करतच पुढे जायचे. पाठीमागचे काहीच वाचावयाचे नाही. प्रत्येक प्रकरणासाठी टिपणांची जी नोंद आहे त्या नोंदीनुसारच फक्त लेखन करावयाचे. त्या नोंदीतील एखादा मुद्दा प्रकरणात आणता आला नाही; तर तेवढ्यापुरती त्याला तशी खूण करून ठेवावयाची आणि पुढे जायचे. अशा रीतीने पहिले लेखन पूर्ण केल्यावर; मग दुसऱ्या लेखनाच्यावेळी त्रुटी, विसंगती काढून टाकावयाच्या.-असे ठरवून अनेक समस्यांना त्या त्या वेळी सुचेल तसे तोंड देत पहिले लेखन पूर्ण केले.

ज्या अनेक समस्यांना मी पहिल्या लेखनाच्या वेळी तोंड दिले, त्यांतील काही ठळक समस्या अशा-

(१) कादंबरीत घडणाऱ्या घटना मुळातच कमी. घडत होत्या त्या एका अर्थी सर्वसाधारण, नेहमीच्याच. जनावरे विकणे, मरणे, कोंबडं, मेंढरू कापून खाणे, ही शेतकऱ्याच्या जीवनातील तशी नेहमीची बाब. औताची जनावरे विकताना किंवा ती मरताना वाईट वाटते; नाही असे नाही; पण जनावरांच्या गोठ्यात त्यांच्याबरोबरच अनेक वासरं, रेडकं, कोंबड्या, करडं वाढविली जातात व ती मोठी झाल्यावर विकावी लागतात. एकाच मळ्यात जन्माला येतील तेवढी सगळी जनावरे वाढवणे व कायमची सांभाळणे शक्यही नसते. काही म्हातारी होऊनही मरत असतात. त्यामुळे

जनावरांचे मरण, विक्री हे शेतावर काही विशेष नाट्य घडवून आणणारे नसते. त्यादृष्टीने ह्या घटना नेहमीच्याच. नांगर, मोटा, कुळव, बैलगाडी यांना बैल, रेडे जुंपणे व त्यांच्याकडून कामे करवून घेणे, हीही नेहमीचीच बाब. 'गोतावळा' त सगळ्या अशाच घटना घडतात; पण त्या घटनांच्या निमित्ताने होणाऱ्या नारबाच्या मनातील विशिष्ट मानसिक प्रतिक्रिया मला महत्त्वाच्या वाटत होत्या. या प्रतिक्रिया टिपण्याकडे विशेष भान ठेवून मी लेखन करत होतो; पण एकूण कादंबरीत अनेक जनावरे विकली जातात, नाहीशी होतात, मरतात, कापून खाल्ली जातात. म्हणजे सारांशाने कोणत्यातरी विशिष्ट प्रकाराने मळ्यावरची जनावरे 'नाहीशी' होत होती. आता या 'प्रत्येक' जनावराच्या नाहीशा होण्याच्या प्रसंगी 'प्रत्येक' वेळी नारबाच्या भावनिक प्रतिक्रिया 'त्याच त्याच' स्वरूपाच्या येऊ लागल्या.

तसेच नारबाच्या ह्या भावनिक प्रतिक्रिया प्रत्येक जनावराच्या नाहीसे होण्याच्या वेळी कुठे सुरू करावयाच्या आणि कुठे थांबवावयाच्या, याचे नेमके गणित मला कळेना; कारण त्या कोठूनही सुरू करून कुठेही थांबविता येणे जसे शक्य होते, तसे कितीही मोठ्या प्रमाणात त्या प्रतिक्रिया दाखविता येणेही शक्य होते; कारण त्या अंतिमतः भावनिकच असतात. त्यांना कल्पनेची जोड देत राहिले, तर त्या वाढविता येणे शक्य असते.

याच्या तारतम्याचा अंदाज मला पहिल्या लेखनात येईनासा झाल्यामुळे, कादंबरीत नारबाच्या मानसिकतेची पुनरावृत्ती होऊ लागली. तसेच तो भावनाविवश होऊन भरकटत जाऊ लागला आहे, असे लक्षात येऊ लागले. त्यामुळे कादंबरीचे लेखन आवर्तात सापडल्यासारखे झाले होते. मी नवीनवी प्रकरणे लिहिताना तिथेच घोटाळतो आहे, कादंबरीचा विकास न होता नुसता पुनरावर्तनशील विस्तार होत चालला आहे, असे वाटू लागले. एखाद्या अंधाऱ्या भुयारात प्रवास करत राहावे आणि नेमके आपण कुठे आलो आहोत, का तिथेच पुन:पुन्हा फिरून येत आहोत, हे कळेनासे व्हावे, तसा काहीसा हा अनुभव होता. त्यामुळे कादंबरी लिहिण्याचे अवसान नाहीसे होत होते. वारंवार निराशा येत होती.

त्यावेळी एक गोष्ट मनात अनाहूतपणे डोकावून गेली, की कादंबरीला घटनायुक्त असे कथानक असेल, तर ती लेखन करायला अधिक सोपी जाऊ शकते. घटनांची मालिका कार्यकारणसंबंधाने प्रस्थापित करता येते. लेखनापूर्वी ही मालिका कादंबरीच्या संकल्पित प्रकरणांत विभागता येते. प्रत्येक प्रकरणात जेवढ्या घटनांचा समावेश असतो, त्यांतील पात्रांच्या भावभावना फक्त त्या घटनांच्या अनुषंगानेच व तेवढ्यापुरत्याच व्यक्त करता येतात. प्रत्येक पात्राला त्या घटनेच्या अनुषंगाने काय वाटते एवढे सांगितले की, ते प्रकरण लिहून पूर्ण करता येण्यासारखे असते. तसेच पुढील प्रकरण हे मागील प्रकरणांशी कार्यकारण-संबंधाने जोडलेले असल्यामुळे कथानक

पुढे सरकते आहे, त्याचा विकास होतो आहे, असे वाटते. त्यामुळे कादंबरीचे लेखन कथानकाच्या नेमके कोणत्या टप्प्यावर आले आहे, याची कल्पना येते. या संदर्भापुरते तरी सगळे स्वच्छ मागचे-पुढचे दिसत असते. त्यामुळे घटनाप्रधान कादंबरी लिहिणे सोपे आहे, असे वाटते;

पण 'गोतावळा' कादंबरीत अशी कार्यकारणसंबंधावर आधारित, अनेक घटना-घटनांनी भरलेली विकसनशील मालिका नव्हती. काळ फक्त पुढे सरकत होता. ऋतुमान बदलत होते. तसेच घटनांपेक्षा नारबाच्या भावविश्वाला कादंबरीत प्राधान्य होते; त्यामुळे लेखन कोणत्या टप्प्यावर आले आहे, याची मला स्पष्ट, स्वच्छ अशी कल्पनाच येईना. त्यामुळे मी हतबल होत होतो.

(२) आतापर्यंत 'बाळा पाडा', 'इंजेन,' 'मोट', 'रेड्याची जात' यांसारख्या प्राण्यांच्या जीवनावरच्या कथा मी लिहिल्या होत्या. त्यामुळे 'गोतावळा' मधील वीसएक लहान-मोठ्या जनावरांचा गोठा आपणास सहजपणे लेखनातून प्रत्ययकारी करता येईल, असे वाटले होते. जनावरांच्या जीवनावरील 'कथां'मध्ये ती ती जनावरे प्रत्ययकारी करण्यात मी यशस्वी झालो होतो; पण कादंबरीचे लेखन करताना असे लक्षात येऊ लागले की, कथेत एक एक सुटे जनावर आपण घेतले आहे किंवा एक जोडी स्वीकारली आहे; पण कादंबरीत वीस-एक जनावरे एका दावणीत, एका गोठ्यात दाखवावयाची आहेत आणि विशेष म्हणजे गायीचा म्हशीशी किंवा रेड्यांशी संबंध नाही. एका बैलजोडीचा दुसऱ्या जोडीशी संबंध नाही. त्यामुळे दिसायला दावण एकत्र दिसली, तरी जनावरांचा परस्परसंबंध स्थापन करता येणे अशक्य आहे. आणि कादंबरी या साहित्य प्रकाराचा स्वभाव तर असा आहे की, तिच्यातील घटना, पात्रे, प्रसंग, वस्तू या परस्परसंबद्ध असल्याशिवाय व्यापक जीवनपट तयार होत नाही. मग काय करायचे, असा प्रश्न मला पडला होता. यातूनच जनावरांचे ग्रूप माझ्या मनात पक्के झाले. अंडील पाडे आणि तरुण, माजावर येणारी पाडी, कोंबडीची पिल्ली आणि कोंबडा, कुत्र्यांचा ग्रूप, थोरली बैलजोडी, म्हशी आणि रेडे यांचा ग्रूप असे तयार झाले. त्यात थोरला म्हातारा महालिंग बैल आणि निरुपयोगी झालेला हनुमंत घोडा हे एकएकटे पडले. ह्या प्रत्येक ग्रूपचा अंतर्गत संबंध जसा मी स्थापन केला, तसा त्यांचा मध्यवर्ती घनिष्ट संबंध नारबाशी स्थापन केला. ट्रॅक्टर येण्याशी ह्या सर्वांचा संबंध मनात स्थापन झालेलाच होता; पण एका ग्रूपचा दुसऱ्या ग्रूपशी संबंध मला स्थापन करता आला नाही. प्रत्यक्षातही तसा तो नसतो, हे माझ्या लक्षात आले.

हे सर्व स्पष्टपणे माझ्या लक्षात कधी आले, तर पहिले लेखन पूर्ण झाल्यावर. तोपर्यंत मी ठेचकाळतच लेखन करत होतो. नारबा आणि प्रत्येक जनावर यांचाच

फक्त संबंध स्थापन करण्याची एकाकी धडपड जाणता-अजाणता करत होतो. त्यामुळे पहिल्या लेखनात सारखा 'नारबा आणि जनावरे' यांच्या संबंधावरच भर होता. जनावरांचे काही स्वतंत्र जगणे असते, याकडे अजाणता कमी लक्ष होते. त्यामुळे पहिले लेखन पुनःपुन्हा 'नारबा आणि जनावर' यांचाच संबंध सारखा सांगणारे, त्यामुळे पाल्हाळीक, पुनरावृत्त, एकांगी झाले. त्यामुळे मला ते वाचताना कंटाळवाणेही वाटू लागले. त्यामुळे नऊ-दहा प्रकरणांनंतर माझा लिहिण्याचा उत्साह नाहीसा होत चालला होता.

(३) पहिल्या लेखनात काही ठिकाणी 'ॲनिमल फार्म' या प्रसिद्ध इंग्रजी कादंबरीतल्याप्रमाणे किंवा 'इसापनीती'तल्या प्रमाणे क्वचित ठिकाणी प्राणी नारबाशी किंचित बोलतात, असे दाखविले होते. आताच ज्या दोन पुस्तकांचा उल्लेख केला; त्यांतील प्राणी हुबेहूब माणसासारखे बोलतात. खरे तर ते माणसाचे प्रतीक म्हणूनच आलेले असतात; पण 'गोतावळा'त ते अशा पातळीवर बोलत नव्हते. नारबा त्यांच्याशी खूप खूप जवळीक साधतो आणि त्या जवळिकतेतून ते हुंबरतात, किंचित हुंकार टाकतात आणि त्या हुंकाराचा अर्थ म्हणजे त्यांचे जणू अमुकतमुक बोलणे, असे नारबाला वाटते, असे दाखविण्याचा तो प्रयत्न होता. त्या प्रयत्नातून त्या स्थितीला मी संवादरूप दिले होते.

त्याचा प्रथमदर्शनी असा परिणाम होत होता की, प्राणी नारबाशी बोलताहेत.– पहिले लेखन करताना मी जे मागचे, झालेले लेखन वाचत होतो; त्यावेळी मला याची जाणीव होत होती, आणि आपली कादंबरी 'ॲनिमल फार्म'कडे, 'इसापनीती' कडे झुकत चालली आहे; 'प्राणी' हे प्राणी न राहता त्यांची 'माणसे' होत चालली आहेत, असे वाटून निराशा येत होती.

(४) आतापर्यंतच्या प्राण्यांच्या कथा मी साक्षीनिवेदनपद्धतीने (तृतीयपुरुषी निवेदन पद्धतीने) लिहिल्या होत्या. 'गोतावळा' तही सगळे प्राणी मुके, नायक नारबा हाही ढोरगडी, अबोल, सगळे सोसत राहणारा; तसेच कादंबरीत काही घटना मळ्यात घडतात; तर काही घटना गावात घडतात असे दाखवावे लागणार आहे...वस्तुस्थिती अशी आहे; तेव्हा मुक्या प्राण्यांविषयी नीटपणे सांगावयाचे असेल, अबोल नारबाला नायक म्हणून नीटपणे व्यक्त करावयाचा असेल, मळ्यातील आणि गावातील घटनांना समानवृत्तीने नीटपणे न्याय द्यावयाचा असेल, तर आपणाला साक्षीनिवेदन पद्धतीच अवलंबावी लागणार, हे मी आरंभीच गृहीत धरून 'गोतावळा'चे पहिले लेखन त्या पद्धतीने करीत गेलो;

पण कादंबरीचे पहिले लेखन चालू असताना अगोदरची प्रकरणे मी जेव्हा पुन्हा वाचू लागलो आणि विशेष म्हणजे संपूर्ण पहिले लेखन पूर्ण झाल्यावर जेव्हा मी कादंबरी पुन्हा वाचून काढली, तेव्हा ती निवेदकाचा फारच वरचष्मा असलेली

कादंबरी मला वाटू लागली. कथेत हा प्रकार, ही वस्तुस्थिती मला सोसते; कारण तिचे युनिट लहान असते. त्यामुळे ते साक्षीनिवेदन अंगावर आल्यासारखे होत नाही. तरीही अरविंद गोखले, जी. ए. कुलकर्णी, प्रभाकर पाध्ये यांच्या कथांतील साक्षीनिवेदने माझ्या अंगावर येतात. मला ती सोसत नाहीत. उदाहरणासाठी म्हणून हे सांगितले. शिवाय साक्षीनिवेदन-पद्धतीत पात्रांच्या वर्तनाला वाव देत, त्यांना बोलके करून, त्यांचे संवाद घडवत जर निवेदन केले तर ते सोसते. ते एकजीव वाटते; उपरे वाटत नाही. साक्षीनिवेदन पद्धतीत काही लेखक पात्रांना जवळजवळ बाहुल्यांसारखे वागवतात. त्यांच्याविषयी सर्व काही आपणच सांगतात. त्यामुळे त्या साहित्यकृतीचा खरा 'नायक' एखादे पात्र न वाटता, तृतीयपुरुषी निवेदन करणारा लेखक हाच (नायक) वाटतो. तृतीयपुरुषी निवेदन हे पात्रांच्या घडामोडींना, वर्तनांना केवळ आवश्यक तेथेच मदत म्हणून वापरावयाचे असते, याचे भान बऱ्याच लेखकांना नसते. 'गोतावळा' च्या पहिल्या लेखनात असेच झाले होते. त्यात मुक्या प्राण्यांची बाजू मांडताना, नारबाविषयी सर्व काही सांगताना ही निवेदनपद्धती बोलघेवडी, अवाजवी बडबड करणारी, प्राणी व नारबा यांना मागे ठेवून त्यांच्याविषयी आपणच सर्व काही सांगणारी अशी वाटू लागली. त्यामुळे सगळे पहिले लेखन काहीसे उथळ, बहिर्मुख, मूळ वस्तूच आपल्या बाजूला ठेवून आपणच (निवेदनच) सर्व काही सांगणारे, लेखकालाच 'नायक' पदवी देणारे असे वाटू लागले. त्यामुळे कादंबरी फसत गेल्याची तीव्र जाणीव होत होती.

या व इतर बारीकसारीक कारणांमुळे पहिल्या लेखनानंतर एक घोर निराशा आली आणि आपणास कादंबरी लिहिता येणे अशक्य आहे, असे वाटू लागले.

## दुसरे लेखन

आलेल्या या निराशेतून पहिले लेखन बरेच दिवस पडून होते. मध्ये चार-पाच महिने तसेच गेले. तरीही माझ्या मनात अजाणता काही गोष्टी चालूच असाव्यात असे वाटते; कारण एवढी निराशा आली होती; पण मनातून लेखन काही केल्या जात नव्हते.

चार-पाच महिने गेल्यावर एकदा ते पुन्हा सहज वाचावयास घेतले. मग त्याच्या अपयशाचा विचार मनात जोरात सुरू झाला. त्यातून काही मार्ग सुचत गेले.

(१) 'नारबा आणि जनावरे' यांच्याच संबंधांवर केवळ भर न देता, जनावरांचे एक स्वतंत्र विश्व असते, ते आपण अधिक स्पष्टपणे उभे केले पाहिजे, याची जाणीव झाली. या जाणिवेतून जनावरांना व त्यांच्या प्रत्येक ग्रूपला, त्यांच्या मूलधर्मी

स्वभावांना पोषक अशी धूसर उपकथानके उभी करत गेलो. त्यांची मुद्देवजा स्थूल रूपरेषा आखून घेतली.

(२) पाणी जे एका विशिष्ट अर्थाने बोलके केले होते, ते तसे करायचे नाहीत, त्यांना मुकेच ठेवावयाचे; मात्र त्यांच्याशी आत्यंतिक जवळीक साधणाऱ्या नारबाच्या मनातील त्यांच्याविषयीच्या प्रतिक्रिया आवश्यक तेथे उत्कटतेच्या पातळीवर मनोमनच नोंदवायच्या, असे ठरविले. त्यामुळे एका बाजूने वास्तवाच्या पातळीवर प्राणी मुकेच आहेत, असे जाणवेल; तरी नारबाच्या मानसिक पातळीवर (त्या प्राण्यांना काय वाटत असेल याची) नोंद घेतल्याने त्यांचे (प्राण्यांचे) संवेदन काय असू शकेल, हेही दाखविता येईल; मग प्राणी हे प्राणी म्हणूनच अवतरतील. 'माणसा'कडे ते झुकणार नाहीत, असे वाटले.

असा विचार आल्याने कादंबरीत नारबाच्या मनोविश्वाला फार महत्त्वाचे स्थान मिळत गेले. आता हे स्थान जर पक्के करावयाचे, तर मग साक्षीनिवेदनपद्धती कशाला अवलंबायची? नारबाच्या मनात काय काय येते हे प्रत्येकवेळी सांगताना साक्षीनिवेदकाला घडोघडी परकाया प्रवेश (नारबाच्या मनात प्रवेश करून, जणू तोच होऊन) करून नारबाचे मनोविश्व, भावविश्व उकलत बसावे लागणार. मग नारबालाच का निवेदक म्हणून बोलके करू नये, असा प्रश्न पडला.

नारबा तर अबोल, कमी बोलणारा, सगळे सोससोस सोसणारा. त्याला जर आत्मनिवेदनपद्धती देऊन बोलका केला, तर तो या साक्षीनिवेदन पद्धतीतील निवेदकासारखा बोलघेवडा, बडवड्या होईल, अशी काळजी वाटू लागली.

आत्मनिवेदनपद्धती दोन प्रकारची आहे. एक : दुसऱ्या कोणाला तरी सांगण्याची भूमिका घ्यावयाची व निवेदन करावयाचे. उदा. 'पाचोळा'ची निवेदनपद्धती) व दुसरी नाटकातील 'स्वगता'सारखी; स्वतःशीच विचार करत बसल्यासारखी. नारबाला बोलघेवडा किंवा बडबड्या करायचा नसेल, तर पहिली पद्धत आपण टाळली पाहिजे, असा निर्णय मनाशी पक्का झाला.

मग दुसरी पद्धत काहीशी सुधारून स्वीकारायची, असे मी ठरविले. नारबा केवळ घडून गेलेल्या घटनांवर स्वतःशी विचार करत बसला आहे, असे न दाखवता त्याच्या मनातच ह्या सर्व घटनांची नोंद होते आहे, मनातल्या मनातच तो सर्व प्रतिक्रिया नोंदवतो. तो ह्या प्रतिक्रियांच्या पार्श्वभूमीवरच इतरांशी थोडे थोडे अधूनमधून बोलतो आहे किंवा कृती करतो आहे, असे दाखवावयाचे मी ठरविले. मला मराठी योग्य शब्द सुचत नाही; पण बाहेर घडणारी एखादी गोष्ट एखाद्या माणसाच्या मनावर कशी 'रजिस्टर' होत जात असावी, त्या गोष्टीबरोबरच त्याच्या मनात त्या गोष्टीविषयीच्या प्रतिक्रियाही त्याचक्षणी कशा उमटत असाव्यात, याची कल्पना करून, मी 'गोतावळा' ला आत्मनिवेदनपद्धती दिली.

ही आत्मनिवेदनात्मक पद्धतीच्या दुसऱ्या प्रकाराला जवळची आहे; पण आत्मनिवेदन मात्र नाही. कारण तात्त्विकदृष्ट्या विचार करता 'आत्मनिवेदना'चे शब्दरूप हे त्या व्यक्तीचे (इथे नारबाचे) 'शब्दरूप' ठरते. ती त्या व्यक्तीची (नारबाची) भाषा, भाषारचना, शब्दनिवड ठरते आणि कादंबरीतील 'कलानुभव' हा तर प्रतिमा, प्रतीके, सूचकता, संयम, विशिष्ट शब्दरचना, शब्दनिवड, शब्दांचे ध्वन्यर्थ, अनुभवाची एकूण सौंदर्यसंघटना त्यांनी व्याप्त असतो, यांनी भारलेला असतो. कलानुभवाची ही सर्व गुणवत्ता, आत्मनिवेदनपद्धती अवलंबिली, तर त्या व्यक्तीच्या नारबाच्या व्यक्तिमत्त्वाची गुणवत्ता ठरते, हे मराठीतील कुणा समीक्षकांच्या फारसे लक्षात येत नसले, तरी मला तो धोका पत्करायचा नव्हता;

पण रूढ आत्मनिवेदनाची कोणतीही पद्धत स्वीकारली, तरी हा धोका निर्माण होणार होता. म्हणजे असे की, मनोमन का होईना नारबा अमुक एका भाषेत बोलतो आहे, अमुक एक प्रकारचे प्रतीक, प्रतिमा वापरून बोलतो आहे, अमुक एक प्रकारचा ध्वन्यर्थ निर्माण होईल अशी प्रौढ, विदग्ध शब्दरचना करून बोलतो आहे, असा आभास निर्माण होणार होता. मला (लेखक म्हणून) तो निर्माण करावयाचा नव्हता.

इथेच शब्द (भाषा) या साहित्याच्या माध्यमाची एक चमत्कारिक मर्यादा माझ्या लक्षात आली. साहित्यकृतीत कोणतीही भावभावना (अनुभव) व्यक्त करताना तिला फक्त 'शब्दरूप' देऊनच व्यक्त करता येते. आणि हे 'शब्दरूप' कोणीतरी हा अनुभव, ही भावभावना मनातल्या मनात किंवा दुसऱ्याशी 'बोलते' आहे, असाच आभास निर्माण करते. वास्तविक, पुष्कळ वेळा साहित्यकृतीत भावभावना किंवा कलानुभव फक्त 'व्यक्त' करावयाचा असतो; तो 'बोलका' करण्याची कलावंताची इच्छा नसते; पण साहित्यकृतीच्या माध्यमाची मर्यादाच अशी की, तो तात्त्विकदृष्ट्या परमार्थाने बोलकाच (शब्दरूपच) होतो. मग तुम्ही कोणतीही निवेदनपद्धती वापरा; ती तिथे अपयशीच ठरते. कारण शब्दाचा आंगिक धर्मच 'बोलके' होणे हा आहे.

माझ्यापुढे एक शृंगापत्ती अनपेक्षितपणे निर्माण होऊन बसली. कोणतीही निवेदनपद्धती वापरली तरी संकट येते, दोष निर्माण होतो, याची स्पष्ट जाणीव मला झाली. तीतून काही वाट काढण्याचा प्रयत्न मी 'गोतावळा' ला वापरलेल्या काहीशा वेगळ्या, अनोख्या आत्मनिवेदन पद्धतीने माझ्यापरीने केलेला आहे. तिच्यातून 'गोतावळा' कादंबरीचा कलानुभव साधला आहे. नारबाच्या मनातील संवेदनांना नारबाने आपल्या भाषेत स्पष्टपणे दिलेले हे 'शब्दरूप' नाही, तर नारबाच्या मनात साकळलेले, केवळ रजिस्टर झालेले जे संवेदनाविश्व आहे, ते नारबाच्या भाषेशी, शब्दांशी, वृत्तीशी उत्कटतेने सुसंगत ठेवून 'लेखकाने दिलेले' हे 'शब्दरूप' आहे. म्हणून ही (दुसरा योग्य शब्द सुचत नसल्यामुळे म्हणा पाहिजे तर) आत्मनिवेदनाच्या

दुसऱ्या पद्धतीला जवळची अशी आत्मनिवेदनपद्धती आहे; पण ते नारबाचे 'आत्मनिवेदन' मात्र नाही.

ही विशिष्ट आत्मनिवेदनपद्धती दुसरे लेखन करताकरताच सुचत गेली. मग तीच अधिक जाणिवेने वापरू लागलो. हे दुसरे लेखन एकदम वेगळे होत आहे, याचा अनुभव येऊ लागला. नारबा केंद्रस्थानी ठोस स्वरूपात आला. सगळ्या कादंबरीचा पटच केवळ त्याच्याभोवती पसरल्यागत झाला. गावातल्या, रानातल्या घटना त्याच्या कक्षेतच घडू लागल्या. प्राण्यांविषयीच्या नारबाच्या भावनांना आता नारबाच्या अंगाने प्रत्यक्षता आली. सगळ्या प्राण्यांचे भावविश्व नारबाच्याच मनात कसे आहे, हे आता सहजपणे दाखविता येऊ लागले. हे दुसरे लेखन इतके वेगळे होत चालले होते की, पहिले लेखन संपूर्णपणे आपोआपच बाद होत चालले. फक्त कारणपरत्वेच त्याचा (पहिल्या लेखनाचा) वापर करू लागलो. मनोमनी का असेना; नारबा बोलका झालेला असल्याने (आणि 'मी'च माझे अनुभवविश्व प्रथमारंभीच त्याला बहाल केलेले असल्याने) माझा अंतरात्माच तिथे व्यक्त होऊ लागला आणि त्यातून व्यापक पटावर आत्माविष्कार होत असल्याने त्याचा एक अनोखा आनंद मला प्रथमच मिळत गेला. माझ्या कथा-कवितांत त्या आत्माविष्काराला नाही म्हटले तरी एक स्फुटता, त्रुटितता होती; इथे मात्र प्रथमच त्याला एक मनमुराद सलगता मिळालेली होती. त्यामुळे इथे होणाऱ्या आत्माविष्कारात प्रथमच एक अनोखा आनंद मिळत गेला;

पण ह्या आत्माविष्काराच्या भरात एक चूक पुनःपुन्हा होत होती. जी एक धूसर स्वरूपाची उपकथानके मी मनात योजलेली होती, ती टप्प्याटप्प्याने एकत्रित चालवणे कठीण जात होते.- १) पाडी व दोन अंडील पाडे यांचे २) कुत्र्यांची कहाणी ३) कोंबड्यांचा प्रवास ४) एकाकी घोड्याचा प्रवास ५) वर्षभर पुढे सरकत जाणारे ऋतू तदानुषंगिक शेतीची कामे व स्थिती.- लेखनाच्या दृष्टीने अशी पाच उपकथानके कल्पिता येतील. त्यांतील एका उपकथानकाचे लेखन सुरू झाले की, मी त्याच्या विशिष्ट मूडमध्ये घुसत असे. त्या भरात ते इतर उपकथानकांचे अवधान न ठेवता एकटेच पुढे जाई; किंवा इतर उपकथानकांना त्रोटक, स्थूलरूप देत ते स्वतः मात्र फुलून येई. इतर उपकथानकांकडे दुर्लक्ष होई. प्रकरण पूर्ण झाल्यावर, दुसरे दिवशी त्या प्रकरणाचे वाचन करू लागल्यावर हा घोटाळा माझ्या लक्षात येई.

त्यावरून एक गोष्ट माझ्या लक्षात आली,- आतापर्यंत मी कथा हाच गद्य लेखन-प्रकार हाताळत होतो. माझे कथाकार-व्यक्तिमत्त्वच आतापर्यंत लेखन करत होते. कथेचे युनिट (परिमाण) अनुभवाच्या दृष्टीने लहान असते. तिच्यात एकच कथानक असते. त्या एकाच कथानकाला पूरक-पोषक अशी पात्रे-प्रसंग असतात.

तिला एकच एक भावस्थिती असते. एकदा का त्या भावस्थितीत घुसून आपण लेखन करू लागलो, की आरंभापासून अखेरपर्यंत तेवढ्याच कथानकावर पात्र-प्रसंगावर भान ठेवून 'शेवट'पर्यंत जाता येते;

पण कादंबरीच्या लेखनाची प्रकृती अशी नाही. तिच्यात प्रकरणे असोत अथवा नसोत; सर्व उपकथानकांवर लक्ष ठेवून ती टप्प्याटप्प्याने चालवावी लागतात. एखादेसुद्धा अपेक्षेपेक्षा पुढे गेले, तर सगळे लेखन (त्याचा तोल) बिघडते. त्यामुळे एखाद्या उपकथानकाच्या भावस्थितीत घुसल्यावर व लेखन सुरू केल्यावर (कथेतल्याप्रमाणे) ते शेवटपर्यंत नेता येत नाही. ज्या टप्प्यावर सर्व उपकथानके आणली पाहिजेत असे वाटत असते, त्या टप्प्यावर नेऊन ते उपकथानक मध्येच थांबवावे लागते. प्रयासपूर्वक त्यातून आपली मनःस्थिती काढून घ्यावी लागते व दुसऱ्या उपकथानकात प्रयासपूर्वकच घुसावे लागते, त्याची (पूर्वीच) अर्ध्यावर सोडलेली भावस्थिती पकडून पुन्हा त्या विशिष्ट टप्प्यावर आणून ते सोडावे लागते. अशी सर्व उपकथानके विशिष्ट टप्प्यावर आणत आणत त्यांचा परस्परसंबंध प्रस्थापित करत करत पुढे जावे लागते.

म्हणजे 'कथा' लेखनाला एकावधानी लेखनवृत्ती लागते; तर तुलनेने कादंबरीला अष्टावधानी लेखनवृत्ती लागते. कथेच्या घोड्यावर एकदा स्वार झालो, की तो घोडा शेवटपर्यत नेता येतो व प्रवास पूर्ण होतो; पण कादंबरी ही बारा घोड्यांच्या रथासारखी आहे. हे सर्व घोडे एकसमयावच्छेदेकरून चालवता येण्याचे कसब आपल्याजवळ असावे लागते; तरच कादंबरीचा रथ अपेक्षित ठिकाणी शेवटापर्यंत यशस्वीपणे जाऊन पोचू शकतो किंवा 'कथा' ही एखाद्या वाद्यासारखी मानता येईल. एखाद्या रागात किंवा संगीतरचनेत बुडून जाऊन तिचा आविष्कार कलावंताला त्या वाद्याच्या माध्यमातून यशस्वीपणे करता येईल; पण कादंबरी ही ऑर्केस्ट्रासारखी आहे. आम्हा वाजविणारा जो मुख्य असतो, त्याला ती सर्वच वाद्ये योग्य नियंत्रणांत ठेवून एकसमयावच्छेदेकरून किंवा योग्य त्या वेळी, योग्य त्या जागी वाजवावी लागतात. ती मागे-पुढे करून चालत नाहीत. तरच आर्केस्ट्रातील वाद्यसंगीत एकजीव होऊन जाते. कथा ही नारळीच्या झाडासारखी सरळसोट वाढू शकते; पण कादंबरी ही वटवृक्षासारखी अनेकशाख असते. तिचा विकास अनेकपदरी, व्यामिश्र स्वरूपाचा असतो. 'गोतावळा' चे लेखन करताना हे माझ्या विशेष लक्षात आले. फारच दीर्घकाळ एखादा साहित्यप्रकार हाताळल्यावर, त्यावर हात बसल्यावर, त्याला आपली प्रकृती सरावल्यावर; दुसरा साहित्य प्रकार हाताळणे त्यामुळे फारच कठीण जात असावे, असे वाटते. विशेषतः कथेकडून कादंबरीकडे जाताना हे विशेष जाणवत असावे. त्यामुळेच की काय, काही साहित्यिक जन्मभर एखादाच साहित्य प्रकार सुरक्षितपणे हाताळत असावेत असे वाटते. तसेच ते इतर साहित्य प्रकार

प्रसंगी हाताळताना अपयशी का होतात तेही कळते. अनेक कारणांपैकी हे एक महत्त्वाचे कारण मानावे लागते.

अशा समस्यांना तोंड देत दुसरे लेखन पूर्ण झाले. तरीही या दुसऱ्या लेखनाने खूप समाधान दिले. समस्यांना तोंड देतानाही, त्यांचे आव्हान स्वीकारण्यातही आनंदच वाटत होता. मनोमन कुठेतरी लेखन चांगले होत आहे, याची खात्री वाटत होती. हे लेखन इतके चांगले झाले की, पहिले लेखन संपूर्णपणे बादच झाले आणि कादंबरीच्या निर्मितीतील हे 'दुसरे लेखन' हेच खरे 'पहिले लेखन' ठरले.

## तिसरे लेखन

दुसरे लेखन झाल्यावर मध्ये काही काळ जाऊ दिला. ते मनावेगळे झाले असे वाटल्यावर मग ते पुन्हा वाचण्यास घेतले. त्याची योग्य ती काटछाट, योग्य ती किरकोळ नवी भर, योग्य त्या ठिकाणी विस्तार आवरता येणे, ते सघन करणे इत्यादी स्वरूपाचे संस्करण करत राहिलो. असे करत शेवटापर्यंत जेव्हा पोचलो, तेव्हा माझ्या लक्षात एक गोष्ट आली, की कादंबरीचे दोन भाग सरळ सरळ पडतात. ट्रॅक्टर घ्यावयाचा आहे, हे गृहीत धरून मी कादंबरीला सुरुवात केलेली होती. मालक वर्षभर आपल्या परीने जनावरे, झाडे, पिके वगैरे विकून ट्रॅक्टरसाठी पैसा साठवण्याचे प्रयत्न करीत आहे आणि कादंबरीच्या शेवटी ट्रॅक्टर येतो आहे, असे दाखविले होते. वाचन झाल्यावर मला वाटू लागले की, शेवटी ट्रॅक्टर ज्या दणक्याने व ज्या पद्धतीने येतो, त्यामुळे तो अचानक आल्यासारखा, काहीसा कादंबरीच्या शेवटी शेवटच्या एक मोठा दणका वाचकाच्या मनावर देण्यासाठी खास करून राखून ठेवलेला आहे, असे वाटू लागले. म्हणून मी नवे एक प्रकरण लिहिले आणि ते कादंबरीच्या आरंभी पहिले प्रकरण म्हणून घातले. आजही ते 'गोतावळा' त पहिले प्रकरणच आहे. दुसऱ्या लेखनात 'गोतावळा' कादंबरी दुसऱ्या प्रकरणापासूनच सुरू होत होती; पण आता ते तिसऱ्या लेखनात 'दुसरे प्रकरण' झाले आहे. अशा रीतीने सिद्ध झालेलें तिसरे लेखन मी फेअर करून काढले.

## शेवटचे (चौथे) लेखन

हे तिसरे लेखन मी माझ्या तीन-चार सुहृदांना वाचून दाखविले. त्यांनी काही प्रतिक्रिया व्यक्त केल्या; त्या अशा :-

(१) 'कादंबरीचा शेवट आपसूक होतो आहे. ट्रॅक्टर आल्यावर नारबा सरळ

मळा सोडून मुकाटपणे जातो आहे. त्याचे हे जाणे अगदी सहज दाखविले आहे. त्यामुळे असे वाटू लागते की, कादंबरी अजून पुढे चालूच आहे. जिथे ती संपली आहे, तिथे ती अचानक संपली आहे, असे वाटते.'

-मला ही सूचना पटली. मी ती मनाने स्वीकारली. मुका नारबा, जनावरांसारखाच मुकाटपणे जातो आहे, शेवटी त्याच्याबरोबर काळे कुत्रे तेवढे येते आहे, असे दाखविले होते. हा शेवट आपसूक झाला होता.

(२) 'कादंबरीच्या कथानकाने ग्रामीण विभागातील आर्थिक बाजूला प्रत्यक्षपणे स्पर्श केला असता, तसेच ट्रॅक्टरच्या आगमनाचा सर्व गावावर काय परिणाम होतो, हे दाखविले असते, तर कादंबरीला अधिक सामाजिकता प्राप्त झाली असती.'

-मला ही सूचना विचारात घ्यावी असे वाटले नाही; कारण कादंबरीचा एकूण सूर (टोन) भावनात्मक (लिरिकल) आहे. ह्या सुराला प्राधान्य देऊन जेवढा आर्थिक बाजूला स्पर्श करता येईल तेवढा मी केलाय, असे मला वाटले. ट्रॅक्टर हा येतो तो जास्त धान्य पिकविण्यासाठी येतो; सगळ्या मळ्यांच्या मालकांना आर्थिकदृष्ट्या सुखी करण्यासाठी येतो, ही सूचना मी माझ्यापरीने कादंबरीत 'अंडरटोन' ठेवून दिलेली आहे. मला महत्त्वाचा सूर पकडावयाचा होता तो या नव्याच्या आगमनाच्या गडबडीत जुन्यातील काही फार चांगले हरवते आहे, तसेच या नव्या यंत्रनिष्ठ संस्कृतीत जुन्या संस्कृतीतील दुबळा घटक (शेतमजूर) पारच चिरडला जाणार आहे; त्याच्या अस्तित्वाला, पर्यायाने सामान्य, श्रमिक माणसाला तिथे आता स्थान उरणार नाही; तो या नव्या व्यवस्थेने पार बाहेर, वाऱ्यावर फेकून दिला जाणार आहे, हे मला दाखवावयाचे होते. नव्या यंत्रनिष्ठ संस्कृतीत मानवाचा निसर्गाशी, प्राणिजीवनाशी संबंध राहणार नाही, जो मानवाच्या हितासाठी फारच मूलभूत स्वरूपाचा असा आहे. तो नष्ट झाला तर नव्या संस्कृतीतील चैतन्याचा गाभाच हरवणार आहे, हे मी सबंध कादंबरीभर सुचवले होते.

आर्थिक-सामाजिक बाजूला प्राधान्य दिले, तर मी पकडलेला हा प्रमुख सूर गौणस्थानी जाईल आणि गौणस्थानी ठेवलेला सूर प्रमुख स्थानी येईल, असे वाटले. म्हणून ही सूचना मी स्वीकारू शकलो नाही. त्यावेळचे ('गोतावळा' कादंबरीच्या काळातील) माझे साहित्यिक व्यक्तिमत्त्वही भावनात्मक, काव्यात्मक गुणवत्तेचे होते. त्या व्यक्तिमत्त्वाच्या विरोधात जाऊन मला हे करता येईल, असे वाटले नसावे. हेही कारण मी ही सूचना न स्वीकारण्याचे असावे;

मात्र पहिली सूचना स्वीकारून मी शेवटचे जुने प्रकरण काढून टाकले आणि आज जे 'गोतावळा'त प्रकरण आहे, ते लिहिले. जुने प्रकरण काढून टाकताना माझ्या लक्षात आले की, सबंध कादंबरीभर नारबा जे सोससोस सोसतो आहे, त्याचा एक अंतिम स्फोट कुठेतरी होणे आवश्यक आहे. हा स्फोट होण्याने त्याची खरी

उद्‌ध्वस्तता प्रत्ययाला येणार आहे, याची जाणीव झाली. या जाणिवेच्या पोटीच ट्रॅक्टरचा ड्रायव्हर जो पाड्याला मारतो आणि नारबा त्या ड्रायव्हरला उचलून दूर नेऊन टाकतो व त्याच्या हातातील काठी काढून घेतो; हा प्रसंग मी नव्याने प्रकरण लिहिताना त्यात घातला. त्याच्या मनाची स्फोटक स्थिती नीटपणे त्या प्रसंगात प्रत्ययकारी होईल अशा विस्ताराने रेखाटली. जुने प्रकरण काढून हे नवे प्रकरण तिथे घातले आणि मग पुन्हा एक-दोन सुहृदांना कादंबरी वाचून दाखविली. त्यांच्या एक-दोन सूचना पुन्हा पुढे आल्या. त्या अशा :–

(३) 'सबंध कादंबरीत पहिल्या आणि शेवटच्या एक-दोन प्रकरणांतच फक्त ट्रॅक्टर येतो आहे; मध्ये तो कुठेच जाणवत नाही. वास्तविक ती या कादंबरीतील केंद्रवर्ती घटना आहे. ट्रॅक्टर हा केंद्रवर्ती संघर्षातील जणू प्रमुख पात्र आहे. तो असा आरंभी आणि एकदम शेवटी दाखविण्याने एक प्रकारची कृत्रिमता आल्यासारखी वाटते. मूळ जुन्या संस्कृतीतल्या प्राणिविश्वाने व्यापलेल्या सगळ्या कादंबरीला ती प्रकरणे आरंभी आणि शेवटी ठिगळे जोडल्यासारखी वाटतात. त्यामुळे नव्या यंत्रनिष्ठ संस्कृतीचे आगमन जुजबी पद्धतीने दाखविल्यासारखे वाटते. त्यामुळे ती संस्कृतीच कादंबरीत प्राणहीन, पोकळ वाटते. तसेच ती ट्रॅक्टरच्या शेवटच्या येण्याने अचानक आणि आक्रस्ताळीही वाटते.'

(४) 'जो नारबा पंधरा-वीस वर्षे त्या मळ्यावर जगला, ज्याने तेथील झाडाझुडांवर, निसर्गावर, माळावर, प्राण्यांवर आणि तेथील मातीवर प्राणापलीकडे प्रेम केले, त्यात जीव ओतला, तो नारबा त्या मळ्यातून जाऊ शकेल का, याचाही गंभीरपणे विचार झाला पाहिजे.'

विचारांती मला ह्या दोन्हीही सूचना पटल्या. तिसऱ्या सूचनेमुळे तर कादंबरीचे पुनर्लेखन करणे अत्यावश्यक झाले. त्याशिवाय ट्रॅक्टरचे शेवटचे आगमन अर्थपूर्ण करता येणार नाही, याची जाणीव झाली. म्हणून पुन्हा जिद्दीने लेखनाला बसलो. आणि त्या लेखनातच अगदी पहिल्या प्रकरणापासून शेवटच्या प्रकरणापर्यंत ट्रॅक्टरचे अस्तित्व अधिकाधिक प्रमाणात कसे जाणवत जाईल, याची दक्षता घेत गेलो. एखाद्या गायनाच्या वेळी जसा तंबोरा गायकाच्या मागे सतत आपला एक सूर पकडून असतो आणि तो सूर त्या गायनात सर्वत्र पसरून असतो, त्या पार्श्वभूमीवर गायन अधिक प्रभावी होते, तसे त्या तंबोऱ्यासारखे ट्रॅक्टरचे अस्तित्व सबंध कादंबरीभर प्रत्येक प्रकरणात नाना स्वरूपांत जाणवत राहील याची दक्षता घेऊन ते लेखन केले.

चौथ्या सूचनेचा विचार करताना माझ्या असे लक्षात आले की, नारबा जसा त्या मळ्यातून निघून जाणे शक्य नाही; तसा तो तिथे राहणेही शक्य नाही. तो किंकर्तव्यमूढ अवस्थेत असेल, याची जाणीव झाली. म्हणून तो मी परसाकडेला जातो, -काळजीने (काहीतरी निमित्ताने) त्याला हगवण लागलेली आहे, त्याच्या

हातापायांतले बळ व मानसिक बळही नाहीसे झाले आहे; अशा अवस्थेत तो शिवेवर (सीमेवर) हातपाय गाळून बसतो आणि 'काय करू तरी आता?' असा प्रश्न स्वतःलाच टाकतो; असे शेवटच्या लेखनात दाखविले. हाच शेवट 'गोतावळा' त सध्या आहे. त्या अगोदरच्या शेवटात तो निघून जातो, असे दाखविले होते.

'गोतावळा' ही जशी एका युगान्ताची कहाणी आहे, तशी ती माझ्या एका सघन काव्यात्म व्यक्तिमत्त्वाच्या अंताची कहाणी आहे. १९५पासून १९७० पर्यंत मी ग्रामीण कविता लिहिलेली आहे. विशेषतः १९५५ ते ६५ हा काळ कवितेच्या ऐन बहराचा मानावा लागतो. माझ्या सगळ्याच ग्रामीण कविता प्रसिद्ध झालेल्या नाहीत; त्या सगळयाच प्रसिद्ध करण्याच्या योग्यतेच्या आहेत, असेही नाही; पण त्या काळात मी काव्यात्मतेच्या अंगाने जीवनाचे विशेष अनुभव घेतलेले आहेत. त्या अनुभवांनी युक्त अशा अनेक ग्रामीण कविता लिहिल्या आहेत. 'गोतावळा' वाचून या कवितांकडे आपण वळलो, तर असे दिसून येते की, त्यांतील अनेक कविता 'गोतावळा'च्या विस्तीर्ण सरोवरात बुडालेल्या आहेत. त्यांचा गंध 'गोतावळा'ने आत्मसात केला आहे. त्या कवितांच्या अनेक खुणा 'गोतावळा'त जागोजागी दिसतात. 'रेड्याची जात' ही (मार्च १९६३, 'सत्यकथा ') माझी कथाही अशीच 'गोतावळा' त बुडालेली आहे. 'इंजेन' चे बीज तर मी उघडउघड 'गोतावळा' साठी स्वीकारले. यावरून एक गोष्ट उघड होते की, 'गोतावळा' पूर्वीच्या काळात मी जे माझे ग्रामीण अनुभवांनी युक्त असे त्या काळातील माझे व्यक्तिमत्त्व ग्रामीण कथा-कवितांमधून स्फुट आणि त्रुटित स्वरूपात व्यक्त करू पाहत होतो, तेच व्यक्तिमत्त्व सलग आणि व्यापक अर्थपूर्ण स्वरूपात 'गोतावळा' त प्रकट झाले. 'गोतावळा'च्या दुसऱ्या लेखनाने मला जो अनोखा आणि उत्कट आनंद होत होता, त्याचे कारण हेच आहे. जसा हा आनंद शब्दांच्या साहाय्याने स्वतःला स्वतःतून बाहेर काढण्याचा होता; तसा स्वतःला स्वतःमधून संपवून टाकण्याचाही होता. 'गोतावळा' ही कादंबरी अंतिम स्वरूपात लिहून झाल्यावर मला कसे हलके हलके वाटत होते. एका दीर्घ आजारातून उठल्यावर एक थकलेला आनंद मिळतो, तसा आनंद मला मिळत होता.

'गोतावळा' प्रसिद्ध झाल्यावर एकदा मुंबईत मी, श्री. पु. भागवत, सौ. विमलताई भागवत, समीक्षक माधव आचवल हॉटेलात जेवत होतो. माधव आचवलांना 'गोतावळा' खूप आवडली होती. त्यांनी मला जेवता जेवता विचारले, " 'गोतावळा' लिहिल्यानंतर तुम्हाला काय वाटलं?" मी फटकळपणे आणि मिस्कीलपणे चटकन उत्तर दिलं, "मला ना? मरावंसं वाटलं."

आचवल एकदम हसले. मग गप्पच बसले.

जेवण झाल्यावर परत घरी जाताना मला म्हणाले, "तुम्हाला जे वाटलं, ते खरोखरच अर्थपूर्ण आहे. हातून चांगली कलाकृती घडल्यावर कलावंताला असंच

वाटत असावं.''

दुसऱ्या दिवशी पुण्याला परतलो. प्रवासात एकटाच आचवलांच्या म्हणण्याचा विचार करू लागलो व माझ्या मनातील सत्य शोधू लागलो. सत्य वेगळेच होते.

माझे एक महत्त्वाचे, माझ्या मनाची फार मोठी जागा व्यापून असलेले अनुभवविश्व माझ्या अंतर्यामातून मोडीत निघून नाहीसे झाले होते. तिथे एक प्रचंड पोकळी निर्माण झाली होती. त्यामुळे रिते रिते वाटत होते... एक अत्यंत मोलाचा मानसिक ठेवा नाहीसा झाला. आता आत काहीच शिल्लक नाही. जगण्यासारखे आता आपल्याजवळ काय शिल्लक राहिले आहे ?- असे वाटत होते. त्या क्षणी ज्ञानेश्वरांनी 'ज्ञानेश्वरी' लिहिल्यावर समाधी का घेतली, याचा एक वेगळाच मानसिक अन्वयार्थ मला लागला. ती संताची अध्यात्मिक समाधी नव्हती. ती कलावंताची 'सर्वार्थाने स्वतःला व्यक्त करून बसलो, आता माझ्या मनाला खरवडून काढले तरी काहीही मानसिक शिल्लक राहिलेले नाही,' असे सांगणारी खूण होती. इतिहासात तिची तशी नोंद नाही. ज्ञानदेवासारख्या एका कलावंत व्यक्तिमत्त्वाने आपल्या परीने स्वतःला संपूर्ण आविष्कृत केलेल्या, थकलेल्या, तरी खूप आनंदित झालेल्या मनातच शेवटी ती नोंद राहून गेली, असे त्याक्षणी तीव्रतेने वाटले. एका अर्थी तो आत्मप्रत्यय होता.

१९७०साली 'गोतावळा' चे लेखन पूर्ण झाले. आज त्याला चौदा वर्षे पूर्ण झाली. त्यानंतरच्या या वर्षांत 'गोतावळा'च्या प्रकृतीचे माझ्या हातून एकही लेखन झाले नाही. तत्पूर्वी मात्र अशा प्रकारचे लेखन कथा-कवितांतून भरभरून प्रकटत होते. याचा अर्थच असा की, 'गोतावळा' ने १९७० साली माझे एक व्यक्तिमत्त्व संपुष्टात आणले आणि आपल्यात ते साठवले. 'गोतावळा' ही त्या व्यक्तिमत्त्वाची शब्द-समाधी आहे.

# शैलीच्या निर्मितिप्रक्रियेचे स्वरूप

प्रस्तुत लेखात 'भय' या ललितलेखाच्या निर्मितिप्रक्रियेतील शैलीचे स्वरूप पाहावयाचे आहे. ते पाहण्यासाठी प्रथम 'भय'चे अंतिम लेखन व नंतर 'भय' चेच पहिले लेखन पाहू; व मग परिच्छेदश: त्यातील शैलीच्या निर्मितिप्रक्रियेच्या अंगाने विचार करू.

## - अंतिम लेखन -

### भय

#### १

१. गोऱ्या सरनोबताचा मळा सोडून आम्ही शिंप्याचा मळा केला. गावात दोन सरनोबत होते. एक काळा नि दुसरा गोरा. गाव त्याला 'गोरा सरनोबत'च म्हणे. त्याच्या मालकीचे चार मळे. त्यानं जवळ जवळ आम्हाला आपल्या रानातनं हकलूनच दिलं. रात्रंदिवस आम्ही सगळे राबत होतो. तरी त्याचा फाळा फिटत नव्हता. म्हणून त्यानं दुसऱ्याला मळा लावला. आम्हाला शिंप्याच्या मळ्यात यावं लागलं. तिथं मातीतली राबणूक सुटत नव्हती; तरी वैताग दुसराच होता.

शिंप्याचा मळा हा 'भूतवाड्यातला मळा' म्हणून ओळखला जात होता. सांजसकाळ ढोरं राखून मी शाळा करत होतो. गोऱ्या सरनोबताचा मळा असताना भुताखेताच्या नुसत्याच गप्पागोष्टी करत होतो. त्या गोष्टी करताना फार काही वाटत नसे; पण आता मला रोज ढोरं घेऊन भुतांच्या गजबजलेल्या भागातनं जावं-यावं

लागू लागलं.

२. तशी इथं भुतं नांदत असली तरी माणसांची वर्दळ कमी नव्हती. ह्या भागात दोन मळे होते. दोन विहिरी होत्या. त्यांच्यामधनं जाणारी पांद पुढं सांगाव, हुपरी, रेंदाळ, मांगूर या गावांकडे पायवाटा सोडत जात होती. ह्या वाटा प्रचंड पसरलेल्या माळावरनं वेड्यावाकड्या जात. माळावर चार-पाच महिने पावसाळ्यात ढोरं चरायला येत. मळ्याला जाणारे रोजगारी, मळेकरी, गाव लांब नसल्यामुळं आंघोळीला येणारी माणसे, धुण्याला येणाऱ्या बाया, पांदीनं परगावाला जाणारे वाटसरू, माळाला येणारी ढोरंराखी पोरं यांचा भूतवाड्यात दिवसभर वावर असे.

३. माझी ढोरं दिवसभर भूतवाड्याच्या माळानं, खबदाडीनं, किल्ल्याच्या रानातनं भुतांना न जुमानता निर्मळ मनानं चरू लागली; पण सरनोबताच्या मळ्यातनं आलेल्या माझ्या निर्मळ मनात इथं आल्यावर काहीबाही जमू लागलं. त्यात वाटेल तसल्या गोष्टींची, कल्पनांची, भासांची गजबज उडू लागली.

४. गावंदर सोडून पांदीत उतरताना लगेच डाव्या बाजूला आठ महिन्याचं पोर पोटात घेऊन मेलेली एक वडरीण होती. कण्हेरीकराच्या वाड्याला खणीतनं फोडलेली दगडं गाडा भरून नेत असताना भर उन्हात तिला इथं झीट आली नि ती पडली. तिथंच तिचा जीव गेला, असं तिच्याबद्दल माणसं सांगतात.

पांदीच्या तोंडालाच आत जाताना उतार होता. उतारापासनं पुढं बराच भाग खडकाळ. तिथनं बैलगाड्या जाऊन जाऊन मोठ्या चाकोऱ्या पडल्या होत्या. नुसत्या चाकोऱ्याच नव्हत्या, तर अधनंमधनं खड्डं पडून व्हंगाळया तयार झाल्या होत्या. जाताना - येताना आठवड्यातनं एखादी तरी गाडी तिथं उलटलेली असायची. रात्री जेवणवक्तीच्या वेळी जाणाऱ्या गाड्या हमखास उलटायच्या.

५. माणसं म्हणायची, "ही वडरीण हितं गाड्या उलटती." रात्री जळणाची, गवताची, माळव्याची, औतअवजारांची ओझी घेऊन जाताना माणसांचे पाय मुरगळायचे. कुणी ठेचकाळून व्हंगाळीत पडायचं. लोकांना वाटायचं, वडरिणीचाच ह्यो डाव असणार. तिचा जीव थंड व्हावा म्हणून जाता-येता माणसं पांदीला, वाटेवरला एक एक नारळाएवढा दगड तिच्या ढिगावर टाकत.

"आई, हिच्यावर दगूड गं का टाकत्यात? " मी.

"आरं, वडरीण हाय ती. तिला दगडं फोडाय लागत्यात. दगडं दिली नसली की ती वैतागती नि जाणायेणाऱ्या माणसाला ढकलून देती, गाड्या उलटून टाकती."

मला ते खरंच वाटलं... उचलंल एवढा दगूड आपूण रोज तिच्या ढिगावर न्हेऊन टाकला पायजे. मग ती मला ढकलणार न्हाई. माझी वळख ठेवंल... भुतासंगं वळखपाळख असली, की मंतरलेला ताईत मिळतो. भुताच्या पालखीचा गोंडा

मिळतो. मग कसलं भ्या न्हाई. भुईवर गोंडा फिरीवला की पुरलेलं धन दिसाय लागतं.

६. मी रोज नेमानं त्या ढिगावर दगड टाकू लागलो. खडकाळ माळाला खरजेचे फोड आल्यागत दगडंच दगडं पसरली होती. पांदीच्या तोंडाला डाव्या बाजूला भला मोठा ढीग झाला होता. तो 'वडरिणीचा ढीग' म्हणून ओळखला जात होता... 'ढिगाबुडी वडरीण अगदी चेंदामेंदा झाली असंल. रात्रीचं भूत होऊन हिंडायला ती बाहीर कशी येईल,' हा प्रश्न मला जाता-येता छळत असे. काळी कुळकुळीत, बिनचोळीची, पोट उबार असलेली, पांढऱ्या फटक डोळ्यांची नि तसल्याच दातांची वडरीण न कळत माझ्या मनाच्या धर्मशाळेत उतरून बसली होती.

७. पुढे पांदीच्या दोन्ही बाजूंना नागफडं वाढलं होतं. त्यातनं नारळीच्या झाडासारखे लांबच लांब बारीक सोट उगवलेले असत. त्यांच्या शेंड्याला चारी बाजूंनी लांब देठ सुटून हिंगणमिङ्याच्या आकाराची फळं लागत. ती वाळली की खुळखुळ वाजत. आक्का म्हणाली, ''हे सोट रात्री पालखी निघाली, की भुतं अब्दागिरीसारखी खांद्यावर धरून नाचत्यात. खुळ्ळम् खुळ्ळम् खुळ्ळम् खुळ्ळम्...''

''बाबा गाऽ!''... भुतांची पालखी मनासमोर नाचू लागली.

८. जवळच असलेल्या किल्ल्यातनं अशी फार मोठी पालखी निघत असे. तिला अडीचशे-तीनशे वर्षांची परंपरा होती. इतिहासप्रसिद्ध घाटगे सरदार ह्या भागाचे राखणदार होते. शिवपुत्र राजारामाच्या काळात त्यांच्या ताब्यात हा किल्ला होता. मोगलांनी जेव्हा ह्या किल्ल्यावर हल्ला केला, तेव्हा ह्या गावचे अकराशे लोक त्यात मारले गेले. तेच पुढं भुतं होऊन अचानक येऊन किल्ल्यावर हल्ले करू लागले. म्हणून मोगलांना काही दिवसांतच हैराण होऊन किल्ला सोडून जावं लागलं - अशी चालत आलेली कथा.

ते अकराशे लोक आता प्रत्येक अमावश्येला वेताळाची पालखी मिरवत माळानं हिंडतात. पहाटे 'वेताळ-तळ्या'पाशी येतात. तिथं महिन्याची सभा घेतात नि गडप होतात. वेताळतळ्याच्या भोवतीनं गोल काळीभोर दगडं भुईतनं वर आलेली आहेत. अशी शेपाचशे दगडं आहेत. त्यांना गावातलं कुणी ना कुणी अमावश्येला जाऊन शेंदूर लावून येतं. वेताळाला पिवळ्या भाताचा, उकडलेल्या अंड्याचा सालना देतं. माणसं म्हणतात, 'ही भुतं पहाटे दगडं होऊन पडतात.'

९. माझी ढोरं पाणी प्यायला गेली की, 'वेताळ-तळ्या'त तासतासभर पोहणी पडत. त्या वेळात मी ती 'भुतं' न्याहाळून बघत असे. त्यांचे विद्रूप चेहरे त्या दगडांत वेगवेगळ्या आकारांत दिसत. आऽ केलेले जबडे, फेंदारलेली नाकं, वटारलेले डोळे यांचा भास होई. एखादं भूत खाली मुंडी घालून नि पाय वर वर करून भुईत घुसलेलं दिसे. सगळी भुतं चेहऱ्यामोहऱ्यासह मनात साठवत होतो. 'रात्री ती पालखीच्या

वेळी जिती झाल्यावर कशी दिसत असतील' याची कल्पना करत होतो.

१०. आजारी पडून, म्हातारी होऊन मेलेल्या माणसांची भुतं गावाला वणवा द्यायची नाहीत. खरा त्रास व्हायचा तो शिंप्याच्या विहिरीत जीव दिलेल्या सासुरवाशिणी भुतिणींचा आणि घराजवळ असलेल्या 'पोटफाडी'तल्या भुतांचा.

११. सासुरवाशिणी भुतं होऊन दुसऱ्या सासुरवाशिणीला लागीरत. त्यांना मिरचीची धुरी देऊन, मंत्र घालून देवरशी पळवत. देवरशी त्यांना न दिसणाऱ्या दोरीनं गच्च बांधत. ती ओरडत, आक्रोश करत, आपल्या तळमळणाऱ्या आत्म्याच्या वेदना सांगत. नाइलाजानं त्यांनी कुणाला तरी धरलेलं असे. त्यांना हे मंतरे, देवरशी ढोराला बडवल्यागत बडवत. 'सालना देतो', 'कोंबडं देतो' म्हणून लालूच दाखवून पळवून लावत. भूत लागिरलेल्या माणसाचं फार हाल होई. ते बघवत नसे.

१२. कधी कधी रात्रीचं कुणी त्या भागात गेलं नि भुतांच्या तावडीत सापडलं, की भुतं त्याला घोळसून घोळसून अर्धमेला करत. त्याचे सांधे खिळे ठोकून गच्च करत. त्या माणसाला मग चालताच येत नसे. दुंडाप्पा वाण्याची अशी दशा ह्या भुतांनी कायमची करून टाकली होती... कुणी म्हणतं, देशमुखाच्या वाड्यात तरुणपणी त्याला देशमुखानं कशावर तरी सही घेण्यासाठी मरूस्तवर मारलं होतं; पण आम्हा पोरांना ते खरं वाटत नसे. 'भुतानं घोसळलं' हेच खरं वाटे.

१३. अण्णाप्पाबरोबर कधी कधी मी मळ्यावर वस्तीला जाई. सुगीचे दिवस असत. आभाळ नितळ, स्वच्छ. चांदणं टिपूर पडलेलं असे. पांदीत झाडांच्या गर्दीमुळं वेड्यावाकड्या लिंबाच्या शेंड्यावर, उंबराच्या शेंड्यावर, बांधावरच्या बाभळीच्या ढाप्यांवर कधी कधी कुणीतरी बसून झोके घेतंय असं वाटे. खळ्यावर कणसं असल्यामुळं त्यांच्यावरच अंथरूणं टाकून उघड्यावरच झोपावं लागे. सगळी झाडं, किल्ल्याचे प्रचंड बुरूज, नागफड्याचे उंच सोट, माळाचा विस्तीर्ण पसारा बघून मन आठंग्या जंगलात चुकलेल्या कोकरासारखं होई. काहीही खसफसलं तरी भूत आलं असं वाटे. भुतं अनेक रूपं घेऊन येत. पांदीत रात्री मुंगसं इकडं -तिकडं पळताना दिसली की, भूतच मुंगसाचं रूप घेऊन चाललंय असं वाटे. एखादा कोल्हा अंधारातनं गुमान जात असे. कंदिलाच्या उजेडात लांबवर अचानक त्याचे हिरवे डोळे चमकत आणि माझे हातपाय सटपटत... खळ्यावर पडून डोळे मिटल्या मिटल्या या सगळ्या गोष्टी आठवत.

## २

१४. घराशेजारी 'पोटफाडी' होती. तिथं मारामारीत पडलेले, गावातले नि आसपासच्या गावचे खून झालेले, आत्महत्या केलेले, अपघातात मेलेले, विहिरीत

पडून मेलेले मुडदे डॉक्टरी पंचनाम्यासाठी आणत.

*१६. या पोटफाडीच्या उजव्या बाजूला मांगवाडा. डाव्या बाजूला पन्नास पावलांवर आमचं घर. पोटफाडीची इमारत तीन-चार वाव लांब, तीन-चार वाव रुंद आणि वर मंगलोरी कौलं असलेली, काळ्या घडीव दगडांची होती. दोन्ही बाजूंना दोन खिडक्या. त्यांना फळीची दारं. उगवतीला एक मोठा दरवाजा. नऊ-दहा फूट उंच. त्याला पाच-सहा फुटापासनं वर काचा होत्या. खाली भक्कम फळीचं करकरत उघडणारं दार. आतल्या बाजूला पत्र्याची चार-साडेचार फूट उंचीची एक खाटेसारखी चौपायी होती. उशाकडच्या नि पायशाकडच्या बाजूला तिला दोन नळ्या खाली तोंडं करून बसवल्या होत्या.

१७. आलेला मुडदा या खाटेवर ठेवला जाई. त्याचं पोट फाडलं जाई. आतली आतडी तपासली जात. डॉक्टर ती रबरी हातमोजे घालून तपासत. त्या दोन नळ्यांतनं मुडद्याचं रक्त खाली टिपकत असे. खाटेचा पत्रा रक्तानं लालभडक होई. सगळी तपासणी झाली की चिवट दोऱ्यानं मुडद्याचं पोट, वाकळ शिवावी तसं शिवलं जाई. नंतर गणगोताच्या ताब्यात दिलं जाई. मग ती खाट पाणी मारून धुतली जाई. मोरीच्या मोठ्या नळ्यातनं मावळतीला लालभडक पाणी येताना बघ्या लोकांना दिसे.

* टीप : अंतिम लेखनात १५वा परिच्छेद संपूर्ण गाळला आहे.

पुष्कळ वेळा हा मुडदा खाटेवर आणून फाडण्याच्या तयारीनं उघडानागडा करून ठेवला जाई. दवाखान्यातनं पुढं आलेला इस्माइल सगळी तयारी करून डॉक्टरांची वाट बघत बसे.

समोरचं दार झाकलेलं असलं तरी दोन्ही बाजूंच्या खिडक्या उजेडासाठी उघडलेल्या असत. माणसं ह्या खिडक्यांतनं डोकावून मुडदा बघत. इस्माइल त्यांना हाकलून देई. आमच्याकडच्या बाजूला जी खिडकी होती, त्या खिडकीतनं चोरागत जाऊन मी खिडकीचे गज धरून हळूच भिंतीवर पाय रेटून मुडदा बघे... भेसूर नागडा मुडदा. अंगावर कुऱ्हाड-विळ्याचे घाव; तुटलेले, खापललेले अवयव, आऽ वासलेला जबडा, उघडे भेसूर डोळे... चित्र भयानक दिसे. विहिरीत पडून मेलेली, फुगलेली आणि माश्यांनी खाल्लेली बाई किळसवाणी दिसे.

त्यांना फाडताना आणि तपासणी करतानाही आतड्याचं भेंडोळं बघवत नसे. तरीही दात नि नाक गच्च धरून मी ते बघून घेई. सगळा हिडीस प्रकार; पण बघण्याची उत्सुकता दांडगी. एकदा बघितल्यावर आठआठ दिवस ते चेहरे मनासमोरून जात नसत. पोटफाडीत मुडदा आला की, गावातल्या भुतांत एक नवी भर पडे. त्या नव्या भुताचा चेहरा मी ध्यानात धरून ठेवी.

१८. मुडदा फाडून झाला की, अब्दुल नावाचा नोकर भरपूर पाणी मारून आणि कसलं तरी उग्र औषध टाकून पोटफाडी स्वच्छ धुऊन टाकी... पोट फाडणं, आतडी वर काढणं, ते शिवणं, रक्त सांडणं, ते धुऊन टाकणं हा उद्योग म्हणजे भूत तयार करायचं चाललेलं काम, असं मला वाटे.

असं नवं भूत तयार तयार झालं, की मग इस्माइल खिडक्या लावून, करकरता दरवाजा बंद करी. आणि सामानाची पेटी काखेत मारून निघून जाई. दरवाज्याला भलं मोठं कुलूप लावलेलं असे...जणू तयार झालेलं ताजं भूत पक्क्या बंदोबस्तात ठेवलं जाई.

आठ दिवस मग रातचं पोटफाडीच्या आसपास कुणी फिरकत नसे. मला मात्र तास रातीला ढोरं घेऊन तिथनंच यावं लागे. भीतभीत, मी म्हशीची शेपूट धरून, तिच्या आडाआडानं आमच्या घराच्या परड्यात येई. आईला हाक मारी. आई परड्यात आली की जीव भांड्यात पडल्यागत होई. निवांत असल्यामुळं रात्री पुष्कळ वेळा पोटफाडीवर बसून घुबडं ओरडत नि थोड्या वेळानं निघून जात. जणू भुतांचा हुजऱ्या पुढं येऊन नवं भूत येणार असल्याची वर्दी देऊन गेल्यागत वाटे.

१९. या पोटफाडीत हळूहळू एक बदल होत गेला. मांगवाड्यातली तरुण मंडळी दिवसभर या पोटफाडीच्या पायरीवर सावलीला बसून इस्पिटांनी खेळत. घडीव काळ्या दगडांच्या तीन पायऱ्या एका माणसाला झोपता येईल इतक्या रुंद आणि लांब होत्या. दुपारचं त्या पायऱ्यांवर मंगलोरी कौलांच्या वाढत्या वळचणीची सावली पडे. त्या सावलीत तरुण पोरं खेळत, कधी नुसत्याच गप्पा मारत.

मुडदे काही नेहमीच येत नसत. महिन्या-दोन महिन्यांतून एखादा आला तर आला, नाही तर नाहीही. कधी कधी पाच-सात महिनेही यायचा नाही. हळूहळू प्रेतांची तपासणी नव्या हॉस्पिटलात होऊ लागली आणि 'पोटफाडी' हे नावच शिल्लक राहिलं.

२०. ह्या खेळणाऱ्या ताठर पोरांनी दरवाज्याचा कडीकोयंडा नि कुलूप हळूहळू निखळून काढलं. पोरं मग आत जाऊन बसू लागली. पुढं पुढं एक-दोन वर्षांत खिडक्यांची दारं नि मुख्य दरवाजाही एक एक करत नाहीसा केला.

पूर्वी पोटफाडीच्या आत भुताटकीचा अंधार कोंडल्यामुळं भय वाटत होतं. आता तिन्ही बाजूंच्या दारा-खिडक्यांतनं येणाऱ्या उजेडामुळे ती भगभगीत दिसू लागली. पोरं आत जाऊन चक्क मुडदा फाडायच्या खाटेवर बसून खेळू लागली... त्यांचा अवतारही तसाच असल्यामुळं तरणी तरणी भुतंच खेळताहेत अस वाटे; पण ही भुतं माणसातलीच असल्यामुळं आणि त्यांची-माझी ओळखही असल्यामुळं, पोटफाडीतील मुडद्यांच्या भुतांविषयी माझं भय हळूहळू कमी होऊ लागलं.

मांगवाडा म्हणजे गावाच्या बाहेरची ओसाड वस्ती. तिथल्या माणसांच्या वाटणीला

गावानं दिलेली गलिच्छ जागा, मोडकीतोडकी पडसर घरं, वाशांची छपरं, उनाताणात करपून काळी जळकी झालेली अंगं, अंगावर मांस नसल्यानं हाडांचे झालेले सापळे, त्यांच्या तोंडावरच्या वाढलेल्या दाढ्या नि डोईवरचं जंगल, यामुळं ती जित्या माणसांची भुतं वाटत.

३

२१. पोटफाडीजवळ पन्नास-साठ पावलांवर असलेल्या पडक्या घरावर छप्पर घालून शंकर तिथं राहत होता. प्रौढसाक्षर वर्गात वाचायला शिकला होता. चांगल्यापैकी पावा वाजवत असे.

त्याला सहा-सात पोरं. दीडदीड वर्षाच्या अंतरानं सगळी झालेली. थोरलं कोणतं नि लहानगं कोणतं, कळायचं नाही. भुताच्या पिलावळीगत.बायकोही काळी झिपरी. नेहमीच पोट वाढलेली. पुढ्यातल्या पोटाच्याही पुढं एखाद्या पोरीला घेऊन तिच्या डोईतल्या उवा मारायची. थोरली पोरगी आईच्या डोईतल्या उवा तिच्या पाठीमागं उभी राहून त्याचवेळी मारायची. बाकीची पोरं उघडीनागडीच भोवतीनं फिरत. कधी खेळत, खेळता खेळता भांडणं करत, एकमेकांच्या खोड्या काढत, दंगा-धुडगूस घालत. आई त्यांना अधनंमधनं उठून धबाधबा मारत असे. त्यांच्या खोड्यांना वैतागून बेंबीच्या देठापासनं ओरडत असे.

२२. शंकर दिवसभर कामाला जाई. मिळेल त्याचा रोजगार करी. पिळून निघाल्यागत होऊन दीस बुडताना परत येई. कधी काम नसलं म्हणजे दिवसभर घरीच असे. घरी असल्यावर पोरं नि बायको त्याला फाडून त्यात. त्याच्याकडं सारखे पैसे मागत. बटारं आणत नि चहाबरोबर खात. शेवचिवडा, चिरमुरं-लिमज्या असला खाना आणत. गर्दी करून बसत नि तसेच बकाबका खाऊन मोकळी होत. पुष्कळ वेळा शंकरनं दिलेले पैसे अशा खान्यातच संपवून टाकत.

शंकर संध्याकाळी कामावरनं जीव टाकायला परत आला की, बायको पुन्हा त्याच्याकडं पैसे मागायला लागे.

"रेशनला पैसं द्या."

"सकाळी देऊन गेलो हुतो न्हवं?"

"त्येचं पोरांस्नी खायाला आणलं."

"काय?"

"शावचिवडा नि बटारं आणली. च्यासंगं खाल्ली."

"तुझ्या आयला तुझ्या! रेशनला पैस दिलं हुतं त्येचा शावचिवडा आणून खाल्लीस रांडं! तालेवाराची हाईस? का तुझ्या आयला त्यो गोरा सरनूबत लावला

हुता?''

''गऽप बसा! उगंच तोंड करू नगासा. एवढी पोरं काढून ठेवलाईसा त्यांस्नी चवी-रवीनं काय खायाला नगं? त्येंचा जीव न्हवं? का ढोरं हाईत ती?''

''माझ्या जवळ न्हाईत पैसं. हुतं ते तुला दिलं हुतं.''

''मग कोण दुकानदार देत असंल उसनं तर जुंधळं नि तांदूळ आणा जावा पाच पाच किलो.''

''कोण देणार न्हाई मला. दुकानदार मला उसनं द्यायला का मी वतनदार न्हवं.''

२३. अशी भांडणं चालत. ह्या भांडणात एखादं पोरगं ''दे की बाबा खायाला पैसं'' म्हणून पैसे मागत असे. त्याच्या पाठीत मग कधी शंकरचा दणका बसे. एकाला दणका बसला की बाकीची खिक् खिक् करून हसत.

बायकोच्या ह्या स्वभावामुळं शंकरला दीसभर रोजगार करून कधी कधी रातचं उपाशीच निजावं लागे.

२४. माझी आई म्हणे, ''काय रं रांड वायचळल्यागत करती ही. डुकरिणीगत सारखी पोरं काढत बसलीया. ती पोरंबी भुतागत सगळी मिळून बाऽवर तुटून पडल्यात नि त्येला खात्यात.''

२५. घर असं खायला उठलं नि पोटफाडीत मांगाची पोरं बसलेली नसली की शंकर एकटाच तिथं जाई. पावा वाजवत बसे. परड्यात येऊन मी कधी उंबराच्या झाडाबुडी शाळेतनं येऊन गोष्टीचं पुस्तक वाचत बसलेला असे. त्या वेळी त्याचा पावा वाजू लागला की झाडाबुडीच ऐकत बसे; पण पोटफाडीत जायला काही मन घ्यायचं नाही, धाडसही व्हायचं नाही.

मुडद्याचं रक्त, त्याचा चेहरा, त्याच्या पोटाला घातलेले वाकळी टाके हे सगळं आठवे.

२६. पण पाव्याच्या नादानंच हळूहळू पायरीवर जाऊन बसू लागलो. पावा ऐकू लागलो. शंकरशी काहीबाही बोलू लागलो. त्याला येत असलेलं माझ्या आवडीचं गाणं वाजवायला सांगू लागलो. मग तो खूष होई. डोळे मिटून गाणी वाजवी. सगळी दुःखाची गाणी. पावा नेहमीच्या पाव्यापेक्षा थोडा मोठा होता. डिबरीपासनं पाच-सहा बोटं अंतरावर बोटं ठेवायच्या भोकांच्या नेमकं खाली एक भोक पाडून, त्याच्यावर त्यानं कोष्टी किड्यानं अंडी घालण्यासाठी केलेलं पांढरं घर काढून चिकटवलेलं असे. त्यामुळं एक व्याकूळ करणारी कातरता त्याच्या पाव्याच्या आवाजाला येई.

२७. त्याला विचारलं, ''शंकर, हितं बसल्यावर भ्या वाटत न्हाई?''

''कसलं भ्या?''

''भुतांचं.''

"काऽय करत न्हाईत हितली भुतं."

"खरं?"

"त्येंनी मला काय केलं असतं तर मी हितं बसीन काय?"

"न्हाई की."

"ती गरीब असत्यात."

"कशावरनं?"

"आता तूच बघ की. जल्माला कट्टाळून ज्येंनी जीव दिला, त्येंचंच मुडदं हितं येत्यात. ती बिचारी गरीब असत्यात म्हणून त्येंचं खून हुत्यात, हिरीत जीव देत्यात, ईख खाऊन मरत्यात. मेल्यावर ह्या जगातनं सुटल्यागत हुईत असंल त्यांस्नी. मग भूत होऊन पुन्ना ह्या जगात कशाला शाण खायाला येतील ती?"

"पर माणसं तर म्हणत्यात हितं लई भुतं हाईत आणि ती माणसाला लागिरत्यात."

"मनाचं खेळ असत्यात ते. आता तू रोज बघतोस न्हवं; मी हितं तासतास दोनदोन तास रातीपतोर बसतोय. कवा कवा उनाचं ह्या खाटंवर खुशाल पडतोय. कोऽ ऽण काय करत न्हाई मला. उलट निवान्तपणा हाय; सुखानं नीज लागती... मन पाक पायजे बघ. मग भूत न्हाई नि फीत न्हाई."

दिवस जात होते. नववीत गेलो होतो.

२८. माझं भुताचं भय हळूहळू चेपत होतं. पोटफाडीच्या पायरीवर बसून शंकरचा पावा ऐकायला सरावलो होतो.

गावचा उरूस झाला. त्यात एक रंगीत पावा विकत घेतला. शाळेतनं परत आल्यावर, सकाळी माळाला ढोरं चारताना वाजवण्याचा प्रयत्न करू लागलो. एखादं गाणं थोडं वाजवायला आलं की तहान-भूक हरत होती. भोवतीचं सगळं विसरून जाऊ लागलो. माळाला आहे का घरात आहे, घटकाभर ढोरं चारून जेवायचं आहे, हे त्या नादात विसरू लागलो.....शंकर तीन-तीन, चार-चार तास पोटफाडीत पावा का वाजवत बसतो याची कल्पना येऊ लागली.

२९. दीस नुकताच बुडला होता. किनीट पडत चालली होती. कुणाच्या घरात दिवा लागला होता, कुणाच्या घरात नव्हता. मळ्याकडनं धारंच्या म्हशी घेऊन घराकडं यायला निघालो होतो. माणसाला माणूस, चेहरा हरवलेल्या सावलीसारखं का असेना, पण दिसत होतं. मनाला नकळत कातर लागली होती. कधी एकदाचा घरात जाऊन पोचेन असं झालं होतं.

संध्याकाळी उजेडाचं कधी येऊन पोटफाडीत बसलेला शंकर दिवेलागण झाली तरी तिथंच पावा वाजवत बसला होता.

पोटफाडीवरनं जाताना मी शंकरला हाक घातली, "शंकर, रात झाली. फुरं कर

की आता.''

''हाऽ!'' म्हणून पुन्हा पावा वाजवू लागला. घरधनी दरयापार गेलेल्या विरहिणीचं गाणं अधिकच संथ कातर लयीत वाजवीत होता. म्हशी गोठ्यात बांधता बांधता मी ते ऐकत होतो.

न्हाणीत जाऊन हातपाय धुऊन चूळ भरली. घरात गेलो. आईनं दिलेला चहा प्यालो. गल्लीत जाऊन पोरांबरोबर तासभर बोलत बसलो. जेवायची वेळ झाली म्हणून परत आलो. भावंडांबरोबर बोलत पोटभर जेवलो. जेवणं झाल्यावर आईनं सांगितलं म्हणून म्हसरांना गवताची एक एक पेंढी टाकायला गोठ्यात गेलो.

३०. गेलो तर शंकरचा पावा वाजतच होता. गोठ्याच्या बाहेर घातलेल्या कुसवावर एक पाय देऊन कान टवकारले. पोटफाडीतनंच घुमरे सूर येत होते. दुःखाचं गाणं वाजत होतं...एवढ्या रातचं पोटफाडीत बसून एकटाच वाजीवतोय! मला काळजी वाटू लागली. म्हसरांना एक एक पेंढी गवत टाकले नि घरात जाऊन ते सूर मनात घुमवत झोपून गेलो.

सकाळी घराशेजारी कुणी तरी ठोऽ ठोऽ बोंब ठोकली. गुंगीत पडलो होतो ते धडपडून उठलो. आई परड्याकडे पळत चालली होती. मागोमाग आक्का पळाली.

३१. पोटफाडीत हलकल्लोळ उडाला होता. शंकरची बायको पत्र्याच्या खाटेवर झोपलेल्या शंकरवर पडून ऊर बडवून घेत होती, जीवतोड आक्रोश करत होती. भोवतीनं उघडीनागडी पोरं 'बाबाऽ बाबाऽ' म्हणून हंबरडा फोडत होती... पावा शेजारीच पडलेला. शंकर शांत झोपलेला होता. खूप खूप थकल्यागत दिसत होता. गालफाडं आत ओढलेलं तोंड गरीब झालेलं. तोंडावाटे रक्ताची उलटी पडलेली. ती वाळून गेलेली. जवळच ढेकणाच्या औषधाची बाटली हताश होऊन पडल्यागत झालेली.

बघता बघता सगळा मांगवाडा फुटला नि पोटफाडी माणसांनी गच्च भरून गेली.

दुपारी त्याचं पोट फाडलं नि डॉक्टरी पंचनामा झाला. पोटफाडीत जाऊनच शंकरनं ढेकणाचं औषध पिऊन जीव दिला, याचं सगळ्या गावाला आश्चर्य वाटलं.

३२. महिनाभर रोज म्हशी घेऊन पोटफाडीवरनं जाता-येता शंकरची आठवण होई. गाणं हरवून बसलेली पोटफाडी भकास दिसे. ती बघून मन अस्वस्थ होई. तिथल्या आठवणाऱ्या भुतांचे चेहरेही आता गरीब वाटू लागले.

३३. या आठवणीही पाच-सहा महिन्यांत धूसर होत गेल्या.

४

गरिबीतही शिक्षणासाठी माझी धडपड चाललेली. वर्गशिक्षक गल्लीतच असल्यानं त्यांना माझी परिस्थिती माहिती असलेली. हायस्कूलचं वाचनालय त्यांच्या ताब्यात होतं. एक दिवस कोल्हापूरला जाऊन त्यांनी बरीच नवी पुस्तकं विकत आणली होती. आम्हाला बुकर टी. वॉशिंग्टनचा एक धडा होता. त्याचं छोटेखानी चरित्र त्यांनी आणलं होतं. "तू हे वाच. तुझ्यासारखाच शिक्षणासाठी धडपडणारा तो एक मुलगा होता," असं म्हणून त्यांनी मला ते वाचायला दिलं होतं.

जेवणानंतर रात्री भान हरपून मी ते वाचत होतो. वरून सरनोबती रंगाची दिसणारी साहेबी माणसं आतून किती काळीकुट्ट असतात, माणसालाच कशी पिळून खातात, हे वाचून मन सुन्न होत होतं. काळाकुट्ट दिसणारा बुकर टी. वॉशिंग्टन आणि त्याची आई मनानं किती सरळ आणि गरीब आहेत, हे वाचून डोळ्याला पाणी येत होतं... रात्री बऱ्याच उशिरा वाचन संपलं नि पुस्तक पिशवीत ठेवलं.

तंद्रीतच झोप लागली... एक चमत्कारिक स्वप्न पडत गेलं. उनात जळून जळून बुकर टी. वॉशिंग्टनसारखा काळाकुट्ट झालेला शंकर स्वप्नात आला. त्यानं माणसांचा पक्ष सोडला होता. काळ्याकुट्ट भुतांचा पक्ष धरला होता. वेताळ-तळ्याच्या काठावर भुतांची सभा भरली होती. सभेत स्टेज म्हणून पोटफाडीतल्या पत्र्याच्या खाटेचाच उपयोग केलेला. तिच्यावर खाली पाय सोडून शंकर बसलेला. खाटेच्या दोन्ही नळ्यांतनं खाली त्याचं रक्त ठिबकतलं. तो बोलू लागला, "आमच्या गावात अस्सल भुतं हाईत. तुम्ही दुसऱ्याच्या मालकीच्या पडसर जाग्यात ऱ्हाता; पर ती आपल्या हक्काच्या रानातनं ऱ्हात्यात. त्येंच्यातलं देवरशी म्हणत्यात, 'आम्ही भुताचं बाप हाय.'... म्हणून त्येंच्या तावडीतनं सुटून मी हितं आलोय. "...असं काहीबाही सांगत होता.- शेवटी त्यानं भुतांच्या करमणुकीसाठी पाव्यावर एक सुखाचं गाणं वाजवलं.

गाणं संपलं नि भुतांनी कडाडून टाळ्या वाजवल्या. त्यांचे हात चमत्कारिक दिसत होते. त्यांच्या टाळ्यांचा आवाजही धबाक धबाक असा चमत्कारिक येत होता.

त्या टाळ्यांनी मला जाग आली... परातीत आई धबाधबा हात बडवून भाकरी करत होती... कष्ट उपसून उपसून वाळून कोळ झालेली नि उनानं जळून काळी मिचकूट पडलेली आई. चुकून एक टाळी जागेपणीही भुतानं वाजवल्यागत तिच्या भाकरी थापटण्याचा आवाज होत होता.

३४. नंतर मला भुताचं स्वप्न कधी पडलं नाही. त्यांचं भयही कधी वाटलं नाही; पण हळूहळू माणसांची चमत्कारिक स्वप्नं पडू लागली...

## - पहिले लेखन -

### भुतांचे भय

१. सरनोबताचा मळा सोडून दादानं शिंप्याचा मळा केला- नि माझं सकाळचं ढोर घेऊन जाणं तिकडनं आंब्याच्या वळीनं जायच्या ऐवजी इकडनं चांभारवाड्यातनं सुरू झालं. सगळं काही न्यारं न्यारं दिसू लागलं. सरनोबताचा मळा असताना गल्लीत बसून भुताखेताच्या नुसत्या गप्पागोष्टी करत होतो. त्या गोष्टी करताना फार काही वाटत नसे. गोष्टी करायच्या नि झोपायच्या वक्ताला घराकडं जायचं; पण आता मला रोज ढोरं घेऊन भुताच्या गजबजलेल्या भागातनं जावं-यावं लागू लागलं. भुतांच्या या भागात मी दिवसभर ढोरं चारत हिंडू लागलो.

२. भूतवाडा म्हणूनच सगळं गाव ह्या भागाला ओळखत होतं. तशी इथं भुतं नांदत असली तरी माणसांची वर्दळ कमी होत नव्हती. ह्या भूतवाड्याच्या भागात दोन मळं होतं. दोन विहिरी होत्या. या दोन विहिरींच्या मधनं जाणारी पांद पुढं सांगाव, हुपरी, रेंदाळ, मांगूर या गावाकडं पायवाटा सोडत जात होती. ह्या वाटा सैरावैरा प्रचंड पसरलेल्या माळावरनं जात होत्या. त्यामुळं मळ्याला जाणारे रोजगारी, मळेकरी, गाव तसं फार लांब नसल्यामुळं आंघोळीला येणारी बापय माणसं, धुण्याला येणाऱ्या बाया, पांदीनं परगावाला जाणारं वाटसरू, माळाला येणारी ढोरंराखी पोरं यांचा भूतवाड्यात दिवसभर सारखा वावर असे.

३. ह्या दोन मळ्यांतला एक मळा आम्ही केला नि माझी ढोरं दीसभर ह्या भूत-वाड्याच्या माळानं, खबदाडीनं, किल्ल्याच्या रानातनं भुतांना न जुमानता खाली बघून चरू लागली. सरनोबताच्या मळ्यातनं आलेल्या माझ्या कोऱ्या मनात हितं आल्यावर काहीबाही जमू लागलं. ते बऱ्याच गोष्टी निरखून, पारखून बघू लागलं. मनात वाटेल तसल्या गोष्टींची, कल्पनांची, भासांची गजबज उडू लागली.

४. गावंदर सोडून पांदीत उतरताना लगेच डाव्या बाजूला नऊ महिन्याचं पोर पोटात घेऊन मेलेली वडरीण होती. पांदीच्या तोंडालाच आत जाताना उतार होता. उतारापासनं पुढं बराच भाग खडकाळ होता. तिथनं बैलगाड्या जाऊन जाऊन मोठ्याच्या मोठ्या चाकोऱ्या पडल्या होत्या. नुसत्या चाकोऱ्याच नव्हत्या तर त्यात अधनंमधनं खड्डं पडून व्हंगाळ्या तयार झाल्या होत्या. तिथनं जाताना-येताना आठवड्यातनं एखादी तरी गाडी उलटलेली असायची. विशेषत: रात्रीच्या जेवण वक्तापर्यंत जाणाऱ्या गाड्या हमखास उलटायच्या.

५. माणसं म्हणायची, ''ही वडरीण हितं गाड्या उलटती.'' पुष्कळ माणसांचं रात्री धान्याची, गवताची, माळव्याची, औत-आवजारांची ओझी घेऊन जाताना पाय मुरगळायचं, कुणी ठेचकळून व्हंगाळीत पडायचं.. .लोकांना वाटायचं, वडरिणीचाच हा डाव असणार. तिचा जीव थंड व्हावा म्हणून जाता - येता माणस पांदीतला, वाटेवरला, आसपासचा एक एक नारळा एवढा, बचकेएवढा दगड तिच्या ढिगावर टाकायची.

''आई, हिच्यावर दगड टाकल्यावर हिचा जीव थंड गं कसा हुतोय? ''

'आरं, वडरीण हाय ती. तिला रातसारी बसून दगडं फोडायला लागल्यात. दगडं दिली नसली की ती वैतागती नि जाणा-येणाऱ्या माणसाला ढकलून देती, गाड्या उलटून टाकती.''

''अस्सं हाय व्हऽऽय! '' मला ते खरंच वाटायचं. खरं म्हंजे ती ढकलून देती, पर माणसाला वाटतं आपल्याला ठेच लागली, आपला पाय मुरगाळला...आपून रोज जाता-येता उचलंल एवढा दगूड तिच्या ढिगावर न्हेऊन टाकायचा. ती मग मला ढकलणार न्हाई. माझ्यासंगट दोस्ती करंल. भुतासंगं दोस्ती केली की मत्तरलेला ताईत मिळतो. भुताच्या पालखीचा गोंडा मिळतो. त्यो गोंडा न्हाईतर ताईत मिळाला तर कसलं भ्या न्हाई. मग कोणचंबी भूत कायबी करत न्हाई... भुईवर गोंडा फिरीवला की पुरलेलं धन आपल्याला दिसाय लागंल.

६. मी रोज जाता - येता नेमानं दगड त्या ढिगावर टाकत होतो. त्या खडकाळ माळरानावर माळाला खरजेचं फोड आल्यागत दगडंच दगडं पसरली होती. पांदीच्या तोंडाला डाव्या बाजूला भला दांडगा दगडांचा ढीग झाला होता. तो सगळा 'वडरिणीचा ढीग' म्हणून ओळखला जात होता... त्या ढिगाखाली वडरीण गावून अगदी चेंदामेंदा झाली असंल. रात्रीचं भूत होऊन हिंडण्यासाठी तिला बाहीर कसं येता येत असेल, हा प्रश्न मला जाता - येता छळत असे... एक काळी कुळकुळीत, बिनचोळीची, पोट उबार झालेली, पांढऱ्या फटक डोळ्यांची नि तसल्याच दातांची वडारीण माझ्या मनात उतरून धर्मशाळेतल्यागत बसली होती.

७. पुढं पांदीच्या दोन्ही बाजूंना नागफडं वाढलं होतं. त्यातनं नारळीच्या

झाडासारखे लांबच्या लांब सोट वाढलेले असत. त्या सोटांच्या शेंड्याला चारी बाजूंनी लांब देठ सुटून त्यांना हिंगिणमिट्ट्याच्या आकाराची फळं लागत. ती वाळली की खुळखुळ वाजत. ''आक्का म्हणाली, '' हे सोट रात्री भुतांची पालखी निघाली की भुतं अब्दागिरीसारखी खांद्यावर धरून नाचत्यात.''

''बाबा गाऽ! ''... भुतांची पालखी माझ्या मनासमोर नाचू लागली.

८. जवळच असलेल्या किल्ल्यातनं भुतांची पालखी फार मोठी निघत असे. तिला अडीचशे - तीनशे वर्षांची परंपरा होती. इतिहासप्रसिद्ध घाटगे सरदार ह्या भागाचे रखवालदार होते. शिवपुत्र राजारामाच्या काळात त्यांच्या ताब्यात हा किल्ला होता. मोगलांनी जेव्हा ह्या किल्ल्यावर हल्ला केला तेव्हा ह्या गावचे अकराशे सैनिक त्यात मारले गेले. तेच पुढे भुतं होऊन ह्या किल्ल्याची रखवालदारी करू लागले. त्यामुळं किल्ला सोडून मोगलांना जावं लागलं, अशी चालत आलेली कथा. ते अकराशे सैनिक आता प्रत्येक अमावश्येला वेताळाची पालखी मिरवत माळानं हिंडतात आणि पहाटेचं वेताळतळ्यापाशी गडप होतात. वेताळतळ्याच्या भोवतीनं पुष्कळच मोठमोठ्या नारळाएवढी गोल दगडं भुईतनं वर आलेली आहेत. तळ्याच्या भोवतीनं शे-पाचशे दगड असे आहेत, त्यांना गावातलं कुणी ना कुणी अमावश्येला जाऊन शेंदूर लावून आणि वेताळाला पिवळ्या भाताचा, उकडलेल्या अंड्याचा सालना देऊन येतं. म्हातारी माणसे म्हणतात, ही भुतं पहाटे दगडं होऊन पडतात.

९. वेताळतळ्याला माझी ढोरं पाणी प्यायला गेली, की तळ्यात तासतासभर पोहणी पडायची नि त्या वेळात मी ती भुतं न्याहाळून बघत असे. त्यांचे विद्रूप चेहरे त्या दगडांत वेगवेगळ्या आकारांत दिसत. त्यांचे जबडे, त्यांचे भेसूर डोळे त्यात वटारलेले दिसत. एखादं भूत खाली मुंडी घालून नि पाय वर करून भुईत बुडालेलं दिसे. तर एखादं बुडता न आल्यामुळं अंगाची मुटकुळी करून तोंड आपल्याच टांगड्यात लपवून दगड होऊन पडलेलं असे. ती सगळी भुतं चेहऱ्यामोहऱ्यासह मी माझ्या मनात साठवत होतो नि रात्री पालखीच्या वेळी जिवंत झाल्यावर कशी दिसत असतील याची कल्पना करून मनातल्या मनात नाचवत होतो.

१०. भुतांच्या संख्येत नवी भर पडायची. आजारी पडून, म्हातारं होऊन मेलेल्या माणसांची भुतं गावाला फारसा त्रास द्यायची नाहीत. ती मेल्यातच जमा असायची. खरा त्रास असायचा तो आमच्या शिंप्याच्या मळ्यात जीव दिलेल्या सासुरवाशिगी भुतिणींचा आणि आमच्या घराजवळच असलेल्या पोटफाडीत फाडलेल्या माणसांच्या भुतांचा.

११. सासुरवाशिणी भुतं होऊन दुसऱ्या जिवंत सासुरवाशिणीला लागीरत. त्यांना मिरचीची धुरी देऊन, मंतरलेल्या वेताच्या छडीनं मार देऊन, मंत्र घालून देवरशी पळवताना बघून भुतांची दया यायची आणि त्यांचं भयही वाटायचं. देवरशी

त्यांना अज्ञात किंवा न दिसणाऱ्या दोरीनं गच्च बांधत. ती ओरडत, आक्रोश करत, आपल्या तळमळणाऱ्या आत्म्याच्या वेदना सांगत. असहाय होऊन त्यांनी कुणाला तरी धरलेलं असे. त्यांना हे मंतरे, देवरशी ढोराला बडवल्यासारखे बडवत नि एखादा सालना देतो, एखादी कोंबडी देतो, म्हणून आमिष दाखवून पळवून लावून देत; पण जिवंत माणसाचं त्यामुळं फार हाल चाले. ते बघवत नसे. भुतं झपाटली तर आपलंही असंच होईल याचं भय वाटे.

१२. पण त्यापेक्षा ही भुतं- रात्रीचं चुकून कुणी त्या भागात गेला किंवा निदान त्या सीमेवर परसाकडंला जरी कुणी गेला तरी भुतं त्यांना घोळसून घोळसून अर्धमेलं करत. त्याचे सांधे गच्च करून टाकत नि त्या माणसाला मग चालताच येत नसे. अशी तऱ्हा दुंडाप्पा वाण्याची ह्या भुतांनी कायमची करून टाकली होती. अशा ह्या भुतांच्या गोष्टी करताना ती मनातल्या कोनाकोपऱ्यांतून पुढं येत नि धांडगधिंगा घालू लागत. मनात त्यांच्या काळ्याभोर वेड्यावाकड्या सावल्या पडत. मनच मग भूतवाड्याचा माळ होऊन जाई.

१३. मळ्यातला सालगडी अण्णाप्पा बरोबर कधी मी मळ्यावर वस्तीला जाई. सुगीचे दिवस असत. वर आभाळ नितळ स्वच्छ असे. चांदणं टिपूर पडलेलं असलं तरी पांदीत झाडांच्या गर्दीमुळं वेड्यावाकड्या सावल्या पडत. किल्ल्याच्या बुरजावरच्या वेड्यावाकड्या लिंबाच्या शेंड्यावर, उंबराच्या शेंड्यावर, बाभळीच्या फांद्यावर कधी कधी कुणीतरी बसून फांदीवर झोकं घेतंय असं वाटे. खळ्यावर कणसं असल्यामुळं त्यावर आंथरूणं टाकून उघड्यावरच झोपावं लागे. सगळी झाडं, किल्ल्याचे प्रचंड बुरूज, नागफड्याचे उंच सोट, माळाचा प्रचंड विस्तार बघून मन प्रचंड जंगलात चुकलेल्या कोकरासारखं होई. काहीही खसफसलं तरी भूत आलं की काय असं वाटे. शिवाय भुतं अनेक रूपं घेऊन येत. त्यामुळं पांदीत रात्री मुंगसे इकडं-तिकडं पळताना दिसली, कोल्ह्यांचं टोळकं अंधारातनं जात असलं की त्यांचे डोळे चमत्कारिकपणे अण्णाप्पाच्या बॅटरीच्या झोतात चमकत नि माझे हात-पाय उगीचच सरपटत.

१४. डोळे मिटल्या मिटल्या त्या सगळ्या आठवणी इच्छा नसताना होत. निरनिराळे चेहरे एकमेकांत मिसळलेले दिसू लागत. घराशेजारीच पोटफाडी होती. तिथं मारामारीत खून पडलेले, आत्महत्या केलेले, अपघातात मेलेले, विहिरीत पडून मेलेले लोक फाडायला आणत. ते विद्रूप चेहरे डोळे मिटल्यावर रूप पालटून जागे होऊन वेडेवाकडे नाचत येत. किंकाळ्या फोडत, अचकटविचकट हावभाव करून काहीही क्रूर कर्म सहज करत. मन गजबजून जाई नि त्यातच कधी स्वप्नं सुरू होत. भुतांच्या पालख्या निघत नि मी गांगरून रडत उठे.

१५. एकदा - दोनदा मळ्यात असं झाल्यावर मला वस्तीला लावून द्यायचं

आईनं बंद केलं. तरी घरातही दोन - तीन वेळा असं झालं. मग मला मंतऱ्याकडं नेलं. त्यानं पंचरंगी दोऱ्यात एक ताईत मंतरून बांधला नि तो माझ्या दंडाला बांधून टाकला... तरीही माझं भुताचं भय काही मनातनं कमी होत नव्हतं; पण हे देवरशी मला मिरचीच्या खाटाची धुरी देतील, छडीनं मारतील म्हणून मी कुणाला काही सांगतच नव्हतो; पण आतून हबकून गेलो होतो. स्वप्नांनी गांगरून जात होतो. सरनोबताच्या मळ्यातनं आलेल्या कोऱ्या निर्मळ मनावर शिंप्याच्या मळ्यानं गिजबिट गिजबिट गुंतवळ काढून त्याला झिपरं करून टाकलं होतं.

१६. घराशेजारच्या पोटफाडीत हळूहळू एक बदल होत होता. पोटफाडीच्या उजव्या बाजूला मांगवाडा, डाव्या बाजूला पन्नास पावलांवर आमचं घर, आणि अगदी समोर पन्नास-साठ पावलांवर शंकरचं घर, अशी अवस्था होती. पोटफाडी चार वाव लांब, चार वाव रुंद, वर मंगलोरी कौलं असलेली, काळ्या घडीव दगडांची इमारत होती. तिच्या दोन्ही बाजूंना दोन खिडक्या होत्या. त्यांना फळीची दारं होती. झडपेचं मोठं एका बाजूला एक दार होतं. ते नऊ-दहा फूट उंच होतं. त्याला वरच्या बाजूला पाच-सहा फुटापासनं वर काचा होत्या. खाली भक्कम फळीचं करकरत उघडणारं दार. आतल्या बाजूला पत्र्याची चार - साडेचार फूट उंचीची एक खाटेसारखी चौपायी होती. उशाकडच्या नि पायशाकडच्या बाजूला तिला दोन पोकळ नळ्या खाली तोंडं करून बसवल्या होत्या.

७. त्या चौपायीवर आलेलं मढं ठेवलं जाई नि त्याचं पोट फाडलं जाई. त्याची पोटातली आतडी तपासली जात. डॉक्टर ती रबरी हातमोजे घालून तपासत. त्या दोन नळ्यांतनं मढ्याचं रक्त खाली ठपकत असे. खाटेचा पत्रा रक्ताच्या पाटांनी लालभडक होई. सगळी तपासणी झाली की कठीण दोऱ्यानं मढ्याचं ते पोट चक्क वाकळ शिवावी तसं शिवलं जाई नि गणगोतांच्या ताब्यात दिलं जाई. नंतर ती खाट पाणी मारून धुतली जाई. मोरीच्या मोठ्या नळ्यातनं लालभडक पाणी येई. पुष्कळ वेळा हा मुडदा खाटेवर आणून फाडण्याच्या तयारीनं उघडानागडा करून ठेवला जाई. दवाखान्यातनं पुढं आलेला इस्माईल सगळी तयारी करून डॉक्टरांची वाट बघत बसे. समोरचं दार झाकलेलं असलं तरी दोन्ही बाजूंच्या खिडक्या उजेडासाठी उघडलेल्या असत. ह्या खिडक्यातनं माणसे डोकावून मुडदा बघत. इस्माईल त्यांना हकलून देई. आमच्याकडच्या बाजूला जी खिडकी होती, त्या खिडकीतनं चोरागत जाऊन मी खिडकीचे गज धरून हळूच भिंतीवर पाय रेटून मुडदा बघत असे. भेसूर नागडा मुडदा. त्याच्या अंगावरचे कुऱ्हाडविळ्यांचे घाव, तुटलेले, खापललेले अवयव, त्याचा आऽ वासलेला जबडा, उघडे भेसूर डोळे... सगळं चित्र भयानक दिसे. विहिरीत पडून मेलेली नग्न बाई फुगलेली, माश्यांनी खाल्लेली किळसवाणी दिसे. त्यांना फाडतानाही पुष्कळ वेळा मी बघे. आतड्यांचं भेंडोळं बघवत नसे; तरीही

दात नि नाक गच्च धरून मी ते बघून घेई... सगळा हिडीस प्रका; पण बघण्याची उत्सुकता दांडगी. एकदा बघितल्यावर मात्र आठ आठ दिवस ते चेहरे मनासमोरून जात नसत. पोटफाडीत मुडदा आला की गावातल्या भुतांत एक नवी भर पडे. त्या नव्या भुताचा चेहरा मी लक्षात ठेवून राही.

१८. मुडदा फाडून झाला की, अब्दुल नावाचा एक भंगी सगळी पोटफाडी धुऊन काढी. ती भरपूर पाणी मारून कसलंतरी उग्र औषध टाकून धुतली की मग इस्माईल खिडक्या लावून पोटफाडीचा दरवाजा करकरत बंद करी नि त्याला भलं मोठं कुलूप घालून, आणलेल्या सामानाची पेटी काखेत मारून निघून जाई. आठ दिवस मग रातचं पोटफाडीच्या आसपास कुणी फिरकत नसे. मला मात्र तासरातीला ढोरं घेऊन तिथनंच यावं लागे. भीत भीत मी म्हशीची शेपूट धरून, तिच्या आडाआडानं आमच्या घराच्या परड्यात येई. मी आईला हाक मारी. आई परड्यात आली की जीव भांड्यात पडल्यागत होई.

१९. मांगवाड्यातली पोरं दिवसभर ह्या पोटफाडीच्या पायरीवर सावलीला बसून इस्पिटांनी खेळत. घडीव काळ्या दगडांच्या तीन पायऱ्या एका माणसाला झोपता येईल इतक्या रुंद आणि लांब होत्या. दुपारचं त्या पायऱ्यांवर वाढत्या मंगलोरी कौलांच्या वळचणीची सावली पडत असे. त्या सावलीत पोरं खेळत, कधी नुसत्याच गप्पा मारत. मुडदे काही नेहमीच येत नसत. महिन्या दोन महिन्यांतून एखादा आला तर आला, नाही तर नाहीही. कधी कधी वर्षभरही यायचा नाही. त्यामुळं पोटफाडी कायम बंद असल्यासारखी वाटे.

२०. निवांत असल्यामुळं रात्री पुष्कळवेळा तिच्यावर बसून घुबडे ओरडत नि निघून जात. भुतांचा हुजऱ्या पुढं येऊन भूत येणार असल्याची वर्दी देऊन गेल्यागत मला वाटे. नको नको ते चमत्कारिक विचार मनात येत नि तिथल्या मुडद्यांचे भेसूर चेहरे अधिक भेसूर होऊन माझ्या मनासमोर येत.

ह्या खेळणाऱ्या ताठर पोरांनी दाराचा कडीकोयंडा नि कुलूप हळूहळू निखळून काढलं. पोरं मग आत जाऊन बसू लागली. आणि पुढं पुढं तर एक - दोन वर्षांत इथल्या खिडक्यांची दारं नि मुख्य दारही एक एक करत नाहीसं केलं. पोटफाडीत आत जो अंधार कोंडल्यामुळं भय वाटत होतं ते आता तिन्ही बाजूंच्या दारखिडक्यांतनं येणाऱ्या उजेडामुळे पोटफाडी भगभगीत दिसू लागली. एरवी दाराच्या चिरोंडीतनं आत बघताना काळाभोर भुताटकीचा अंधार भरून राहिलेला दिसे नि आत भूतच असल्यागत वाटे. क्षणभर मी तो अंधार न्याहाळी नि "भूत आलं रंऽ बाबा!" म्हणून दन्नाट पळून जाई.

२१. पोटफाडीजवळच असलेल्या पडक्या घरावर छप्पर घालून शंकर तिथंच राहत होता. तो चांगल्यापैकी पावा वाजवत असे. त्याला सहा-सात पोरं होती. दीड-

दीड वर्षाच्या अंतरानं सगळी झालेली दिसत होती. थोरलं कोणतं नि लहानगं कोणतं कळायचंच नाही. भुताच्या पिल्लावळीसारखी दिसायची. बायकोही झिपरीच. नेहमीच पोट वाढलेली. ते पोट पुढ्यात घेऊन नि त्याच्या पुढं एखाद्या पोरीला घेऊन तिच्या डोईतल्या उवा मारायची. थोरली पोरगी तिच्या डोईतल्या उवा तिच्या पाठीमागं उभी राहून मारायची. बाकीची पोरं उघडीनागडीच भोवतीनं फिरत. कधी खेळत, खेळता खेळता भांडणं करत, एकमेकांच्या खोड्या काढत, दंगा, धुडगूस घालत. आई त्यांना अधनंमधनं उडून धबधबा मारत असे. त्यांच्या खोड्यांना वैतागून बेंबीच्या देठापासनं त्यांच्यावर ओरडत असे.

२२. शंकर दिवसभर कामाला जाई. कुणाचा मिळेल त्याचा रोजगार करी. दीस बुडताना घरी येई. कधी काम नसलं म्हणजे दिवसभर घरीच असे. मग त्याला त्याची पोरं आणि बायको फाडून खात. त्याच्याकडं सारखे पैसे मागत. बटारं आणत नि चहाबरोबर खात. शेवचिवडा, चिरमुरं-लिमज्या असला खाना खात आणि भुतासारखी गर्दी करून बसत नि तसंच बकाबका खाऊन मोकळी होत. पुष्कळवेळा शंकरनं रेशनला दिलेले पैसे ही चटकमटक जिभेची बायको नि पोरं अशा खान्यातच संपवून टाकत. शंकर संध्याकाळी कामावरनं परत आला की, बायको पुन्हा त्याच्याकडं पैसे मागायला लागे. त्याच्या पाठीमागं वाळली आग लावून सोडे.

"रेशनला पैस द्या."

"सकाळी देऊन गेलो हुतो न्हवं?"

"त्येचं पोरांस्नी खायाला आणलं."

"काय?"

"शेव-चिवडा नि बटारं आणली. च्याबरोबर खाल्ली."

"आणि रेशन?"

"काय सांगतोय तर पैसे द्या म्हणून?"

"तुझ्या आयला तुझ्या, तुला रेशनला पैस दिलं हुतं त्येचा शेवचिवडा आणून खाल्लीस रांड. तालेवाराची हाईस? का तुझ्या आयला सरनोबत लावला हुता?"

"गप बसा. उगीच तोंड करू नका. एवढी पोरं काढून ठेवलाईसा त्यास्नी चवीरवीनं काय खायाला नगं? त्येंचा जीव न्हवं? का ढोरं हाईत ती?"

"माझ्याजवळ न्हाईत पैसं. हुतं ते तुला दिलं हुतं."

"मग कोण दुकानदार उसनं देत असंल तर जुंधळं नि तांदूळ आणा जावा पाच पाच किलो."

"कोण देणार न्हाई मला. तशी वळख न्हाई माझी ह्या गावात. आणि दुकानदार उसनं द्यायला का मी वतनदार न्हवं."

२३. अशी त्यांची भांडणं चालत. ह्या भांडणात एखादं पोरगं "दे की बाबा

खायाला पैसं,'' म्हणून पैसे मागत असे.

त्याच्या पाठीत मग कधी शंकरचा दणका बसत असे. एकाला दणका बसला की बाकीची फिदीफिदी करून हसत. पुष्कळ वेळेला बायकोच्या या स्वभावामुळं शंकरला दिवसभर लोकांच्यात रोजगार करून रातचं उपाशीच निजावं लागत असे.

२४. शंकरला कधी काम मिळालं नसलं की शंकर घरातच असे. अशा वेळी दीसभर त्याची बायको नि पोरं त्याला नुसतं फाडून खात व त्याला 'नको नको हे घर' करून सोडत. सारखी भांडणं नि दंगा. बायकोची वटवट नि कटकट.

माझी आई म्हणे, ''काय गं रांड वायचळल्यासारखी करती ही! डुकरिणीगत सारखी पोरं काढत बसलीया. ती पोरंबी समोरच्या पोटफाडीतली भुतं एका जागी गोळा झाल्यागत दिसत्यात. बाऽवर सगळी मिळून तुटून पडत्यात नि त्येला खात्यात.''

२५. घर असं खायला उठलं नि पोटफाडीत मांगाची तरणी पोरं कधी बसलेली नसली की, शंकर एकटाच तिथं येई नि पावा वाजवत बसे. परड्यात येऊन मी कधी झाडाखाली शाळेतनं येऊन गोष्टीचं पुस्तक वाचत बसलेला असे. त्यावेळी त्याचा पावा सुरू असला तर झाडाखालीच ऐकत बसे. पोटफाडीत जायला माझं काही धाडस होत नसे. मुडदा फाडलेल्या वेळचं रक्त, त्याला झोपवून ठेवलेली जागा, त्याचा चेहरा आठवे नि आत त्या जागेवर जाऊन उभं राहू नये असं वाटे;

२६. पण त्याच्या पाव्याच्या नादानं हळूहळू पायरीवर जाऊन बसू लागलो नि पावा ऐकू लागलो. कधी कधी त्याला माझ्या आवडीचं नि त्याला येत असलेलं गाणं वाजवायला सांगू लागलो. तो मग खूश होऊन वाजवू लागे. सगळी दुःखाचीच गाणी वाजवी. डोळे मिटून तो ती गाणी वाजवी. त्याचा पावा नेहमीच्या पाव्यापेक्षा थोडा मोठा होता आणि त्यानं डिबरीपासनं पाच - सहा बोटं अंतरावर बोटं ठेवायच्या भोकांच्या नेमकं खाली उलट बाजूला एक भोक पाडून त्याच्यावर कोष्टी किड्यानं अंडी घालण्यासाठी केलेलं पांढरं घर काढून चिकटवलेलं असे. त्यामुळं त्याच्या पाव्याच्या आवाजाला एक व्याकूळ करणारी कातरता आपोआप येई.

२७. एक दिवस त्याला विचारलं; ''शंकर, हितं बसल्यावर भ्या वाटत न्हाई?''

''कसलं भ्या? ''

''भुताचं!''

''काऽ य करत न्हाईत हितली भुतं मला.''

''खरं?''

''तर काय खोटं? त्येंनी मला काय केलं असतं तर हितं बसलो असतो?''

''न्हाई की. ''

"भुतं काय करत न्हाईत; ती गरीब असत्यात. हितली भुतं तर लई गरीब दिसत्यात."

"कशावरनं? "

"आता तूच बघ की. जन्माला कट्टाळून ज्येंनी जीव दिलेला असतोय, त्याच माणसांचं मुडदं हितं येत्यात. शिवाय ज्येंचं खून हुत्यात, जी पवायला येत न्हाई म्हणून बुडून मरत्यात, ज्येंनी ईख खाऊन जीव दिलेला असतोय; तीबी माणसं तशी गरीबच असत्यात; म्हणून अशी मरत्यात. भूत होऊन पुन्ना हितं कशाला श्याण खायाला येतील ती? काय हाय ह्या माणसाच्या जन्मात असं पुन्ना परतून येऊन भोग घ्यायाजोगं? रोजगार करून मरमर मरायचं, तवा कुठं अर्धी-चतकूर मिळती. तीबी पोरंबाळं असतील तर त्येंच्याच तोंडात जाती. आपून नुसतं च्याऽच्या पाण्यावर भूक मारत राबायचं नि एक दीस मरायचं. म्हणून कुणी कुणी आदूगरच हिरीत पडून, ईख खाऊन जीव दिलेला असतोय. एकदा जीव दिल्यावर पुन्ना कोण भूत होऊन येणार मग?"

"पर माणसं म्हणत्यात हितं लई भुतं हाईत."

"मनाचं खेळ असत्यात ते. आता तू रोज बघतोस न्हवं; मी हितं तास रातीपतोर बसतोय. कवा कवा उनाचं ह्या पत्र्याच्या खाटंवर खुशाल येऊन निजतोय. कोण काय करत न्हाई मला. तुला सांगतो; उलट हितल्या निवांतपणात सुखानं नीज लागती मला."

"खरं? "

"मग? "

२८. दिवस जात होते. माझं भुताचं भय चेपलं जात होतं. त्यांचं आता फारसं काही वाटेनासं झालं होतं. मी पोटफाडीच्या पायरीवर बसून शंकरचा पावा ऐकायला सरावलो होतो. गावचा उरूस झाला; त्यात एक रंगीत पावा खरेदी केला होता. शाळेतनं परत आल्यावर, सकाळी माळाला म्हसरं चारताना वाजवण्याचा प्रयत्न करत होतो. एखादं गाणं थोडं जरी वाजवायला आलं तरी तहानच हरत होती. भोवतीचं सगळं विसरून गेल्यागत वाटत होतं. आपणच तो नाद होऊन त्या पाव्यातनं बाहेर पडताना तंद्री लागत होती. माळाला आहे का घरात आहे, घटकाभर ढोर चारून जेवायचं आहे; हे त्या नादात विसरत होतो. शंकर तीन-तीन चार-चार तास पोटफाडीत पावा का वाजवत बसतो याची कल्पना येत होती.

२९. दीस नुकताच बुडला होता. किनीट पडत चालली होती. कुणाच्या घरात दिवा लागला होता, कुणाच्या घरात नव्हता. मळ्याकडनं धारंच्या म्हशी घेऊन घराकडं यायला लागलो होतो. माणसाला माणूस चेहरा हरवलेल्या सावलीसारखं

का असेना पण दिसत होतं. मनाला नकळत कातर लागली होती. संध्याकाळी उजेडाचं कधी येऊन पोटफाडीत बसलेला शंकर दिवेलागण झाली होती तरी तिथंच पावा वाजवत बसला होता.

पोटफाडीवरनं जाताना शंकरला हाक घातला, ''शंकर, रात झाली. फुरं कर की आता.''

''हांऽ!'' असं म्हणून तो पुन्हा पावा वाजवू लागला. घरधनी दरियापार निघून गेलेल्या विरहिणीच गाणं. अधिकच संथ कातर लयीत आळवीत होता. म्हसरं गोठ्यात बांधता बांधता मी ते ऐकलं. न्हाणीत जाऊन हात-पाय धुऊन चूळ भरून मी घरात गेलो. आईनं दिलेला चहा प्यालो. गल्लीत जाऊन पोरांबरोबर तासभर बोललो. जेवायची वेळ झाली म्हणून परत आलो. भावंडांबरोबर बोलत पोटभर जेवलो. जेवणं झाल्यावर आईनं सांगितलं म्हणून म्हसरांना गवताची एक एक पेंढी टाकायला गोठ्यात गेलो.

३०. गेलो तर शंकरचा पावा वाजतच होता. गोठ्याच्या बाहेर घातलेल्या कुसवावर एक पाय देऊन कान टवकारले. पोटफाडीतनंच पाव्याचे सूर येत होते. दुःखाचं गाणं वाजत होतं. जीव लावून आळवत होता...शंकरबद्दल मला उगीचच काळजी वाटू लागली. दाट अंधार झाल्यामुळं मी म्हसरांना एक एक पेंढी गवत टाकलं नि घरात जाऊन ते सूर मनात घुमवत झोपून गेलो.

सकाळी घराशेजारी कुणी तरी ठो ऽ ठो ऽ बोंब मारली नि गुंगीत पडलेला मी धडपडून उठलो... आई परड्याकडं पळत चालली होती. तिच्या मागोमाग आक्का पळाली.

३१. पोटफाडीत हलकल्लोळ उडाला होता. शंकरची बायको पत्र्याच्या खाटेवर झोपलेल्या शंकरवर पडून ऊर पिटून घेत होती. जीवतोड आक्रोश करत होती. भोवतीनं त्याची उघडी-नागडी साती पोरं बाबाऽ बाबाऽ म्हणून हंबरत होती.. .पावा शेजारीच पडलेला शंकर शांत झोपला होता. खूप थकल्यागत दिसत होता. गाल आत ओढलेलं तोंड गरीब झालेलं. तोंडावाटे रक्ताची उलटी पडलेली. जवळच ढेकणाच्या औषधाची बाटली हताश होऊन पडल्यागत दिसतेली. बघता बघता सगळा मांगवाडा फुटला नि पोटफाडी माणसांनी गच्च भरून गेली. आईनं मग त्यातनं मला दंडाला धरून बाहेर काढलं नि घराकडं घेऊन गेली. दुपारी पत्र्याच्या खाटेवरच त्याचं पोट फाडलं नि डॉक्टरी पंचनामा झाला. पोटफाडीत जाऊनच शंकरनं ढेकणाचं औषध पिऊन जीव दिला याचं सगळ्या गावाला आश्चर्य वाटलं.

३२. रोज म्हसरं घेऊन पोटफाडीवरनं जाता-येता शंकरची आठवण होत होती. त्याचं गाणं हरवून बसलेली पोटफाडी भकास दिसत होती. तिथल्या भुतांचे चेहरेही

मला आता गरीब गरीब वाटू लागले. शंकरच्या आठवणीनं मन अस्वस्थ होई. दु:खी सुरांच्या आठवणी होऊन कधी कधी डोळे पाण्यानं भरत.

३३. आठवणीही पाच-सहा महिन्यांत धूसर होत गेल्या; पण एक चमत्कारिक स्वप्न पडलं. शंकरनं माणसांचा पक्ष सोडला होता आणि भुतांचा पक्ष घेतला होता... भुतांची एक सभा भरली होती. त्या सभेत स्टेज म्हणून पोटफाडीतल्या पत्र्याच्या खाटेचाच उपयोग केला होता. तिच्यावर खाली पाय सोडून शंकर बसला होता. आपली बायको आणि पोरं हीच खरी भुतं आहेत; त्यांना सोडून आपण तुम्हाला येऊन मिळालोय, असं सांगत होता... शेवटी त्यानं भुतांच्या करमणुकीसाठी पाव्यावर एक सुखाचं गाणं वाजवलं.

गाणं संपलं नि भुतांनी कडाडून टाळ्या वाजवल्या. त्या टाळ्यांनी मला जाग आली.

त्यानंतर मला भुताचं स्वप्न कधी पडलं नाही. त्यांचं भयही कमी झालं... आताशा शंकरचा विचार मलाही पटल्यासारखा वाटतो.

## पहिल्या लेखनाची प्रेरणा

दिवाळी अंकांसाठी लेखन करण्याचे दिवस. ऑगस्टचा शेवटचा आठवडा. याच आठवड्यात डॉ. चंद्रकांत बांदिवडेकर यांनी माझी 'दाट किर्र गवत' ही कथा हिंदीमध्ये अनुवादित करून मला वाचण्यासाठी दिली. दुसऱ्या दिवशी त्यांना ती कथा का आवडली याविषयी ते बसून सांगत होते. या कथेत माझ्या आयुष्यातील एक-दोन घटना मी गुंफलेल्या होत्या. विशेषत भुतांसंबंधीच्या घटना माझे लक्ष पुन्हा पुन्हा वेधून घेत होत्या... भुतांसंबंधीचे अनुभव, माहिती आपल्याजवळ बरीच आहे. त्यांच्यावर एक लेख होईल. लेख लिहिला पाहिजे; पण नुसती माहितीच येऊन काय उपयोग? अनुभवाला अर्थपूर्णता आली पाहिजे... माझे विचार चालू झाले.

...भुतांचं भय आपणाला लहानपणी वाटत होतं. आता आपण कधीही गावाकडं गेलो की, त्या भुतांच्या वस्तीतनं फिरताना ते ध्यानीमनीही येत नाही. आपण सहज तेथून फिरून येतो. आता भुतांचं भय वाटतच नाही. भूत ही माणसाच्या मनातलीच कल्पना असते... म्हणजे आपलं आपल्या लहानपणी असंच झालं असणार. नक्कीच आपण जेव्हा एक मळा सोडून दुसऱ्या मळ्यात कूळ म्हणून गेलो, तेव्हा आपलं मन कोरंच होतं. त्या भूतवस्तीच्या दुसऱ्या मळ्यात गेलो तेव्हाच आपल्या मनात भुताच्या कल्पना शिरू लागल्या...

...पोटफाडी हा आपल्या घराजवळचा भुतांचा पहिला अड्डा आणि केलेला

दुसरा मळा हा भुतांचा दुसरा अड्डा. ह्या दोन अड्ड्यातल्याच भुतांचा परिणाम आपल्या मनावर आहे. इथल्याच भुतांच्या आठवणी फक्त आपण सांगायच्या. मांगाच्या शंकरची आठवण शेवटी ठेवायची. ती अर्थपूर्ण आहे. खरं तर पूर्वीच आपण शंकरचं एक व्यक्तिचित्र रेखाटणार होतो. राहूनच गेलं ते. इथं त्याचा आपण उपयोग करून घेऊ...

असे मनात येऊन, त्या अनुरोधाने एक टिपण तयार केले. असे टिपण मी प्रत्येक गद्यलेखनाच्यावेळी तयार करतो. तसे केले म्हणजे मनात जे वळवळणारे लेखनाचे धूसर रूप असते, त्यापासून मन बाजूला खेचता येते. ते थोडेसे अलिप्त होऊन त्या टिपणाचा विचार करू लागते. त्यातील शक्यतांची चाचपणी करू लागते, असा माझा अनुभव आहे. आपण काय लिहू, याची साठ-सत्तर टक्के कल्पना टिपणाच्या आधारानं प्रथम करता येते. ते होणारं लेखन कोणत्या योग्यतेचं होईल, त्यात काही कस आहे की नाही, त्याच्यातील सुप्त जीवन-ताण कुठं कुठं असण्याची शक्यता आहे, नवी भर कुठे कुठे घालता येणे शक्य आहे, याचा अंदाज करणे सुलभ जाते. म्हणून यावेळीही टिपण काढून मनाने काहीसा मोकळा झालो.

सगळे काही ठीक वाटले. प्रत्यक्ष लेखनाला प्रारंभ करण्यापूर्वी प्रत्यक्ष लेखनाचा आरंभ आणि शेवट कसा करावा हे ठरविले, तर लेखनारंभीच त्याला एक दिशा मिळते; म्हणून मी विचार केला की,- कोरं मन घेऊन आपण बाळुगडीच्या भूतवाड्यात गेलो,-इथनंच लेखनाला सुरुवात करावी. भुतांविषयीचा 'श्रीगणेशा' आपल्या आयुष्यात तिथनंच सुरू झाला. आणि शेवट शंकरच्या प्रसंगानं करून, आपलं 'भुतांचं भय' घालवायला तो कसा कारणीभूत झाला हे सुचवावं- हा विचार करून मी पहिले लेखन पूर्ण केले.

## दुसऱ्या लेखनाची प्रेरणा

माझ्या मनात जी संकल्पित लेखनाविषयीची हेतुकल्पना गृहीत होती, ती पहिले लेखन पूर्ण झाल्यावर साध्य झाल्यासारखी वाटली. आता फक्त 'रूपा'चे भान ठेवून दुसरे लेखन करावयाचे आहे, असे वाटत होते;

पण लेख लिहून झाल्यावर मनाचे काही फारसे समाधान होईना... एक साधा नेहमीचा विचार आपण या लेखात मांडला आहे, असे वाटू लागले. म्हणजे शंकरच्या भुतांकडं पाहण्याच्या दृष्टिकोणामुळे माझं भुतांविषयीचं भय नाहीस झालं आणि मी काहीसा न भिता पोटफाडीत प्रवेश करू लागलो; पण सर्व मुलांप्रमाणेच लहानपणी मलाही भुतांचं भय वाटत होतं आणि हेही तितकेच खरे की, मोठेपणी

मी स्वतंत्र विचार करू लागल्यावर ते आपोआप नाहीसं झालं असतं. ते भय नाहीसं होण्याचं मूलभूत कारण म्हणून काही शंकरच्या भुतांविषयीच्या दृष्टिकोणाकडे पाहता येणार नाही. त्यामुळं माझं 'भुतांचं भय' नाहीस व्हायला शंकरच फक्त कारणीभूत झाला; अन्यथा ते तसंच राहिलं असतं; असं म्हणता येणार नाही. मी मोठा होत जाताना ते आपोआपही नाहीसं होऊ शकलं असतं...

...दुसरं असं की, शंकरला त्याच्या बायकामुलांनी छळलं. ती त्याच्या मानगुटीवर कायम बसलेली होती. शंकरच्या मनात ह्याच भुतांचं भय कुठंतरी खरंखरं होतं. त्यांना टाळण्यासाठीच तो पोटफाडीत येऊन बसत होता. घरातल्या जिवंत भुतांपेक्षा ही पोटफाडीतली भुतं त्याला गरीब वाटत होती. त्यांच्यांत तो न भिता सहजपणे बसत होता. जिवंत भुतांच्या खऱ्या छळवादापासून मुक्त होण्यासाठी त्यानं मृत-आत्म्यांच्या भुतांना जवळ केलं. या मृतांच्या काल्पनिक भुतांना तो मनानं टाळू शकत होता; पण अटळ अशा जिवंत भुतांनी त्याला छळलंच. त्या छळापोटीच त्यानं मरण पत्करलं आणि मृत भुतांना जाऊन तो मिळाला... मृत-भुतं ही काल्पनिक नि गरीब असतात; म्हणून माझं त्यांच्याविषयीचं भय कमी झालं; पण जिवंत भुतं दुबळ्या माणसाला अतोनात छळून प्रत्यक्षाप्रत्यक्ष ठार मारतात; म्हणून त्यांचं भय खरं आहे... शंकरचा विचार मला पटला.

हाच विचार व्यापक पातळीवर मी तपासू लागलो, तर मला एक व्यापक सामाजिक सत्य दिसू लागले. समाजातले जुलमी पण एरवी छुपे, प्रतिष्ठित असलेले, ज्यांच्या जुलमांचा आपणाला पत्ताही लागत नाही, असे लोक दिसू लागले. ते दुबळ्यांवर जुलूम करून, एखाद्या भुतासारखे त्यांच्या मानगुटीवर अदृश्य रूपात बसून त्यांना छळतात. या दुबळ्यांनाही आपण छळले जात असतो याचा पत्ता नसतो; त्यांना ती एक मान्य जीवनपद्धतीच वाटत असते... असे लोक शंकरसारखे असतात. त्यांना जिवंत माणसेच भुतांसारखी न कळणाऱ्या प्रकारांनी छळत असतात... म्हणून मला 'भुतांची चमत्कारिक स्वप्नं' न पडता आता 'माणसांची चमत्कारिक स्वप्नं' पडू लागली, असं म्हणता येईल.

विचारांना अशी दिशा मिळाली आणि मी 'पहिल्या लेखनात' असलेल्या सुप्तशक्ती शोधू लागलो. या 'सुप्त' शक्ती होत्या; कारण त्यांचा नेणिवेच्या, अर्धसुप्त जाणिवेच्या पातळीवर माझ्या मनाला स्पर्श झाला असणार; म्हणूनच माझे विचार या दिशेनं प्रेरित होत असावेत.

सुप्तशक्ती शोधताना मला काही स्थळे दिसू लागली. त्या स्थळांचे पहिले लेखन करताना, कळत - नकळत अप्रस्तुत वाटणारा त्यांच्याविषयीचा भाग मी लेखनात आणला नव्हता; तो आता आणावासा वाटू लागला. वर निर्दिष्ट केलेल्या

प्रेरणेच्या दिशेने मग दुसरे लेखन केले आणि पहिल्या लेखनात त्या त्या स्थळांविषयीचा न आलेला मजकूर आवश्यक होऊन दुसऱ्या लेखनात येऊ लागला.

यातूनच दुसऱ्या लेखनात सुखवस्तूपणाचे लक्षण असलेला, उन्हातान्हात न कष्टल्यामुळे येणारा "गोरा रंग' सरनोबताला लाभला, त्याचा मळा आम्हाला का सोडावा लागला याचे कारण आले. याच गोऱ्या रंगाचे नाते पुढे निग्रोंना गुलाम म्हणून वागवणाऱ्या युरोपिअनांशी, गोऱ्या लोकांशी नकळत निर्माण झाले. रात्रीची मृत-भुते काळी; तर दिवसाची जिवंत भुते 'गोरी', असा विरोध निर्माण झाला. त्या रंगातूनच त्यांचे वरवरचे गोंडस रूप सूचित झाले. वडरीण मेल्याच्या कारणामागचे कारण म्हणजे वाड्याच्या बांधकामाचा मालक, घाटगे सरदारांच्या किल्ल्याच्या संरक्षणासाठी मेलेल्या अकराशे लोकांच्या मृत्यूचे कारण, बुकर टी. वॉशिंग्टनशी 'मी'चा चरित्रवाचनाद्वारा निर्माण झालेला समरूप संबंध, मांगवाड्यातील माणसांना मृत-भुताच्या पातळीवर ठेवणारे गावाचे कारण, या समाजव्यवस्थेत ऐतखाऊ मळ्याच्या मालकांना पोसता पोसता झिजून मरणाऱ्या आमच्या घराचे प्रतीक असलेल्या आईला मृत-भुतात जमा करून टाकणारे 'मळेवाला' हे कारण, आणि शेवटी 'मी'लाही भुतांचे भय वाटेनासे झाले; तर माणसाविषयीच 'चमत्कारिक स्वप्ने' पडू लागली आणि त्यांचे 'भय' वाटू लागले; असे सुचविणाऱ्या स्वप्नाचे कारण कुठेतरी सर्वत्र एकच,- 'जुलूम' आहे, याची जाणीव करून देईल, असे वाटू लागले. सर्वांचा विचार करता दुसऱ्या लेखनामागची ही मूलभूत प्रेरणा आहे. आणि त्या प्रेरणेतूनच दुसऱ्या लेखनात नवा मजकूर घातलेला आहे.

## संस्करणाचे स्वरूप

## पहिले व दुसरे लेखन

मनात जे काही आहे ते त्याच्या आवेगासरशी बाहेर काढण्याकडे, मिळेल त्या शब्दाने त्याला उचलून घेऊन मनाबाहेर आणण्याकडे पहिल्या लेखनाचे भान असते. मनात हे जे काही असते त्याला तूर्त 'संकल्पना' असे म्हणू. पहिल्या लेखनाच्या वेळी या संकल्पनेच्या सळसळतेपणामुळे, दबलेल्या मानसिक वाफेमुळे मनाला एक गती आलेली असते. या गतीबरोबर शब्दांनी धावायचे आणि संकल्पना पकडायची असते. अशा वेळी शब्दांची निवड वगैरे किंवा शब्दरचना वगैरे यांचे भान न ठेवता, सुचतील त्या शब्दांनिशी, आठवतील त्या शब्दांनिशी ती संकल्पना पकडत पुढे जायचे असते. आवेगासरशी भरलेले मन प्रथम व्यक्त करून मोकळे व्हायचे असते.

एकदा का ती संकल्पना व्यक्त स्वरूपात बाहेर आली; की मग लेखाचे स्वरूप न्याहाळून त्याला घडविता येईल, त्याची ताकद नेमकी कुठे आहे, त्यांतील संभाव्य बारकाव्यांचे स्वरूप कसे असेल ते पाहता येईल, अशी त्यावेळी मनाची धारणा असते.

पहिले लेखन ही कलाकृती नसतेच मुळी. तो एक तपशीलवार रूपरेषेसारखा प्रकार असतो. एका अंतिम आकाराची स्पष्ट चाहूल देणारा हा कलाकृतीच्या प्रक्रियेतील एक टप्पा असतो. आपल्या संकल्पित कलाकृतीची एक प्रत्यक्षात घेतलेली केवळ चाचणी असते. असे पहिले लेखन केले; की मग त्यावर कलावंताच्या भूमिकेतून संस्कार होतात. संस्कार होतील तसे लेखन परिपूर्णतेला जाऊ लागते.

अर्थात पहिल्या लेखनात आपणास जे म्हणावयाचे आहे, ते ओबडधोबड स्वरूपात बाहेर पडलेले आहे, असे वाटल्यावरून दुसरे लेखन सुरू होते.

पहिले लेखन पूर्ण झाल्यावर दुसऱ्या वाचनात त्याचा एकूण सूर (Tone) लक्षात येतो. आणि त्या सुरानुसार अथपासून इतिपर्यंत त्या लेखनाच्या भाषेला एक वळण द्यावे लागते.

पुष्कळ वेळा जे काही म्हणावयाचे आहे ते अथपासून इतिपर्यंत मनातल्या मनात तयार असेल; तर पहिले लेखन एकाअर्थी अर्धअस्फुट स्थितीत झालेले असते, फक्त ते मनोमन असते, असे मानावे लागते. अशा वेळी दुसरे लेखन कागदावर अर्धस्फुट रीतीने येते. अशी लेखने तिथल्या तिथे खाडाखोड करून तिथेच सिद्ध केली जातात. लेखकाच्या आळसाचाच तो एक भाग असतो. अशी लेखने पुष्कळ वेळा कच्ची, स्थूल, ढिली, घटनाप्रधान, संवादप्रधान, वर्णनप्रधान असतात, असा माझा अनुभव आहे.

काटेकोरपणे विचार करावयाचा झाला, तर माझी साहित्यकृतीची एकूण तीन लेखने होतात.

सर्व संस्करण करीत असताना पहिल्या लेखनाचा स्वाभाविकपणा कायम राहील, त्यातील अनावश्यक भाग काढला जाईल, ते अधिक प्रभावी, नेटके, टोकदार, बलदर्शी होईल, याची दक्षता घेणे आवश्यक असते. ही प्रक्रिया जितकी मार्मिकपणे, कलात्मक अलिप्तपणे, एकाग्रपणे, बलस्थाने हेरून, औचित्य हेरून होईल तितकी त्याची जरुरी असते.

## क्रियापदांची रूपे

पुष्कळ वेळेला रीतिवाचक सहाय्यक क्रियापदे लिहिण्याच्या ओघात येतात.

बोलण्यात तशी ती नेहमी येतात. त्याचा परिणाम होऊन ती लेखनातही सहजपणे येत असावीत; पण बोलण्यात सवयीने ती येत असली तरी लिहिण्यात ती काढून टाकता येणे शक्य असते; कारण त्यांच्यावाचून काही नडते असे वाटत नाही. शिवाय प्रत्येक वाक्याच्या शेवटी ती येऊन पूर्णविरामाच्या वेळी नादाचा एकसुरीपणा आणतात. म्हणून ती शक्य तेथे काढून टाकली आहेत. उदा. 'बघत असे' चे 'बघे' (१७), 'पडली असं मला वाटे' चे 'पडे' (१७), 'बसत असे'चे 'बसे' (२३) अशी रूपे केलेली आहेत. प्रत्येक ठिकाणी अशीच रूपे केली आहेत असे नव्हे; तोही एकसुरीपणा झाला असता. पुष्कळ वेळा 'होतं' हे क्रियापद काढून टाकले तरी भागणार असते; कारण लेखनात 'असणे' ह्या क्रियापदाच्या रूपांचा वाक्याच्या शेवटी नेहमी आणि जास्त प्रमाणात वापर होतो. लेखनात ती येऊ लागली की, प्रत्येक वाक्यात तेच रूप शेवटी येते आणि वाक्यान्ती तोच तोच एकसुरी नाद-ठोका पडत राहातो. म्हणून ती जिथे शक्य असतील तेथून काढावीत असे मला वाटते. उदा. पहिल्या लेखनात १६व्या परिच्छेदात 'दोन्ही बाजूला दोन...' या वाक्यापासून ती चार वाक्यांत सलग येतात; ती नंतरच्या लेखनात काढून टाकली आहेत.

इंग्रजी भाषेत क्रियापदे वाक्याच्या मध्ये येतात. शिवाय त्यात To be ची रूपे मराठीच्या तुलनेने फारच कमी येतात. त्यामुळे वाक्यान्ती एकसुरी नाद-ठोका निर्माण होण्याची इंग्रजी भाषेत शक्यता नसते; पण मराठीत ती खूपच असते. म्हणून हा उपाय शक्य त्या ठिकाणी योजावा, असे मला वाटते.

माझ्यासारख्या ग्रामीण जीवनावर लेखन करणाऱ्या लेखकाला पुष्कळ वेळा भाषेची ठेवण बघून शब्द बदलावे लागतात. म्हनजे असे की, माध्यम म्हणून (१) शब्दोचारासह केवळ ग्रामीण भाषा, (२) केवळ नागर भाषा, (३) ग्रामीण व नागर या दोन्ही भाषांचे उच्चारासह लेखन, व (४) ग्रामीण भाषेचा परिणाम झालेले नागर भाषारूप असे पर्याय मला कलात्मक गरजेनुसार स्वीकारावे लागतात. निवेदकाच्या व्यक्तिमत्त्वाचे जे विशिष्ट स्वरूप त्या विशिष्ट लेखनापुरते स्वीकारलेले असते, त्यावर ते पर्याय अवलंबून असतात.

प्रस्तुत लेखनातील निवेदक हा ग्रामीण भागातीलच; पण शिक्षण घेतलेला असल्याने, निवेदनासाठी तो नागर भाषा वापरत आहें. तरीही त्याच्यावर ग्रामीण भाषेचा अंतरंगी परिणाम आहे; पण तो शिकलेला असल्याने भाषेचे उच्चारित रूप न स्वीकारता तिच्यावर नागर भाषालेखनाचे संस्कार करून ती तो घेतो आहे. आपल्या ग्रामीण माणसांशी बोलताना मात्र तो आपली मूलभूत ग्रामीण भाषाच वापरतो, तसेच बालपणीचे मनोगत मानसिक पातळीवर आठवतानाही (म्हणजे मनातल्या मनात) ग्रामीण भाषेतच ते तो अनुभवतो आहे.

त्याच्या या संकरित व्यक्तिमत्त्वाच्या भूमिकेमुळे, काही नागर रूपांच्या ठिकाणी दुसऱ्या लेखनात ग्रामीण रूपे घातली आहेत; तर काही ग्रामीण रूपांच्या ठिकाणी नागर रूपे घातली आहेत. उदा. दुसऱ्या परिच्छेदात 'हितं' या ग्रामीण रूपाच्या ठिकाणी 'इथं' हे नागर रूप घातले आहे; तर सहाव्या परिच्छेदात 'खाली' ह्या नागर रूपाच्या ठिकाणी 'बुडी' हे ग्रामीण रूप घातलेलं आहे. याच कारणामुळे त्याच परिच्छेदात 'हिंडण्यासाठी'च्या ऐवजी 'हिंडायला', 'कसं येता येत असंल'च्या ऐवजी 'कशी येईल' अशी शब्दयोजना केली आहे. १३व्या परिच्छेदात 'बाभळीच्या फांद्यावर' असा नागर शब्दप्रयोग होता; तिथे 'बाभळीच्या ढाप्यावर' असा ग्रामीण शब्दप्रयोग करून त्याच्यावर नागर भाषेचा संस्कार घडविला आहे. याला कारण मोठ्या फांदीला ग्रामीण भाषेत 'ढापा' असा खास शब्द आहे. आणि भूत काही छोट्या फांदीवर बसू शकणार नाही. ते मोठ्या फांदीवर शेंड्याकडच्या बाजूला बसूनच झोके घेऊ शकते.

पहिले लेखन करताना लेखनाचा एक आवेग असतो. मनात जे आलेले असते, जमा होत असते ते बाहेर काढण्याचे भान त्यावेळी विशेष असते. बाकीचा विचार त्यावेळी शबल झालेला असतो. त्यामुळे 'रूपा'च्या दृष्टीने एक कच्चेपणा, एक ढिलेपणा त्यात आलेला असणे शक्य असते. जिथे तो जाणवेल तिथे असे संस्कार मी करीत असतो.

## अधिक अचूक, मार्मिक शब्दयोजना

लिहिण्याच्या ओघात आणि आवेगात काही ठिकाणी शब्दरचना ढिसाळ, ओबडधोबड, बोथट झालेली असते. कित्येकवेळा नकळत सांकेतिकही झालेली असते. ती अधिक अचूक, मार्मिक, नीटनेटकी आणि एकूण लेखनाच्या स्थितीला ती साजेल अशी करून घ्यावी लागते. उदा. सहाव्या परिच्छेदात 'काळी कुळकुळीत... वडरीण माझ्या मनात उतरून धर्मशाळेतल्यागत बसली होती,' ह्या वाक्याऐवजी 'काळी कुळकुळीत... वडरीण पत्ता नाही ते माझ्या मनाच्या धर्मशाळेत उतरून बसली होती,' अशी रचना केली आहे. ती अधिक समर्पक वाटली. सातव्या परिच्छेदात तर 'खुळ्ळम्-खुळ्ळम्, खुळ्ळम्-खुळ्ळम्!' असे शब्द अधिक घालून भुतांच्या नाचाला नाद-लय देऊन, तो नाच अधिक इंद्रियगोचर, अधिक नादचित्ररूप करण्याचा प्रयत्न केलेला आहे. नवव्या परिच्छेदात 'त्यांचे जबडे, त्यांचे भेसूर डोळे त्यात वटारलेले दिसत.' ही बोथट शब्दरचना नाकारून, 'आ ऽऽ केलेले जबडे, फेंदारलेली नाकं, वटारलेले डोळे यांचा भास होई', अशी अधिक समूर्तता आणणारी

रचना केलेली आहे. त्याच परिच्छेदात 'बुडालेले' या (त्या ठिकाणी) अपरिणामकारक वाटणाऱ्या शब्दाच्या ऐवजी 'घुसलेले' हा गतिवाचक, पहाटेच्या वेळची त्यांची क्रिया दर्शविणारा अचूक शब्द योजला आहे. 'मातीत बुडालेला आहे' या ऐवजी 'मातीत घुसलेला आहे' हा शब्दप्रयोग जास्त यथार्थ वाटतो, हे उघड आहे. दहाव्या परिच्छेदात '...मळ्यात जीव दिलेल्या' या स्थूल शब्दप्रयोगाऐवजी' 'विहिरीत जीव दिलेल्या' या स्थानाची अधिक निश्चिती करणाऱ्या शब्दप्रयोगाचा वापर केला आहे; पण १२ व्या परिच्छेदाच्या आरंभीचे वाक्य त्या दृष्टीने सहज कळण्यासारखे आहे. 'पण त्यापेक्षा ही भुतं रात्रीचं चुकून कुणी त्या भागात गेला किंवा निदान त्या सीमेवर परसाकडंला जरी कुणी गेला तरी त्यांना घोळसून घोळसून अर्धमेलं करत. त्यांचे सांधे गच्च करून टाकत नि त्या माणसाला मग चालताच येत नसे.' या वाक्यातली रचना ढिसाळ आणि बोथट वाटते. तिच्याऐवजी 'कधी कधी रात्रीचं कुणी त्या भागात गेला नि तावडीत सापडला की भुतं त्याला घोळसून घोळसून अर्धमेला करत. त्याचे सांधे खिळे ठोकून गच्च करत. माणसाला मग चालताच येत नसे.' अशी सुटसुटीत, कमी शब्दांत अभिप्रेत अर्थ सांगणारी आणि तुलनेने माझ्या मनातील अपेक्षेचा अधिक परिणाम साधणारी रचना केलेली आहे. १३व्या परिच्छेदात 'प्रचंड जंगलात चुकलेल्या कोकरासारखं' अशा शब्दप्रयोगाऐवजी 'आठंग्या जंगलात चुकलेल्या कोकरासारखं' अशी मार्मिक शब्दयोजना केली आहे. 'कोकरू' प्रचंड जंगलात चरण्यासाठी जाणे तेथील हिंस्रतेमुळे असंभवनीय वाटते; पण ते 'तुरळक तुरळक पण आठी अंगांनी पसरलेल्या रानावनात' जाणे संभवनीय असते. 'आठंगं' हा शब्द 'सर्व अंगांनी पसरलेले' असा अर्थ स्पष्टपणे निर्दिष्ट करणारा आहे. मला तो प्रत्यक्षातील माळ लक्षात घेता तो अर्थ अधिक अभिप्रेत होता; म्हणून तो शब्द मी अधिक पसंत केला आहे.

## उभयान्वयी अव्यये व छोटी-मोठी वाक्ये

दुसरे लेखन करताना अनेक वेळा असे दिसून येते की, पहिल्या लेखनात उभयान्वयी अव्यये घालून आपण वाक्ये जोडलेली आहेत. त्यामुळे ती वाक्ये दीर्घ झालेली आहेत. सामान्यतः दीर्घ वाक्यांचे वाचन करताना वाचकाचे लक्ष स्वाभाविकपणे उत्तरार्धाकडे खेचले जाते; कारण उत्तरार्धात त्या वाक्याच्या अर्थाचा महत्त्वाचा गाभा साचलेला आहे, असे त्याला वाटते. मानसशास्त्रीयदृष्ट्या, वाक्य पूर्णपणे वाचत जाण्याकडे तो प्रथम खेचला जातो; कारण पूर्णविरामापाशी त्याला थांबून त्या वाक्याचा अर्थ आत्मसात करावयाचा असतो. म्हणून वाक्याच्या पूर्णविरामाकडे तो

सारखा झेपावत असतो. त्याच्या वाचनमग्न मनाला पुढे जाण्यासाठी एक वेग आलेला असतो. अशा रीतीने वाक्य वाचल्यावर त्याचे मन दीर्घ वाक्याच्या पूर्णविरामापाशी एरवीपेक्षा जरा (ते वाक्य दीर्घ असल्याने) जास्त वेळ थांबून त्या वाक्याचा सारा अर्थ समग्रपणे ग्रहण करीलच याचा शंभर टक्के भरवसा नसतो. त्यामुळे गोळाबेरीज अर्थ,- विशेषतः वाक्याच्या उत्तरार्धातील भागाच्या अर्थावरच त्याचे विशेष लक्ष स्थिर होऊन, तत्पूर्वीच्या अर्थाकडे कमी लक्ष किंवा दुर्लक्ष होण्याची शक्यता असते; पण त्याने असे करावे अशी लेखकाची मात्र अपेक्षा नसते. लेखकाच्या दृष्टीने त्या दीर्घवाक्यातील उपवाक्ये, पूर्वार्धात आलेली केवलवाक्ये; यांच्यातील अर्थही महत्त्वाचा असतो. अशा परिस्थितीवर उपाय म्हणून दीर्घ, मिश्र, जोडवाक्यांची 'केवल' वाक्ये करणे, अर्थाचे महत्त्व लक्षात घेऊन त्यांची रचना करणे महत्त्वाचे ठरते. उदा. नवव्या परिच्छेदातील पहिल्या लेखनात असे वाक्य आहे. 'ती सगळी भुतं चेहऱ्या-मोहऱ्यांसह मी माझ्या मनात साठवत होतो नि रात्री ती पालखीच्या वेळी जिवंत झाल्यावर कशी दिसत असतील याची कल्पना करून मनातल्या मनात नाचवत होतो.' दुसऱ्या लेखनात यातील एक गोष्ट वाचकाच्या चटकन लक्षात येईल की, या वाक्यातील 'नि' हे उभयान्वयी अव्यय काढून टाकले आहे आणि दोन्ही वाक्ये स्वतंत्र केली आहेत. त्यामुळे 'नि' नंतरच्या वाक्यावर वाचकाचे मन घसरत येऊन जे स्थिर होत होते, ते 'नि' काढून टाकल्याने तिथेच 'पूर्णविरामा'पाशी थांबते नि 'सगळी भुतं चेहऱ्यामोहऱ्यांसह मनात साठवत होतो,' या अर्थाकडे लक्ष वेधते. उत्तरार्धातील वाक्यातही 'मनातल्या मनात नाचवत होतो' या अर्थाला जे प्राधान्य आहे तेही काढून टाकले आहे; कारण 'मनातल्या मनात नाचवणे' हे महत्त्वाचे नसून 'जिवंत झाल्यावर ती भुतं कशी दिसत असतील' याचे चित्र प्रस्तुत आहे. म्हणून त्या वाक्यातील शेवटचा 'होतो' हा शब्द तेवढा ठेवून, त्याच्या अगोदर आलेले चार शब्द काढून टाकले आहेत आणि त्या ठिकाणी एकच शब्द घालून, योग्य ठिकाणी अर्थावर भर दिला जाईल अशी रचना केली आहे. ११व्या परिच्छेदात असेच एक वाक्य आहे; 'त्यांना हे मंतरे, देवरशी ढोराला बडवल्यासारखे बडवत नि एखादा सालना देतो, एखादी कोंबडी देतो म्हणून; आमिष दाखवून पळवून लावून देत.' या दीर्घ वाक्यात 'भुतांना पळवून लावून देत' ही घटना त्या वाक्याच्या रचनेमुळे अर्थदृष्ट्या प्रधान ठरते. तिथेच वाचक येऊन विराम पावतो; पण मला या वाक्यात तेवढाच अर्थ महत्त्वाचा म्हणून सांगावयाचा नसून, त्यांना ते 'ढोराला बडवल्यासारखे बडवत' हेही महत्त्वाचे म्हणून सांगावयाचे आहे. म्हणून तेथील 'नि' काढून टाकला नि तेथे पूर्णविराम घातला. अशावेळी 'बडवत' हे रीतिवाचक केवल क्रियापद वरील वाक्यात येते; म्हणून त्याला नाददृष्ट्या संवादी असे 'लावत' हे क्रियापद पुढच्या

वाक्यात घातले नि ‘लावून देत’ हे संयुक्त क्रियापद काढून टाकले. सहज जमले म्हणून हे केले. शब्दांचा वापरही मोजका होतो, कमी शब्दांत तेच सांगता येते म्हणून ते केले आहे.

मात्र याचा अर्थ असा नव्हे की, प्रत्येक वेळी बिनडोकपणे किंवा यांत्रिकपणे छोटी छोटी वाक्ये करणेच हिताचे असते. त्यामुळे बिंबवावयाच्या महत्त्वाच्या अर्थाचेही लयात्मकदृष्ट्या व भावनिकदृष्ट्याही अनाठायी तुकडे तुकडे होऊ लागतात. या तुकड्यांमुळे मानसिक पातळीवरची एक सूक्ष्म सलगता काही प्रमाणात तरी नाहीशी होते. त्या प्रमाणात ती नाहीशी झालेली सलगता चैतन्य हरवण्याला कारणीभूत होते. शब्दांचा पसारा वाढू लागतो आणि भरडपणा येऊ लागतो. उदा. नवव्या परिच्छेदातील पहिली तीन वाक्ये मी अशी फोडली : ‘वेताळतळ्याला माझी ढोरं पाणी प्यायला जात असत. त्या तळ्यात तासतासभर पोहणी पडत. त्या वेळेला मी ती भुतं न्याहाळून बघत असे. त्यांचे विद्रूप चेहरे त्या दगडांत वेगवेगळ्या आकारांत दिसत. त्यांचे आऽऽ केलेले जबडे दिसत. त्यांची फेंदारलेली नाके दिसत. त्यांचे वटारलेले डोळे दिसत. तसा मला भास होई.’ तीन वाक्यांची मी आठ वाक्ये केलेली आहेत. त्यासाठी सर्वनामांचा आणि क्रियापदांचा जादा वापर करावा लागला आहे. त्यामुळे छोटी वाक्ये करण्याच्या भरात जे कमी शब्दांत सांगता येणार होते; त्यासाठी जास्त शब्द वापरावे लागले आहेत; त्यामुळे स्वाभाविकच काही प्रमाणात अर्थातही भरडपणा येतो, हे उघड आहे. शिवाय ही छोटी वाक्ये यांत्रिकपणे केल्याने ‘मी ढोरं घेऊन तळ्याला जाणे, तिथं ती पोहणी पडणे’ या एरवी लेखाच्या संदर्भात गौण असलेल्या अर्थाला पूर्णविरामामुळे प्रधान स्थाने प्राप्त होतात; ती वेगळीच. वास्तविक ‘मी तळ्याला ढोरं घेऊन जाणे आणि तिथे ती पोहणी पडणे’ हे महत्त्वाचे नसून तळ्याला मी त्या निमित्ताने जातो आणि त्यामुळे मला ते दगड पाहायला मिळतात हे महत्त्वाचे असल्याने, त्या वाक्याची रचना मला ‘माझी ढोरं पाणी प्यायला गेली की वेताळ तळ्यात तासतासभर पोहणी पडत नि त्या वेळात मी ती भुतं न्याहाळून बघे’ अशी करावी लागली आहे.

तेव्हा अर्थाकडे लक्ष देऊनच वाक्य छोटे करावयाचे की मोठे करावयाचे, उभयान्वयी अव्यये ठेवावयाची का काढून टाकावयाची, याचा विचार करावा लागतो. तत्पूर्वी आपणास नेमकेपणाने काय म्हणावयाचे आहे, कोणत्या गोष्टीवर भर द्यावयाचा आहे, कोणता अर्थ महत्त्वाचा आहे याचे स्पष्ट भान यावे लागते.

ललित साहित्यातील लेखन हे एखाद्या ‘अनुभवाचे दर्शन’ घडविणारे असते. त्या अनुभवातील घटनांचा कार्यकारण संबंध दाखवून त्याचे विवरण करणारे नसते. वस्तुस्थिती अशी असल्याने, दोन वाक्यांमधील कार्यकारण संबंध प्रस्थापित करणारी

उभयान्वयी अव्यये काढावीत अशी माझी अपेक्षा असते. हा कार्यकारण संबंध दाखविणारे उभयान्वयी अव्यय काढल्यास तो कार्यकारण संबंध पूर्णपणे संपुष्टात येतो असे नव्हे. तो संबंध तर ती वाक्ये एकापुढे एक असल्याने सूचित होतोच; पण त्याची 'अनुभवदर्शन' घडविण्याची क्षमता तिथे प्रमुखस्थानी आल्याने ललित साहित्यनिर्मितीचा प्रमुख हेतू साध्य होतो. उदा. दुसऱ्या आणि तेराव्या परिच्छेदात पहिल्या लेखनात 'त्यामुळं' हा कार्यकारणदर्शक शब्द आलेला आहे; तो दुसऱ्या लेखनात काढून टाकला आहे. पुन्हा इथे जुनीच सूचना द्यावीशी वाटते की, पुष्कळ वेळा कार्यकारणसंबंध स्थापण्याची गरजही असते. एखाद्या संवादात 'तू का काम केलं नाहीस?' "मी काल आजारी होतो; म्हणून/त्यामुळं काम करू शकलो नाही." अशा रीतीने कार्यकारण संबंध प्रस्थापित करण्याची आवश्यकता असेल, तर ते शब्द येणे अपरिहार्य असते.

अशा रीतीने शब्दांच्या, वाक्यांच्या बदलामुळे व शब्दसंख्येच्या बदलांमुळे; त्याच शब्दांच्या, वाक्यांच्या नव्या मांडणीमुळे अर्थात सूक्ष्म बदल कसा होतो हे लक्षात येईल. त्याचबरोबर अभिव्यक्तीतही सूक्ष्म बदल होतो हेही लक्षात येईल.

## नवे परिच्छेद

साहित्यनिर्मितीतील नवा परिच्छेद म्हणजे अनुभवाच्या पदन्यासाचा, सरणीचा एक नवा टप्पा असतो. बारीकसारीक, सूक्ष्म-सूक्ष्म टप्प्याटप्प्यांनी अनुभव पुढे सरकत असतो. ह्या अनुभवाचे पुढे सरकणे सूक्ष्म असेल तर पुष्कळ वेळा लिहिण्याच्या भरात ते लक्षात येत नाही. कित्येक वेळा ज्या टप्प्याचा तपशील आपण लिहित असतो, त्या तपशिलाचाच एक भाग आपण लिहित आहोत असे वाटते; पण तो सूक्ष्मत: विचार केल्यास पुढच्या टप्पाचा भाग असतो, असे लक्षात येते. कित्येक वेळा नव्या मजकुराची भर घालताना नवा टप्पा तयार होतो. मग नवा परिच्छेद निर्माण करावा लागतो. प्रस्तुत लेखात दुसऱ्या लेखनाच्या वेळी असे नवे परिच्छेद तयार झालेले दिसून येतील. ते सहज जाणवण्यासारखे आहेत.

## पुनरावृत्ती

पहिले गद्यलेखन आपण लेखनाच्या आरंभापासून अखेरपर्यंत काही एकाच बैठकीत लिहू शकत नाही. कथा, ललितलेख यासारखा प्रकार असेल तर दोन ते चारपर्यंत आपल्या बैठकी होतात. दोन बैठकींच्या मध्ये कित्येक वेळा एक-एक,

दोन-दोन दिवसांचेही अंतर पडू शकते. या दोन बैठकींच्या मध्ये आपणास सामाजिक व्यक्ती या नात्याने इतर अनेक व्यवधाने असू शकतात. फक्त लेखनाचाच विचार मनात जागवत बसणे, त्याचाच ध्यास घेत बसणे पुष्कळ वेळा शक्य नसते. कादंबरीलेखनात तर असे होणे जास्त संभवनीय आहे.

अशावेळी, या अगोदर काय काय लिहिले याचे स्थूल स्मरण असले; तरी अनेक बारकावे आपण विसरून गेलेलो असतो. तसे विसरणे शक्य असते. पुष्कळ वेळा एखाद्या गोष्टीचे वा बाबीचे चिंतन अधिक केल्याने, तिच्यावर जास्त काळ मन रेंगाळल्याने ती गोष्ट वा बाब लेखनात नकळत एकापेक्षा जास्त वेळा आलेली असणे शक्य असते. पुष्कळ वेळा एखादा संदर्भ आपण पूर्वी दिला की नाही या शंकेमुळे पुन्हा येतो, एखादी उपमा पुन्हा येते, एखाद्या पात्राचे वर्णन पुन्हा येते, त्याच्या विशेष स्वभावगुणाविषयी आपण पुन्हा सांगितलेले असते.

दुसऱ्या लेखनात हे सर्व योग्य त्या ठिकाणी ठेवून बाकीचे गाळावे लागते. कारण दुसरे लेखन हा सलग, पहिल्या लेखनाचे वाचन करता करता एका बैठकीत करावयाचा भाग असतो. शक्यतो ते एका बैठकीत करावे अशी अपेक्षा असते. कारण त्यामुळे समग्र रूपाची ताजी जाणीव मनात तयार होत असते. सगळे मागचे-पुढचे संदर्भ मनात वागवून ते करावयाचे असल्याने, एका बैठकीत केल्यास सुघड होण्याची शक्यता असते. दुसरे लेखन करताना रूपजाणिवेची एक योग्यशी गती आणि तप्तता (टेंपो) मनाला आलेली असते. मनात रूपाविषयी एक लय निर्माण झालेली असते. अशा लयात्मक रूपजाणिवेच्या भरात ते झाले तर अधिक बरे असते. टप्प्याटप्प्याने, दोन बैठकींत, मध्ये पुष्कळ अंतर ठेवून लेखन केले तर ते चांगले होणारच नाही, असे नव्हे; पण मनोमन पुन्हा सगळे मागचे-पुढचे संदर्भ जमा करून दुसरी बैठक घालावी लागते. अपरिहार्य परिस्थितीत आपण तसे करतोही; पण अशावेळी सूक्ष्मशी पुनरावृत्ती राहण्याचा धोका नाकारता येत नाही. 'भय'च्या पहिल्या लेखनात पहिल्या आणि तिसऱ्या परिच्छेदाच्या आरंभी शिंप्याचा मळा आम्ही केल्याची सूक्ष्मशी पुनरावृत्ती झाल्याचे आपल्या लक्षात येईल. दुसऱ्या लेखनात ती काढून टाकलेलीही आढळेल. अशा प्रकारची पुनरावृत्ती ही नकळत झालेली असते;

पण पुष्कळ वेळा जाणीवपूर्वक पुनरावृत्ती केलेली असते. एखादी विशेष बाब बिंबविण्याचा या पुनरावृत्तीचा हेतू असतो. प्रस्तुत लेखात 'वेडेवाकडे', 'चमत्कारिक' ही विशेषणे साभिप्राय पुनरावृत्त केलेली दिसतील. तसेच माणसाला भुताची उपमाही साभिप्राय पुनरावृत्त झालेली दिसेल.

## सघनता आणि पसरटपणा

पहिल्या लेखनाच्या आवेगात सघन, गोळीबंद रचना करता येईलच असे नाही. आशय उचलून भाषेत आणण्याकडे भान आणि विशेषतः मानसिक वेग असल्याने वाक्यरचनेत कित्येकवेळा पसरटपणा येतो. कित्येकवेळा एका वाक्यात व्यक्त झालेला आशय पुन्हा वेगळ्या वाक्यरचनेने अवतरल्यासारखा वाटतो. थोडक्यात, सांगता येण्याजोगा आशय अनेक वाक्यांनी सांगितला जातो. इत्यादी कारणांमुळे लेखन पसरट झालेले असते. उदा. सहाव्या परिच्छेदात पहिल्या तीन वाक्यांतील 'जातायेता,' 'त्या', 'माळरानावर', 'दांडगाच्या दांडगा' हे शब्द व शब्दप्रयोग त्या त्या वाक्यात फारसे काही साधत नाहीत, त्यामुळे वाक्ये अकारण पसरट, माहितीवजा वाटू लागतात. त्यामुळे ते दुसऱ्या लेखनात काढलेले दिसतील. चौदाव्या परिच्छेदात दुसऱ्या लेखनात जे फेरफार केले आहेत ते त्यातील पसरटपणा काढून टाकण्यासाठीच केल्याचे लक्षात येईल. 'भुतांनी रूपं पालटणं, काही क्रूर कर्म करणं, मी गांगरून रडत उठणं' ह्या गोष्टी मूळ लेखाच्या संदर्भात काही साधत नाहीत, असे वाटले. त्यांच्यामुळे मूळ जे प्रस्तुत आहे, त्यात अकारण व्यत्यय येतो, ते सलगपणे सांगितले जात नाही; असे वाटून तो भाग दुसऱ्या लेखनाच्या वेळी काढून टाकला. बाविसाव्या परिच्छेदात शंकर आणि त्याच्या बायकोचा जो संवाद आहे, त्यातील एक प्रश्नोत्तरात्मक ("आणि रेशन?" "काय सांगतीय तर पैस द्या म्हणून.") भाग काढून टाकण्याचा हेतूही तोच आहे. चोविसाव्या परिच्छेदातील पहिली पाच वाक्ये पूर्वी सांगितलेलाच आशय केवळ पसरट करतात असे वाटल्याने दुसऱ्या लेखनात काढून टाकलेली आहेत.

## पहिल्या लेखनातील अनावश्यकतेची तात्कालिक आवश्यकता

पहिले लेखन करीत असताना आवश्यक मजकूर कोणता आणि अनावश्यक मजकूर कोणता याची कल्पना नीटपणे येत नाही. अशावेळी पहिल्या लेखनात आवश्यक-अनावश्यकतेची पाल मध्येच चुकचुकली; तरी लेखनाच्या आवेगाला आवर घालून विचार करत बसू नये हे बरे. स्फोट झालेल्या ज्वालामुखीसारखी पहिल्या लेखनाची स्थिती असते. त्याच्यातून सर्व काही भले, बुरे, आवश्यक, अनावश्यक, सोने, हीण बाहेर पडत असते ते प्रथम पडू द्यावे. हे लेखन एकदाचे पूर्ण झाले की, हा ज्वालामुखी तात्पुरता थंड होतो; त्याचा आवेग थांबतो. मग या पहिल्या लेखनाची नीटपणे तपासणी करून, आपणांस जे सांगावयाचे

होते ते बाहेर शब्दरूपात; वेडेवाकडे का होईना; आले आहे की नाही, हे पाहावे. तसेच मनाच्या अर्धसुप्त अवस्थेतील, सुप्त अवस्थेतीलही काही भाग आला असेल; तर त्याचीही तपासणी करून पुन्हा आपल्या लेखाच्या संदर्भात त्यात काही नवे ताण, नवी दिशा, नवे परिमाण सूचित होत असेल, तर त्याचीही स्पष्ट जाणीव लेखकाने मनाशी करून घ्यावी व दुसऱ्या लेखनाच्या वेळी ती त्यात भरून घ्यावी.

पहिल्या लेखनातील मजकूर दुसऱ्या लेखनाच्या वेळी आपल्या दुसऱ्या लेखन-हेतूला आवश्यक आहे तो आपण ठेवत जातो व बाकीचा काढत जातो. म्हणजे मजकुराची अनावश्यकता दुसऱ्या लेखनहेतूच्या वेळी निश्चित होत असते.

पुष्कळ वेळा पहिल्या लेखनातील दोन घटनांच्या मधली सांधेजोड नीटपणे करावयाची असल्यानेही असा अनावश्यक मजकूर लिहावा लागतो की, तो लिहितानाच आपणास वाटते की तो अनावश्यक आहे; पण तो टाळावयाचा कसा हे त्याक्षणी कळत नसते. आणि आपणाला तर थांबून भागणार नसते. त्यामुळे पहिल्या लेखनाच्या मनःस्थितीवरच विरजण पडणार असते. लेखनाचा मनातील आवेग कुंठित होणार असतो. अशा वेळी कामचलाऊ म्हणून तो मजकूर त्यावेळी तिथे लिहून टाकावा हे उत्तम. दुसऱ्या लेखनाच्या वेळी त्याचा थंडपणे विचार करून फार तर तो नव्याने मांडावा (रिमोल्ड करावा) किंवा काढून टाकून पुढच्या घटनेला पूर्वीच्या घटनेशी कलात्मकतेने एक-दोन वाक्यांनी जोडून घ्यावे. पुष्कळवेळा पहिल्या लेखनात अनावश्यक मजकूर 'कामचलाऊ मध्यस्थ' म्हणून त्या त्या वेळी लिहावा लागतो.

अशा दोन्ही प्रकारच्या अनावश्यक मजकुराची उदाहरणे पहिल्या लेखनात भरपूर सापडतील. पहिल्या लेखनाच्या अगदी आरंभीचीच काही वाक्ये दुसऱ्या लेखनात दिसणार नाहीत. एवढेच नव्हे तर दुसऱ्या लेखनाचा हेतू लक्षात घेऊन 'दुसरे लेखन' करीत असल्याने तिथे काही नवा मजकूरही आलेला दिसेल. तिसऱ्या परिच्छेदातील काही वाक्ये दुसऱ्या लेखनात त्याच कारणामुळे गाळलेली आहेत.

पंधरावा परिच्छेद तर दुसऱ्या लेखनात संपूर्ण गाळूनच टाकला आहे. माझ्यावर होणारा भुतांच्या भयाचा परिणाम कोणत्या स्वरूपाचा होता, हे सांगणारा तो परिच्छेद आहे. पहिल्या लेखनाच्या वेळी मला तो आवश्यक वाटला; पण दुसऱ्या लेखनाचा हेतू जेव्हा माझ्या मनात निश्चित झाला, तेव्हा एक गोष्ट माझ्या लक्षात आली :- भुतांच्या भयाचा परिणाम माझ्यावर काय होत होता हे सांगण्याची आता गरज नाही. कारण मला पूर्वी भय वाटत होतं; आता ते वाटत नाही; आता दुसऱ्याच भुतांचं भय वाटतं आहे; एवढाच प्रस्तुत विषय आहे. असे असल्यामुळे भुतांच्या भयाच्या माझ्यावरील परिणामाची आवश्यकता आता दुसऱ्या लेखनात ठेवण्याची गरज नाही.

म्हणून मी तो परिच्छेद दुसऱ्या लेखनात गाळला.

अशा रीतीने एखादा परिच्छेदच्या परिच्छेद जसा अनावश्यक ठरतो; तसा बारीकसारीक मजकूरही अनेक कारणांनी दुसऱ्या लेखनाच्या वेळी अनावश्यक वाटत असतो. तपासणी करताना हे दिसून येते. परिच्छेद आठमध्ये आलेली 'मोठमोठ्या नारळाएवढी' ही दगडांना दिलेली स्पष्टीकरणात्मक उपमा ठेवण्याची आवश्यकता मला वाटली नाही. त्यामुळे उगीचच 'दगडांच्या गोल'पणाला मर्यादा येते असे वाटले. ही मर्यादा तिथे काही अपरिहार्य विशिष्टता साधत नव्हती; म्हणून ती काढली. त्याचप्रमाणे दहाव्या परिच्छेदाच्या आरंभीच्या तीन वाक्यांतील फक्त एकच वाक्य आवश्यक वाटल्याने तेवढेच ठेवून बाकीची दोन अनावश्यक वाक्ये काढून टाकली आहेत. अकराव्या परिच्छेदातील शेवटच्या वाक्यासंबंधीही तेच सांगता येईल.

## फिरवाफिरव, अधिक-उणे

आपणाला एखाद्या लेखनातून जे सांगावयाचे असते त्या लेखनातील घटनांचा विकासक्रम स्थूल मानाने आपल्या मनासमोर पहिल्या लेखनाच्या आरंभी मनात (किंवा टिपणाद्वारे हाताशी) असतो. प्रत्यक्ष पहिले लेखन केल्यावर काही कारणामुळे आपणास तो विकासक्रम बदलावा असे वाटते. नवी मांडणी करावीशी वाटते. पुष्कळवेळा एखादी नवीन घटना कल्पनेच्या पातळीवर सुचते आणि ती त्या लेखनात आणावीशी वाटते; म्हणून आपण ती आणतो. बऱ्याच वेळा एखादी अपेक्षित घटना आपण लिहिल्यानंतर तिच्यात काही फारसा दम नाही, सबंध विकासक्रमात ती काही (टप्पा वगैरे) साधत नाही, असे वाटते. म्हणून ती काढून टाकावीशी वाटते. पुष्कळवेळा पूर्वीच्या एखाद्या घटनेचा मजकूर नंतरच्या घटना-लेखनाच्या वेळी सुचतो किंवा पूर्वीच्या एखाद्या घटनेत असा मजकूर अधिक घालण्याची आवश्यकता वाटते. एवढेच नव्हे तर एखाद्या घटनेतील मजकूर त्या घटनेत न घालता दुसऱ्याच एखाद्या घटनेत घालावा असे वाटते. दुसऱ्या लेखनाच्या वेळी हे सर्व करावे लागते; तेव्हाच दुसरे लेखन सुघड होण्याची शक्यता असते.

या सर्वच प्रकारांची उदाहरणे प्रस्तुत लेखाच्या (भय) पहिल्या वा दुसऱ्या लेखनात सापडत नाहीत; हे खरे. एक मात्र उदाहरण सापडते; ते असे की, विसाव्या परिच्छेदाच्या आरंभीचा उपपरिच्छेद सबंधच्या सबंध उचलून अठराव्या परिच्छेदाच्या शेवटी घालावा लागला आहे. हा उपपरिच्छेद विसाव्या परिच्छेदात अनाहूतपणे आला आहे, असे जाणवले. खरे तर त्या मांगाच्या पोरांनी दारे-खिडक्या मोडून पोटफाडी

उघडी केली. त्यांची दारे-खिडक्या मोडण्याची ही कृती रात्री चाले आणि रात्रीच्या वेळी ती पोटफाडी कशी भयानक वाटे, हे मला सुचवावयाचे होते; पण खोलात जाऊन विचार करताना असे दिसले की, तरुण पोरांचे दारे-खिडक्या मोडण्याचे कर्म रात्री कसे चाले, हे सांगावयाचे राहूनच गेले आहे. त्यावेळी दुसरा काही विचार केला होता; पण दुसऱ्या लेखनाच्या वेळी तो आठवण्याचा खूप प्रयत्न करूनही आठवेनासा झाला. वस्तुस्थिती अशी असली तरी पोटफाडी मात्र रात्री कशी भयानक वाटत होती हे सांगून, मी नंतर पुन्हा तरुण पोरांच्याकडे वळलो आहे आणि त्यांनी कडीकोयंडे मोडून आत प्रवेश केला आहे व तिथे ती खेळत आहेत; एवढेच सांगून मोकळा झालो आहे, हे लक्षात आले. त्यामुळे दुसऱ्या लेखनाच्या वेळी हा उपपरिच्छेद विचार करून अठराव्या परिच्छेदाच्या शेवटी जोडला आहे. तिथे तो संध्याकाळ, दिवे लागण, रात्र या विकासक्रमाला बरोबर जमून गेला आहे. आणि त्या पार्श्वभूमीवर मांगाची तरुण पोरे तिथे खेळत होती हे मी सांगतो आहे; अशी 'मांडणी' झाली आहे.- लेखकाला पुष्कळवेळा लेखन हुलकावणी देते ते असे.

## भाषाशैली

पुष्कळ वेळा ज्या भाषेत आपण अनुभव व्यक्त करत असतो, त्या भाषेत एक शैलीचा भाग म्हणून काही वाक्ये, वाक्यांश, शब्दप्रयोग, सांकेतिक शब्दरचना येत असतात. आपल्या बोलण्याची ती एक लकब झालेली असते. अशा गोष्टींमुळे भाषा उगीचच प्रदर्शनात्मक वाटू लागण्याचा धोका निर्माण होतो. हा लेखक 'शैली' चे नखरे अधूनमधून करतो आहे असे वाटू लागते. त्यामुळे लेखनातील मनःपूर्वकतेला त्या प्रमाणात ढळ पोचत असतो. चौथ्या परिच्छेदात 'मोठ्याच्या मोठ्या चाकोऱ्या पडल्या होत्या.' या शब्दप्रयोगात 'मोठ्याच्या' हा शब्द काढून टाकला. कारण 'मोठ्या चाकोऱ्या पडल्या होत्या' एवढ्याने तिथे काम भागणार आहे, चाकोऱ्या किती मोठ्या होत्या, हे सांगणे इथे अनुषंगिक आहे, फारसे प्रस्तुत नाही; हे लक्षात आले. बाराव्या परिच्छेदातील शेवटचे वाक्य याच कारणामुळे बदलले आहे. 'मनच मग भूतवाड्याचा माळ होऊन जाई' या अतिशयोक्तीपेक्षा, वास्तवदर्शी; एकूण लेखनाला 'पत्ता नाही ते भूतवाडाच मनात येऊन बसलेला असे' ही रचना जमून जाणारी वाटते; म्हणून तो बदल केला आहे. भाषेची ही मनःपूर्वकता त्या त्या विशिष्ट लेखनाच्या, लेखाच्या स्वभावावर अवलंबून असते. एकाच लेखकाच्या रोमँटिक अनुभवाच्या वेळची भाषाशैली व वास्तवदर्शी अनुभवाच्या वेळची भाषाशैली ही वेगळी वेगळी असू शकते; हे लक्षात घेतले पाहिजे. तेव्हा वाचकांची 'तुमच्या

त्या लेखाच्या भाषेची गंमत ह्या लेखाला आली नाही, बुवा.' या सारखी वाक्ये लेखकाकडून ठाम अशा यांत्रिक, स्व-तंत्र भाषाशैलीची अपेक्षा करतात, हे जाणकार लेखक विसरू शकत नाही. त्यामुळेच तिला तो बळी पडत नाही.

# एका कादंबरीचा जन्म : नटरंग

१९८० साली 'मौज प्रकाशन, मुंबई' यांच्यातर्फे प्रसिद्ध झालेल्या 'नटरंग' या कादंबरीची निर्मितिप्रक्रिया इथे मांडत आहे. तिच्या आधारे साहित्यकृतीच्या एकूणच निर्मितिप्रक्रियेवर काही अंगांनी प्रकाश पडण्याची शक्यता आहे, असे वाटते. तसेच साहित्यकृतीच्या निर्मितीचे 'तंत्र आणि मंत्र' असे काही नसते, प्रत्येक साहित्यकृती हे निर्मितीच्या दृष्टीने एक नवे आव्हान असते, तिची अशी एक विशिष्ट 'जन्मकथा' घेऊन ती आकाराला येत असते. आणि तिची 'जन्मकथाही' त्या साहित्यकृतीइतकीच अनन्यसाधारण असते; हेही ध्यानात येते.

## १ : बीज

१९७३च्या नोव्हेंबरमध्ये 'रात घुंगुरांची' हे वगनाट्य लिहिले. हे वगनाट्य लिहित असताना त्यात जे नाच्याचे पात्र घातले आहे; त्यावरून 'नटरंग' कादंबरीची बीजकल्पना माझ्या मनात रुजली. 'नाच्या' हा मुख्य धरून, नायक कल्पून कादंबरी लिहिता येण्यासारखी आहे; कारण त्यात कादंबरीचा अनुभव सिद्ध होईल एवढी सुप्त ताकद दिसते आहे. 'नाच्या' ह्या व्यक्तीकडे कुणी आत्मीय भावनेने, त्याच्या मनात शिरून आजवर पाहिलेले नाही. त्याचा फक्त करमणुकीसाठी सर्वांनी वापर करून घेतलेला आहे. त्याच्या जीवनात एक शोकात्मिका दडलेली दिसते. आपणास तिच्यावर कादंबरी लिहिता येणे शक्य आहे.' असे बीज सुचले आणि मी विचार करू लागलो.' 'रात घुंगुरांची'मधील नाच्या या विचारांना चालना द्यायला फक्त निमित्त ठरला. बीजकल्पना सुचण्यापुरताच त्याचा संबंध दाखवता येतो.

ह्या कल्पनेचा अनेक बाजूंनी विचार करताना मला असे दिसून आले की, कमी-अधिक फरकाने ही सर्वच गंभीर प्रकृतीच्या, मनःपूर्वक कलानिर्मितीत गुंतलेल्या

कलावंतांची शोकात्मिका असते. कमी-अधिक प्रमाणात समाज हा कलावंताचा करमणुकीसाठीच वापर करून घेत असतो. कलावंत ज्या प्रकारे मानवी मनाची संवेदना आणि चिंतनवृत्ती जागवण्याचा प्रयत्न करतो आणि त्या दिशेने मानवी जीवन कसे सुंदर, अर्थपूर्ण होईल याचे जे दर्शन घडवतो; ते दर्शन समजून घेऊन प्रत्यक्ष जगण्याचा कुणी प्रयत्न करीत नाही. एवढेच काय; खुद्द त्या निर्मात्या-कलावंतालाही तसे जगता येणे व्यवहारी जगात जवळ जवळ अशक्य असते. यामुळे तो सतत जीवनात कुचंबणारा, व्यवहारी जगाविषयी उदास असणारा, परिणामी एकटा पडणारा होतो. त्याला लाभलेल्या व्यवहारी जीवनाची ही शोकात्मिका आहे.

या दिशेने त्याला कुणी समाजात समजून घेत नाही. यात त्याचे आई-वडील, बायको-पोरे, रसिक, मित्र, साथीदार-सोबती इ. (समाजातील) सगळेच येतात. त्याची ही शोकात्मिका कुणीही टाळू शकत नाही.

ही शोकात्मिका व्यवहारी जीवनात इतर कुणी टाळू शकला नाही, तरी कलावंत ती टाळण्याचा आपल्या परीने प्रयत्न करत असतो. हा त्याचा प्रयत्न म्हणजे कलानिर्मितीच्या घनिष्ट सहवासात राहणे, कलानिर्मिती हेच जीवन मानणे. प्रत्यक्षात जे घडावे आणि अनुभवावे असे वाटते; तेच सारे कलाकृतीत घडते असे दाखवून तो ते मानसिक पातळीवर आस्वादू शकतो, संवेदू शकतो. त्याची संवेदनशीलता तीव्र असल्याने मानसिक पातळीवर ती अनुभव घेऊ शकते. कलाकृतीत मनाने डुंबू शकते. यामुळे कलावंताची खरीखुरी निष्ठा शेवटी त्याच्या कलेवर असते. तिथे तो सर्वार्थाने खरा रमतो. तिथेच तो खरा नैतिक असू शकतो. एखाद्या व्रतासारखी तो कलेला ह्या व्यवहारी आणि धकाधकीच्या जगात सांभाळू लागतो. तिला सातत्याने साकारण्यात आनंद मानू लागतो. तिचा त्याला ध्यास लागतो. कला हेच आपले जीवन हे त्याला पटलेले असते. आपल्या मनाला व्यवहारात जे अशक्य ते कलेतच फक्त शक्य आहे, अशक्याला शक्यतेच्या पातळीवर नेणारी फक्त कलाच आहे; हे त्याच्या प्रत्ययाला आलेले असते.– कलावंताच्या जीवनाविषयी हा विचार साररूपाने सुचला आणि कादंबरी लिहिता येणे (या विषयावर) शक्य आहे, असे वाटू लागले. हा जो विचार सुचला त्यात स्वानुभवाचे बरेच सार आहे, हे उघड आहे.

म्हणजे आता इथे 'नाच्या' हा नाच्या म्हणून गौणत्वाकडे जाऊ लागला आणि तो एका कलावंताचे मूलभूत प्रतीक म्हणून माझ्या मनापुढे येऊ लागला. त्या विशिष्ट 'नाच्या'ला 'कलावंत' या विश्वात्मक व्यापक संकल्पनेत मी पाहू लागलो. कादंबरीत त्याला या अंगाने उलगडण्याचा प्रयत्न करावयाचा, असे मी निश्चित केले.

२ : नोंदी

हा विचार सुचला आणि मी मांडामांड करू लागलो. बीजकल्पना सुचली आणि तिची कादंबरीसारखी मोठा काल-पट असलेली साहित्यकृती निर्माण करण्याचा निश्चय झाला की, अशी मांडामांडीला सुरुवात होत असावी. ही मांडामांड म्हणजे 'मांडणी' नसते. कादंबरीची 'मांडणी' वेगळी आणि कादंबरीसाठी मांडामांड वेगळी. 'मांडणी' या कल्पनेत सिद्ध स्वरूपातील साहित्यकृतीच्या शैलीचा, सरणीचा अर्थ अभिप्रेत असतो; तर 'मांडामांडी'मध्ये सिद्धपूर्व अशा किंवा अगदीच पूर्वप्राथमिक अवस्थेत असलेल्या स्थूल चाचपणीचा अर्थ अभिप्रेत असतो. संकल्पित कादंबरीची ताकद तपासण्याचे कार्य या अवस्थेत चाललेले असते.

या अवस्थेतून पुढच्या टप्प्यावर जाण्यासाठी कादंबरीचे प्रत्यक्ष 'पहिले लेखन' सुरू होते. पहिल्या लेखनाची प्रक्रिया सुरू झाली की, या मांडामांडीतील; म्हणजे पूर्वप्राथमिक अवस्थेतील संकल्पित कथानकात, पात्रांत, प्रसंगांत, शैलीत आवश्यकतेनुसार फरक पडतो, भर पडते किंवा काही भाग वगळणे सुरू होते.

पूर्वप्राथमिक अवस्थेतील हे कथानक, पात्रे, प्रसंग, शैली, संकल्पित कादंबरीत उचितपणे कशी येऊ शकतील, याची 'पहिल्या लेखनात' जणू रंगीत तालीम चाललेली असते. तिथे पाहणी सुरू असते. त्यामुळे हे बदल होत जातात. या बदलांमुळे ते घटक बदलल्यासारखे वाटतात खरे; पण त्यामागे मूळ 'बीजकल्पना' कादंबरी-रूपात अधिक सुसंगतपणे, अधिक एकात्मतेने, अधिक कलात्मकतेने, चैतन्यपूर्णतेने, तिच्या बारीकसारीक विविध 'कळां'सह अवतरावी, हीच प्रेरणा असते. म्हणजे हे बदल मूळ कादंबरीला धक्का पोचवणारे किंवा ढळ पोचवणारे, मर्ढेकरी आत्मनिष्ठेला फाटा देऊन आत्मभ्रष्टपणे आलेले; अशा प्रकारचे नमून मूळ कादंबरीचा शोध घेण्यासाठी 'ट्रायल-एरर-मेथड'ने त्या संकल्पित कादंबरीतील कथानकाचा, पात्र-प्रसंगांचा, शैलीचा (इ. घटकांचा) लक्ष्यवेध घेणारे असतात.

म्हणून कादंबरीनिर्मितीच्या प्रक्रियेत ही 'मांडामांड' कोणत्या स्वरूपाची असते आणि तिच्यातून 'पहिले लेखन' कसे आकाराला येते आणि या दरम्यान चाललेल्या बदलामागच्या प्रेरणा काय असू शकतात, हे निर्मितिप्रक्रियेचा एक टप्पा म्हणून पाहणे जरूर आहे.

मी तमाशे पाहिले होते. ग्रामीण जीवनाचा मला अनुभव होता. कलावंत-जीवनाचाही मला अनुभव होता. तमाशाविषयी काही घटना मी जिज्ञासूपणे ऐकल्या होत्या. त्यासंबंधी काही वाचनात आले होते. तमासगिरांना समाजात कसे वागविले जाते याची कल्पना होती. गावाकडे माझ्या घराला लागूनच मांगवाडा होता. त्याचा मला पुष्कळ अनुभव होता. तिथे एक तमाशाचा फड उभा राहताना आणि मोडतानाही मी पाहिला होता- मला प्रत्यक्षात मिळालेले हे अनुभव होते. या अनुभवांच्या आधारे मी कादंबरीतील विषयाची मांडामांड करू लागलो. आवश्यक तेथे त्या अनुभवांच्याच

आधारे कलानुभव निर्माण करू लागलो. मला कादंबरीगत कलानुभव; म्हणजे कथानक, विषय, पात्रे, पात्रांचे परस्परसंबंध, वातावरण, संवाद, नाट्य, काव्य इत्यादी सर्वांचे जे एक एकात्म विश्व आकाराला आलेले असते; ते अभिप्रेत आहे.

कादंबरीची मांडामांड करताना मला प्रथम बीजरूपाने जे सुचलेले असते, त्याला मूर्तरूप देण्यासाठी प्रथम मनासमोर एक सांगाडावजा, स्थूल कथानक लागते. त्या कथानकात मध्यवर्ती असा नायक असतोच. त्याच्या भोवतीची महत्त्वाची पात्रेही कथानकात प्रथम आणावी लागतातच. एकदा बीजाच्या आधारे कथानक आखले की, त्याचा अधिक आणि जिवंत विकास करण्यासाठी विचार सुरू होतो. मग त्यात अनेक वेळा गौण प्रसंग, गौण पात्रे येतात; तर काही कमी होतात. या प्रक्रियेत कथानकाचा उलट, सुलट, पुन्हा पलटी देऊन, विरोधी बाजूने, लांबून, जवळून, प्रत्येक पात्राच्या भूमिकेत शिरून त्याच्या कादंबरीतील कमी-अधिक महत्त्वानुसार विचार करावा लागतो. तसा करताना मूळ कथानकात, त्याच्या तपशिलात बारीकसारीक खूपच बदल (भर किंवा वगळ) होत असतात. ही प्रक्रिया मनोमनच खरी चाललेली असते. अर्थात हे कथानक म्हणजे काही सिद्ध स्वरूपातील कादंबरीचे कथानक नसतेच. 'मांडामांडीसाठी' उभे केलेले हे कथानक असते. कादंबरीच्या पहिल्या लेखनाच्या वेळी ते पुन्हा बदलते, बदलणे शक्य असते, हे लक्षात ठेवणे आवश्यक आहे.

मांडामांडीच्या अवस्थेतील हे कथानक लक्षात राहण्यासाठी वाङ्मय-डायरीत मी काही नोंदी करून ठेवत असतो. ही कथानकाची नोंदप्रक्रिया लेखन करण्यापूर्वी सहा महिने चाललेली दिसते. कारण नोव्हेंबर १९७३ ते एप्रिल १९७४ अखेर मी पुण्यातच होतो. त्या दरम्यान वेळ मिळेल तेव्हा विचार करत होतो. डायरीत नोंदी करीत होतो. ७ मे १९७४ रोजी सुटीत मी कागलला जाऊन वीस-एकवीस दिवस लेखन केलेले दिसते. पहिला भाग त्या सुटीत पूर्ण झाल्याची नोंद आहे.

नोव्हेंबर १९७३ ते एप्रिल १९७४ अखेरपर्यंत ज्या नोंदी डायरीत केल्या आहेत; त्या जशाच्या तशा आकडे घालून एकेरी अवतरणात देत आहे व 'नटरंग' कादंबरीत त्यांचे नेमके काय झाले या विषयीची माहिती व विवरण तिच्या खाली देत आहे. त्यावरून प्रक्रियेच्या या टप्प्यावर काय चालते याची कल्पना येऊ शकेल.

१. 'यशवंता, नाच्या-संकल्पित कादंबरी.'

आजचे कादंबरीचे नाव 'नटरंग' असे आहे. 'यशवंत' हे नायकाचे प्रथम ठेवलेले नाव होते. ते एक कामचलाऊ नाव होते. कादंबरी केवळ नायकालाच प्राधान्य देऊन लिहिली जाईल असे वाटले. त्यावरून त्याचेच नाव कादंबरीला दिलेले होते. प्रत्यक्ष कादंबरी लिहिण्याच्या पूर्वीच हे नाव निश्चित केलेले होते. काही कथांची, ललित लेखांची नावेही लेखन करण्याच्या पूर्वीच माझ्या मनात घोळत

असतात, नक्की झालेली असतात. तसे नाव असलेल्या कथेशी, लेखाशी किंवा इथे कादंबरीशी मनोमन क्रीडा करायला बरे वाटत असते.

'नाच्या' हे नाव मी फक्त लिहून ठेवले; पण ते मनातून कधीच गळून गेले होते. 'नाच्या' हा कलावंत असतो; तेव्हा 'नाच्या' म्हणून त्याला इतर सामान्यजनांप्रमाणे आपणही (लेखकानेही) हिणवणे बरोबर नाही, असे वाटून ते नाव मनातून गळले होते.

प्रत्यक्ष कादंबरी लेखनाच्या वेळी मात्र 'यशवंत' हे नाव मला आवडेनासे झाले. त्यातील 'यश' हा शब्द खटकू लागला; म्हणून खेड्यापाड्यात रूढ असलेले; पण जरा बाजूलाच पडलेले 'गुणा' हे नाव मी स्वीकारले. पहिल्या भागाचे पहिले लेखन 'यशवंता' या नावानेच आहे; पण दुसऱ्या लेखनात 'यशवंता' हे नाव 'गुणा'च्या थोरल्या भावाला बहाल केले. त्यामुळे आपोआपच 'यशवंता' हे कादंबरीचे नाव मागे पडले; पण त्याऐवजी 'गुणवंता' हे नाव कादंबरीला द्यावेसे वाटेना. कारण दुसरे, फेअर, सुधारित लेखन जेव्हा पूर्ण केले, तेव्हा कादंबरीत येऊन गेलेल्या 'नटरंग्या' या शब्दाने माझे लक्ष वेधले. 'नटरंग्या'चा ग्रामीण जीवनात नटणारा, रंगढंग करणारा, चंगीभंगी, भोगी माणूस असा अर्थ आहे; पण त्याचा मुळातला शब्दश: अर्थ व त्याची घनता मला अधिक अर्थपूर्ण वाटली. म्हणून 'नटरंग' हे नाव शेवटी नक्की केले. 'गोतावळा' च्या वेळीही असेच झाले होते. 'गोतावळा' हे नंतरचे नाव आहे. ते अधिक संयत, सूचक, सौम्य प्रकृतीचे वाटल्याने ठेवले. पहिले नाव एका शेतीयुगाच्या अंताचे शेवटचे वर्ष अशा अर्थी 'अखेरचे साल' हे होते.

२. 'ही कादंबरी त्याचा कवि-मित्र सांगतो. तो त्याच्याबरोबरच तमाशात गेलेला असतो. पूर्वाश्रमीचे दोघेही कष्ट करून राबणारे. यशवंता कुस्त्या व गमत्या करत हिंडणारा; पण पुढे त्याचे लग्न होते. एकीला दोन बायका होतात. दुसऱ्या बायकोला तो तमाशात असतानाच तीन मुले होतात.'- प्रत्यक्षात ही कादंबरी अव्यक्तिनिवेदनात (तृतीयपुरुषी निवेदनात) आहे. असे का केले? एक तर गुणाच्या कविमित्राने हे निवेदन कशासाठी करायचे? त्याचे अपरिहार्य प्रयोजन काय ?—या प्रश्नाची उत्तरे मला नीट सापडेनात. कुठे तरी कविमित्राच्या मुखातून ही कादंबरी वदवली, तर तिला ग्रामीण भाषेचा स्पर्श अधिक मिळेल, असे आरंभी वाटले असावे. हा तात्कालिक मोह होता. कारण त्याच्या बुडाशी काही तार्किक कलात्मक प्रयोजन नाही, असे नंतर दिसून आले.

दुसरे असे की, कविमित्राचे पात्रच प्रत्यक्ष कादंबरी-लेखनाच्या वेळी काढून टाकलेले आहे. हे पात्र काढून टाकले याला कारण असे की, हे पात्र जर कादंबरीत आले, तर गुणाला फक्त 'नाच्या-कलावंताचीच' भूमिका उरते. कलावंत म्हणून त्याला तेवढे एकच परिमाण लाभते; ते मला नको वाटले. म्हणून प्रत्यक्ष 'कवी'चे,

वग लिहिण्याचे कार्यही गुणाकडेच दिले. वग बसवण्याचे (दिग्दर्शकाचे) कामही त्याच्याकडेच दिले. स्वत: तो नाच्याची अवघड भूमिका वटवतो, स्वतः वगनिर्मिती करतो, स्वतःच ते सर्व बसवून त्याला रंगरूप देतो. या तीनही भूमिकांमुळे त्याला कलावंत म्हणून भरपूर घनता किंवा अनेक परिमाणे लाभतील असे वाटले. शिवाय कविमित्राला दुसरे महत्त्वाचे कार्यही मला कादंबरीत देता येईना. त्यामुळे हे पात्र जन्मालाच येऊ दिले नाही. ते फक्त नोंदीतच राहिले.

कादंबरीत गुणाला फक्त पहिलीच बायको आहे, असे दाखवले व तिला गुणा तमाशात गेल्यावर तीन मुले होतात असे दाखवले. असे दाखवण्याचा हेतू असा की, 'गुणा' हा कलावंत म्हणून 'नाच्या'ची भूमिका स्वीकारतो. तो मुळात षंढ किंवा बायकी नव्हता. त्याचे पुरुषत्व शाबूत होते; पण त्याने मुलाबाळांच्या संख्येचा विचार करून नसबंदी करून घेतली होती; असे मला दाखवावयाचे होते. त्याला बायको असणे, तिला तीन मुले होणे, मग गुणाने ऑपरेशन करून घेणे ही कृती मला स्वाभाविक, जनरीतीला धरून वाटत होती; म्हणून मी ती स्वीकारली. त्याने दोन बायका (एकीच्या मृत्यूनंतर दुसरी) केल्या; हे दाखवण्याचा माझा आरंभीचा हेतू हाच होता की, त्याचे पुरुषत्व शाबूत आहे; पण मी ही दोन बायकांची कल्पना सोडून दिली. मला ती काहीशी अस्वाभाविक, कृत्रिम, पूर्वनियोजित अशी वाटली.

या कादंबरीत अव्यक्तिनिवेदन स्वीकारले आहे याला प्रमुख कारण असे की, कादंबरीची वस्तू अनेक ताणांनी युक्त आहे; असे पहिल्यांदाच मांडामांड केल्यावर दिसून आले. कलावंत म्हणून गुणा ज्या आपल्या कलेच्या मूळ आधारासाठी तमाशाचा फड उभा करतो तो ताण, तो ज्या विशिष्ट परिस्थितीत जन्माला आला आहे ती परिस्थिती, समाज, त्याचे आई-वडील, त्याची बायको, त्याची प्रिया, त्याचे मित्र, त्याच्या पश्चात इतरत्र घडणाऱ्या घटना व त्यांचा अन्वयार्थ, स्वत: त्याचा कलानिर्मितीशी चाललेला झगडा, त्याच्या इतर भावनांची आंदोलने, हे सर्व ताण सारख्या न्यायाने अस्तित्वात आणावयाचे असतील, तर कादंबरीला सर्वत्र समान भान ठेवणारे आणि त्यामुळे मध्यवर्ती पात्राला अधिक उकलून दाखवणारे अव्यक्तिनिवेदनच किंवा साक्षीनिवेदनच लाभले पाहिजे; म्हणून ते दिले आहे. अव्यक्तिनिवेदन हे पुरेसे अलिप्त असावे असे मला वाटते. या अलिप्ततेच्या कल्पनेतूनच त्याला अधिकाधिक वास्तवदर्शी, घटितनिष्ठ ठेवलेले आहे.

'गुणा कुस्त्या व गमत्या करत हिंडणारा...' असे नोंदीत म्हटले आहे. फड जन्माला येण्यापूर्वी तो कुस्त्या करणारा होता, असे एक-दोन ठिकाणी सुचवले आहे. तो गमत्याही होता; हेही दाखवून दिलेले आहेच. तो पाहिलेल्या तमाशाच्या आठवणी हावभावांसह सांगत होता, याचा उल्लेख पहिल्या भागात आलेला आहे. 'पहिल्या लेखनात' त्याच्या कुस्त्यांचे व गमत्या स्वभावाचे सविस्तर उल्लेख आहेत;

पण लेखन पूर्ण झाल्यावर असे वाटले की, त्याच्या या गुणांना सर्व कादंबरीत फारशी अर्थपूर्णता (सिग्निफिकन्स) नाही. तो पूर्ण पुरुष आहे, त्याच्या स्वभावातच कलागुण सुप्त स्वरूपात वसत आहेत; एवढे दाखवले की कार्यभाग संपतो- असे वाटल्याने 'दुसऱ्या लेखनात' त्याचे हे गुण दाखवणारे उल्लेख जाता जाता केले आणि बाकीचा भाग गाळून टाकला. कारण अनावश्यक विस्तार करण्याचे काही प्रयोजन नव्हते.

क्रमांक ३ ते ३८ पर्यंतच्या नोंदी कादंबरीचे कथानक त्रुटित स्वरूपात सांगणाऱ्या आहेत. त्या टप्प्याटप्प्याने एकत्र देतो. त्यांच्या वाचनाने वाचकाच्या मनात कादंबरीचे एक 'कामचलाऊ' कथानक उभे राहील, कादंबरीची स्थूल रूपरेषा कळू शकेल. या नोंदी प्रथम देऊन, नंतर त्यांचे कादंबरीत नेमके काय झाले तेही त्या त्या टप्प्यावर सांगतो.

३. 'जत्राखेत्रा बघताबघता यशवंताच्या मनात तमाशाचं घुसतं. त्याला सकृतदर्शनी तो बिनभांडवली धंदा वाटतो. मांगवाड्यातली मांग स्वातंत्र्योत्तर काळात चऱ्हाटाचे धंदे निकामी ठरल्यामुळे जन्मभर दुसऱ्यांच्या शेतावर राबत असतात; पण त्यात त्यांना काही मिळत नाही. यशवंताही त्यातलाच एक. त्यामुळे त्या राबणुकीचाही त्याला कंटाळा आलेला असतो. तसेच त्याचा भजनी- गाण्याचाही कार्यक्रम मांगवाड्यात चाललेला असतो. त्याचाही त्याला फायदा होतो.'

४. 'पहिली जमवाजमव.'

५. 'नाच्याचा प्रश्न. यशवंताला पूर्वीपासूनच दाढीमिशा असतात. त्यांच्यासह तो तमाशाच्या तालमीच्या वेळी काम करत असतो. तालमींचे वातावरण.'

६. 'एक दिवस रंगीत तालीम घ्यायची ठरते. काहीतरी करून कपडाचोपडा तयार केला जातो. यशवंता दाढी काढतो. बारीक मिशा राखतो. त्याची बायको त्याला नावे ठेवते.'

७. 'कोल्हापूरच्या दोन मुली-बहिणीबहिणी-नृत्यासाठी आणतात. फड तयार होतो. (रंगीत तालीम इथे घ्यावी.)'

८. 'ऐन जत्रेतच कागलात तमाशा होतो. यशवंताला मोठा आत्मविश्वास वाटतो.'

९. 'जत्रेच्या वेळी सगळ्या गावाला कळते की, यशवंता दाढीमिश्या काढून अगदी 'नाच्याचं' काम करतो आहे. बायकी वागतो आहे. त्याच्या ह्या वर्तनानं त्याची बायको आकाश-पाताळ एक करते.'

१०. 'तो असा नाच्या आहे, हे कळल्यावर एक तरुण शेतकरी त्याच्या बायकोला वश करण्याचा प्रयत्न करतो. त्याला वाटतं; ही सगळी मुलं तिला दुसऱ्यापासून झालेली आहेत. म्हणून तो तिच्या मागं लागतो. तिला टोमणे मारतो.

ती ते आपल्या नवऱ्याला सांगते; सुचवते. नवरा कुचंबतो.– हे प्रकरण मध्येच कुठेतरी सोयीनुसार घ्यावे.'

३ ते १० पर्यंतच्या ह्या नोंदीतील सूचनांचा वापर प्रत्यक्ष हस्तलिखिताचे 'पहिले लेखन' करताना त्या मागे-पुढे करून, कमी-अधिक करून केलेला आहे.

११. 'यशवंता नाच्या म्हणून तमाशात आहे. जाई-जुई नाचते आहे. त्यामुळे तमाशा जोरात चालतो. गावोगाव सुपाऱ्या, बोलावणी येतात. त्याला पैसाही मिळू लागतो. आपली भूमिका अस्सल झाली पाहिजे याचे भान त्याला सतत असते. म्हणून तो चोवीस तास त्याच भूमिकेत वावरण्याचा प्रयत्न करतो.'

या नोंदीमध्ये नाचणाऱ्या मुलींची नावे 'जाई-जुई' अशी आहेत. नोंद करतानाच्या घाईत, केवळ नोंदीच्या सोयीसाठी ही नावे देऊन ठेवलेली होती. काही तरी नावे द्यायची म्हणून दिलेली. पुढे नोंद लिहिणे सोपे जाते, म्हणून लिहिलेली; पण 'पहिल्या' हस्तलिखितामध्ये ती बदलून 'नयना-शोभना' अशी घेतलेली आहेत. एक तर जाई-जुई ही नावे सांकेतिक पद्धतीची वाटली. दुसरे असे की, ती माझ्या 'रात घुंगुरांची' या वगनाट्यात वापरलेली आहेत. म्हणून ती नयना व शोभना अशी ठेवली. त्या काळात ही नावे खालच्या समाजात येऊ लागली होती, म्हणून योजलेली आहेत.

१२. 'तमाशातील लोकांनाही त्याच्याविषयी संशय येतो.'

१३. 'जुईवर त्याचे प्रेम बसू पाहते; पण जुई त्याला नाकारते. जाई व कविमित्र शाहिराचे संबंध वाढत वातात. ते पाहूनच त्याला आपण जुईबरोबर प्रेमसंबंध निर्माण करावेत असे वाटू लागते. '

१४. 'स्वतःच्या मुलाबाळांत त्याचे येऊन मिसळणे. जुन्या आठवणी बहरणे.'

१५. 'तो तमाशात नाच्या आहे, याची खात्री झाल्यावर त्याला होणाऱ्या मुलांबद्दल मांगवाड्यात गैरसमज पसरतात. त्या नवरा-बायकोला होणारे कोणते मूल 'कुणाचे' असेल याविषयी, त्याची बायको कुणाबरोबर संबंध ठेवत असेल याविषयी खोट्या गोष्टी कल्पनेने रचल्या जातात. तो पूर्वीपासूनच बुळगा (षंढ, बायकी वृत्तीचा) कसा होता, कुस्त्यांच्या वेळी त्याची पुढची बाजू कशी सपाट दिसायची, लहानपणीही तो 'हंडाग्या'सारखाच कसा करायचा, कुस्त्यांच्या वेळीही खाली पडला की त्याच्या अंगावर पडलेल्या पैलवानामुळं त्याला कसं बरं वाटायचं, दुसऱ्या गड्याच्या लांगेच्या पुढच्या भागाचा स्पर्श त्याच्या ढुंगणाला हवाहवासा कसा वाटायचा, अशा काल्पनिक गोष्टी मांगवाड्यात लोक रचायचे. कुस्त्यांत यशवंतानं ज्यांना हरवले होते, त्यांची सूड घेण्याची ही विकृत पद्धत होती... अशा अनेक विकृती मांगवाड्यातून पसरलेल्या असतात आणि त्याचा त्रास यशवंताच्या घरादाराला होतो.'

१६. 'त्याची बायको त्याला' सोडून जाईन' असे म्हणते. त्याला दहशत घालते. त्यातूनच त्याचे आणि बायकोचे मतभेद निर्माण होतात, दोघांचे पटेनासे होते. या मानसिक ताणातच तो काम करत असतो. काम झालं की उदासवाणा बसत असतो.

तरी पण तो बायकोला धीर देण्याचा प्रयत्न करतो. मुलांचं नशीब उजाडेल म्हणतो. त्यांना शहाणं करावं हे त्याचं स्वप्नं असतं. त्यांना शिकवावं, त्यांना सुखाचे दिवस यावेत असं त्याला वाटत असतं. ते सर्व तो बायकोला सांगतो; पण बायकोला ते पटत नाही. ती इभ्रतीनं राहू या म्हणत असते. 'तुम्ही पुरुषासारखं व्हावा, गरिबीत ऱ्हाऊ, पण अब्रूनं ऱ्हाऊ.' असं तिचं म्हणणं. गाव नावे ठेवताना तिचा संताप होतो.'

१७. 'तमाशात राजा-प्रधान होण्याची त्याची महत्त्वाकांक्षा; पण नाच्या होऊन जगावं लागतं याचं दुःख. तरीही कलेवर निष्ठा.'

१८. 'कनात जळली जाण्याचा प्रसंग. त्याला तालमीतली पोरं पळवून नेतात. त्याच्यावर बलात्कार.'

क्रमांक १३च्या नोंदीत जाईचे (म्हणजे कादंबरीतील नयनाचे) संबंध शाहिराशी वाढतात, असे लिहिले असले; तरी 'शाहीर' (कविमित्र) या पात्राची कल्पनाच गाळली असल्यामुळे ही नोंद आपोआपच निकालात निघाली आणि पहिल्या हस्तलिखितामध्ये गुणाचे संबंध नयनाशीच विकसित होत गेल्याचे दाखवले आहे. शोभनाचे पात्र त्यामुळे पहिल्याच हस्तलिखितात गौणस्थानी गेले. त्याला काही वेगळी भूमिका देण्याची गरजही मला वाटली नाही.

१५ क्रमांकातील नोंदीच्या आधारे 'पहिल्या' हस्तलिखितात एक विस्तृत प्रकरण आले होते. इतर मांगलोक मुक्तपणे कसा विकृत कल्पनाविलास करतात आणि गुणाच्या मुलाला छळतात, हे भरपूर विस्ताराने आले होते; पण मग 'दुसऱ्या लेखनाच्या' वेळी तो विस्तार कमी केला. त्यांचा कल्पनाविलास हा कादंबरीचा हेतू नसून, त्यांच्या कल्पनाविलासाचा गुणाच्या घरादारावर कसा परिणाम होतो, हा हेतू आहे, हे ध्यानात आले. त्याबरोबरच काही अतिविकृत कल्पनाविलास हा मी 'दुसऱ्या' लेखनाच्या वेळी काढून टाकला. बाकीच्या नोंदीचा वापर करून घेतलेला आहेच.

१९. 'तमाशानंतरचा भाजी-भाकरी करून खाण्याचा दिवस.'

२० 'पाऽर एका सोवळ्या खेडेगावात 'मांगांचा तमाशा' म्हणून गावाबाहेर भात-भाकरी, आंघोळी, दिवसभर मजा करत काढलेला एक दिवस.'

या दोन नोंदींना पहिल्या लेखनाच्या हस्तलिखितात स्थान होते. तरी दुसऱ्या लेखनाच्या हस्तलिखितातून तो मजकूर काढून टाकावा लागला. कादंबरीच्या दुसऱ्या भागात हा मजकूर होता. आणि कादंबरीच्या त्या भागाला जी एक घटनांची गती

आली होती, जी लय, जो सूर तिला लागलेला होता, त्यामध्ये या नुसत्याच प्रसन्न वातावरण असलेल्या प्रसंगाने गतीला अडथळा येईल, असे वाटले. गंभीरपणे कादंबरी पुढे सरकते आहे, तिची लय या हलक्याफुलक्या प्रसन्न वातावरणामुळे खंडित होऊन बिघडेल, वेगळाच सूर लागेल, असे वाटले. शिवाय या प्रसंगाची नोंद करताना, एरवी कलावंताची कला रसिकतेने अनुभवणारा समाज ते कलावंत मांग जातीचे आहेत, म्हणून त्यांना गावाबाहेर ठेवतो व मनाचा क्षुद्रपणा दाखवतो, कलावंताला खरा मान त्याची जात विसरून, जातिनिरपेक्ष भावनेने समाजात मिळू शकत नाही, हे मला दाखवावयाचे होते. जातीयवादी कटु सत्यावर मला बोट ठेवावयाचे होते; पण 'पहिले' हस्तलिखित वाचताना असे लक्षात आले की, प्रस्तुत कादंबरीतच ही समस्या मांडण्याला स्थान नाही. आणि ती मांडावयाची तर विस्ताराने मांडावी लागेल. त्यामुळे नवाच एक फाटा कादंबरीला फुटल्यासारखे होईल. कादंबरीत खरा विषय आहे तो कलावंत आणि त्याच्या भोवतालचे घनिष्ठ वातावरण. या घनिष्ठ वातावरणात विशिष्ट सामाजिक वातावरणाच्या पलीकडचे एक शाश्वत सत्य असलेले वातावरण अभिप्रेत आहे. कोणत्याही समाजातील एक कलावंत आणि त्याच्या भोवतालचे त्याचे कुटुंब, मित्र, बायका-पोरे, आई-वडील, समाज; अशी त्याची मांडणी करावी असे मला वाटत होते. म्हणजे मराठी समाजात घडलेली ही कथा असूनही तिने एक शाश्वत सत्य (कलावंताच्या जीवनातील) दाखवावे, असे वाटत होते. म्हणून वरील दोन्ही नोंदीचा तपशील दुसऱ्या लेखनाच्या हस्तलिखितातून काढून टाकला.

२१. 'एकदा एका परक्या गावात तमाशाचा फड पडलेला असताना यशवंता तेथील बाजारातून फेरफटका मारतो. तो खरोखरच 'फलका' आहे, असे समजून तरुण पोरे त्याची अचकट विचकट बोलून चेष्टा करतात.'

गुणाची चेष्टा केलेली दाखवण्यासाठी एवढा स्वतंत्र प्रसंग विस्तृतपणे द्यावा, असे कादंबरीचा (पहिल्या हस्तलिखितातील) विस्तार पाहून मला वाटेना. 'पहिल्या' हस्तलिखितात या प्रसंगाचा बराच विस्तार आहे. तो पाहून असे वाटले की, 'गुणा'विषयी गावात काय बोलले जाते, हे जाता जाता सुचवले की, काम झाले. 'दुसऱ्या' लेखनाच्या हस्तलिखितात तसे सुचविले आणि हा प्रसंग गाळून टाकला. गुणा आपल्याच गावात प्रवेश करीत असताना, त्याच्याविषयी मागे एक-दोन शेरे लोक कसे मारतात, हे दाखवून मोकळा झालो.

२२. 'लोकांनी अशी चेष्टा केल्यावर यशवंताच्या मनाची अवस्था काय होत असेल, याची नीट कल्पना करावी.'

२३. 'एकदा यशवंतानं पुरुषाची गंभीर भूमिका करण्याचा प्रयत्न केला; पण लोकांनी त्याला ती करू दिली नाही. त्या दिवशी एक पात्र फ्ल्यूनं आजारी असते

असे दाखवावे. म्हणून यशवंताला त्याची भूमिका करावी लागली; पण लोकांनी त्याला ती करू दिली नाही. त्यामुळं त्या पात्राला आजारी असतानाही स्टेजवर यावं लागलं आणि यशवंताचं हसंही झालं.'

या नोंदीत जे सुचवले आहे; त्याची फिरवाफिरव पहिल्याच लेखनाच्या हस्तलिखितात करून घेतलेली आहे. ती सूचना वाचताना मनात असा विचार आला की, एखादे पात्र आजारी पाडून गुणाला कामे करावयास भाग पाडण्यापेक्षा, त्याच्यावरच तो प्रसंग येऊन अपरिहार्यपणे ठेपलेला असतो आणि त्याने ते आव्हान जाणीवपूर्वक स्वीकारलेले असते, त्यातून आपल्या कलात्मकतेचा दुसरा पैलू दाखवण्याची संधी त्याला मिळालेली असते; असे दाखवले तर ते अधिक स्वाभाविक आणि परिणामकारक, नाट्यपूर्णही ठरेल असे वाटले. त्यातूनच 'उत्तरार्जुन' वगाची कल्पना सुचली आणि या नोंदीने दुसरेच रूप धारण केले.

२४. 'तमासगिरांची आर्थिक, सामाजिक स्थिती यावी.'

२५. 'कागलचा मांगवाडा, शेजारच्या बापू मांगाच्या घरी चालणाऱ्या तमाशाच्या तालमी, नाना, मारुती, शिर्पा, वसंत या मांग मित्रांच्या हुन्नरी.'

२६. 'नाच्या हे कलासाधनेचे प्रतीक करता आले पाहिजे.'

२७. 'समाज हा कलावंताच्या कलेकडे कसा पाहतो, हे दाखवता आले पाहिजे. समाजाला जाई-जुई म्हणजे नाचगाणे करणाऱ्या वेश्याच वाटतात. 'नाच्या' हा फलकाच वाटतो. म्हणून समाज या तिघांवरही मानसिक आणि शारीरिक बलात्कारच करतो. कलावंत म्हणून त्यांच्याकडे कुणी पहात नाही.'

२८. 'एखाद्या तमाशाच्या फडाबरोबर आठ-दहा दिवस फिरता आले तर पाहावे.'

२४ ते २७ पर्यंतच्या नोंदीनुसार लेखन करण्याचा प्रयत्न केला आहेच. क्र. २८च्या नोंदीनुसार आठ-दहा दिवस फडाबरोबर हिंडण्याची इच्छा होती; पण जमले नाही. या व्यवसायाशी निगडित असलेल्यांना गाठून काही माहिती जमवावी, असे वाटत होते; पण तो योग आला नाही; पण या फिरण्याच्या अभावी माझे काही फारसे नडेल असे वाटले नाही. विशीपर्यंतच्या मला आलेल्या अनुभवांच्या आधारावरच निभावून नेले. मांगवाड्यात पूर्वीच एक तमाशा जन्माला येऊन मोडला होता. शिवाय मी हायस्कूलला असताना, माझ्या घराशेजारीच असलेल्या एका मांगाच्या घरात एक तमाशा आकाराला येतायेता पुन्हा मोडला होता. त्याच्या तालमींना मी जाऊन बसत असे. त्यातले माझे काही मित्रही होते. त्यांच्याबरोबर असताना तमाशातील अनेक अनुभव ऐकायला मिळत होते. कागलच्या उरुसात मी अनेक तमाशे पाहिले

होते. शिवाय दुसरे असे की, माझ्या कादंबरीचा विषय 'तमाशा' हा नव्हता; तमाशातील 'कलावंत' हा होता.

२९. 'लहानपणी नाटकात काम करताना, सिनेमा पाहून परतताना, मनोमन त्या भूमिकांत जाताना, एकटेच त्या होऊन अनुभवताना जो आनंद होत होता, जी धुंदी मिळत होती तिचे स्मरण करावे. यशवंताच्या भावावस्थेसाठी त्या उपयुक्त ठरतील.'

३०. 'तमाशाच्या तालमी केल्यावर यशवंताचा दीसभराचा शीण जातो. दिवसभराचं कंटाळवाणं जिणं रात्रीच्या कृतीनं सुसह्य होते. त्याची त्याला धुंदीच चढते. दुसऱ्या दिवशी अभिनय, कृती कशी करावयाची याचा तो बाज ठरवत असे. या त्याच्या धुंदीमुळे आपली चाकरी भिकार, कंटाळवाणी, जुलमी आहे, हे तो विसरून जाई. मालकाचे बोल त्याला सुसह्य होत. दिवसभराच्या कंटाळ्यापासून, श्रमापासून सुटका म्हणजे रात्रीचा तमाशा; असे त्याला वाटे.'

विद्यार्थीदशेत विशीपर्यंत साहित्य, चित्र, नाटके, सिने, नकला यांच्या वेडाने मी पछाडलो होतो. कलानिर्मिती, अभिनय, कलास्वाद यांच्यापासून मिळणारा आनंद व धुंदी मी चाखली होती. त्यासाठी शिव्या-मार खाल्ला होता. त्या सर्वांचा अनुभव 'गुणा'चे पात्र उभे करताना मला झाला आहे. विशेषतः कलेशी संबंधित, घराशी संबंधित त्याची मनःस्थिती ही जणू एकेकाळची माझीच मनःस्थिती आहे.

३१. 'जीवनातील विसंगती दाखवून देणं हे यशवंताचं ध्येय. त्याच्या नकळत त्याला हे जमून गेले होते. दुसऱ्या भाषेत तो हे बोलून दाखवत असे. नाच्या म्हणजे दुसरेतिसरे काही नसून पुरुषातील मूर्तिमंत विसंगतीच आहे; म्हणूनच मला लोक हसतात-मी ते जास्तच करणार. काही गंभीर घडलं की चटकन त्याला दुसरी बाजू दिसून येई नि तो विनोद करून जाई.'

या नोंदीला पहिल्या लेखनात फारसा कुठे वाव मिळाला नाही. कादंबरीत प्रत्यक्ष तमाशा चालला असतानाचे, त्यातील संवाद चालला असतानाचे प्रसंग फारसे नाहीत. जे काही एक-दोन आहेत ते गुणाची बौद्धिक चमक, प्रतिमेची चमक दाखवण्याचेच आहेत. तेवढ्या कारणापुरते ते आलेले आहेत. त्यामुळे गुणाच्या या विसंगती दाखवण्याच्या स्वभावविशेषाला फारसा अवसर मिळाला नाही.

त्याहून महत्त्वाची गोष्ट अशी की, कादंबरीच्या विषयाच्या संदर्भात गुणाच्या स्वभावाचा 'विसंगती दाखवून देणे' हा काही फार महत्त्वाचा, अपरिहार्य असा वाटणारा पैलू नव्हे, असे वाटले. शिवाय त्याच्या स्वभावात उत्तरार्धात जी कलासाधनेमुळे गंभीरता आलेली आहे, तिच्यात त्याच्या या वृत्तीमुळे विक्षेप येईल असे वाटले. म्हणून त्याच्या ठिकाणी हा स्वभावविशेष मी दाखवला नाही.

३२. 'यशवंताच्या आरंभीच्या काळात गावात येणारे अस्वलवाले, दरवेशी, बहुरूपी, वासुदेव, कोल्हाटणी, गोंधळी यांचे खेळ पाहून त्याला स्फूर्ती येई की- आपणही असे करून दाखवावे. गावात वर्षभर अधूनमधून चालणारे ह्या लोकांचे खेळ पाहण्यात तो रमून जाई. त्यात तमाशा म्हणजे तर त्याला पर्वणी वाटे. त्याच्या या नादामुळे तो कुठेही कामाला गेला तरी रात्री झोपायला घरी (म्हणजे गावात) राही. 'वस्तीला रानात येणार नाही,' अशी त्याची शेतमालकाशी बोली असे.'

या नोंदीतील उल्लेख पहिल्या लेखनाच्या हस्तलिखितात आहेत; पण नंतर ते दुसऱ्या लेखनाच्या वेळी काढून टाकलेले आहेत. त्याच्यामध्ये सुप्त कलागुण होते हे या नोंदीच्या तपशिलाच्या आधारे दाखविण्याचा इरादा होता; पण कादंबरीत त्याचे बालपण विषयी-भूत होऊन आलेले नाही. त्यामुळे की काय; पहिल्या लेखनामध्ये हा तपशील रिपोर्टासारखा वाटू लागला. म्हणून तो दुसऱ्या लेखनामध्ये गाळला; पण त्याच्यामध्ये सुप्तपणे लहानपणापासून कलागुण होते, याच्या सूचना अन्य तऱ्हेने पहिल्या भागात येतील अशी व्यवस्था केली.

३३. 'कलानिर्मितीचे निरनिराळे पैलू दाखवण्यासाठी, ज्याला थोडी कला आत्मसात आहे तो तिचा जगण्यासाठी कसा निरनिराळ्या तऱ्हेने वापर करू शकतो, तिच्याकडे पाहू शकतो, हे दाखवावे. त्यासाठी तमाशातील एकाएका पात्राकडे ती भूमिका देता येईल. केवळ अहंकारापोटी आपण कलावंत असल्याची जाणीव असणारे, केवळ हौसेपोटी कलासाधना करणारे, पैसा मिळवण्याचे साधन म्हणून कलेकडे पाहणारे, कलेविषयीच्या मूर्खपणाच्या कल्पना असणारे, व्यसनी असणे म्हणजेच कलावंत असणे, स्वतःवर खूप अन्याय होतो; आपणास कलावंत म्हणून कुणी नीट न्याय देत नाही, असे मानणारे- या सर्वांत उठून दिसणारा जातिवंत कलावंत यशवंता. कलेची आराधना करताकरता कलावंत स्वतःचे समाजातील आयुष्यही उद्ध्वस्त करून बसतो, हा कादंबरीचा आशय. लौकिक बंधने, स्वतःच्या मर्यादा, पैशाचा मोह, संसार, मुलेबाळे, वैभव या सर्वांचा मोह सोडून, त्याला कलेची आराधना करावी लागते.'

या नोंदीतील कलेकडे पाहण्याचे सगळेच विविध दृष्टिकोण कादंबरीत 'पहिल्या लेखनात' आणता आले नाहीत. 'दुसऱ्या लेखनाच्या' वेळी आणता आले तर पाहू, म्हणून पहिले लेखन पूर्ण करण्याच्या उद्योगाला लागलो. यांतील काहीच दृष्टिकोण सहजपणे आले तेवढे 'पहिल्या लेखनात' घेतले. 'दुसरे लेखन' या टप्प्यावर आले तेव्हा असे वाटले की, सहजपणे, स्वाभाविकपणे येतात तेवढेच दृष्टिकोण घेऊ या. पात्रांच्या सहज वर्तनातून ते व्यक्त होणे जरूर आहे. उगीच ओढून-ताणून, ठाकून-ठोकून सर्वच दृष्टिकोण आणले पाहिजेत असे नाही. तसे केले तर त्यांत कृत्रिमपणा येईल आणि कादंबरीचा तो काही मूळ विषय नाही. या सगळ्यांपेक्षा 'गुणा' जातिवंत

कलावंत दिसला की आपला कार्यभाग साधतो.- असा विचार करून 'दुसऱ्या लेखनातही' ते दृष्टिकोण मी सगळेच्या सगळे आणले नाहीत.

३४. 'व्यवहारात यशवंता कमी बोलतो. सदैव चिन्ताक्रान्त, स्वतःत रमलेला, काही तरी शोधणारा वाटतो. कधी कॉमेंट करी, तिच्यात जीवनाचा काही तरी अर्थ भरलेला जाणवे. स्टेजवर मात्र तो कॉमेंट भरपूर करी. या कॉमेंटमध्ये वरवर विनोद असला; तरी आत एक जीवनसत्य लपलेले जाणवे. आपण आपला सर्व स्वभाव सोडून संपूर्ण वेगळा स्वभाव (नाच्याचा) उभा करतो, यात त्याला कलेची निर्मिती वाटे.'

३५. 'घरगुती जीवनाविषयी त्याला काळजी असे; पण फार नसे. ती अशा अर्थाने की, घरगुती जीवनासाठी तो कलेवर पाणी सोडायला तयार नसे.'

३६. 'शेवटी त्याची बायको, त्याचा मुलगाही त्याच्यावर कॉमेंट मारून निघून जातात. मुलगा नाचेपणावर कॉमेंट मारतो याचे त्याला फार दुःख होते. त्याच्या मित्रांना वाटते की, आता यशवंता तमाशा सोडणार; पण यशवंताचे विचार वेगळे. - आता संसारात परत येण्यात अर्थ नाही. आता तर आपण फार पुढे गेलो. गेला तर संसारच आता जाऊ दे. बायका-मुले गरज वाटली तर पुन्हा येतील...लोकांना तर वाटलंय आपण 'नाच्या 'च आहोत. त्यांची ही कल्पनाही दुरुस्त करता येणार नाही. तेव्हा आता नाच्याच्या आवरणाखालीच जगू. कलेची आराधना तरी नीटपणे करता येईल.'

३७. 'तमाशाला प्रतिष्ठा मिळवून देण्याचा त्याचा प्रयत्न. तमाशाकडं नव्या दृष्टीनं पाहणारा.'

३८.' यशवंताच्या बायकोवरील पेचप्रसंग.'

क्र. ३४, ३५, ३७, ३८, नोंदीप्रमाणे कादंबरीत लेखन करण्याचा प्रयत्न केलेला आहेच; पण ३६ व्या नोंदीसंबंधी थोडे सांगितले पाहिजे. - या नोंदीत शेवटी त्याची बायको आणि मुलगा त्याच्यावर कॉमेंट करून निघून जातात, असे सांगितले आहे; पण प्रत्यक्ष कादंबरीत त्याची बायको आणि मुले अगोदरच निघून गेलेली आहेत. तो तिकडे (सासुरवाडीला) गेल्यावर त्याची तिथेच सर्वांसमोर छीथू होते, असे दाखवले आहे. कादंबरीच्या एकूण रचनेत तसे दाखवणे योग्य वाटले. त्यामुळे गुणा आणि त्याचा सासरा यांच्यातील ताण पूर्णतेला गेल्यासारखे झाले. त्याच्या (गुणाच्या) बायकोचा जो स्वभाव कादंबरीत घडत गेला त्यानुसार ती वडिलांचा आधार घेऊनच असे वर्तन करील, असे वाटल्यावरून हा फेरफार करावा असे वाटले.

## ३ : पहिले लेखन आणि पहिले वाचन

या सर्व नोंदी कादंबरीचे पहिले लेखन करण्याच्या पूर्वीच्या आहेत, हे आरंभीच सांगितले आहे. यानंतरच्या नोंदी प्रत्यक्ष कादंबरीच्या पहिल्या लेखनाच्या वेळी (ते चालू असताना) जी अवधाने लक्षात ठेवावी लागत होती त्याविषयीच्या आहेत. काळाचे भान ठेवावे लागत होते, पात्रांची नावे, त्यांचे नावनिशीवार व्यवसाय, एखादा संदर्भ प्रत्यक्ष लेखनाच्या वेळी हाताशी नसतो; तो तसाच मध्ये सोडून दिलेला असतो, त्यांची नोंद करून ठेवावी लागत होती. त्यी नोंदी फक्त तात्कालिक स्मरणासाठी असतात; तेव्हा त्या इथे उद्‌धृत करण्याची आवश्यकता वाटत नाही.

मुख्यत: १ ते ३८ या प्रकारच्या ज्या नोंदी आहेत, त्याविषयी इथे काही सांगावयाचे आहे. या नोंदी अतिशय वैयक्तिक आणि खाजगी असतात. स्वतःलाच प्रत्यक्ष लेखन करायच्या वेळी सूचना देण्यापुरत्याच त्या मर्यादित असतात. त्यामुळे त्यातील काही इतरांना कळूही शकणार नाहीत इतक्या संक्षिप्त असतात. त्या सूचना मिळाल्या की, मनातील सर्व व्यक्त करावयाचे विश्व जागे होते, चेतवले जाते आणि मग प्रत्यक्ष लेखन सुरू होते. प्रत्यक्षातील हे लेखन त्या नोंदीपेक्षा वेगळेच वाटू लागते.

या नोंदी खाजगी असल्याने त्यांना 'नोंद करणे' यापलीकडे कशाचेही भान नसते. म्हणून त्यात व्याकरणाच्या, लेखनशुद्धतेच्या अनेक चुका आढळू शकतात. पुनरावृत्ती तर पुष्कळ वेळा झालेली असते. रचनेचा ढिलेपणा असतो.- लेखकाला काहीतरी चटकन जाणवते आणि तो त्या आवेगात त्याची खाजगी नोंद करण्याचा प्रयत्न करतो. त्याच्या मनाला एक गतिमान अवस्था प्राप्त झालेली असते. त्या गतीसरशी तो भराभर लेखन करून सुचलेले जे काही आहे ते शब्दांत पकडण्यासाठी गडबड, धडपड करतो. त्यामुळे तिथे त्याला मागील-पुढील भान नसते. ते ठेवणे त्याक्षणी त्याला परवडत नाही; कारण सुचलेले मनातून निघून जाईल असे त्याला वाटते. त्यामुळेच ढिसाळ वाक्ये, अपुरी वाक्ये, कित्येक वेळा चुकीचाच अर्थ दाखवणारे शब्द त्या नोंदीत येऊ शकतात. अनेक वेळा कागदावर एखादेच वाक्य असते. ते मनातल्या विस्ताराचा सारांश किंवा संकेत असल्यासारखे असते. त्याच्यामागे मनात उठलेल्या मोहळाची जाणीव फक्त लेखकालाच असते.

कित्येक वेळा या नोंदी करताना मनाला तारतम्यही नसते. त्या त्या क्षणी मन एखाद्या विशिष्ट प्रसंगापुरते समरस झालेले असते. त्याक्षणी त्याला सबंध कादंबरीचे (म्हणजे अस्तित्वात नसलेल्या, फक्त कल्पनेत धूसर असलेल्या एका प्रचंड, जटिल पटाचे) भानही नसते. त्या विशिष्ट प्रसंगात या नोंदीच्या (प्राथमिक) अवस्थेत

ते विवशही झालेले असते. स्वतःच कलाबिला सगळे काही विसरून, कल्पनेच्या पातळीवर (एखाद्या स्वप्नभोगाच्या पातळीवरील मन:स्थितीप्रमाणे) एकजीव होऊन बेभान रंगून गेलेले असते. या अवस्थेतही नोंदी होत असतात. अशा नोंदी पूर्वी केलेल्या नोंदीशी विसंगतही असू शकतात, विरोधीही असू शकतात, तारतम्यहीन असू शकतात. सारांश, त्या एकूण कादंबरीचा घाट लक्षात न घेता झालेल्या असतात. त्यांतील विचार उत्साहाच्या भरात उथळही झालेले असतात.

–या गोष्टींची कल्पना या नोंदी वाचणाऱ्या इतरांना नसल्यामुळे, या नोंदीविषयी आणि पर्यायाने लेखकाविषयी गैरसमज किंवा अपेक्षाभंगही होण्याची शक्यता असते.

ज्या नोंदींचा तपशील जसाच्या तसा कादंबरीत स्वीकारला, त्या नोंदीविषयी इथे सविस्तर लिहिण्याचे काहीच प्रयोजन नाही. कारण त्यांचे स्वरूप कादंबरीत कुणाही वाचकाला पाहता येण्यासारखे आहेच. ज्या नोंदीविषयी काही खास सांगण्यासारखे होते, ते त्या त्या नोंदींनंतर मी सांगितले आहेच.

या नोंदी वाचल्यानंतर वाचकाच्या मनात जे एक स्थूल कथानक आकाराला येते; त्याच्यात चैतन्य नसते. त्याच्यापेक्षा वेगळे आणि चैतन्यपूर्ण रूप प्रत्यक्ष लेखकाच्या मनात घोंगावत असते. नोंदीतून दिसून येणारे कथानक हे उघडेबोडके, पर्णपुष्पहीन वृक्षासारखे सांगाडावजा दिसत असल्याने अनाकर्षक असते. जसे ते अनाकर्षक असते, तसे ते ऐकूनही अनेक वेळा सामान्य मनाला 'हीच होय कादंबरी' असे वाटते आणि मूळ कादंबरीविषयीचेही आकर्षण कमी होण्याची शक्यता असते. हाडांचा निखळ सांगाडा म्हणजे माणूस नव्हे; तसेच हे कथानक म्हणजे कादंबरी नव्हे, हे कटाक्षाने लक्षात ठेवावे लागते. या कथानकाच्या सूत्राधाराने सबंध कादंबरीचा अनुभव उभा राहावयाचा असतो. त्या अनुभवातील नाट्य, काव्य, कल्पना, विचार, भावना, विनोद, कारुण्य, पात्रांचे वर्तन इत्यादी इत्यादी सर्व प्रत्यक्ष कादंबरीतच वाचनाच्या वेळी व वाचल्यानंतर अनुभवाला यावयाचे असते. हे चैतन्य अनुभवाला येणे म्हणजे कादंबरी अनुभवणे होय, हे फार थोड्यांच्या लक्षात राहाते, असा माझा अनुभव आहे. वर्तमानपत्री समीक्षणांचे व्यसन लागलेल्या समीक्षकांच्या बाबतीत तर हा धोका फारच आहे. केवळ मुलांना शिकवण्यासाठीच सक्तीने वाचणाऱ्या शिक्षक-प्राध्यापकांना आणि केवळ उत्तीर्ण होण्यासाठी शिकणाऱ्या विद्यार्थ्यांनाही या अनुभवाला बव्हंशी मुकावे लागते.

दुसरे असे की, या नोंदीचा आणखी एक फायदा असतो. अशा प्रकारच्या नोंदीच्या आधारेच कादंबरीचे पहिले लेखन सुरू होते. या नोंदी स्थूल मानाने कादंबरीचे टप्पे पाडायला, प्रकरणे पाडायला मदत करतात. याचा अर्थ प्रत्येक नोंद म्हणजे एक प्रकरण असा नव्हे. एका नोंदीत दोन प्रकरणांचा ऐवज असू शकतो

किंवा दोन-तीन नोंदीतील मजकूर एकत्र करून एखादे प्रकरण तयार करता येऊ शकते. कथानकाची विकसनशील क्रमाने मांडामांड करायला या नोंदी मदत करतात, एवढेच इथे म्हणावयाचे आहे. त्यांच्या या मांडामांडीच्या आधाराने 'पहिले लेखन' सुरू होते.

एक गोष्ट इथेच सांगितली पाहिजे की, कादंबरीत आकडेवार प्रकरणे पाडणे किंवा न पाडणे हे ज्या त्या कादंबरीकाराच्या मनावर, तसेच कादंबरीच्या स्वरूपावरही अवलंबून असते; मात्र प्रकरणांना आकडे असोत अथवा नसोत, त्यांचे तुकडे स्पष्टपणे (फुल्या वगैरे देऊन, परिच्छेदांत दुप्पट अंतर ठेवून) पडलेले असोत अथवा नसोत; ज्या कादंबरीमध्ये अनेक तणाव असतात, कालपट मोठा असतो, अनेक पात्रांवर व प्रसंगांवर अवधान ठेवून लेखन करावे लागते, त्या कादंबरीचे लेखन हे एकएक टप्पा मनासमोर ठेवून, तेवढ्यापुरताच त्याचा विचार करून, तेवढ्यापुरतेच त्याच्याशी पूर्ण समरस होऊन, तेवढ्यापुरतेच त्याला मनावर घेऊन; अंगावर घेऊन करावे लागते. तरच ते पुरेसे उत्कट, मनःपूर्वक, चैतन्यपूर्ण होऊ शकते, असा अनुभव आहे.

कादंबरीत व्यक्त करावयाचा अनुभव असा टप्प्याटप्प्याने व्यक्त करत गेल्यामुळे व या पहिल्या लेखनात कादंबरीच्या संपूर्ण आकाराची, लयीची, गतीची कल्पना नीटशी नसल्यामुळे, हे लेखन अज्ञात अंधारातून वाट काढत जाण्यासारखे तरीसुद्धा मनात एक दिशा गृहीत धरून केल्यासारखे होत असते.

दुसरे असे की, हे पहिले लेखन दीर्घ काळ चाललेले असते. एका दिवसात, एका बैठकीत, सलग बसून झालेले नसते. तेवढी शारीरिक, मानसिक कुवत लेखकाजवळ अनेक कारणांमुळे नसतेही; पण लेखनासाठी अनेक बैठका झाल्या; तरी लेखनात फार मोठा (कालाचा) खंड पडू नये यासाठी लेखक (निदान मी) आटापिटा करून पहिले लेखन दोन-चार महिन्यांत पूर्ण करीत असतो. तसे केले तरच कादंबरीचे लेखन रेटते; नाही तर मन ढेपाळते, त्याचे तगून राहण्याचे सामर्थ्य कोलमडते, आत्मविश्वास जातो, भलभलते विचार, प्रश्न भेडसावू लागतात, पुरे होईल की नाही, जमेल की नाही, अशा शंका मनात येऊ लागतात. आणि मग कादंबरीलेखन कुचंबते, कित्येक वेळा सोडून द्यावे लागते. अशा वेळी रेटून ते प्रथम पूर्ण करणे आवश्यक असते. नोकरी करणाऱ्या, अनेक मानसिक व्यवधाने असलेल्या, प्रतिकूल परिस्थितीत असलेल्या लेखकाचे सामर्थ्य तर इथे पणाला लागते. लेखकाचा स्वभावही इथे महत्त्वाचा असतोच. अनेक अवधाने फेकून देऊन कादंबरीत रमावे लागते. व्यावहारिकदृष्ट्या कित्येक वेळा हे गैरसोयीचे असते. समोरच्या भिडलेल्या वास्तवाला पाठमोरे होऊन, 'काल्पनिकाला' मनापासून सामोरे जाण्याचा हा प्रकार

असतो. अशा वेळी व्यावहारिक अवधाने जीव कुरतडू लागतात आणि चांगले लेखक एक-दोन कादंबऱ्यांत किंवा संग्रहांत खलास होऊन जातात. इतरही कारणे असतात; नाही असे नाही.

सारांश, पहिले लेखन हे सारखे पुढे रेटावे लागते. दरादरा पुढेच ओढावे लागते. असे ते ओढावे लागत असल्यामुळे त्यात चढ-उतार खूपच झालेले असतात. काही ठिकाणी लेखन खूपच संक्षिप्त झालेले असते, तर काही ठिकाणी अकारण लांबलेले असते. काही ठिकाणी उथळ, तर काही ठिकाणी छान, मनाजोगे झालेले असते. माझा असा अनुभव आहे की, ज्या दिवशी कादंबरी अंगावर पुरेशी येत नाही, ज्या दिवशी पुरेसे 'घुमता' येत नाही त्यादिवशी ते लेखन संक्षिप्त, उथळ झालेले असते. ज्या दिवशी मी स्वतःच भान विसरून तो प्रसंग अंगावर घेत असतो, स्वतःच त्यात डुंबत असतो त्यादिवशी ते खूपच लांबलेले असते. एखाद्या दिवशी छानच जमलेले असते. 'मूड' नाही तरी हे लेखन रेटलेच पाहिजे; अशी जेव्हा अवस्था असते, तेव्हाचे लेखन फक्त घटनाप्रधान, संक्षिप्त, कोरडे असे झाल्याचा माझा अनुभव आहे; पण एकूण पहिले लेखन लक्षात घेता, माझ्या लेखनाचा स्वभाव 'लांबण्याचा' आहे असे दिसून येते. कारण मी त्या त्या 'टप्प्याचे'च फक्त भान ठेवून त्यात रमलेला असतो. दुसरे असे की, मनात जे काही आहे ते पूर्णांशाने बाहेर तर येऊ दे; मग दुसऱ्या लेखनाच्या वेळी, पहिले लेखन पूर्ण झाल्यावर त्याचा विचार करू, असाही एक विचार त्याच्यापाठीमागे असतो. असा विचार असल्यामुळेच संक्षिप्त झालेले, घटनांचेच फक्त रेखाटन करणारे, उथळ झालेले आणि त्यामुळे मनात पसंत न पडलेले लेखनही मी पहिल्या लेखनाच्या वेळी तसेच ठेवून टाकतो व ते नंतरच्या वाचनात व लेखनात कमी-अधिक करून घेतो.

या पहिल्या लेखनातच कित्येक वेळा पात्र-प्रसंगांची नवी दिशा कळत असते, नवे पात्र-प्रसंगही सुचत असतात. ते समाविष्ट केले जातात; तर काही 'नोंदी' गळत असतात. काही अजाणता गळतात, तर काही जाणीवपूर्वक गाळल्या जातात. अशा रीतीने पहिले लेखन पूर्ण झाल्यावर त्याचे 'पहिले वाचन' होते आणि पहिला तर्जुमा पूर्ण झाल्याचे समाधान वाटते. हा तर्जुमा कादंबरीकाराला फार मोठा दिलासा देऊन जातो.

कादंबरीच्या निर्मितिप्रक्रियेत, पहिले लेखन पूर्ण होणे हीच गोष्ट लेखकाच्या दृष्टीने फार महत्त्वाची असते. जिच्या आधारे कादंबरी घडावयाची असते; ते मूलद्रव्य (रॉ मटेरिअल) मनातून हातात आलेले असते. त्याची प्रत काय, त्याची कुवत काय, योग्यता काय, त्यात कोणते ताण शक्य आहेत, त्यांची ताकद काय असू शकेल, या कादंबरीची लय, गती, एकूण आवाका काय असू शकेल, यांचा अंदाज या पहिल्या लेखनाच्या आधारे स्पष्टपणे करता येतो. हा अंदाज पक्केपणाने येण्यासाठी

पुरेसे तटस्थ होऊन हे समोरचे सिद्ध रूपात असलेले 'मूलद्रव्य' तपासता येते. एकूण कादंबरीचा घाट काय असू शकेल हे जाणवल्यावर त्यानुसार मग त्या पहिल्या लेखनातील संक्षिप्त, उथळ, विसंगत, विरोधी, लांबलेल्या, चिडलेल्या भागांवर संस्कार करायला लेखणी सज्ज होते. 'पहिल्या लेखनाच्या' 'पहिल्या वाचनात' ही मानसिक सज्जता येऊ शकते.

## ४ : दुसरे वाचन आणि दुसरे लेखन

ही मानसिक सज्जता आली की, प्रत्यक्ष नंतरच्या पर्वाला सुरुवात होते. हे पर्व म्हणजे 'दुसरे वाचन' आणि 'दुसरे लेखन' होय - दुसरे वाचन आणि दुसरे लेखन पूर्ववर्ती आणि अनुवर्ती पद्धतीने सुरू होते. म्हणजे असे की, पहिल्या लेखन-वाचनात सबंध कादंबरीची कल्पना पात्र -प्रसंगांसह मनात स्पष्ट असते. अशा वेळी दुसऱ्या वाचन-लेखनात कादंबरीचा पहिला टप्पा (किंवा पाडले असेल तर पहिले प्रकरण) प्रथम वाचावयाचा. त्याचा सबंध कादंबरीच्या संदर्भात विचार करावयाचा. त्यानुसार त्यात भर घालावयाची किंवा जास्तीचा, अनावश्यक भाग गाळून टाकावयाचा. त्याला पुरेशी खोली आणावयाची. आणि हे सर्व लक्षात घेऊनच त्यांच्यावर संस्करण करावयाचे. मग ते त्याच लेखनाच्या कागदावर केले जाते किंवा एकदमच नवी मांडणी करावयाची असेल तर नवा कागद घेऊन केले जाते. हे पुरेसे झाले असे वाटले की, 'दुसरे लेखन' फेअर करून घ्यावयाचे आणि पुढे जावयाचे, असे चालते. या पद्धतीने दुसरे लेखन पूर्ण होते.

यात प्रसंगी खूप बदलही होतात. नवी पात्रेही येऊ शकतात. प्रसंगांची माग-पुढे अशी पुनर्मांडणीही होऊ शकते. आरंभ-शेवट हेही कमी-अधिक होऊ शकतात. कधी बदल होतात आणि कधी होऊही शकत नाहीत; मात्र मनातून ओरबाडून काढलेल्या पहिल्या लेखनाला जी लय नसते ती त्याला येते. गती, एकूण ताण, त्यांचा परस्परसंबंध, तारतम्य, एकूण कादंबरीत प्रसंगांचे व पात्रांचे स्थान लक्षात घेऊन त्यांची झालेली योग्य ती मांडणी, पात्रांचा ठरावीक गतीने होणारा विकासक्रम, पात्र-प्रसंगातील संवाद, विरोध, ताल, खोली, मनःपूर्वकता या सर्वांतून उमलत जाणारा एकात्म घाट इत्यादी गोष्टी या दुसऱ्या वाचन-लेखनात प्रामुख्याने अस्तित्वात येतात; असा अनुभव आहे. त्यामुळे साहित्यकृती म्हणून कादंबरीचे दुसरे लेखन हेच 'खरे लेखन' असते, असे वाटते. हे दुसरे लेखनच कादंबरीचे एकूण भवितव्य ठरवत असते.

हे दुसरे लेखन करण्याच्या वेळची मानसिक स्थिती पहिल्या लेखनाच्या तुलनेने

काहीशी ताण ढिले झालेली (रिलॅक्स्ड्) असते. त्यामुळे ते कलारूपाचे अवधान राखून, कलात्मक अलिप्तता पुरेशी ठेवून करता येते. कारण मागचे, पुढचे लक्षातून जाईल, विसरेल, गमावेल; म्हणून झपाट्याने लेखन केले पाहिजे; अशी जी अवस्था 'नोंदीच्या आणि पहिल्या लेखनाच्या' वेळी असते; ती या दुसऱ्या लेखनाच्या वेळी नसते. कलेचे आव्हान म्हणून जे काही असते ते या दुसऱ्या लेखनाच्या वेळीच नीटपणे सांभाळता येते. म्हणूनच दुसरे लेखन सुखदायक असते. तर तुलनेने पहिले लेखन क्लेशदायक, कंटाळवाणे, मनाला रटाळपणा आणणारे, कष्टाची परिसीमा पाहणारे, जिवाला उलटेपालटे करणारे, सचोटीचा अंत पाहणारे असते. दुसरे लेखन प्रसन्न करून सोडते, आपण एक कलावस्तू घडवीत आहोत याचा गाभ्याचा अनुभवानंद देते; तर पहिले घाम काढते; कुतरओढ करून सोडते. म्हणून कलानिर्मितीचा आनंद जर कोणत्या लेखनात असेल; तर तो 'दुसऱ्या लेखनात' आणि कलानिर्मितीच्या वेणावेदनांचे पुंज जर कुठे असतील तर तै 'पहिल्या लेखनात' होय.

## ५ : तिसरे वाचन आणि तिसरे लेखन

कलावंत म्हणून आपणास सर्व काही आकलन होऊ शकते आणि त्याची अभिव्यक्तीही कलात्मकरीत्या आपण करू शकतो; हा जसा एक अहंकार कलानिर्मितीला उपकारक ठरू शकतो; तसेच आपल्या कलाकृतीकडे (ती निर्माण झाल्यावर) पुरेशा अलिप्तपणे आपणास पाहता येणे शक्य नसते, तिच्यातील अनेक ताणतणाव निर्मितप्रक्रियेतून (तिला बगल देऊन) बाजूला पडले असण्याची शक्यता असते; ही एक वास्तव जाणीव कलावंताला असणे आवश्यक आहे. ही जाणीव असेल तरच तिसरे लेखन शक्य होते. नाही तर मग दुसरे लेखन दीर्घ काळ पडू देऊन, मनातून ते बव्हंशी पुसून गेल्यावर आपणच तिसरे वाचन आणि तिसरे लेखन पूर्ण तटस्थतेने करण्याची गरज असते; पण ही गोष्ट फार कठीण आहे. म्हणून तिसरे वाचन इतरांच्या साहाय्यानेच करावे, हे जास्त बरे.

यासाठी आपली ताजी कादंबरी दुसऱ्यास वाचावयाला देणे जरूर असते. हा दुसरा जवळचा मित्र असावा. तसा तो असेल तर स्नेहशील वृत्तीने, आपुलकीच्या भावनेने आपल्या कादंबरीकडे पाहू शकेल. ही आत्मीयता नसेल; तर कादंबरीचे वाचन मनःपूर्वक होण्याची व्यावहारिक शक्यता नसते. हा मित्र रसिक आणि जाणकार समीक्षक, आपले पूर्वीचे लेखन त्या दृष्टीने आस्वादणारा, कलाकृतीचा आस्थेने विचार करणारा, दोषैक दृष्टीने न पाहता ती अधिकाधिक परिपूर्ण कशी होऊ शकेल या दृष्टीने पाहणारा असावा. अशी स्नेहशीलता, रसिकता, कलाजाणकारी,

आस्थावृत्ती असेल, तर त्याच्या वाचनाचा आपणास तिसऱ्या लेखनासाठी नितान्त उपयोग होतो.

आपल्या कोणत्याही ताज्या कलाकृतीविषयी आपणास पुरेशी अलिप्तता आलेली नसते. कलाकृतीत व्यक्त झालेला आपला अनुभव आणि आपल्या मनातील त्याचे अद्यापही व्यक्त न झालेले काही भाग, अवशेष (की जे अगदीच पुसटपणे, नगण्यतेने, निसटते कलाकृतीत डोकावत असतात) यांची सरमिसळ करून, ते एकत्रच अनुभवून, आपण आपल्या व्यक्त झालेल्या कलाकृतीत त्यांचे प्रतिबिंब पाहू लागतो. म्हणजे आपलीच ताजी कलाकृती आस्वादत असताना, आपण कलाकृतीत वस्तुनिष्ठपणे जे व्यक्त केलेले आहे ते आणि जे तिच्यात व्यक्त झाले नाही; पण आपल्या मनात मात्र ज्याचे अस्तित्व रेंगाळत आहे ते- असे दोन्ही एकत्र करून आपण प्रत्यक्ष कलाकृती आस्वादतो; असा माझा अनुभव आहे. कलावंताची ही अवस्था त्याला त्याच्या ताज्या कलाकृतीकडे वस्तुनिष्ठपणे पाहूच देत नाही. (काही कलावंतांची ही अवस्था आजन्म असते.) तिच्यात मनातलेही सगळे काही आलेलेच आहे, असा ती आभास निर्माण करीत असते.

सारांश, अशा वेळी आपल्या कलाकृतीकडे पाहण्यासाठी पुरेशी तटस्थता आपणास आलेली नसते; म्हणून आपणास समंजसपणे कलावंत म्हणून ओळखणाऱ्या रसिक समीक्षकाला ती वाचावयास देणे; म्हणजेच पर्यायाने जणू आपणच पुरेशा अलिप्तपणे तिचे वाचन करणे, असा या कृतीचा अर्थ असतो. निदान या दृष्टीने रसिक समीक्षकाने तिचे वाचन करावे आणि त्याच दृष्टीने लेखकानेही रसिक समीक्षकाच्या वाचनाचा (म्हणजे वाचनोत्तर त्याच्या मताचा, चर्चेचा) विचार करावा.

या तिसऱ्या वाचनात काही धोकेही आहेत. रसिक समीक्षकाने पुरेशा आत्मीयतेने वाचन केले नाही, वरवरचे वाचन केले, तर त्याला ती कलाकृती नीटपणे कळण्याची शक्यता कमी असते; किंवा लेखकाच्या भूमिकेशी त्याला समरस होता आले नाही, तर त्याला कलाकृतीचा वेगळाच (लेखकाला अभिप्रेत नसलेला) अन्वय लागण्याची शक्यता असते, हा वेगळा अन्वय एरवी ठीक असला तरी तो निर्मितिप्रक्रियेच्या अंगाने विचार करताना उपकारक ठरला तर ठीकच; अन्यथा तो 'एकूण कादंबरीच अपयशी झालेली आहे' असा काहीतरी निष्कर्ष काढायला मदत करतो. म्हणजे लेखकाला जे म्हणावयाचेच नाही, किंवा अतिशय गौणपणे, अनुषंगाने जे सूचित करावयाचे असते; तेच प्रधान आहे, मुख्य आहे; असे गृहीत धरून चर्चा होण्याचा धोका असतो. एरवी समीक्षकाला अशा विषयावर चर्चा करायला पूर्ण मोकळीक असली, तरी लेखकाच्या निर्मितिप्रक्रियेला ही चर्चा अनुपकारकच ठरते. म्हणून रसिक समीक्षकानेही अशा वाचनाच्या वेळी आपण एका कलाकृतीची समीक्षा करीत

आहोत; ही भूमिका न स्वीकारता आपण एका कलाकृतीच्या निर्मितिप्रक्रियेत तटस्थ जाणकार म्हणून सहभागी होत आहोत, लेखकमित्राला मदत करीत आहोत; ही भूमिका ठेवली तरच या 'तिसऱ्या वाचनाचा' उपयोग लेखकाला होण्याची शक्यता असते. एरवी स्वतःची भूमिका विसरण्याचे समीक्षकाला काहीच कारण नसले; तरी निदान या वाचनाच्या वेळी लेखकाला अभिप्रेत असलेली भूमिकाच फक्त समजून घेणे महत्त्वाचे असते; व त्या अंगानेच त्याला मार्गदर्शन करणे योग्य असते.

'तिसरे वाचन' करण्यासाठी हस्तलिखित हे त्या त्या साहित्य प्रकारांतील ज्येष्ठ साहित्यिकाकडे देऊ नये, असे मला वाटते. उदाहरणार्थ, मी माझ्या ताज्या कादंबरीच्या 'तिसऱ्या वाचनासाठी' हस्तलिखित एखाद्या ज्येष्ठ कादंबरीकाराकडे देऊ नये. कारण एक तर तो ज्येष्ठ असल्याने आपल्यावर त्याच्या सूचना स्वीकारण्याचा मानसिक दबाव आदरापोटी कळत-नकळत येण्याची शक्यता असते. दुसरे असे की, या ज्येष्ठ साहित्यिकाच्या मनात 'कादंबरी' या साहित्य प्रकाराविषयीची जी एक विशिष्ट कल्पना अगोदरच तयार झालेली असते, तीच तो नव्या ताज्या कादंबरीवर लादण्याची शक्यता फार असते. शिवाय 'ही कादंबरी मी कशी लिहिली असती' या कल्पनेनेच त्याचे दिग्दर्शन हस्तलिखिताच्या लेखकास मिळण्याची शक्यता असते. मग ती त्या लेखकाची कादंबरी न राहता, मार्गदर्शक ज्येष्ठ कादंबरीकाराची कादंबरी होण्याची शक्यता निर्माण होते. म्हणून या तिसऱ्या वाचनाकडे लेखकाने जागरूकतेनेच पाहिले पाहिजे.

स्नेहशील रसिक समीक्षकाच्या वाचनाने केलेल्या सूचनांचा नीटपणे त्याने विचार करणे जरूर असते. या सूचनांनाही मर्यादा असतात. मूलभूत कथानकाला भलतीच दिशा देण्याची, वेगळ्याच पातळीची अपेक्षा करणारी, संपूर्ण निवेदनपद्धतीच बदलण्याची किंवा एखादे नवीनच पात्र अथपासून इतिपर्यंत घालण्याची सूचना अव्यवहार्य आणि अनाचरणीय असते. त्याची एक-दोन कारणे दिसतात. अशा प्रकारच्या सूचना ह्या निर्माण झालेली कलाकृती मोडून, तिच्यात 'नवीन द्रव्य मिसळून' नवीन कलाकृती निर्माण करण्याविषयी सांगत असतात. दुसरे असे की, ती कलावंताने निर्मितीच्या वेळी धारण केलेल्या भूमिकेपासून फार दूर गेलेली असण्याची शक्यता असते.

एखाद्या कलावंताजवळ मुळातच जी कुवत असते; त्या भल्याबुऱ्या कुवतीनुसार त्याने कलाकृती घडवलेली असते. त्याने आपली सर्व शक्ती तिथे पणाला लावलेली असते. (निदान असे गृहीत धरावे लागते; अन्यथा अनेक आपत्ती निर्माण होण्याची शक्यता असते.) त्याने तसे केले नसेल; तर तो पुरेशा गंभीरपणे कलाकृतीकडे पाहत नाही, असेच मानावे लागते. मग त्याच्या कलाकृतीचाही कोणत्याही अवस्थेत गंभीरपणे विचार करण्याचे प्रयोजन नाही. आणि जर विचारच करावयाचा असेल; तर

त्याने आपली कलाकृती, आपल्या संपूर्ण शक्ती उपयोगात आणून निर्माण केलेली असते, असे गृहीत धरावे लागते. आणि जर त्याने ती तशी निर्माण केली असेल; तर त्याला पुन्हा 'वेगळे वजन' उचलण्यास सांगणे त्याच्या कुवतीबाहेरचे होते आणि त्यामुळे निर्माण झालेली कलाकृतीही बिघडण्याची, कोलमडण्याची वा मोडण्याची शक्यता निर्माण होते. म्हणून वरील प्रकारच्या सूचना अनाठायी ठरतात. उलट निर्माण झालेल्या कलाकृतीतच सुप्त ताणतणाव, त्यातीलच शक्यतेच्या पातळीवरील सामर्थ्यें, अविकसित राहून गेलेली विविध स्थळे, पात्रे, प्रसंग वा इतर गुणवैशिष्ट्ये दाखवून देणे जरूर असते, योग्य असते. ज्यामुळे निर्माण झालेली कादंबरीच अधिक फुलून येऊ शकेल, आपल्या सर्व शक्ती आविष्कृत करू शकेल, अशाच सूचना तिथे उपयोगी पडतात.

लेखकानेही आपल्या स्नेहशील रसिक समीक्षकाने दिलेल्या कोणत्याही सूचनांचा या कक्षेतच विचार करणे जरूर असते. त्याच्या भलत्याच सूचनांचा विचार केला तर लेखकाचा स्वतःचाच आत्मविश्वास नाहीसा होण्याची भीती, आपणास काही जमत नाही अशी न्यूनगंडाची भावना निर्माण होण्याची शक्यता असते. म्हणून 'तिसऱ्या वाचनाने' दिलेल्या सूचनांचा कुठवर आणि कोणत्या अंगाने व कोणत्या सूचनांचा विचार करावयाचा हे फार जागरूकपणे ठरवावे लागते.

यासाठीच 'तिसरे वाचन' शक्यतो (कितीही जाणकार समीक्षक आणि रसिक असला तरी) अन्य ललित लेखकाकडून (इथे कादंबरीकाराकडून) होऊ नये, असे मला वाटते. त्या ललित लेखकाला कितीही आपण अलिप्त राहून विचार करू असे वाटले; तरी त्याच्या नेणिवेतील भूमिकेने तो प्रेरित होण्याची शक्यता इथे जास्त असते. याचे कारण असे की, इथे केवळ एखाद्या कलाकृतीची केवळ समीक्षा करण्याचा प्रश्न नसतो; तर निर्मितीच्या अंगाने विचार करण्याचा प्रश्न प्रस्तुत असतो. आणि निर्मितीचा विचार तो आपल्या स्वतःच्या दृष्टीनेच करणे स्वाभाविक असते. त्यामुळे ज्या कादंबरीकाराची कादंबरी त्याने तिसऱ्या वाचनासाठी घेतलेली असते; त्या कादंबरीकाराच्या व्यक्तिमत्त्वावर, त्याच्या वाङ्मयीन जाणकारीवर, दृष्टीवर आक्रमण होण्याची शक्यता असते.

सारांश, 'तिसरे वाचन' ही कादंबरीसारख्या कलानिर्मितीतील अतिशय नाजूक; तरी अतिशय महत्त्वाची बाब आहे आणि ती धोक्याचीही आहे. कथा, कविता इत्यादी लहानखुऱ्या साहित्य-प्रकारांच्या बाबतीत ही बाब निर्माता-लेखक स्वतःच हाताळू शकतो. त्यामुळे तिथे धोका नसतो; पण कादंबरीसारख्या, नाटकासारख्या, जटिल जीवनव्यापक पातळीवर, अनेक ताण-तणावांनिशी, दीर्घ कालपटावर व्यक्त करणाऱ्या. विविधतेने नटलेल्या, एकाच दृष्टिक्षेपात न येऊ शकणाऱ्या साहित्य प्रकाराच्या बाबतीत मात्र 'तिसरे वाचन' ही बाब अतिशय नाजूक आणि धोक्याचीही आहे. तिचा

हा स्वभाव लक्षात घेऊनच तिला जागरूकपणे, सावधपणे वेठीला जुंपले पाहिजे. नाटकाच्या बाबतीत तर ती अधिकच धोक्याची आणि अधिकच नाजूक झालेली असते.

या तिसऱ्या वाचनाची ज्यांना जरुरी नाही; ते महान लेखक होत. त्यांची कलाकृती एकटाकी लेखनातूनच निर्माण झालेली असते. तिचे दुसरे किंवा तिसरे वाचन न करताही ती कलाकृती रसिकमान्य होते आणि श्रेष्ठ दर्जाची म्हणून मानली जाते. एरवी पहिल्या लेखनातच कादंबरीसारखा साहित्य प्रकार हातावेगळा करून प्रसिद्धीस देणारे व लोकप्रिय झालेले कादंबरी लेखक सत्तर-ऐंशी टक्के असतातच. त्यांच्या निर्मितिप्रक्रियेविषयी मला इथे काहीही म्हणावयाचे नाही.

## ६ : सूचनांचा स्वीकार आणि अस्वीकार

'नटरंग'चे पहिले लेखन रेट्याने, केवळ पुढेच पाहून पूर्ण केलेले असले; तरी त्यातील काही भाग (तुकडे) पहिल्याच फेरीत चांगले झालेले होते. विशेषत: कादंबरीच्या पहिल्या भागातील बरेचसे (कादंबरीच्या पूर्वार्धातील) लेखन चांगले झालेले होते. दुसऱ्या भागात (कादंबरीच्या उत्तरार्धात) अनेक वर्षांचा काळ, घटनांची गर्दी, घडामोडींचा वाढलेला वेग असल्याने, लेखन किती करावे लागेल याचा अंदाज आला नव्हता. म्हणून त्यातील बराच भाग पहिल्या लेखनाच्या वेळी संक्षिप्त स्वरूपात व्यक्त झाला होता. त्यामुळे त्यात वृत्तान्तवजा (रिपोर्टिंग) भाग जास्त आला होता. त्यामुळे दुसऱ्या लेखनाच्या वेळी कादंबरीचा एकूण आवाका व विस्तार-शक्यता लक्षात घेऊन पहिला भाग घोटत, कमी करत व दुसरा भाग ढिला सोडत, मुक्तपणे त्याचे लेखन करत लिहिला. लेखन टप्याटप्प्याने आणि स्वतंत्रपणे लिहिल्यामुळे त्यात चढ-उतार, विषमता होती. दुसऱ्या लेखनात ते एकाच लयीत, समान पातळीवर आणण्याचा प्रयत्न केला.

दुसरे लेखन पूर्ण झाले आणि ते माझ्या काही सुहृदांनी वाचून पाहिले. या सर्वांशी; त्यांनी केलेल्या (म्हणजे निर्मितिप्रक्रियेतील तिसऱ्या) वाचनानंतर त्या त्या वेळी अलगपणे चर्चा केली. त्यांच्या अनेक बारीकसारीक सूचना चर्चा करूनही पटल्या नाहीत. त्या तशाच सोडून दिल्या. काही सूचना महत्त्वाच्या आणि मला अवलंबिण्याच्या शक्यतेच्या पातळीवरच्या होत्या त्याचा अवलंब केला.

काही सूचना निर्माण झालेल्या कादंबरीची रचना कळत- नकळत मुळातूनच बदलावयास लावणाऱ्या होत्या. त्या सूचनांमुळे सबंध कादंबरीला अधिक जटिलता, व्यापकता अनेक-हेतुता आली असती; पण का कुणास ठाऊक; कादंबरीची संकल्पना

लक्षात घेता फार जटिलता नको वाटते. जास्तीत जास्त किती पृष्ठांची कादंबरी असावी, याविषयी मराठी प्रकाशकांची व लेखकांचीही एक समजूत होऊन बसलेली आहे. पृष्ठांचा अंदाज लक्षात घेऊनच अनुभवाचा पसारा मांडावा लागतो. तरीही त्या मर्यादेत अधिक जटिलता आणता येणे शक्य असते; नाही असे नाही; पण मला नेहमी असे वाटते की, अधिक जटिलतेच्या भरात; आपणास ज्या विशिष्ट हेतुकल्पनेवर भर द्यावयाचा आहे, ती त्या जटिलतेच्या जंजाळात लक्षात येणार नाही. कारण जटिलतेमुळे परस्परावलंबी अशा अनेक हेतुकल्पनांचे एक डिझाईन तयार होते. त्यात अंतर्गत अशी एक बहुकेंद्रितता असते. या सर्वच केंद्रांकडे सारखेच अवधान ठेवले, तर आपल्या मनात ज्या विशिष्ट केंद्रावर भर द्यावयाचा असतो ते त्या गर्दीत अलक्षणीय किंवा कमी लक्षणीय होईल; म्हणून मी काही सूचनांकडे लक्ष दिले नाही; किंवा मी त्या अवलंबिल्या नाहीत.

शैलीच्या बाबतीत काही किरकोळ सूचना पटल्या. काही ठिकाणी (दुसऱ्या लेखनात '१० वाजता', '११ वाजता,' '१२ वाजता' असे शब्दप्रयोग आले होते. 'कलावंत चांदणे', 'माझ्यासाठी मी कवा जगायचं?' यासारखे ग्रामशैलीला न शोभणारे शब्दप्रयोग वा वाक्ये आली होती. काही ठिकाणी; विशेषतः भांडणातून, संवादांतून आक्रस्ताळेपणा, भडकपणा, अकारण शिव्या, लिंगवाचक शब्द (समाज-वास्तवात असले तरी) एकूण कादंबरीच्या सुरामध्ये (टोन) व भाषासरणीमध्ये न बसणारे वाटत होते; ते काढून टाकले. एकूण लेखन प्राधान्याने बहिर्मुख व काही विशिष्ट ठिकाणी विशेष रममाण झालेले दिसत होते. ते जास्तीत जास्त मनःपूर्वक आणि अंतर्मुख करून घेण्याचा प्रयत्न केला.

काही प्रसंग-रेखाटने एकासारखी दुसरी अशी झाली होती. उदाहरणार्थ, गुणा व त्याच्या मित्रांनी तमाशासाठी मुली शोधण्यास्तव केलेली धडपड आणि प्रवास व त्यातून त्यांना आलेले अनुभव, व नाच्या शोधण्यासाठी केलेली धडपड आणि प्रवास व त्यातून आलेले अनुभव हे एकाच वळणाचे वाटत होते. ते कमी केले. त्यांची मांडणी बदलून घेतली. तसेच काही प्रसंग पूर्वनियोजितपणे, नाटकी पद्धतीने आल्यासारखे वाटत होते. उदाहरणार्थ, सुळकूडच्या जत्रेत चहा देणाऱ्या पोराचा उल्लेख गुणाच्या तोंडी शेवटी 'नियती आपणाला पूर्वीच सूचना देऊन गेली होती' अशा अर्थाचे वाक्य घालून केलेला होता, तो गाळून टाकला. काही प्रसंग अकारण लांबल्यासारखे वाटत होते. उदाहरणार्थ, गुणाचा मुलगा राजा याची थट्टामस्करी आणि त्यातूनच त्याची कुस्करी होते, हे प्रकरण लांबले होते. थट्टा करणाऱ्यांची मानसिक विकृती फारच भडक वाटत होती; ती कमी करून शक्यतेच्या, संभाव्यतेच्या पातळीवर आणली.

काही जागा पुरेशा प्रस्फुट (एक्स्पोझ) झाल्या नव्हत्या; त्या प्रस्फुट करून

घेतल्या. उदाहरणार्थ, द्वारकाच्या मनातील गुंतागुंतीची नीटशी कल्पना सबंध कादंबरीत येत नव्हती. ती आणून देण्याचा प्रयत्न केला. नटराजाच्या मूर्तीची अर्थपूर्णता नीटशी लक्षात येत नव्हती, ती लक्षात आणून देण्याचा प्रयत्न केला.

पहिल्या व दुसऱ्या लेखनात कायम असलेले एक प्रकरण जवळ जवळ अर्धेअधिक तिसऱ्या लेखनात काढून टाकले. गुणा व नयना हे तमाशा परिषदेला जातात. त्या परिषदेच्या दोन-तीन दिवसांचे सविस्तर वर्णन, प्रसंग-रेखाटन आले होते. सगळे तमाशाविश्व व तमासगिरांचे विश्व रेखाटले होते. या पार्श्वभूमीवर गुणाला जो परिषदेचा निराशाजनक अनुभव येतो; त्याचेही विस्तृत वर्णन आले होते; पण या सर्वांची तितकीशी आवश्यकता सबंध कादंबरीच्या संदर्भात नव्हती, असे चर्चेअंती दिसून आले. परिषदेतील घटनाही अगदी नेहमी अनुभवाला येणाऱ्या होत्या. त्यांच्यात काही वेगळे असे नव्हते. शिवाय गुणाची परिषदेविषयीची निराशा त्याच्या बोलण्यातून नयनाजवळ व्यक्त होते, असे वाटल्यावरून ते अर्धेअधिक प्रकरण गाळून टाकले. कादंबरीचा शेवट अधिक टोकदार करण्याचा प्रयत्न केला.

काही सूचना अशा आल्या की, मला त्या सबंध कादंबरीच्या संदर्भात स्वीकारणे कठीण गेले. त्या सूचना अशा :

१) गुणाचा इतर तमासगीर मित्रांशी जसा संबंध येतो; तसाच त्याच्या बायकोशी- द्वारकीशी- इतर तमासगिरांच्या बायकांचा संबंध कसा येईल हे दाखवावे. द्वारकीची सबंध कादंबरीत जी कुचंबणा होते, त्या बाबतीत तिची समजूत काढण्याचा इतर बायका प्रयत्न करतात; पण द्वारकीचा नवरा नाच्या असतो, याचं दुःख तिला अधिक आहे; त्यामुळे तिची समजूत काढली जाते तेव्हा ती अधिकच खवळते, असे दाखवावे.

२) दुसऱ्या भागातील घटना आणि त्या भागाची लांबी व पहिल्या भागातील घटना आणि त्या भागाची लांबी लक्षात घेता, दुसरा भाग अधिक विस्तृत करावा किंवा पहिला भाग काही प्रमाणात कमी करावा.

३) गुणाचे कलात्मक अपयश एकदोनदा दाखवावे. अपयशाने कलावंत अधिकच मोठा होतो. त्याच्या विकासाला अपयश हे अधिक उपयोगी पडते. इतरांचे अनुकरण तो करतो, इतरांसारखे लोकप्रिय होण्यासाठी तो काही क्लृप्त्या योजतो, त्याला कलाबाह्य अनेक मोह होतात, पब्लिकला केवळ खूश करणे यातच खरे यश आहे, असे त्याला आरंभी आरंभी वाटते; पण नंतर तसे करण्यात त्याचे आत्मिक समाधान होत नाही; मग तो स्वतःची लय शोधण्यातच रमतो, असे दाखवावे.

४) गुणाचे रामायण- महाभारताचे वाचन केवळ प्रसंग व वग हेरण्यासाठीच नको. तर तो त्यातील मानवी जीवननाट्याशी एकरूप झालेला दाखवावा.

५) तमाशा करणाऱ्याचा उत्साह एका बाजूला; तर दुसऱ्या बाजूला 'तमाशा जमणार नाही' म्हणून निराश करणाऱ्यांचा दुसरा सूर वाढवून, त्या प्रतिकूल परिस्थितीत गुणा कशी वाटचाल करतो, असे दाखवावे.

या सूचना मला कादंबरीची रचना मुळातूनच बदलून घ्यायला भाग पाडणाऱ्या वाटल्या. कादंबरीची प्राप्त रचना मुळातच चुकीची, अवास्तव किंवा तर्कहीन इत्यादी स्वरूपाची असती; तर मी अशा प्रकारच्या सूचना स्वीकारल्याही असत्या; पण या सूचना अशा प्रकारच्या नसून; कादंबरीत काहीशी गौण स्वरूपाची पण नवी अधिक भर घालणाऱ्या वाटल्या. त्यांच्यामुळे कादंबरीच्या मूळ ध्येयात किंवा आशयात काही अर्थपूर्ण फरक पडला असता, असे मला वाटले नाही. म्हणून मी त्या स्वीकारू शकलो नाही.

क्र. १च्या सूचनेनुसार द्वारका आणि तमासगिरांच्या बायका यांचे संबंध दाखववयाचे; तर ते एकाएकी एखाद्या प्रकरणात दाखविणे योग्य होणार नाही. ते तसे दाखविले तर मुद्दाम घडवून आणल्यासारखे, साधनीभूत वाटले असते. परस्परांचे संबंध दाखववयाचे तर त्यांचाही (संबंधांचा) एक विकास दाखवावा लागतो. त्यांची मांडणी सर्व कादंबरीभर शक्य त्या जागी आरंभीपासूनच करणे जरूर असते. तसे ते संबंध आता दाखविणे शक्य नव्हते. मध्येच ते घुसडणेही अवघड असते. एखाद्या नव्या संबंधाची भर घातली तर त्या संबंधामुळे इतरही संबंध बदलत राहतात. त्या संबंधामुळे आणखी काही अन्योन्य सबंध तयार होत राहतात; तेही दाखविणे जरूर असते. आणि एवढे करूनही जे अंतिमतः साधावयाचे आहे, तेच साधले जाणार आहे. म्हणजे द्वारकीची समजूत तिचा प्रत्यक्ष नवराच काढण्याचा प्रयत्न करतो आहे, तोच अयशस्वी होतो आहे. मग इतर स्त्रियांनी समजूत काढण्याचा निरर्थक प्रयत्न करण्यात पुनरावृत्तीपेक्षा जास्त काय साधले जाणार आहे? तिचे दुःख वगळे आहे याची कल्पनाही वाचकांना यावी, अशा रीतीने तिच्या दुःखाचीही मांडणी केलेली आहेच. नवरा तमाशात नाच्या आहे, हे तिचे दुःख जास्त खरे आहे, याची कल्पना कादंबरीत येते; असे मला वाटल्यावरून मी ही सूचना स्वीकारू शकलो नाही.

पहिल्या आणि दुसऱ्या भागातील घटना आणि लांबी यांचे प्रमाण विषम असल्याचे दुसऱ्या क्रमांकाच्या सूचनेत सांगितले आहे. हे प्रमाण विषम असले तरी त्या दोन भागांचे महत्त्व वेगळे आहे, असे मला वाटले. पहिल्या भागात घटना कमी असल्या आणि त्यांची लांबी जास्त असली; तरी 'गुणा' आपल्या कलाविष्काराचे माध्यम असलेला 'फड' उभा करण्यासाठी जीव तोडून धडपड करतो; ती त्याच्या जीवनात अतिशय महत्त्वाची वाटली. ह्या धडपडीमागे कलेचे आविष्कारमाध्यम

आत्मसात करण्याचा खटाटोपच आहे. त्यात त्याचा जीव गुंतला आहे. त्यासाठी त्याला घरगुती स्वरूपाचा झगडा किती करावा लागत आहे, मानसिक संघर्ष किती लपला आहे; हे महत्त्वाचे वाटल्याने पहिला भाग तसा झाला आहे. दुसऱ्या भागात घटना जास्त असल्या तरी कोणतीही घटना संक्षिप्त नाही, की जी वाढवता येईल. किंवा कुठेही अपुरेपणा नाही की जो पुरा करून दुसरा भाग वाढविता येईल. किंवा पहिल्या भागात कोणताही मजकूर जादा नाही की जो कमी करून लांबी कमी करता येईल.

कादंबरीचे दोन भाग पाडणे ही लेखनाची सोय आहें. मध्ये खूपच काळ गेला आहे, दुसरे पर्व सुरू झाले आहे, पहिले पर्व मागे पडलेले आहे, ही सूचना केवळ देण्यासाठी हे दोन भाग पाडले आहेत. ते कादंबरीचे दोन समान तुकडे किंवा अर्ध नव्हेत; की ज्यांची तुलना लांबीत किंवा घटना - संख्येत व्हावी. ती एक सलग कलाकृती म्हणूनच वाचणे योग्य आहे. कडवी, प्रकरणे, भाग, खंड, प्रवेश, अंक, सर्ग, अध्याय हे कलाकृतीत तसे भासमान असतात. त्यांना कलाकृतीच्या गाभ्यात स्थान नसते. ते दृश्यमान घटक असतात; म्हणून दुसरी सूचना स्वीकारणे कठीण गेले.

क्रमांक ३ ची सूचना स्वीकारता येण्यासारखी होती तरी मी ती स्वीकारली नाही. कारण सूचनेतील मत हे मला कादंबरीच्या संदर्भात अपरिहार्य वाटू शकले नाही. अपयशाशिवायही कलावंत मोठा होऊ शकतो, विकास पावू शकतो. एखाद्याला कलाबाह्य मोह होतील अथवा न होतील; पण जातिवंत कलावंताला कलाबाह्य मोहातून गेल्यावरच कलेचे सुख अरे आहे, बाकीची खोटी आहेत; याचा प्रत्यय आला पाहिजे, असे काही नाही. आसपासच्या इतर कलावंतांच्या वर्तनातूनही तो अनुभव त्याला त्याच्या संवेदनशील स्वभावामुळे, कल्पनाशक्तीमुळे दुसऱ्याच्या भूमिकेत मनाने शिरून चिंतन करण्याच्या शक्तीमुळे येऊ शकतो.

ही सूचना स्वीकारली असती तर कादंबरीत भर पडली असती. विस्तार झाला असता. दुसरा भाग विस्तारता आला असत; पण कादंबरीच्या दुसऱ्या भागाची मुळातूनच पुनर्मांडणी करावी लागली असती. गुणाच्या अपयशाचा संभाव्य परिणाम एकूण फडावरही जो होणार होता तोही विचारात घ्यावा लागला असता. इतर साथीदारांच्या प्रतिक्रियाही नोंदवाव्या लागल्या असत्या. त्यामुळे पुनर्मांडणी करावी लागली असती. आणि या मोबदल्यात कादंबरीच्या ध्येयात काही मूलभूत महत्त्वाची भर पडली असती, असे वाटले नाही.

क्रमांक ४ आणि च्या सूचनांच्या बाबतीतही मला कमी-अधिक फरकाने वरील प्रमाणेच वाटले.

सारांश, हे 'तिसरे वाचन' म्हणजे इतरांच्या डोळ्यांनी आणि डोक्यांनी केलेले आपलेच वाचन असते, याचे भान सतत ठेवले पाहिजे. अन्यथा ती आपली कादंबरी राहणार नाही. एवढेच नव्हे तर इतरांच्या सूचना केवळ श्रद्धेने, केवळ ही वाचणारी माणसे मोठी आहेत या भावनेने, आपणास यातले काही कळत नाही; तेव्हा हे म्हणतात तसे करून पाहू, तसे केले तर आपली कादंबरी मोठी होईल, या महत्त्वाकांक्षेने जर आपण 'तिसरे लेखन' केले; तर आपल्या कलाकृतीवरील आपला ताबा (नियंत्रण) सुटतो आणि ती कादंबरी कुठे घरंगळत जाईल याचा पत्ता लागणार नाही. हा धोका डोळ्यांआड करून लेखकाचे भागणार नाही. शेवटी ती त्याची कादंबरी राहिली पाहिजे.

# लेखांची पूर्वप्रसिद्धी व इतर माहिती

- **मराठी साहित्यव्यवहार आणि निर्मितिप्रक्रिया**
  अंबाजोगाई येथे मराठवाडा साहित्य परिषदेच्या वर्धापनदिनानिमित्त प्रमुख
  पाहुणा म्हणून केलले भाषण. (एप्रिल-मे १९७९ : प्रतिष्ठान)

- **व्यावहारिक अनुभव आणि कलानुभव**
  'साहित्य-सूचि' : फेब्रुवारी १९८५

- **कलानुभव आणि साहित्यिक**
  (अक्षरवैदर्भी : दिवाळी १९८५)

- **साहित्यनिर्मिती आणि साहित्य प्रकार**
  पंढरपूर महाविद्यालयात आयोजित केलेल्या परिसंवादात वाचलेला निबंध.
  (जानेवारी १९८६) अक्षरवैदर्भी : दिवाळी १९८६

- **नव्या साहित्य प्रकाराच्या शोधात**
  (सत्यकथा : दिवाळी १९७७)

- **कलानुभव : कलावंताचा आणि आस्वादकाचा**
  (रसिक : दिवाळी १९८५)

- **आशय, अनुभव आणि अभिव्यक्ती : परस्परसंबंध**
  (रसिक : दिवाळी १९८६)

- **कथेची बीजधारणा**
  (विशाखा : दिवाळी १९८४)

- **निर्मितिसंघर्षाचा प्रत्यय देणारी साहित्यकृती : गोतावळा**
  म. सा. प. पुणे यांच्या शारदीय व्याख्यानमालेत दिलेले व्याख्यान
  (२०।११।१९८४) गुलमोहर : दिवाळी १९८६
- **शैलीच्या निर्मितिप्रक्रियेचे स्वरूप**
  सातारा येथे झालेल्या 'साहित्य संस्कृति मंडळा'च्या शिबिरात वाचलेला
  निबंध (२९।३।१९८२)
- **एका कादंबरीचा जन्म : नटरंग**
  (रसिक : दिवाळी १९८४)

www.ingramcontent.com/pod-product-compliance
Lightning Source LLC
Chambersburg PA
CBHW061429030726
47503CB00005B/1352